D1679856

ஆலிஸ் வாக்கர்

விற்பனையில் சாதனைகள்புரிந்த நாவல்களின் ஆசிரியர் ஆலிஸ் வாக்கர் மூன்று சிறுகதைத் தொகுப்புகள், மூன்று கட்டுரைத் தொகுப்புகள், ஆறு கவிதைத் தொகுப்புகள் மேலும் குழந்தைகளுக்கான ஏராளமான புத்தகங்கள் எழுதியுள்ளார். அவருடைய புத்தகங்கள் பன்னிரெண்டுக்கும் மேலான மொழிகளில் மொழிபெயர்க்கப்பட்டிருக்கின்றன. ஜார்ஜியாவின் ஈடன்டனில் பிறந்த இவர் இப்போது கலிஃபோர்னியாவில் வாழ்கிறார்.

ஷஹிதா

சென்னையில் பிறந்துவளர்ந்த ஷஹிதா கடந்த 26 வருடங்களாகப் புதுக்கோட்டையில் வாழ்கிறார். கணவர் அக்பர் அலி, குழந்தைகள் அர்ஷத்ஆரிஃப் மற்றும் ஆஷிஃபா.

புதுகையருகிலிருக்கும் பள்ளியொன்றில் ஆங்கில ஆசிரியராகப் பணிபுரிந்திருக்கும் இவர் இணையப்பத்திரிக்கை ஒன்றையும் நடத்திவந்திருந்தார். "ஆதமின் மகளாகிய நான்" எனும் தலைப்பில் இவர் எழுதிய கட்டுரைகளும், சிறிய கதைகளும் அடங்கிய நூல் 2019இல் வெளியாக இருக்கிறது.

மொழிபெயர்ப்பிலும் கவிதைகளின்பாலும் புத்தகவிமர்சனங்கள் எழுதுவதிலும் மிகுந்த ஆர்வம்கொண்ட இவர் அதிதீவிர வாசகியும்கூட. இவருடைய முதல் புத்தகமாக "எதிர்" வெளியிடும் "அன்புள்ள ஏவாளுக்கு" வெளிவருகிறது.

மின்னஞ்சல் முகவரி: *shahikavi@gmail.com*

அன்புள்ள ஏவாளுக்கு

ஆலிஸ் வாக்கர்

தமிழில்

ஷஹிதா

எதிர்
வெளியீடு

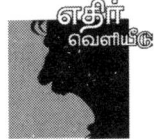

அன்புள்ள ஏவாளுக்கு
ஆலிஸ் வாக்கர்
தமிழில்: ஷஹிதா

முதல் பதிப்பு: டிசம்பர் 2018
இரண்டாம் பதிப்பு: நவம்பர் 2021

எதிர் வெளியீடு
96, நியூ ஸ்கீம் ரோடு, பொள்ளாச்சி - 642 002
தொலைபேசி: 04259 - 226012, 99425 11302

விலை: ரூ. 400

The Colour Purple
Alice Walker

THE COLOR PURPLE by Alice Walker. Copyright © 1982 by Alice Walker. Preface copyright © 1992 by Alice Walker. By arrangement with the Proprietor. All rights reserved.

Tamil edition Copyright © with Ethirveliyeedu
Translated by: Shahidha

First Edition: December 2018
Second Edition: November 2021

Published by
Ethir Veliyeedu, 96, New Scheme Road. Pollachi - 642 002
Email: ethirveliyedu@gmail. com
www. ethirveliyedu. in

ISBN : 978-93-87333-50-5
Cover Design: Santhosh Narayanan
Printed at Jothy Enterprises, Chennai.

All rights reserved. No part of this book may be reprinted or reproduced or utilised in any form or by any electronic, mechanical or other means, now known or hereafter invented, including photocopying and recording, or in any information storage or retrieval system, without permission in writing from the Publisher.

இந்தப் புத்தகமும்
நானும்
யாருடைய துணையில்லாமல்
எழுதப்பட்டிருக்க முடியாதோ
அந்த
மெய்ப்பொருளுக்கு

நீயாக நான் மாறுவதெங்கனம்
நீயே எனக்குக் காண்பி
    – ஸ்டீவி வண்டர்

ஆழிப்பேரலைகளும் சூறாவளிகளும்:

தி கலர் பர்பிள் பிரசுரிக்கப்பட்டு இருபத்தியைந்து ஆண்டுகள் கடந்தபிறகு.

– ஆலிஸ் வாக்கர்

தி கலர் பர்பிள் நாவலில் நிகழும் சம்பவங்கள் போன்றவை முடிந்துபோன சங்கதியாகிவிட்ட பல வருடங்கள் கழிந்த பின்னும், நான் பிறந்த வட ஆப்ரிக்காவின் தென் பகுதியில், கடவுளைப் பற்றி அவர்களின் கருத்தை மக்களிடம் கேட்பது பிரச்சினைக்குரிய ஒன்றுதான். கடவுள் என்றால் கடவுள், அவ்வளவு தான். கடவுள் என்பதிலேயே அவர் (ஆம் சந்தேகமில்லாமல் ஆண்பால் தான்) எப்படி இருப்பார், என்ன நினைப்பார், அவரால் என்னவெல்லாம் செய்ய முடியும் என்பதெல்லாமும் அடங்கிவிடும். ஆனால் உண்மையிலே அவருடைய தோற்றம் எப்படிப்பட்டது? அவர் என்ன தான் நினைக்கிறார்? அவரால் அப்படி என்னவெல்லாம் செய்ய முடியும் ? இப்படியான கேள்விகளுக்கு எங்கள் தென் பகுதி மக்களும் உலகின் பலபகுதிகளைச் சேர்ந்தவர்களும் கூட விடை தேடுவது பைபிளில் தான். வெள்ளையராகச் சித்தரிக்கப்படும் அவர் ஏசு கிருத்துவின் தந்தை என்பதுதான் கடவுளைப் பற்றி பைபிளில் நாம் வாசிக்கக் கிடைக்கும் தகவல். அவர் மனிதர்கள் பாவத்தினால் பிறக்கிறார்கள் என்றும் பாவமே உருவாகக் கொண்டவர்கள் என்றும் கருதுகிறார். நிலம், நீர், பெண்கள், மிருகங்கள் மற்றும் குழந்தைகளை உள்ளடக்கிய பூமியின் மீது மனிதன் ஆளுமை செலுத்த வேண்டும் என்றும் நினைக்கிறார். தான் அழிக்க நினைக்கும் அல்லது காயப்படுத்த விரும்பும் நபர்களை நினைத்துப்பார்க்க முடியாத கடுமையான தண்டனைகளுக்கு ஆளாக்கவும், தான் நேசிக்கிறவர்களுக்கு அவர்கள் எதிர்பார்க்கும் அத்தனை ஆதரவையும் போர்செல்வங்களையும் கொடுக்கவும் அவரால் முடியும். சமயங்களில் தனக்குப் பிரியமானவர்களையும் அவர் மோசமாக நடத்துவார். ஆனால், என்னதானிருந்தாலும் அவர்கள் கடவுளாலேயே தேர்ந்தெடுக்கப்பட்டவர்கள் என்னும் தகுதியும் மரியாதையும் அவர்களுக்கு உண்டு. இப்படித்தான் கேட்பவர்களைக் கவரும் வண்ணமாக, இந்தக் கடவுள் பற்றின கதை நீளும்.

கறுமையை சாபக்கேடாகக் கருதிய இந்தக் கடவுளை, கறுப்பரல்லாதவர்களுக்கு மட்டும் வழிகாட்டியாகவும் அவர்களுடைய விருப்பங்களை மட்டும் பூர்த்தி செய்யவும் உருவாக்கப்பட்ட ஒரு கடவுளை, இந்த நாவலின் கதாபாத்திரங்கள் நம்புவதைப் போல ஆப்ரிக்க அமெரிக்கர்களும் நம்பத்தலைப்பட்டது வரலாற்றின் எந்த காலகட்டத்தில் துவங்கியிருக்கும் என்பதைப் புரிந்து

கொள்வது அப்படியொன்றும் பெரிய சிரமமில்லை. பதினைந்தாம் நூற்றாண்டில் சிறைப்பிடிக்கப்பட்டு, வெப்பமண்டலப் புல்வெளிகளிலும் மழைக்காடுகளினூடாகவும் இழுத்துச்செல்லப்பட்ட அவர்களை ஏற்றிக்கொண்டு புதிய உலகுக்கு அவர்களை அழைத்துச்சென்று சேர்க்க, துறைமுகத்தில் அடிமைக்கப்பல்கள் காத்திருந்தன. ஆப்ரிக்கக் கரையோரங்களில் வரிசையாய் அமைந்திருந்த (இன்னமும் இருக்கின்ற), கொடூரத்துக்குப் பெயர்போன "அடிமை முகாம்களில்" ஏசு கிருத்துவின் சிலைக்கெதிரில் அவர்கள் கட்டாயப்படுத்தப்பட்டு, மண்டியிட்டார்கள். மழிக்கப்பட்ட அவர்களின் தலைகளில் புனித நீர் தெளிக்கப்பட்டது. அவர்களின் 'பழைய' பெயர்கள் பறிக்கப்பட்டு, விருப்பதுக்கெதிராக அவர்கள் மீது திணிக்கப்பட்ட (சாட்டையடி மற்றும் பூண்டோடு அழிக்கப்படுவார்கள் என்று மிரட்டப்பட்டு) மதத்துக்குப் பொருந்தும் வகையிலான கிருத்துவப்பெயர்கள் அவர்களுக்கு இடப்பட்டன. பிறகு அவர்களின் முகத்திலோ உடலிலோ கிருத்துவக் குறிகள் சூட்டுக்குறியிடப்பட்டன. கப்பல்களுக்கு இழுத்துச்செல்லப்பட்டவர்கள், டப்பாக்களில் அடைக்கப்படும் மத்திமீன்களைப் போல அடைக்கப்பட்டார்கள். துயரத்தாலும், பட்டினியாலும், நோயாலும் அவர்களில் எத்தனை ஆயிரம் பேர் செத்துமடிந்தார்கள் என்பதையும் மனமுடைந்து கடலுக்குள் பாய்ந்தவர்கள் எத்தனைப் பேர் என்பதையும் எப்போதுமே யாருமே தெரிந்துகொள்ள வாய்ப்பில்லை.

கொசுக்கள் நிரம்பிய சேறும்சகதியுமான சதுப்புநிலங்கள் அதிகமிருந்த வாஷிங்டனை, திடீர் பாரிஸாக மாற்றவும், நியூயார்க்கை லண்டனை விடவும் பெரிய அருமையான நகரமாக ஆக்கிக்காட்டவும் துடிதுடித்த, தாங்கள் கனவுகண்டிருந்த புதிய உலகை நிர்மாணிக்க முனைந்த அதன் படைப்பாளிகளுக்கு, அடிமைத்தொழிலாளிகள் இல்லாமல் அந்தக்கனவு நிறைவேறாது என்பது நன்றாக தெரிந்தது. நான் பிறந்த நகரமான ஜார்ஜியாவும் இப்படிப்பட்ட அடிமைத்தொழிலாளர்கள் இல்லாமல் உருவாகியிருக்க வாய்ப்பேயில்லை. இந்தியர்களை வெளியேற்றவும், காடுகளை அழிக்கவும், சதுப்புநிலங்களை வடியச்செய்யவும், மலேரியாவிலிருந்து தப்பிப்பிழைக்கவுமான பிரயத்தனத்திலேயே ஐரோப்பாவிலிருந்து இங்கு வந்து குடியேறியவர்கள் (எங்கள் மூதாதையர்களுக்கு அந்நியர்களாகப் பட்டவர்கள்) ஆயிரக்கணக்கில் செத்து மடிந்தார்கள். தாங்கள் கொண்டு வந்திருந்த 'நற்செய்தி'*ப் புத்தகத்தில் விவரிக்கப்பட்டிருந்த, நரகத்தையொத்த கடுமையான வெக்கையில், பழிபாவங்களுக்கு அஞ்சாமல் தங்களை ஏமாற்றி கடல் தாண்டி அழைத்துவந்திருந்த நிலவியாபாரிகளின் ஆசை வார்த்தைகளிலிருந்த சுவர்கத்தின் சுவடே காணாமல் அவர்கள் உழன்றார்கள்.

அதே நேரத்தில்தான் என்னுடைய மூதாதையர் அங்கு நுழைந்தார்கள் (இழுத்து வரப்பட்டார்கள்). எங்களில் பெரும்பாலானோர் பருத்தி, அவுரி மற்றும் அரிசி விளைவிப்பதில் கைதேர்ந்தவர்கள். செங்கல் தயாரிப்பதிலும் அதை நேர்த்தியாய் இடுவதிலும் அவர்களுக்குத் தேர்ச்சியிருந்தது. சமையல், நெசவு, மிருக வளர்ப்பு ஆகிய பல்வேறு துறைகளிலும் அவர்கள் திறமைசாலிகளாய் இருந்தார்கள். மேலும் அவர்களில் பெரும்பாலானோர் ஓவியர்களாக, மருத்துவர்களாக, பாடகர்களாக, நடனக் கலைஞர்களாக இருந்தனர். வருங்காலத்தைக் கணிக்கக்கூடியவர்களும், தத்துவவாதிகளும், கல்விமான்களும், ஆசிரியர்களும், வியாபாரிகளும் அவர்களில் ஏராளம் பேர் இருந்தனர். அவர்களில் யாருமே அந்தக் கொடிய வெக்கைக்கு அஞ்சவில்லை. அதோடு மிகப்புத்திசாலிகளாகவும் இருந்தார்கள். சில தலைமுறைகள் வரையிலுமாவது அவர்கள் எல்லாவற்றையும் குறித்து கேள்விகளை எழுப்பினார்கள். கேள்வியெழுப்பாமல் அவர்களால் எப்படி இருக்க முடியும்? இப்படிப்பட்டவர்களின் உடல்நலனைப் பற்றியோ உணர்வுகள் குறித்தோ எந்த அக்கறையுமற்ற, தங்கள் ஆணைகளை நிறைவேற்றவும், தேவைகளுக்கு மட்டும் உபயோகித்துக்கொள்ளக்கூடிய வெறும் பொருட்களாகவுமே எண்ணிய மனிதர்களுக்கிடையே அவர்கள் சிக்கிக்கொண்டார்கள். பெண்களுக்கும் பூனைகளுக்கும் போல இவர்களுக்கும் ஆன்மா என்பதே கிடையாது என்பதாகவே அப்போது கருதப்பட்ட அந்தச் சூழலில் அவர்களால் வெறும் ஏழு வருடங்கள் மட்டும்தான் காலம்தள்ள முடிந்தது. அவர்கள் உழைப்பைச் சுத்தமாக சுரண்டிய அவர்களின் எசமானர்களே அவர்களைக் கொன்று, எந்த ஆரவாரமும் எழுப்பாமல் புதைத்தார்கள். வட அமெரிக்காவின் தென் பகுதியில், எங்கும் அப்படிப் புதைக்கப்பட்டவர்களின் எஞ்சிய பாகங்கள் கண்டெடுக்கப்பட்டிருக்கின்றன. நினைத்துப்பார்க்க முடியாத இடங்களிலெல்லாம் – உதாரணத்துக்கு நியூயார்க்கின் வால் ஸ்ட்ரீட் என்று பின்னர் அழைக்கப்பட்ட இடத்தில் – அவர்களின் எலும்புகள் அகழ்ந்தெடுக்கப்பட்டன.

பேய்களுக்கு நடுவே அவர்கள் பிழைப்பு நடத்தவேண்டியிருந்தது. சொந்தபந்தகளிடமிருந்தும் தங்கள் நாடோடிக்குழுக்களின் அங்கத்தினரிடமிருந்தும் பிரிக்கப்பட்டு, அறிவுபூர்வமாக வேறு யாரிடமும் பேசவும் இயலாத நிலையில், பாராட்டோ, ஊதியமோ அற்ற கடும் உடலுழைப்பு மட்டுமே அவர்கள் வாழ்க்கையாகிற்று. சவுக்கடிகளை ஏற்றுக்கொள்வதும், மிருகத்தனமான அடிமைத்தளையைப் பற்றி அல்லாது வேறெந்த நினைவுமே இல்லாமல்போக விதிக்கப்பட்ட குழந்தைகளைப் பெற்றுக்கொள்வதும், கொல்லப்பட்ட பிறகு கால்வாய்களில் எறியப்பட்டோ சதுப்புநில ஓரங்களிலோ வயல்களிலோ புதைக்கப்பட்டோ விடுவதுமே அவர்களின் முடிவானது. மீட்சிக்கான எந்த அறிகுறியுமே எங்கும் தென்படவில்லை.

என்னையும் எனக்குத்தெரிந்த இன்றைய ஆப்ரிக்கர்களையும் போல மட்டும் என் மூதாதையர் இருந்திருந்தால் அவர்கள் தங்கள் பகுத்தறிவை வெகுகாலத்திற்குத் தக்க வைத்துக்கொண்டிருக்க முடியும். ஆனால் வாரம்முழுக்க யாரோ ஒருவரின் நலனுக்காக, உழைத்துக்களைத்த உடலுக்கும் மனதுக்கும் ஞாயிற்றுக்கிழமைகளின் காலையில், ஆசுவாசப்படுத்திக்கொள்ள, அரைமணிநேரம் கிடைக்குமானால், நம்ப இயலாததையும் நம்பத் தகுந்ததாய் அவர்கள் உணர்ந்ததில் ஆச்சரியமில்லையே. இறந்தபிறகு மீண்டெழுவதென்பது சாத்தியம் தானா? ஏழு வருடங்கள் சக்கையாய்ப் பிழியப்பட்டு, கொல்லப்பட்ட பிறகு, மீண்டெழ முடியுமானால் அவர்களுக்கு அதைவிடவும் மனதிற்கினிய ஒன்று வேறென்ன இருக்கயியலும்? கைதிகளிடமிருந்து அடிமைத்தளைக்கெதிரான முனைப்பு ஆன்ம ரீதியாகவும் உடல்ரீதியாகவும் குறைந்துகொண்டே வருவது எசமானர்களின் முகத்தில் புன்னகை பூக்கச்செய்தது. கிருத்துவப்போதனைகளைத் தங்கள் பிள்ளைகளுக்குக் கற்றுத்தருவதனால், தங்களைச் சிறைவைத்திருப்பவர்களின் கருணையின் துளியாவது அந்தக்குழந்தைகளுக்குக் கிடைக்கக்கூடுமெனும்போது அதைச் செய்வதைத் தவிர அவர்களுக்கு வேறெந்த வழியும் தெரியவில்லை.

ஆன்மரீதியாக உடைந்ததால் பணிந்துபோன முதல் ஆப்ரிக்கர்களுக்குத் தங்களின் இந்தநிலைமை நம் கற்பனைக்கெட்டாத அளவுக்குத் துயரம் தந்திருக்கவேண்டும். அவர்களின் நினைவிலிருந்த பழைய தெய்வங்களை அவர்களால் மறந்திருக்க முடியாதே. ஆப்ரிக்காவிலும் அடிமைக் கப்பலிலும் மிஸ்ஸிஸிப்பி மற்றும் நியூயார்க்கிலும் கூட, தங்களுக்குத் துணையாக, உறுதியாகயிருந்த கடவுள், இயற்கைதான் என்பதை அவர்கள் நிச்சயம் உணர்ந்திருப்பார்கள். புறச்சமயத்தின் சாராம்சமான இயற்கைவழிபாட்டை இந்தப் புதிய மதமும் அதைப் பின்பற்றுபவர்களும் சாபக்கேடாக மட்டும் தான் கருதினார்கள்.

ஒரு மனிதனின் ஆன்மாவைச் சிறைப் பிடிப்பதில் உள்ள புத்திசாலித்தனமே அந்த கண்ணுக்குத்தெரியாத சிறை அவனுக்கு ஏதோ ஒரு வகையில் சுகமாய்த்தோன்றிவிடும் என்பதுதான். ஆப்ரிக்க அமெரிக்கர்களுக்கோ இம்மாதிரியான சிறிய சுகங்களுக்காகக்கூட பெரிய போராட்டங்கள் புரிய வேண்டியிருந்தது. பைபிளின் கடவுள்தான் அடிமைகளையும் மற்ற எல்லா மனிதர்களையும் படைத்தவரென்பது உண்மையானால் பைபிளை அவர்கள் எல்லோரும் தாங்களாகவே வாசித்துத்தெரிந்து கொள்வதை அவர் விரும்புவாரல்லவா என்று, என்னுடைய முன்னோர்களில், தைரியமான யாராவது ஒருவர், தன்னுடைய கண்காணியிடமோ எசமானிடமோ கேட்பதை நான் கற்பனை செய்து பார்க்கிறேன்.

எனக்கு நிச்சயமாகத் தெரியும் இந்த உரையாடல் ஒருவேளை நிகழ்ந்திருக்குமேயானால் அது நடக்க ஒரு நூற்றாண்டு பிடித்திருக்கும். மேலும் எசமான் குதிரை மீது சவாரி செய்தவாறிருக்க, அடிமை முழங்காலிட்டபடி, தன் முகத்தைத் தரையை நோக்கிக் கவிழ்த்துக்கொண்டு, கையில் தொப்பியை ஏந்தியவாறு இருந்திருப்பான். இறுதியாக, தேர்ந்தெடுக்கப்பட்ட யாரோ ஓர் அடிமை– அவன் தன் எசமானுக்கும் அவரிடம் அடிமையாக இருந்து வல்லுறவுக்கு ஆளாக்கப்பட்ட ஒரு பெண்ணுக்கும் பிறந்தவனாகத்தான் இருந்திருப்பான் –திருத்தப்பட்ட நற்செய்திப் புத்தகத்தை வாசிக்க அனுமதிக்கப்பட்டிருக்க வேண்டும். நற்செய்தியில் மீண்டும் மீண்டும் எடுத்தாளப்படும் ஒரு வசனம் "அடிமைகளே உங்கள் எசமானருக்குக் கீழ்ப்படிந்திருங்கள்" என்பதாகும். அதற்கான விளக்கத்தையும் அந்த எசமானரேதான் போதித்திருப்பார் என்பதில் ஆச்சரியமில்லையே.

என்னுடைய சொந்த ஊர் ஜார்ஜியாவைச் சேர்ந்த பட்னம்கவுன்ட்டி. அங்கு, என்னுடைய முப்பாட்டியின் காலத்தில் அவர்கள் ஏவல் புரிந்த பண்ணையின் எசமானி, ஒரு சிறிய துண்டு நிலத்தை கறுப்பர்களுக்காக ஒரு தேவாலயம் கட்டிக்கொள்ளத் தந்திருந்தாள். மிக மோசமாகப் புறக்கணிக்கப்பட்டிருந்தாலும் அந்த தேவாலயம் இன்னமும் அங்கேயிருக்கிறது. சமீபத்தில்தான் என்னுடைய பாட்டியின் தாயான சாலீ மான்ட்காமரி வாக்கரின் கல்லறையை அந்த தேவாலயத்துக்கருகில் நாங்கள் கண்டுபிடித்தோம். 1861இல் அடிமையாகப் பிறந்த அவர் 1900இல் மரணமடைந்திருந்தார். அவரோடு அவருடைய நான்கு பிள்ளைகளும் அங்கு புதைக்கப்பட்டிருந்தார்கள். அவருக்கு என்ன நிகழ்ந்ததென்பது யாருக்கும் தெரியவரப்போவதேயில்லை. அவருடைய காலத்துக்குப் பிறகு மரணமடைந்த அவருடைய தந்தையின் கல்லறை அவருடையதற்கு அருகிலேயே இருப்பதிலிருந்தும், பெரும்பாலான அடிமைகளின் கல்லறைக்கு இடப்படாத நடுகல் அடையாளம் ஒன்று அவருடைய கல்லறையில் இருப்பதையும் பார்க்கும் போது, மான்ட்காமரி குடும்பத்தில் இவருக்கு ஒரு கூடுதல் அந்தஸ்து இருந்திருக்கலாமென்று தெரிகிறது. அவரும் அவருடைய தந்தையும் அவர்களின் எசமானருக்கு இரத்தவழிச் சொந்தங்களாகவும் இருந்திருக்கலாம். என்னுடைய தகப்பனாரின் எசமானி மிஸ் மே மான்ட்காமரி – இவரிடத்தில் தான் என் அப்பா பண்ணையாளாகவும், பால்காரராகவும், சாரதியாகவும் ஓயாமல் உழைத்தார். மேலும் அவ்வளவு வேலைக்கும் கூலியாக, மாதத்துக்கு பன்னிரெண்டு டாலர்கள் கேட்டதற்காக அத்தனைப் பெரிய எஸ்டேட்டில் வேலை இல்லை என்று திருப்பி அனுப்பப்படவிருந்தார்– ஒருமுறை சொல்லியிருந்த வாசகம், தலைமுறை தலைமுறையாக எங்கள் வாக்கர் குடும்பத்திலும் மான்ட்காமரி குடும்பத்திலும் வழங்கிவருகிறது. என்னுடன் பிறந்தவர்களில் ஒருவன், கோழி இறைச்சியைத்

தோலோடு உண்ண மறுத்ததைத் தெரிந்து கொண்ட அவர் இப்படிச் சொல்லி ஆர்ப்பரித்துச் சிரித்திருக்கிறார்: "சரிதான் அவன் மான்ட்காமரி வம்சாவளியைச் சேர்ந்தவனில்லையா? ஒரு மான்ட்காமரியைக் கோழித்தோலைத் தின்ன வைப்பது நடக்கிற காரியமா!

வெள்ளைச் சொந்தங்களின் வாக்குமூலங்களான, எதேச்சையாகக் கிடைக்கும் இப்படிப்பட்ட செவிவழிச்செய்திகளைக் கொண்டு மட்டுமே, அடிமைகளின் வழித்தோன்றல்கள், எங்கள் பூர்வீகத்தைப் பற்றி அறிந்துகொள்ள முயல்கிறோம். கள்ளத்தனமாகவும் கோழைத்தனத்தாலும் அவர்கள் தங்களுக்கும் எங்களுக்குமான இரத்தவழித்தொடர்புகளை அங்கீகரிக்க மறுத்தார்கள். நினைத்துப்பார்க்கும் போது நம்பயியலாததாகத் தோன்றினாலும், இவை முற்றிலும் உண்மைச் செய்திகள் என்பதை நானறிவேன்.

எங்கும் நிறைந்த, எல்லாமாயமும்வல்ல கடவுளை நேசித்தப்படியேதான் நான் இந்த உலகத்துக்குள் வந்ததேன். மனிதரில் வெளிப்பட்ட தெய்வீகத்தை நான் எப்போதுமே கவனிக்கவும் ரசிக்கவும் தவறியதில்லை. அதனாலேயே என் பெற்றோரும் உடன்பிறந்தவர்களும் என்னை எண்ணிலடங்காத "அழகுக்குழந்தை" போட்டிகளில் கலந்துகொள்ளச் செய்தனர். கடவுளின் மீது நான் கொண்ட அன்பால் மனிதர்களின் தோற்றத்திலும் மனப்பாங்கிலுமிருக்கும் உயர்வுதாழ்வை ஆதாரமாகக் கொண்ட இனவெறி என் மனதில் ஒருபோதும் பதியவில்லை. இது வெறும் குருட்டுத்தனம் என்று நான் நம்பினேன். என்னால் அதைப் புரிந்துக்கொள்ளவே முடியவில்லை. என்னுடைய ஊர் மக்கள் எப்படிப்பட்ட தோற்றம் கொண்டவர்களாகயிருந்தாலும், எத்தனை விநோதமானவர்களாகயிருந்தாலும், அவர்களின் தனித்தன்மையை அடையாளம் காணவும் ரசிக்கவும் என்னால் இயன்றது. அவர்கள்பால் வெளிப்பட்ட என் கட்டுக்கடங்காத மகிழ்ச்சியையும் அன்பையும் அங்கீகரிக்க, நான் பங்கேற்ற அத்தனைப் போட்டிக்களிலும் அவர்கள் என்னை வெற்றிபெறச் செய்தார்கள். அப்படியாக எங்கள் ஆலயத்துக்கான பெஞ்சுகள் வாங்கவும், எங்கள் பள்ளிக்குக் கூரையிடவும் தேவையான நிதியை வசூல் செய்ய இயன்றது. ஆனால் அன்றைய சூழலில், பெரும்பாலானவர்களுக்கு, எங்கும் நிறைந்தவரும் எல்லா மாயமும் செய்யத்தக்க "கடவுள்" (கார்ல் யுங் கூறினார் போல) ஞாயிறுதோறும் தாங்கள் வழிபட்ட தேவாலயத்திலிருந்த கடவுளின் பிம்பத்தினுள் மறைந்துவிட்டார். தங்கள் தாய்நிலமான ஆப்ரிக்காவிலிருந்து சிறைபிடிக்கப்பட்டு, அடித்து, பட்டினி போடப்பட்டு, விலங்கும் சூட்டுக்குறியும் இடப்பட்டவர்கள், தங்கள் நாட்டிலிருந்தும் வெளியேறியதும் காண நேர்ந்த அதே கடவுளின் பிம்பம் தான். அது. தன்னை வணங்கச்சொல்லிக் கட்டாயப்படுத்தப்பட்ட மக்களின் உணர்வுகளைப் பிரதிபலிக்காத

உருவமான அது யாரோ முகம்தெரியாத ஒருவரால் உருவாக்கப்பட்ட ஒன்று. இப்போதும் கூட தெற்கில் கறுப்பர்களின் தேவாலயங்களில், மக்களின் பயபக்தியான வணக்கத்திற்குரிய கடவுளாக, வெளிர் நிறமும், சுவர்க்கத்திலிருக்கும் தன்னுடைய விசுவாசத்துக்குரிய தந்தையைக் (இன்னமும் பெரிய தோற்றமும் இன்னமும் கூடுதல் வெள்ளையாகவும் இருப்பார் என்று அனுமானிக்கப்படுபவர்) காணவென உயர்ந்தவாறேயிருக்கும் நீல விழிகளையும் கொண்ட ஏசுகிருத்துவைக் காணலாம். ஒரு எசமானன் தன் அடிமையிடம் இருக்க வேண்டுமென விரும்பும் வகையிலான விசுவாசம். அவனுடைய மண்டையைத் துளைத்து, அவனுடைய எசமானனே திணித்த விசுவாசம். குழப்பமானதும், ஆன்மாவைக்– கொல்லக்கூடியதுமான இதிலிருந்து தப்பிப் பிழைத்த சிலரை நேரில் பார்க்கக்கூடிய காலகட்டத்தில் நான் பிறந்திருந்தேன். இப்படிப்பட்ட பயங்கரத்தை முற்றிலும் ஒழிப்பதை நோக்கமாகக் கொண்ட கறுப்பர்களின் இயக்கங்களில் செயலாற்றுவதற்காக அறுபதுகளின் துவக்கத்திலேயே அப்படியொன்றில் சேர்ந்தேன்.

எழுபதுகளின் துவக்கத்தில் *தி கலர் பர்பிள்* நாவலை எழுதுவதைப்பற்றி நான் சிந்திக்கத்துவங்கிய போது இயற்கையால் சுற்றிச் சூழப்பட்ட நிலையில் தான் அதை எழுத வேண்டும் என்ற தீராத தாபமெழுந்தது. அப்போது நான் நியூயார்க்கில் வாழ்ந்துகொண்டிருந்தேன். விவாகரத்துப்பெற்று, வீட்டை விற்று, எம்எஸ் பத்திரிக்கையின் தணிக்கைப் பணியைக் கைவிட்டு பல மாற்றங்களுக்காளான நிலையில், நான் சான்ஃப்ரான்சிஸ்கோவுக்குப் புறப்பட்டேன். அங்கிருந்து வடக்கு நோக்கிப் பயணித்து பூன்வில் எனப்படும் ஒரு சிறிய குடியிருப்புபகுதியை அடைந்தேன். அங்கு ஒரு புல்வெளியை எதிர்நோக்கிய, புழக்கடையில் ஒரு ஆப்பிள் தோட்டமிருந்த ஒற்றையறைக் குடிலை வாடகைக்கு எடுத்தேன். நிழல் பரப்பிக்கொண்டிருந்த, உயரமான ஒரு லின்டென் மரமும் அங்கிருந்தது. உள்ளொளியின் வழிகாட்டுதலை நாடி ஊசியிலைக் காடுகளினூடாக நதிக்கரையில் பலநாட்களைக் கழித்தேன். இரவுகளில் நட்சத்திரங்களைப் பார்த்திருந்தேன். என்னுடைய ஆன்மாவின், படைப்பாற்றலின், உந்துசக்தியாகத் திகழ்ந்த அந்த எங்கும்நிறைந்த எல்லாமாயமும்வல்ல இயற்கையில் நான் கண்ட சுவர்க்கத்தைத் தான் நியூயார்க்கில் வசித்த காலங்களில் தவற விட்டுருந்தேன்.

இருபத்தியைந்து வருடங்களுக்குப் பிறகு இன்னமும் *தி கலர் பர்பிள்* கடவுளைப் பற்றிப்பேசும் ஒரு புத்தகமாக, கடவுளின் உருவத்துக்கும் கடவுளுக்குமான முரண்பாட்டைப் பேசும் புத்தகமாக விவாதிக்கப்படுவதில்லை என்பது எனக்கு மிகுந்த வியப்பளிக்கிறது. கதையின் முதன்மைப்பாத்திரமான சீலியின் முதல் வார்த்தைகளே "அன்புள்ள கடவுளுக்கு" என்றிருக்கும் போது புத்தகத்தைப் பற்றிப்

பேசும்போது கடவுள் தொடர்பான விவாதங்கள் எழவில்லை என்பது ஆச்சரியமல்லவா? அவளுடைய வாழ்க்கையில் நடக்கும் சம்பவங்களையும் கடவுள் எனும் சக்தியையும் அவள் எவ்வாறு தொடர்புப்படுத்திப் புரிந்துகொள்கிறாள் என்றாராய்வதே கதையின் நோக்கம். சீலியின் வாழ்க்கையில் நடந்த சோதனைகள் துயரங்கள் ஆகியவற்றின் முக்கியப் பங்கைப் பற்றி ஒரு வாசகியுடன் நான் விளக்கமாகப் பேசியது என் நினைவிலிருக்கிறது. நாம் அனுபவிக்க நேரும் துன்பத்தின் தீவிரத்தையும், கடவுள் என்பதைப் பற்றின நம் புரிதலையும் பொறுத்ததே நம் ஆன்மவளர்ச்சி என்று நான் பேசினேன். என்னைப் பொறுத்தவரையில் அப்படித்தான் என்ற பிற்சேர்க்கையையும் மறந்துவிடவில்லை. தற்செயலாக அப்போது தான் தென்கிழக்கு ஆசியா மற்றும் வட அமெரிக்காவின் கடற்கரைப் பகுதியைத் தாக்கியிருந்த இரண்டு இயற்கைப் பேரழிவுகளைப் (ஓர் ஆழிப்பேரலைத் தாக்குதல் மற்றும் ஒரு சூறாவளிப்புயல்) பற்றி நாங்கள் பேசியிருந்தோம். “ப்பா” என்றழைப்படும் சீலியின் மாற்றாந்தந்தையை அவளுடைய சுனாமியாகவும், “மிஸ்டரை” அவளின் சூறாவளிப்புயலாகவும் பொருத்திப்பாருங்கள் என்றேன் அவரிடம்.

உண்மையைச் சொல்லப் போனால் ஒரு “ப்பா” வோ “மிஸ்டரோ” யாருடைய வாழ்க்கையில் வேண்டுமானாலும் குறுக்கிடலாம். போர், பஞ்சம், வியாதி என்று எந்த முகமூடியையும் அவை அணிந்து வரலாம். சாதி, இனம், வகுப்பு, பாலினம், மனப்பிணி அல்லது வியாதி என்று எந்த உருவத்திலும் அவை நுழையலாம். எங்கும் நிறைந்த, எல்லாமாயமும்வல்ல அந்தக் “கடவுளுக்கான” ஒரு காணிக்கையாக, நம்முடைய வளர்ச்சிக்காக அந்த கடவுள் விடுக்கும் சவால்களாகத்தான் அவற்றைப் பார்க்க வேண்டும். இது தான் அவை நமக்காகக் கொண்டு வரும் செய்தி. அவற்றின் வரலாற்றுரீதியான, சமூக மற்றும் மனரீதியான உள்ளமைப்பினால், சீலிக்கு நேர்ந்ததைப் போல குழப்பமும் ஏன் பேரதிர்ச்சியும் நம்மைத்தாக்கத்தான் செய்யும். திடமாய் நின்று சமாளித்துக்கொண்டால், எதிர்பாராதவிதமாகவும் எங்கிருந்தெல்லாமோவும் நம்மீது பொழியும் அன்பும் இரக்கமும்: நம்மனதின் ஆழமான, இருள்கப்பிய இருட்டறைகளான, உணர்வு மற்றும் ஆன்மக் கட்டுக்களிலிருந்து விடுவிக்கும் சாவிகளை நம்மிடம் கொணர்ந்து சேர்ப்பதைக் காணலாம். அவளைப் போல நாமும் எப்போதும் தேடித்தவிக்கும் விடுதலையுணர்வையும் சமாதானத்தையும் அடைந்து பேராச்சரியத்தில் திளைக்கலாம்.

ஆலிஸ் வாக்கர்
30 டிசம்பர் 2006

★ நற்செய்தி – விவிலியம்

மொழிபெயர்ப்பாளர் குறிப்பு

பஷீரின் பாத்துமாவின் ஆடு நாவலில் ஒருகாட்சி, ஊதல் இசைக்கும் பிச்சைக்காரனைப் பார்த்துவிட்டு குழந்தையொன்று வீட்டுக்குள் ஓடி வந்து "பீப்ளி பீச்சண மிஸ்கீன்*" வந்திருப்பதாக அறிவிக்கிறது. குழந்தையின் மழலையும் கீச்சுக்குரலும் மலையாளத்தின் கொச்சையும் தேனாய் வழியும் இந்த வாசகத்தை எப்படி மொழிபெயர்ப்பது? ஆலிஸ் வாக்கரின் இந்த நாவலின் மொழியும் அப்படிப்பட்டதுதான். எளிமையான இனிமையான மழலைமொழி போன்ற கறுப்பர்களின் இந்த ஆங்கிலத்தை (கறுப்பினத்தவருக்கு மட்டுமே சரியாகப் புரியும்படியான) அதன் தன்மை மாறாமல் மொழிபெயர்ப்பது கிட்டத்தட்ட அசாத்தியமாகவே இருந்தது.

அமெரிக்காவுக்கு அடிமைகளாய் இழுத்து வரப்பட்டு ஆங்கிலம் கற்றுத்தரப்படாத/கற்றுக்கொள்ளயியலாத (வெள்ளைத்தாளோ, எழுதுகோலோ அவர்கள் கையிலிருப்பது கடுங்குற்றமாகப் பார்க்கப்பட்டது) நிலையில் ஆப்ரிக்க அமெரிக்கர்கள் அவர்களாகவே அவர்களுக்கென சமைத்துக்கொண்ட பாஷை இது. கொச்சையான அந்த மொழியையே அவர்கள் பல தலைமுறைகளாகப் பேசிவந்திருக்கின்றனர்.

I DON'T NEVER GIT USED TO IT

HE SAY, NAW, CANT SAY I IS

Flawed/ Broken English என்றே சொல்லப்படும் இப்படியான குறைபட்ட ஆங்கிலத்தை அச்சொட்டாய் தமிழுக்குப் பெயர்ப்பது உண்மையில் சிக்கலானது. சீலியும் ஷுக்கும் கடவுளைப் பற்றி பேசிக்கொள்ளும் அத்தியாயத்தை மொழிபெயர்த்தபோதுதான் என் மொழிப்புலமையின் போதாமையையும் இந்தப் புத்தகத்தை மொழிபெயர்ப்பதிலுள்ள உச்சபட்ச சவாலையும் முழுமையாக உணர்ந்தேன்.

பர்பிள் எனும் கருஊதா வண்ணத்தைக் குறிக்கும் அரணைநிறம், இரத்தவள்ளி, கத்தரிப்பூ நிறம், நாவல் பழநிறம், செவ்வூதா போன்றவை இந்நாவலின் தலைப்புக்குப் பொருந்துவதாகத் தெரியவில்லை. தி கலர் பர்பிள் எனும் தலைப்பை அப்படியே மொழிபெயர்க்க இயலாமல், "கடவுளின் கைப்புண்" "சீலியின் கடிதங்கள்" என்றும் இன்னும் என்னவெல்லாமோவும் எழுதிப்பார்த்து "அன்புள்ள ஏவாளுக்கு" என்பதில் தொனிக்கும் நாவலில்பயிலும் கடிதத்தன்மையிலும், கறுப்பினப் பெண்களின் வாழ்கையையும், அவர்களுக்குள் நிலவும் சகோதரத்துவமும் நட்பும் அவர்களின் துயர் துடைத்து நிமிர்ந்து நிற்க உதவுவதில் இருக்கும் உலகளாவிய (universal) தன்மையை ஏவாளின் பெயர் குறிப்பாய் உணர்த்துவதிலும் நிறைகிறேன்.

உங்களால் முடியும் ஷஹிதா என்று ஊக்கம் கொடுத்து, ஆப்ரிக்கக் கொச்சையை பேச்சுவழக்கில் எழுதவிருந்த எனக்கு, 'அது மரபில்லை' என்று சரியான நேரத்தில் அறிவுறுத்தி உதவிய மொழிபெயர்ப்பாளர் திரு.ஆர்.சிவகுமார் அவர்களுக்கும் என்னுடைய நச்சரிப்புகளுக்கு முகம் சுளிக்காமல் நாவல் மொழிபெயர்ப்புப் பயணத்தில் கூடவே இருந்து உதவிய நண்பர்கள் எழுத்தாளர்கள்: தூயன், த.ராஜன், ராகவன் சாம்யெல் ஆகியோருக்கும், மெய்ப்புத்திருத்தவும், மொழிபெயர்ப்புப் பணியின் கடுமையில் நான் சோர்ந்தபோதெல்லாம் மீண்டெழ உதவிய கவிஞர் பரமேசுவரிக்கும் தரங்கிணிக்கும் என் நன்றியும் அன்பும்.

தன் தோழியான கறுப்பினப்பெண்மணி ஒருவரிடம், நான் குறுஞ்செய்தியில் அனுப்பும் கேள்விகளைக் கேட்டு, அவருடைய பதில்களையும் உடனுக்குடன் திருப்பியனுப்பி உதவிய(டெக்ஸாஸில் வசிக்கும்) என் பள்ளித்தோழி சுபாஷிணியின் உதவியில்லாவிட்டால் என்ன செய்திருப்பேன் என்று நினைத்துப்பார்க்கவே அச்சமாகயிருக்கிறது.

இத்தனை அருமையான புத்தகத்தின் மொழியாக்கப்பணிக்கு என்னைத் தெரிவுசெய்த கார்த்திகைப் பாண்டியனுக்கும் பதிப்பகத்தாருக்கும் நன்றிகள் நூறு.

பெரும்பான்மையான நேரங்களில் கணினித் திரையிலிருந்து கண்ணெடுக்காமலே அவர்கள் கேள்விகளுக்கு பதிலளித்த என்னை இத்தனைக்காலம்

பொறுத்துக்கொண்ட கணவருக்கும் குழந்தைகளுக்கும் முத்தம்.

மொழிபெயர்ப்புப் புத்தகங்களை சமர்ப்பணம் செய்வது மரபில்லையென்றாலும் நான் எழுதுவதில் தானே எழுதுவதாக மகிழும் மகன் அர்ஷதுக்கு இந்த புத்தகத்துக்காக மாதக்கணக்கில் நான் உழைத்த மணித்துளிகளைச் சமர்ப்பிக்கிறேன்.

ஷஹிதா
டிசம்பர் 10 2018
புதுக்கோட்டை

★ பஷீரின் நாவல் வரியும் அதுகுறித்த கருத்தும் ஜெயமோகனின் 'கண்ணீரைப் பின்தொடர்தல்' நூலில் வாசித்த நினைவிலிருந்து எழுதியது.

நீ கடவுளைத் தவிர வேறு யாரிடமும் சொல்லாமல் இருப்பது நல்லது. சொன்னாயென்றால் உன் அம்மா செத்துப்போவாள்.

அன்புள்ள கடவுளுக்கு,

எனக்கு பதினான்கு வயதாகிறது. நான் எப்போதும் ஒரு நல்ல பெண்ணாகத்தான் இருக்கிறேன் இருந்திருக்கிறேன். எனக்கு என்ன நடந்துகொண்டிருக்கிறது என்று நான் புரிந்துகொள்ள நீ எனக்காக ஒரு சகுனம் காட்டக்கூடாதா.

கடந்த வசந்தகாலத்தின் போது, லூசியஸ் பிறந்த பிறகு, அவர்கள் சண்டையிட்டுக்கொண்டது என் காதில் விழுந்தது. அவர் அம்மாவின் கையைப் பிடித்து இழுத்துக்கொண்டிருந்தார். இது அதற்கான நேரமில்லை ஃபான்ஸோ. என் உடல்நலம் இன்னமும் திரும்பவில்லை என்றாள் அம்மா. நல்லவேளையாக அவர் அம்மாவை விட்டுவிட்டார். ஒரு வாரம் கழித்து மறுபடியும் அம்மாவின் கையை இழுத்தார். என்னால் முடியவேமுடியாது. நான் ஏற்கெனவே பாதி செத்துப் போயிருக்கிறேனென்பது உன் கண்களுக்குத் தெரியவில்லையா என்ன? போதாதற்கு இத்தனைக் குழந்தைகள் வேறு என்றாள் அவள்.

எல்லோரையும் கவனித்துக்கொள்ள என்னை இங்கே விட்டுவிட்டு அம்மா அவளுடைய டாக்டர் சகோதரியைச் சந்திக்க மேகனுக்குச் சென்றுவிட்டாள். அப்பாவிடம் எனக்காக ஒரு அன்பான வார்த்தைகூட இருந்ததில்லை. உன் அம்மா செய்ய மறுத்ததை நீ செய்யப்போகிறாய் என்று மட்டும் சொன்னார். முதலில் அவருடையதை என் இடுப்பில் உரசிச் சுழற்றினார். என் மார்பை இறுக்கிப் பிடித்து இழுத்தார். அவருடையதை என் உறுப்புக்குள் வைத்து அழுத்தினார். எனக்கு வலித்தது, அழுதேன். என் கழுத்தை நெறித்துக்கொண்டே, வாயை மூடிக்கொள்வது உனக்கு நல்லது, இதற்குப் பழகிக்கொள் என்றார்.

என்னால் அதைச் சகித்துக்கொள்ளவே முடியவில்லை. அதுவுமல்லாமல், சமையல் வேலையில்

என்னுடைய முறை வரும் போதெல்லாம் எனக்குக் குமட்டலுண்டாகிறது. அம்மா என்னை ஏசுகிறாள். அவர் அவளிடம் இப்போது நல்லபடியாக நடந்துகொள்வதில் அவளுக்கு சந்தோஷம்தான். ஆனால், அந்த சந்தோஷம் நிலைக்கவில்லை, அவள் நோய்வாய்ப்பட்டாள்.

அன்புள்ள கடவுளுக்கு,

என் அம்மா செத்துப்போனாள். கூச்சலிட்டுக் கொண்டும் சபித்தபடியும் அவள் உயிரைவிட்டாள். என்னைப் பார்த்துதான் அலறினாள், என்னைத்தான் சபித்தாள். நானோ பெருத்துப்போயிருந்தேன். என்னால் வேகமாக அசைய முடியவில்லை. நான் கிணற்றிலிருந்து தண்ணீரைச் சுமந்துவருவதற்குள் அது சூடாகிவிடும். நான் சமைத்து முடித்து பரிமாறுவதற்குள் உணவு ஆறிப்போய்விடும். எல்லாப் பிள்ளைகளையும் பள்ளிக்கூடத்துக்குத் தயார்செய்து முடிக்கும்போது இரவு உணவுக்கான நேரம் வந்துவிடும். அவர் எதுவுமே பேசவில்லை. அம்மாவின் படுக்கைக்குப் பக்கத்திலேயே உட்கார்ந்துகொண்டு அவள் கையைப் பற்றியபடி அழுதுகொண்டிருந்தார், என்னை விட்டுப் போய்விடாதே, போகாதே.

யாருடையது இது என்று முதலாவதை அம்மா கேட்டாள். கடவுளுடையது என்றேன். எனக்கு வேறு எந்த ஆணையும் தெரியாது, என்ன சொல்வதென்றும் எனக்குப் புரியவில்லை. எனக்கு வலியெடுக்க ஆரம்பித்து என் வயிறு உருண்டு, அந்தச் சின்னக் குழந்தை என் உறுப்பிலிருந்து விரலைச் சூப்பிக்கொண்டே வெளியில் வந்த நேரம், என்னை ஒரு இறகினால் உங்களால் விழத்தள்ளியிருக்க முடியும்.

எங்களைப் பார்க்க யாருமே வரவில்லை.

அம்மா மேலும் மேலும் சுகவீனமடைந்தாள்.

கடைசியாய்க் கேட்டாள் அதெங்கே?

கடவுள் எடுத்துச்சென்றுவிட்டாரென்று சொன்னேன்.

அதை எடுத்துப் போனது அவர். நான் உறங்கிக்கொண்டிருந்த நேரத்தில் அதைக் காட்டிற்குக் கொண்டு சென்று அங்கேயே கொன்றார். முடிந்தால் இதையும் கொல்வார்.

அன்புள்ள கடவுளுக்கு,

அவர் இனியும் என்னைச் சகித்துக்கொள்ளவே முடியாது என்பது போல நடந்துகொள்கிறார். நான் தீயவள் என்றும் எந்த நல்லதற்கும் ஆகாதவள் என்றும் பேசுகிறார். எனது இன்னொரு குழந்தையையும் எடுத்துச்சென்றுவிட்டார், இம்முறை ஆண் குழந்தை. ஆனால் அவர் அதைக் கொல்லவில்லை என்றே நினைக்கிறேன். மான்டிசெல்லோவைச் சேர்ந்த ஒருவருக்கும் அவர் மனைவிக்கும் அதை விற்றுவிட்டார் என்று நினைக்கிறேன். என் மார் நிறைந்த பால் என் மேலெல்லாம் வழிந்துகொண்டிருக்கிறது. எதையாவது அணிந்துகொண்டு பார்க்க அழகாக இருந்தால் என்ன என்கிறார். ஆனால், நான் எதை உடுத்திக்கொள்வது? என்னிடம் நல்லதாக எதுவுமே இல்லையே.

திருமணம் செய்துகொள்ள அவர் யாரையாவது தேடிக்கொள்வார் என்ற நம்பிக்கையிலிருக்கிறேன். அவர் என் தங்கையை நோட்டமிடுகிறார். அவள் நடுங்கிப்போயிருக்கிறாள். கடவுள் துணையிருப்பார், உனக்கு ஏதும் நேராமல் நான் பார்த்துக்கொள்வேன் என்று அவளிடம் சொன்னேன்.

அன்புள்ள கடவுளுக்கு,

ரவுண்ட் க்ரேயைச் சேர்ந்த ஒரு பெண்ணை அவர் வீட்டுக்கு அழைத்து வந்தார். அவளுக்கு என் வயதுதானிருக்கும், ஆனாலும் அவர்கள் மணம் முடித்திருந்தார்கள். அவர் எந்நேரமும் அவள் மீதே கிடந்தார். அவளோ தன்னைத் தாக்கியது எதுவென்றறியாத பாவனையோடே திரிந்தாள். தான் அவரை நேசிப்பதாக அவள் நம்புகிறாள் என்றே நினைக்கிறேன். இங்கேயோ நாங்கள் இத்தனைப் பேர் அவரிடம் எவ்வளவோ தேவைகளோடு இருக்கிறோம்.

என் தங்கை நெட்டியை கிட்டத்தட்ட அப்பாவைப் போலவே இருக்கும் ஒருவர் விரும்புகிறார். அவர் மனைவி இறந்துவிட்டாள். தேவாலயத்திலிருந்து வீடு திரும்பிக்கொண்டிருந்தபோது அவளது காதலனால் அவள் கொல்லப்பட்டாள். அவருக்கு மூன்று குழந்தைகள் தானிருக்கிறார்கள். அவர் நெட்டியை தேவாலயத்தில் பார்த்திருக்கிறார். இப்போது ஒவ்வொரு ஞாயிறு மாலையும் மிஸ்டர் ___ இங்கு வந்துவிடுகிறார். உன் கவனம் புத்தகங்களிலேயே இருக்கட்டும் நெட்டி. உன்னுடையதல்லாத குழந்தைகளைக் கவனித்துக்கொள்வதைவிட அதுவே சிறந்ததாக இருக்கும். அம்மாவுக்கு என்ன நடந்ததென்று பார்த்தாயல்லவா என்றேன் நான்.

அன்புள்ள கடவுளுக்கு,

இன்று தேவாலயத்தில் நான் ஒரு பையனைப் பார்த்துக் கண் சிமிட்டினேனென்று அவர் என்னை அடித்தார். என் கண்ணில் ஏதாவது விழுந்திருக்கலாமோ என்னவோ ஆனால் நான் கண் சிமிட்டவில்லை. நான் ஆண்களை நிமிர்ந்துகூடப் பார்ப்பதில்லை. உண்மை அதுதான். பெண்களைப் பார்ப்பதுண்டு, ஏனென்றால் அவர்களிடம் எனக்குப் பயமில்லை. என் அம்மா என்னை சபித்ததால் நான் அவள் மீது கோபம் கொண்டிருப்பதாக நீங்கள் நினைக்கலாம். ஆனால், அப்படியில்லை. நான் அம்மாவுக்காக வருத்தப்பட்டேன். அவருடைய கட்டுக்கதையை நம்பிதான் அவள் இறந்தாள்.

இப்போதும் சிலவேளைகளில் அவர் நெட்டியை நோட்டமிட்டுக்கொண்டு தானிருக்கிறார். உடனே நான் அவர் கண்ணில் படுமாறு நின்றுகொள்வேன். காரணம் சொல்லாமல், மிஸ்டர் ___ ஐத் திருமணம் செய்துகொள்ளுமாறு மட்டும் நெட்டியிடம் இப்போதெல்லாம் சொல்கிறேன்.

நெட்டி, அவரைத் திருமணம் செய்துகொள். வாழ்நாளின் ஒரு வருடத்தை நல்லவிதமாக அமைத்துக்கொள்ள முயற்சிசெய். அதற்குப் பிறகு, அவள் பெருத்துவிடுவாள் என்பதுதான் எனக்குத் தெரியுமே.

ஆனால், எனக்கு இனி அப்படி ஆகாது. மாதாமாதம் ரத்தப்பெருக்கு வந்தால் தான் நீ பெருப்பாய் என்று தேவாலயத்தில் ஒரு பெண் கூறினாள். எனக்கு இனி ரத்தப்பெருக்கு வராது.

அன்புள்ள கடவுளுக்கு,

ஒருவழியாக மிஸ்டர் ____ நெட்டியைத் தனக்குத் திருமணம்செய்து தருமாறு கேட்டுவிட்டார். ஆனால், அப்பா அவளைப் போகவிட மாட்டார். அவளுக்கு வயதும் அனுபவமும் போதாது என்றார். உங்களுக்கு ஏற்கெனவே ஏகப்பட்ட குழந்தைகள் இருக்கின்றன. அதுவுமல்லாமல், உங்கள் மனைவி கொல்லப்பட்டபோது நடந்ததற்கெல்லாம் உங்களிடம் என்ன பதில் இருக்கிறது? மேலும், அந்த ஷுக் ஏவேரியைப் பற்றி நாங்கள் கேள்விப்பட்டதெல்லாம் என்ன? அதற்கு பதில் சொல்லமுடியுமா?

எங்கள் சித்தியிடம், ஷுக் ஏவேரியா? அதென்ன விவகாரம் என்று கேட்டேன். அதைப் பற்றி எனக்கு ஒன்றும் தெரியாது, ஆனால் நான் அதென்னவென்று நிச்சயம் கண்டுபிடிப்பேன் என்றாள் அவள்.

அவள் அதற்கு ஒரு படி மேலேயே சென்று ஒரு புகைப்படத்தைக் கண்டுபிடித்தாள். வாழ்க்கையில் நான் பார்த்த முதல் புகைப்படம். உயிரோடிருக்கும் ஒருவரின் புகைப்படம். மிஸ்டர் ____ தன்னுடைய பணப்பையிலிருந்த எதையோ அப்பாவிடம் காண்பிக்க எடுத்தபோது அது தவறி விழுந்து மேஜைக்கு அடியில் சென்றுவிட்டதாகச் சொன்னாள். ஷுக் ஏவரி ஒரு பெண். நான் இதுவரை பார்த்ததில் மிக அழகான பெண் அவள்தான். என் அம்மாவைவிடவும் அழகானவள். என்னைவிடப் பத்தாயிரம் மடங்கு அழகானவள். அந்தப் படத்தில் அவள் கம்பளி ஆடை அணிந்திருந்தாள், முகத்தில் சிகப்புச்சாயம் பூசி, தலைமுடியை ஒரு வால்போல சீவியிருந்தாள். யாரோ ஒருவரின் கார் மீது தன் கால்களைத் தூக்கி வைத்தபடி சிரித்துக்கொண்டிருந்தாலும் அவள் கண்கள் மட்டும் ஒரு தீவிர பாவத்தோடும் கொஞ்சம் சோகத்தோடும் இருந்தன.

என்னிடம் அந்தப் புகைப்படத்தைத் தருமாறு கேட்டேன். இரவு முழுக்க அதை வெறித்துப் பார்த்துக்கொண்டிருந்தேன். இப்போதெல்லாம் என் கனவுகளில் ஷுக் ஏவரிதான் வருகிறாள். பார்ப்பவரைக் கொல்லும்வண்ணம் உடுத்திக்கொண்டு, அங்குமிங்கும் சுழன்றபடி சிரிக்கிறாள்.

அன்புள்ள கடவுளுக்கு,

எங்கள் சித்திக்கு உடல்நலமில்லாத நேரம் அது. நெட்டிக்குப் பதிலாக நான் இருக்கிறேன் என்று அவரிடம் சொன்னதற்கு நான் எதைப் பற்றிப் பேசுகிறேனென்று தனக்குப் புரியவில்லை என்றார் ப்பா. உங்களுக்காக நான் என்னைத்தயார் செய்துகொள்கிறேனென்று என் அறைக்குள் சென்று குதிரைவால், இறகாடை, சித்தியின் குதிகால் செருப்புகள் சகிதம் வெளியே வந்தேன். ஜிப்சியைப் போல உடுத்திக்கொண்டிருக்கிறேன் என்று சொல்லி அடித்தவர், அப்படியும் என்னை உபயோகித்துக்கொண்டார்.

மிஸ்டர் ____ அன்று மாலை வந்தார். படுக்கையில் நான் அழுதுகொண்டிருந்தேன். நெட்டிக்கு ஒருவழியாக உண்மையின் வெளிச்சம் தெரியத்துவங்கிவிட்டது. சித்திக்கும் தான். அவளும் அவளுடைய அறையில் அழுதுகொண்டிருந்தாள். நெட்டி என்னையும் சித்தியையும் கவனித்துக்கொண்டாள். முன்னறையில் இருந்த இரண்டு ஆண்களையும் பார்க்க பயந்துகொண்டு பின்னால் சென்று வாந்தியெடுத்தாள்.

மிஸ்டர் ____ சொன்னார், உங்கள் மனதை மாற்றிக்கொண்டிருப்பீர்கள் என்று நம்புகிறேன்.

இல்லை அப்படிச் சொல்ல முடியாது என்றார் அவர்.

என் சின்னஞ்சிறிய பிள்ளைகளுக்கு ஒரு அம்மா அவசியம் வேண்டும்.

அவர் நிதானமாகப் பதில் சொன்னார், நீங்கள் நெட்டியை அடைய முடியாது. அவள் மிக இளையவள். நீங்கள் ஆணையிடுவதைத் தவிர வேறெதுவும் அவளுக்குச் செய்யத் தெரியாது. அதுமட்டுமல்லாமல், அவள் இன்னும் கொஞ்சம் படிக்க வேண்டும் என்று விரும்புகிறேன். ஒரு பள்ளி ஆசிரியராக அவளை உருவாக்குவேன். வேண்டுமானால் சீலியை உங்களுக்குத் தரலாம். அவள்தான் மூத்தவள். அவளுக்குத்தான் முதலில் மணம் முடிக்க வேண்டும். அவள் கெட்டுப்போனவள்தான். அது உங்களுக்கும் தெரியும்தானே. அவள் இரண்டு முறை கெட்டுப்போனாள். ஆனால், உங்களுக்கொன்றும் இப்போது கன்னிப்பெண் தேவையில்லையே. நானும் ஒரு கன்னிப்பெண்ணை அழைத்துவந்தேன். அவளானால் எப்போதும் நோய்வாய்ப்பட்டிருக்கிறாள்- அவர் வேலியைத்தாண்டி துப்பினார்- அவளால் குழந்தைகளைச்

சமாளிக்க முடியவில்லை. உருப்படியாய் சமைப்பதும் இல்லை. ஆனால், அதற்குள்ளாகவே கர்ப்பமாகிவிட்டாள்.

மிஸ்டர் ____ எதுவும் பேசவில்லை. நான் அதிர்ச்சியில் அழுகையை நிறுத்தியிருந்தேன்.

அவள் அழகற்றவள்தான். ஆனால், கடுமையாக உழைக்கக்கூடியவள். மேலும், கடவுள் அவளைத் தூய்மைப்படுத்திவிட்டார். உங்கள் விருப்பப்படி அவளிடம் நீங்கள் இன்பம் துய்த்தாலும், அதன் விளைவாக உங்களுக்கு அழிமானம் ஏற்படுத்தும் எதுவும் உண்டாகப் போவதில்லை.

மிஸ்டர் ____ இப்போதும் எதுவுமே பேசவில்லை. நான் ஷுக் ஏவரியின் புகைப்படத்தை வெளியில் எடுத்தேன். அவள் கண்களைப் பார்த்தேன். ஆம், வாழ்க்கை சில நேரங்களில் இப்படித்தான் இருக்கும் என்று அந்த விழிகள் பேசின.

உண்மையைச் சொல்லப்போனால், நான் அவளை விரட்டிவிட எண்ணுகிறேன். இனியும் இங்கே வைத்துக்கொள்ளும் அளவுக்கு அவள் சிறியவளல்ல. என் மற்ற பெண்களையும் அவள் மோசமாக்கிவிடுவாளென்று அஞ்சுகிறேன். அவள் தன் சொந்த உடுப்புகளுடன் வருவாள். மேலும், பின்கட்டுத் தொழுவத்தில் அவள் வளர்த்துவரும் பசுமாட்டையும் கூடவே அழைத்துச்செல்லலாம். ஆனால், நெட்டியை நீங்கள் ஒருபோதும் அடைய முடியாது. இப்போதும் சரி எப்போதும்தான்.

மிஸ்டர் ____ ஒருவழியாக வாயைத் திறந்தார். தொண்டையைச் செறுமியபடி சொன்னார், நான் அவளை சரியாகக்கூடப் பார்த்ததில்லை.

நீங்கள் அடுத்தமுறை வரும்போது அவளைப் பார்க்கலாம். நெட்டிக்கு எந்த வகையிலும் சொந்தெமென்று சொல்ல முடியாத அளவுக்கு அவள் அழகற்றவள். ஆனால், நல்ல மனைவியாக இருப்பாள். அவள் புத்திசாலியுமல்ல. உண்மையைச் சொல்லப்போனால் நீங்கள் அவளைக் கண்காணிக்கா விட்டால் உங்கள் பொருட்கள் அனைத்தையும் தானமளித்துவிடுவாள். ஆனால், அவளால் ஒரு ஆண்பிள்ளையைப் போல உழைக்க முடியும்.

மிஸ்டர் ____ கேட்டார், அவளுடைய வயதென்ன?

இருபதை நெருங்குகிறாள். மேலும் ஒரு விஷயம் - அவள் நிறைய பொய் பேசுவாள்.

அன்புள்ள கடவுளுக்கு,

அவர் தன் மனதை மாற்றிக்கொண்டு, என்னை ஏற்க, மார்ச்சிலிருந்து ஜூன் வரை ஒரு முழு வசந்தகாலம் பிடித்தது. நான் எப்போதும் நெட்டியைப் பற்றியே யோசித்துக்கொண்டிருந்தேன். அவர் நெட்டியிடம் இப்படிக் காதல்வயப்பட்டிருக்கும் போது என்னை மணந்துகொண்டால் நானும் அவளும் எப்படிச் சந்தித்துக்கொள்ள முடியும்? நெட்டியும் நானும் வீட்டை விட்டு ஓட ஒரு வழி கண்டுபிடிக்க வேண்டும். நாங்களிருவரும் அவளுடைய புத்தகங்களை உருப்போட்டுக்கொண்டிருந்தோம். ஓடிப்போவதற்கு ரொம்பவும் புத்திசாலித்தனம் வேண்டுமே. எனக்குத் தெரியும் நான் நெட்டி அளவுக்கு அழகியோ, சமர்த்தியோ இல்லை. ஆனால் நீயொன்றும் மக்கல்ல என்று அவள் சொல்கிறாள்.

அமெரிக்காவைக் கண்டுபிடித்தவரின் பெயரை நினைவு வைத்துக்கொள்ள குக்கும்பரை ஞாபகம் வைத்துக்கொள்வதுதான் சரியான வழி என்கிறாள் நெட்டி. கொலம்பஸும் குக்கும்பரும் ஒரே மாதிரிதான் ஒலிக்கின்றன. நீட்டர், பீட்டர், சான்டோமரேட்டர் என்றழைக்கப்பட்ட படகுகளில் தான் கொலம்பஸ் இங்கு முதலில் வந்ததாக அவள் சொன்னாள். கொலம்பஸைப் பற்றி முதல் வகுப்பிலேயே படித்திருந்தாலும் நான் முதலில் மறந்ததும் அதைத்தான் என்று நினைக்கிறேன். இந்தியர்கள் அவரிடம் மிகவும் பிரியமாக இருந்ததால் அவருடைய ஊரின் ராணிக்குப் பணியாளர்களாக வேலை செய்ய ஒரு கூட்டத்தையே வற்புறுத்தி அவருடன் ஏற்றிச்சென்றாராம்.

மிஸ்டர் ____ உடன் திருமணம் எனும் அச்சம் தலைக்கு மேல் கத்திபோலத் தொங்க, என்னால் வேறெதையுமே யோசிக்க முடியவில்லை.

நான் முதன்முறை பெருத்துப்போனபோதே ப்பா என்னைப் பள்ளியிலிருந்து நிறுத்தினார். நான் பள்ளிக்குப் போவதை எவ்வளவு விரும்பினேன் என்பதையெல்லாம் அவர் பொருட்படுத்தவேயில்லை. நெட்டி என் கைகளை கெட்டியாகப் பிடித்துக்கொண்டு வாயிலின் அருகேயே நின்றிருந்தாள். நான் பள்ளியின் முதல் நாளுக்கென நன்றாக உடுத்திக்கொண்டு நின்றிருந்தேன். நீ ரொம்ப மக்கு பள்ளிக்குப் போகவெல்லாம் லாயக்கில்லை. நெட்டிதான் இந்தக் கும்பலிலேயே புத்திசாலி என்றார் ப்பா.

அப்பா, சீலியும் புத்திசாலிதானென்று மிஸ் பீஸ்லி சொல்கிறார். அழுதுகொண்டே சொன்னாள் நெட்டி. மிஸ் பீஸ்லியை அவள் மிகவும் விரும்பினாள். இந்த உலகத்தில் அவரைப் போல யாருமே இல்லை என்று நினைத்தாள்.

அந்த அட்டீ பீஸ்லியின் பேச்சையெல்லாம் யாராவது மதிப்பார்களா. அவளுடைய அதிகப் பிரசங்கித்தனமான பேச்சில் எரிச்சலுற்றுத்தானே எவனும் அவளை மணமுடிக்க முன்வரவில்லை. திருமணமாகாததால் பிழைப்புக்காக அவள் பள்ளியில் பாடம் சொல்லித்தர வேண்டியிருக்கிறது. துடைத்துக்கொண்டிருந்த துப்பாக்கியிலிருந்து கண்களை உயர்த்தாமலேயே அப்பா பேசினார். கொஞ்ச நேரத்திலேயே ஒரு வெள்ளையர் கூட்டம் முற்றத்தைத் தாண்டி உள்ளே வந்தது. அவர்களிடமும் துப்பாக்கிகள் இருந்தன.

அப்பா எழுந்து அவர்களுடன் சென்றார். பிறகு, அந்த வாரம் முழுக்க நான் வேட்டையாடப்பட்ட பறவையின் இறைச்சியைப் பதப்படுத்திக்கொண்டும் வாந்தி எடுத்துக்கொண்டும் கழித்தேன்.

நெட்டி மனம் தளரவில்லை. அப்பாவிடம் பேசிப் பார்ப்பதற்காக மிஸ் பீஸ்லியை வீட்டுக்கு வரச்செய்தாள். தன் பணிக்காலத்தில் என்னையும் நெட்டியையும்போல படிப்பில் ஆர்வம் காட்டிய பெண்களைப் பார்த்ததே இல்லை என்றார் மிஸ் பீஸ்லி. ஆனால், அப்பாவின் அழைப்பையேற்று வெளியில் வந்து நின்ற என்னையும் என்னை இறுக்கிக் கொண்டிருந்த என் ஆடையையும் பார்த்துவிட்டுப் பேச்செழாமல் எழுந்து போனார்.

நெட்டிக்கு இப்போதும் புரியவில்லை. எனக்கும்கூடத்தான். எங்களுக்குப் புரிந்ததெல்லாம் நான் எந்நேரமும் உடல்நலம் குன்றியும் பெருத்துக்கொண்டும் இருக்கிறேன் என்பதுதான்.

படிப்பில் என்னைத் தாண்டி நெட்டி வெகுதூரம் சென்றுவிட்டதில் எனக்குச் சிலநேரம் வருத்தம் உண்டாகும். ஆனாலும் அவள் சொல்லிக்கொடுப்பது எதுவுமேதான் என் மண்டையில் ஏறவில்லையே. ஒருசமயம் உலகம் தட்டையாய் இல்லை என்பது பற்றி ஏதோ சொல்லித்தர முயன்றாள். ஆமாம், எனக்கு அது முன்பே தெரியும் என்று நான் சொன்னேன். எனக்கென்னவோ அது மிகத் தட்டையாகத்தான் தெரிகிறது என்பதை அவளிடம் எப்படிச் சொல்வது.

வெகுநாட்களுக்குப் பிறகு மிஸ்டர் ____ களைத்துச் சலித்தவராக வந்தார். வீட்டு வேலைகளில் உதவிவந்த

பெண் இனி வர மாட்டாள் என்றும் அவருடைய அம்மாவாலும் இனி இயலாது என்றார்.

அவளை நான் இன்னொருமுறை பார்க்க வேண்டும் என்றார்.

அசட்டையாக, சீலி அவர் உன்னை மறுபடியும் பார்க்க விரும்புகிறார் என்றழைத்தார் ப்பா.

நான் கதவருகே சென்று நின்றேன். என் கண்களில் வெயில் பட்டு மின்னியது. அவர் இன்னும் குதிரையின் மேல்தான் இருந்தார். என்னை மேலும் கீழுமாகப் பார்த்தார்.

அருகில் போயேன், அவர் ஒன்றும் உன்னைக் கடித்துவிட மாட்டார் என்றார் ப்பா. அவருடைய செய்தித்தாள் படபடத்தது.

நான் படிக்கட்டின் அருகில் சென்றேன். ரொம்பவும் நெருக்கத்தில் போகவில்லை. அவருடைய குதிரையைப் பார்க்கவே எனக்குப் பயமாக இருந்தது.

சுற்றித்திரும்பு என்றார் ப்பா.

நான் திரும்பினேன். என்னுடைய தம்பிகளில் ஒருவன் அருகில் வந்தான். லூசியஸ் தான். அவன் குண்டாகவும் விளையாட்டுத்தனமாகவும் சதா வாயில் எதையாவது மென்றுகொண்டும் இருப்பான்.

என்ன நடக்கிறது இங்கே என்றான்.

உன் அக்கா கல்யாணம் பண்ணிக்கொள்ளப் போகிறாள் என்றார் ப்பா.

அவனுக்கு ஒன்றும் புரியவில்லை. என் ஆடையைப் பிடித்திழுத்து, அலமாரியில் இருக்கும் ப்ளாக்பெரி ஜாமை எடுத்துத்தருகிறாயா என்று கேட்டான்.

தருகிறேன் என்றேன்.

இவள் குழந்தைகளிடத்தில் மிகவும் நல்லவிதமாக நடந்துகொள்பவள். அவர்களிடம் இவள் கடுமையாகப் பேசி நான் பார்த்ததேயில்லை. அவர்கள் கேட்டதையெல்லாம் கொடுத்துவிடுவாள் என்பதுதான் பிரச்சனை என்றார் அப்பா. இன்னும் அவருடைய செய்தித்தாளை விசிறிக்கொண்டுதான் இருந்தார்.

மிஸ்டர் ____ கேட்டார், அந்தப் பசுவும் அவளுடன் வரும் அல்லவா?

அது அவளுடையதே தான் என்றார் அவர்.

அன்புள்ள கடவுளுக்கு,

என்னுடைய மணநாளை அவருடைய மூத்த பையனிடமிருந்து தப்பி ஓடுவதிலேயே நான் கழித்தேன். அவனுக்குப் பன்னிரெண்டு வயது. அவனுடைய அம்மா அவன் கைகளிலேயே இறந்து போனவள் என்பதால் அவனுக்கு இன்னொருத்தியைப் பற்றி யோசிக்கக்கூட விருப்பமில்லை. ஒரு தடியால் அவன் என் மண்டையைப் பிளந்தான். ரத்தம் என் மார்புகளுக்கிடையில் ஓடியது. அப்படிச் செய்யாதே என்றார் அவனுடைய அப்பா. அவர் அவ்வளவேதான் சொன்னார். அவருக்கு மூன்று குழந்தைகள் அல்ல, நான்கு இருந்தன. இரண்டு பையன்கள், இரண்டு பெண்கள். அவர்களுடைய அம்மா இறந்ததிலிருந்து அந்தப் பெண் பிள்ளைகளின் முடி வாரப்படாமல் இருந்தது. அவர்களுக்கு மொட்டை அடித்துவிடுவது நல்லது. புதிய கூந்தல் வளர்ந்துவிடுமென்று நான் சொன்னதற்கு பெண்களுக்கு மொட்டை அடிப்பது கெட்ட சகுனம் என்றார் அவர். பிறகு என்னால் இயன்றவரை என் மண்டைக்குக் கட்டுப்போட்டுக்கொண்டு நான் இரவுணவைச் சமைத்தேன்- அவர்களிடம் ஒரு ஊற்றுதான் இருந்தது, கிணறில்லை, சுமைவண்டியைப் போன்ற ஒரு மர அடுப்பு மட்டும் இருந்தது- சமையலானதும் அவர்களின் கூந்தலைச் சீவ முயன்றேன். ஒருத்திக்கு ஆறு வயது, இன்னொருத்திக்கு எட்டு. இருவரும் அழுது அலறினார்கள். என்னைக் கொலைகாரி என்று ஏசிவிட்டு அழுதபடியே உறங்கிப்போனார்கள். நான் அழவில்லை. பத்து மணியளவில் வேலைகளை முடித்தேன். என் மீது அவர் இயங்கிக்கொண்டிருந்தபோது நெட்டி பத்திரமாக இருக்கிறாளா என்ற நினைப்போடே கிடந்தேன். அதன் பிறகு, எனக்கு ஷுக் ஏவரியின் நினைவு வந்தது. என்னிடம் இப்போது இவர் செய்துகொண்டிருப்பதை அவளுடனும் நிச்சயம் செய்திருப்பார். ஒருவேளை அவளுக்கு அது பிடித்தமானதாகவும் இருந்திருக்கலாம் என்ற நினைத்துக்கொண்டே என் ஒரு கரத்தை அவரைச் சுற்றி இட்டேன்.

அன்புள்ள கடவுளுக்கு,

நாங்கள் டவுனுக்குப் போனோம். நான் வண்டியிலேயே இருந்தேன். மிஸ்டர் ____ பலசரக்குக் கடைக்குள் சென்றார். அப்போது நான் என் பெண் குழந்தையைப் பார்த்தேன். அவள் என் குழந்தைதான் என்பது எனக்குத் தெரிந்துவிட்டது. அவள் என்னையும் என் அப்பாவையும் போலவே இருந்தாள். எங்கள் இருவரின் கலவையாக. அவள் ஒரு பெண்ணைப் பற்றிக்கொண்டிருந்தாள். அவர்கள் இருவரும் ஒன்றுபோல உடுத்தியிருந்தார்கள். அவர்கள் எங்கள் வண்டியைக் கடந்துசெல்லும்போது நான் அவர்களுடன் பேசினேன். அந்தப் பெண்மணி இனிமையாகப் பேசினாள். என் மகள் நிமிர்ந்து பார்த்து முகத்தைச் சுளித்தாள். அவள் ஏனோ சிடுசிடுப்பாயிருந்தாள். என்னுடைய விழிகளின் அச்சிலேயே வார்த்தது போன்ற, நான் பார்த்த அத்தனையையும் தானும் பார்த்து அவற்றையெல்லாம் குறித்த சிந்தனையிலாழ்ந்ததைப் போலத் தோன்றிய விழிகள் அவளுக்கு.

அவள் என் மகள்தான். என் இதயம் அப்படித்தான் சொல்கிறது. ஆனாலும் அதை நான் உறுதியாகத் தெரிந்துகொள்ள வேண்டுமே. அவள் என் மகளாயிருந்தால் அவள் பெயர் ஒலிவியா. அவளுடைய டெய்டி*க்களின் அடிப் பாகத்திலெல்லாம் ஒலிவியா என்று பூத்தையல் இட்டிருந்தேனே. நிறைய நட்சத்திரங்களையும் பூக்களையும்கூடத் தைத்திருந்தேன். அவர் அவளை எடுத்துச்செல்லும்போது அவளுடைய டெய்டிக்களையும் கொண்டுபோனார். அப்போது அவள் இரண்டு மாதக் குழந்தை. இப்போது ஆறு வயதிருக்கும்.

வண்டியிலிருந்து இறங்கி கடைக்குள் சென்று ஒலிவியாவையும் அவளது புது அம்மாவையும் பின்தொடர்ந்தேன். எதிலும் ஆர்வமற்றவளாக, ஒலிவியா தன் கைகளை அலைந்தபடி இருந்தாள். அவள் அம்மா துணி வாங்கிக்கொண்டிருந்தாள். எதையும் தொடாதே ஒலிவியா என்றாள். ஒலிவியா கொட்டாவி விட்டாள்.

மிகவும் அழகாய் இருக்கிறதே என்று சொல்லிக்கொண்டே ஒலிவியாவின் முகத்துக்கு அருகில் ஒரு துண்டுத்துணியை வைத்துப்பார்க்க அவள் அம்மாவுக்கு நான் உதவினேன்.

அவள் புன்னகைத்தாள். எனக்கும் என் மகளுக்கும் புதிய ஆடைகள் தைக்கவிருக்கிறேன். அவளுடைய அப்பா நிச்சயம் பெருமைப்படுவார் என்றாள்.

அவளுடைய அப்பா யார்? என்னை அறியாமல் கேட்டேவிட்டேன். இவளுக்குத் தெரிந்திருந்தால் போதுமே.

அவள், மிஸ்டர் ____ என்றாள். அது ப்பாவின் பெயர் அல்லவே.

மிஸ்டர் ____ ஆ? யார் அவர்?

இது உனக்கு தேவையற்ற விஷயம் என்பது போல அவள் என்னைப் பார்த்தாள்.

போற்றுதலுக்குரிய மிஸ்டர் ____ என்று சொல்லிவிட்டு அவள் கடைச் சிப்பந்தியின் புறமாக முகத்தைத் திருப்பிக்கொண்டாள். இங்கே பார், உனக்கு இந்தத் துணி வேண்டுமா இல்லையா? நான் வேறு வாடிக்கையாளர்களைக் கவனிக்க வேண்டியிருக்கிறது என்றான் அவன்.

ஆமாம் சார், ஐந்து யார்டுகள் வேண்டும் என்றாள்.

துணியை வெடுக்கெனப் பிடுங்கி மறைத்துண்டை எறிந்தவன், அளக்காமலேயே அதைக் கிழித்தான். விலை ஒரு டாலர் முப்பது செண்ட். நூல் வேண்டுமா என்றான்.

வேண்டாம் சார்.

நூலில்லாமல் எப்படித் தைக்க முடியும்? ஒரு நூற்கண்டை எடுத்துத் துணியின் அருகில் வைத்துக் காட்டினான். பொருத்தமான நிறம், என்ன சொல்கிறாய்?

ஆமாம், சரிதான்.

சீழ்கையடித்தபடியே இரண்டு டாலர்களை வைத்துக்கொண்டு கால் டாலரைக் கொடுத்துவிட்டு என்புறம் திரும்பி, உனக்கு ஏதாவது வேண்டுமா என்றான். இல்லை சார்.

அவர்களைப் பின்தொடர்ந்து சாலையில் நீண்ட தூரம் சென்றேன்.

அவளுக்குப் பரிசாகத்தர என்னிடம் ஏதுமில்லாமல் மிக ஏழ்மையாக உணர்ந்தேன்.

அவள் தெருவின் இருமருங்கிலும் பார்த்துக் கொண்டிருந்தாள். அவரைக் காணவில்லையே. அவரைக் காணவில்லையே. அவள் அழுதுவிடுவாள்போல இருந்தது.

யாரைக் காணவில்லை?

போற்றுதலுக்குரிய மிஸ்டர் ____ . அவர்தான் வாகனத்தை எடுத்துச் சென்றுள்ளார்.

என் கணவரின் வண்டி இங்குதான் இருக்கிறது வாருங்கள்.

அவள் வாகனத்தில் ஏறிக்கொண்டு, உங்களுக்கு என் அன்பும் நன்றியும் என்றாள். நாங்கள் வாகனத்தில் இருந்தவாறு நகரத்தில் சுற்றித்திரிந்த ஜனங்களை வேடிக்கை பார்த்தோம். நான் தேவாலயத்தில்கூட இவ்வளவு பேரைச் சேர்ந்தார்போலப் பார்த்ததில்லை. சிலர் நன்றாக உடுத்தியும் சிலர் சாதாரணமாக உடுத்தியும் இருந்தனர். பெண்களின் ஆடைகளிலெல்லாம் புழுதி படிந்திருந்தது.

அவள் யாரென்று எனக்குச் சொல்லிவிட்டதால், இப்போது என்னைப் பற்றி கேட்க ஆரம்பித்தாள். உன் கணவர் யார்? மிஸ்டர் ____ என்றேன். அப்படியா? உண்மையாகவா? என்றாள், அவரைப் பற்றி எல்லாம் தெரிந்தவள்போல. அவருக்கு மணமாகிவிட்டதா? அருமையான தோற்றம் கொண்ட மனிதர், அவரைவிட அழகன் நாட்டிலேயே யாருமில்லையே, கருப்பரிலும் சரி வெள்ளையரிலும்தான் என்றாள்.

அவருடைய அழகைப் பற்றியெல்லாம் துளிக் கூட அக்கறையற்ற மனநிலையோடு, அவர் பார்க்க நன்றாக இருப்பார்தான். பெரும்பாலான ஆண்கள் பார்க்க ஒன்றே போலத்தானே தோன்றுகிறார்கள் என்றேன்.

பிறகு கேட்டேன். இவள் பிறந்து எவ்வளவு காலம் ஆகிற்று?

ஓ! அவளுடைய அடுத்த பிறந்தநாளில் ஏழு வயது ஆகிறது.

அவள் பிறந்தநாள் எப்போது?

கொஞ்சம் யோசித்து டிசம்பர் என்றாள். இல்லை நவம்பர் என்று நினைக்கிறேன்.

சரிதான், இவள் பெயரென்ன?

நாங்கள் இவளை பாலின் என்று அழைக்கிறோம்.

என் இதயம் அதிர்ந்தது.

செல்லச் சலிப்போடு, ஆனால், நான் அவளை ஒலிவியா என்றுதான் அழைப்பேன் என்றாள்.

அது அவள் பெயரில்லை எனும்போது ஒலிவியா என்று ஏன் அழைக்கிறீர்கள்?

அவளைக் கொஞ்சம் நீங்களே பாருங்களேன் என்றாள் பூரிப்பாக. அவளைப் பார்த்தால் ஒலிவியா என்றழைப்பதுதான் பொருத்தம் என்று தோன்றவில்லையா உங்களுக்கு? அந்தக் கண்களைப் பாருங்கள். இப்படியான கண்களெல்லாம் கிழவிகளுக்குத்தான் இருக்கும். அதனால்தான் நான் அவளை ஒலே* லிவியா என்றழைக்கிறேன். ஹா ஹா. இல்லை, இல்லை இவள் பெயர் ஒலிவியாதான். குழந்தையின் தலையைக் தட்டிக்கொடுத்துக்கொண்டிருந்தவள், ஆ! இதோ வந்துவிட்டரே போற்றுதலுக்குரிய மிஸ்டர் ____ என்றாள். ஒரு சாரட்டு வண்டியில் கருநிற ஆடையில் கனத்த மனிதரொருவர், கைகளில் சாட்டையோடு வருவதைப் பார்த்தேன். உங்களுடைய உபசாரத்துக்கு மிக்க நன்றி என்று புன்னகைத்தவள், அந்தக் குதிரைகள் தங்கள் பின்னம்பாகத்தில் ஈக்கள் உட்காராமல் விரட்டுவதைப் பாருங்கள், இதை ஹார்ஸ்பிடாலிட்டி என்றுதான் சொல்ல வேண்டும் என்று சிரித்தாள், பதிலுக்கு நானும் என் முகம் வீங்கச் சிரித்தேன்.

மிஸ்டர் ____ உம் கடையிலிருந்து வெளியே வந்துவிட்டார். வண்டியில் தாவி ஏறியவர் மெதுவாக, மிக மெதுவாகக் குதிரைகளைக் கிளப்பினார். இங்கே உட்கார்ந்து கொண்டு முட்டாளைப் போல எதற்காகச் சிரித்துக்கொண்டிருக்கிறாய் நீ என்றார்.

★டெய்டி – *diaper* (துவைத்து மறுபடி உபோயோகிக்கத்தக்கது)

★*ole* - *old* வயதுமுதிர்ந்த

அன்புள்ள கடவுளுக்கு,

நெட்டி எங்களோடுதான் இருக்கிறாள். வீட்டைவிட்டு ஓடி இங்கே வந்துவிட்டாள். சித்தியைப் பிரிந்து வர மனமில்லையென்றாலும் வெளியேற வேண்டிய கட்டாயம் வந்துவிட்டதாகவும், மற்ற பிள்ளைகளுக்கும் உதவவேண்டும் என்றும் சொல்கிறாள். ஆண் குழந்தைகளுக்குப் பிரச்சினை இல்லை, அவரோடு மல்லுக்கட்ட வேண்டியதில்லை. அவர்கள் வளர்ந்ததும் அவரை எதிர்ப்பார்கள் என்றாள்.

ஒருவேளை கொன்றாலும் கொல்வார்கள் என்றேன் நான்.

நீயும் மிஸ்டர் ____ உம் நல்லபடியாக இருக்கிறீர்களா என்று கேட்கிறாள். அவருக்கு இன்னமும் அவள் மீது விருப்பமிருக்கிறது என்பது அவளுக்குத் தெரியாமலில்லை. மாலையானதும் தன்னுடைய சிறப்பான விடுமுறைநாள் உடுப்புகளை அணிந்துகொண்டு முற்றத்துக்கு வந்துவிடுவார். அவள் அங்கு என்னோடு பட்டாணி உரித்துக்கொண்டு பிள்ளைகளுக்கு எழுத்துக்கூட்டிப் படிக்கச் சொல்லிக் கொடுத்துக்கொண்டிருப்பாள். எனக்கும் எழுத்துக்கூட்டி வாசிக்கவும் நான் தெரிந்துகொள்ள வேண்டிய அத்தனையையும் சொல்லிக் கொடுத்துக்கொண்டும் இருப்பாள். என்ன ஆனாலும் ஆகட்டும், உலகநிகழ்வுகளை எனக்குத் தெரியவைத்துவிட வேண்டும் என்பதில் நெட்டி வெகு ஆர்வமாக இருந்தாள். சிறப்பான ஒரு ஆசிரியைக்கான தகுதிகள் கொண்ட இவள் மிஸ்டர் ____ போன்ற ஒருவரை மணந்துகொண்டோ, ஒரு வெள்ளைக்காரியின் அடுப்படியில் வேலைபார்த்துக்கொண்டோ இருக்க வேண்டி வருமோ என்ற எண்ணமே என்னைக் கொன்றது. படித்துக்கொண்டும் கையெழுத்துப் பழகிக்கொண்டும் நாள் முழுவதையும் கழித்தவள், நாங்கள் சுயமாக சிந்திக்க வேண்டும் என்பதில் உறுதியாக இருந்தாள். பெரும்பாலான சமயங்களில் சிந்திக்கவெல்லாம் எனக்கு சக்தி இருப்பதில்லையென்றாலும் நெட்டியின் மறுபெயர் தான் பொறுமையாகிற்றே.

மிஸ்டர் ____ ன் பிள்ளைகள் எல்லோருமே புத்திசாலிகள் தான். அதேசமயம் விஷமமும் அதிகம். சீலி

இதைக் கொண்டுவா, சீலி எனக்கு அது வேண்டும், எங்கள் அம்மா நாங்கள் கேட்கும் அத்தனையையும் தந்தாள் என்று ஆர்ப்பரிப்பார்கள். அவருடைய கவனத்துக்காக அலைமோதுவார்கள். அவர் எதையும் கண்டுகொள்ளாமல், தன் பைப்பின் புகையில் மறைந்து கொள்வார்.

இந்தப் பிள்ளைகள் உன்னை இப்படியெல்லாம் பாடுபடுத்த நீ அனுமதிக்கக் கூடாது சீலி, உன் கைதான் உயர்ந்திருக்க வேண்டும் என்று நெட்டி போதித்தாள்.

இல்லை நெட்டி, அவர்கள் கைதானே உயர்ந்திருக்கிறது.

இல்லை, நீ போராட வேண்டும், எதிர்க்க வேண்டும் என்று விடாமல் சொல்லிக்கொண்டிருந்தாள்.

எனக்கோ எதிர்த்துப் போராடத் தெரியாது, நான் அறிந்ததெல்லாம் உயிரைத் தக்கவைத்துக்கொள்ள மட்டும்தான்.

மிக அருமையாக இருக்கிறதே உன் உடுப்பு என்றார் அவர் நெட்டியிடம்.

நன்றி.

இந்த சப்பாத்துகள் உனக்கு மிகப் பொருத்தம்.

மிக்க நன்றி.

உன்னுடைய சருமம். உன் கூந்தல். பற்கள். தினம் தினம் ஏதாவது ஒரு புதுமையும் அழகும் அவற்றில்.

முதலில் அவள் லேசாகப் புன்னகைத்துக் காட்டினாள். போகப் போக, முகத்தைச் சுளித்தாள். பின்னர் அவர் பேச்சையெல்லாம் அவள் ஒரு பொருட்டாகவே மதிக்கவில்லை. என்னுடன் ஒட்டிக்கொண்டு திரிந்தவள், உன்னுடைய சருமம் உன் கூந்தல் உன் பற்கள் எல்லாமே அழகு என்று அவர் சொன்ன வார்த்தைகளையே என்னிடம் சொல்லிச்சொல்லி, ஒருவேளை நானும் அழகுதானோ என்று எனக்கே தோன்றும்படிச் செய்தாள்.

அவர் அவளுக்குக் கவனம் கொடுப்பதை அறவே நிறுத்தினார். ஓரிரவு, படுக்கையில், நெட்டிக்கு நாம் செய்ததெல்லாம் போதும், இனி அவள் போக வேண்டியதுதான் என்றார்.

அவள் எங்கே போவாள்?

அதைப் பற்றியெல்லாம் எனக்குக் கவலை இல்லை.

மறுநாள் நான் நெட்டியிடம் விஷயத்தைச் சொன்னபோது அவள் சிறிதும் வருந்தவில்லை. உண்மையில் இங்கிருந்து போக நேர்வதில் எனக்கு மகிழ்ச்சி தான். உன்னைப் பிரிவதை மட்டும்தான் என்னால் தாங்க முடியவில்லை. இதை அவள் சொன்னபோது நாங்கள் ஒருவரையொருவர் இறுக அணைத்திருந்தோம்.

இந்த விஷமக்காரக் குழந்தைகளிடமும், மிஸ்டர் ____ இடமும் உன்னைவிட்டுப் போவதும் உயிரோடு உன்னைப் புதைப்பதும் ஒன்றுதான் சீலி.

உண்மையில் புதையுண்டிருப்பதுகூட அதைவிட மேல்தான், மண்ணுக்குள் இருந்தால் இப்படி வேலைப் பளு இருக்காதே என்று நினைத்ததைச் சொல்லாமல், அதெல்லாம் பரவாயில்லை நெட்டி, நான் க-ட-வு-ள் என்று சொல்லுபோதெல்லாம் எனக்கொரு துணை இருப்பதாக உணர்வேன் என்றேன்.

போற்றுதலுக்குரிய மிஸ்டர் ____ ன் பெயரை மட்டும்தான் பிரிவுபசாரப் பரிசாக என்னால் நெட்டிக்குத் தர முடிந்தது. அவருடைய மனைவியைத் தேடிக்கண்டுபிடி. அவர் உனக்கு உதவலாம். எனக்குத் தெரிந்த ஒரே பணக்காரப் பெண் அவர்தான்.

கடிதம் எழுது, என்றேன்.

என்ன?

கடிதம் எழுது.

மரணத்தைத் தவிர நம்மைப் பிரிக்க யாராலும் முடியாது என்றாள்.

ஆனால் அவள் எனக்கு ஒரு கடிதம் கூட எழுதவில்லை.

க-ட-வு-ள்,

அவருடைய சகோதரிகள் இருவரும் இங்கு வந்திருந்தனர். இருவருமே நன்கு உடுத்தியிருந்தார்கள். சீலி, ஒரு விஷயத்தை ஒப்புக்கொண்டே ஆகவேண்டும். நீ வீட்டை மிகச் சுத்தமாக வைத்துக்கொள்கிறாய். இறந்துபோனவளைப் பற்றி குற்றம் சொல்லக் கூடாது. ஆனால், உண்மையை மறைக்க முடியாது. ஆனி ஜூலியா வீட்டை அலங்கோலமாக வைத்திருந்தாள்.

உண்மையில் அவளுக்கு இங்கு இருக்கவே பிரியமில்லை என்றாள் ஒருத்தி.

வேறெங்கிருக்க அவள் பிரியப்பட்டாள்? நான் கேட்டேன்.

அவளுடைய வீட்டில் என்றார்கள்.

இதெல்லாம் ஒரு சாக்கு என்றாள் அக்கா கேரி. தங்கையின் பெயர் கேட். திருமணமான ஒரு பெண் தன் வீட்டைச் சுத்தமாகவும் குடும்பத்தைப் பாதுகாப்பாகவும் வைத்துக்கொள்ளத்தானே வேண்டும்? குளிர்காலத்தில் இங்கு வந்து பார்த்தவர்களுக்குத் தெரியுமே, இந்தக் குழந்தைகளுக்கெல்லாம் சளி, குளிர், ஜன்னி, வயிற்றுப்பூச்சிகள், வயிற்றுப் போக்கு என்று ஏதாவது ஒன்று மாற்றி ஒன்று வந்துகொண்டேயிருக்கும். அதுகள் பசியாகவும் தலையில் பேன் புழுத்தும் திரியுமே. அவர்களைத் தொடக்கூட அருவருப்பாயிருக்கும்.

நான் அவர்களைத் தொட்டிருக்கிறேனே என்றாள் கேட்.

அதோடு அவள் சமைக்கவே மாட்டாள். அடுப்படியையே பார்க்காதவள் போலத்தான் நடந்து கொண்டாள்.

அவள் இந்த அடுப்படியைப் பார்த்ததேயில்லை தான்.

அவனும் சரியில்லை என்றாள் கேரி.

ஆமாம் மோசமானவன் தான் அவன்.

என்ன சொல்கிறாய்?

பிறகென்ன? அவளை இங்கு அழைத்துவந்து விட்ட பிறகு அவன் ஷுக் ஏவரியின் பின்னால் அல்லவா ஓடிக்கொண்டிருந்தான். அதைத்தான் சொல்கிறேன். அவளுக்குப் பேசக்கூட ஆள் இல்லை, அவளை வந்து

பார்ப்பதற்கும் யாருமில்லை. அவனோ நாட்கணக்கில் தொலைந்துவிடுவான். பிறகு, அவளுக்குக் குழந்தைகள் பிறக்கத் துவங்கின. அவளோ இளையவளாகவும் அழகியாகவும் இருந்தாள்.

அப்படியொன்றும் அழகியில்லை என்றாள் கேரி கண்ணாடியைப் பார்த்தவாறே. கறுப்பி! என்ன, அந்த அடர்ந்த கூந்தல் ஒன்றுதான் அவளிடம்.

ஆ! அண்ணனுக்குக் கறுப்பென்றால் பிடிக்குமாயிருக்கும். ஷுக் ஏவரி மட்டுமென்ன, அவளும் என் செருப்பைப் போல கறுப்புதானே.

ஷுக் ஏவரி, ஷுக் ஏவரி! அவளை நினைக்கவே எனக்கு எரிச்சலாயிருக்கிறது. மீண்டும் அவள் பாடப்போவதாக யாரோ சொன்னார்கள். ஆ! எதைப் பற்றி பாடப்போகிறாளாம்? திரைச்சீலைகளைப் போல குஞ்சலங்களும் பந்துகளும் தொங்கும் தொப்பிகளை அணிந்துகொள்வதாகவும், கால்களுக்கு மேலேயே நின்றுவிடும் அளவிலான சிறிய உடுப்புகளை உடுத்திக்கொள்கிறாளென்றும் கேள்விப்பட்டேன்.

ஷுக் ஏவரியைப் பற்றி அவர்கள் பேசியபோதெல்லாம் என் காதுகள் விடைத்துக் கொண்டன. நான் மட்டுமே அவளைப் பற்றி பேச வேண்டும்போலொரு ஆவல் என்னுள் கிளர்ந்தது. அவர்கள் தங்களுக்குள்ளாகக் கிசுகிசுத்துக்கொண்டனர்.

எனக்கும்தான் அவளை நினைத்தால் எரிச்சலாக இருக்கிறது என்றாள் கேட் பெருமூச்செறிந்தவாறு. சீலியைப் பற்றி நீ சொன்னதெல்லாம் சரிதான். வீட்டை நன்றாகப் பராமரிக்கிறாள், நன்றாகச் சமைக்கிறாள், குழந்தைகளை நல்லவிதமாகக் கவனித்துக்கொள்கிறாள். அண்ணன் முயன்றிருந்தால் கூட இப்படியெல்லாம் செய்ய முடியாது.

நான் அவர் முயற்சிசெய்த லட்சணத்தை நினைத்துப்பார்த்தேன்.

இம்முறை கேட் தனியாக வந்திருந்தாள். அவளுக்கு இருபத்தைந்து வயதிருக்கலாம். என்னைவிட மூத்தவளென்றாலும் இளையவள்போன்ற தோற்றம். ஆரோக்கியமாகவும், பளிச்சிடும் கண்கள் கொண்டவளாகவும் இருந்தாள். நாக்கும் நீளம்.

சீலிக்குப் புதிய ஆடைகள் வாங்கிக் கொடு அண்ணா.

என்ன அவளுக்குப் புதிய ஆடைகள் தேவையா?

பின்னே? அவளை நீயே கொஞ்சம் பாரேன்.

அவர் என்னைப் பார்த்தார். மண்ணைப் பார்ப்பதுபோன்ற பார்வை. இதற்கு என்னதான் தேவை என்று பேசாமல் பேசிய பார்வை.

அவள் என்னைக் கடைக்கு அழைத்துச்சென்றாள். ஷுக் ஏவரிக்கு என்ன நிறம் பிடித்தமானதாக இருக்கும் என்று யோசித்தேன். என்னைப் பொறுத்தவரையில் அவளொரு ராணி. கத்திரிப்பூ வண்ணத்தில் சிறிது சிவப்பு சேர்ந்த ஏதாவது இருந்தால் நல்லது என்று கேட்டிடம் சொன்னேன். நாங்கள் எவ்வளவு தேடியும் கத்திரிப்பூ வண்ணம் இல்லவேயில்லை. நிறைய சிகப்பு இருக்கிறது. ஆனால், அண்ணனுக்கு சிகப்புப் பிடிக்காது அது மகிழ்ச்சியின் வண்ணமாயிற்றே. ப்ரவுன், மெரூன் மற்றும் ஊதாக்களில் தேர்ந்தெடுக்க வேண்டியிருந்தது. நான் ஊதாவைத் தேர்ந்தேன்.

எனக்கு நினைவு தெரிந்ததிலிருந்து எனதேயான ஒரு ஆடையை நான் உடுத்தியதேயில்லை. இப்படி முதன்முறையாக எனக்கே எனக்கென்று ஒரு புத்தாடை கிடைத்தது பற்றி எப்படி உணர்கிறேன் என்பதைக் கேட்டிடம் சொல்ல முயன்றேன், முகம் சிவந்து நாக்கு தடுமாறியது.

பரவாயில்லை சீலி, உனக்கு இதைவிடச் சிறப்பானதே தகுதியானது என்றாள் கேட்.

இருக்கலாம் என்றுதான் எனக்கும் தோன்றியது.

கேட் ஹார்ப்போவை அழைத்தாள். ஹார்ப்போதான் மூத்த மகன்.

ஹார்ப்போ, சீலிதான் வீட்டுக்குத் தேவையான அவ்வளவு நீரையும் சுமந்துவர வேண்டுமா? நீதான் இப்போது வளர்ந்துவிட்டாயே அவளுக்கு உதவ வேண்டிய வயது உனக்கு வந்துவிட்டது.

நானா? பெண்கள்தானே வீட்டு வேலைகளைச் செய்ய வேண்டும்.

என்னது?

வீட்டு வேலைகளைச் செய்ய வேண்டியவர்கள் பெண்கள். நான் ஆண்பிள்ளை.

நீயொரு சோம்பேறி, ஊதாரி நீக்ரோ. போ, அந்த வாளி நிறைய தண்ணீர் கொண்டுவா.

ஹார்ப்போ என்னை முறைத்துப்பார்த்தான். வேகமாக வெளியேறியவன் முற்றத்தில் அமர்ந்திருந்த மிஸ்டர் ____யிடம் என்னவோ சொல்லக் கேட்டேன். மிஸ்டர் ____ அவர் தங்கையை அழைத்தார். அவள் அவருடன் சிறிது நேரம்போல பேசிக்கொண்டிருந்துவிட்டு ஆத்திரத்தில் நடுங்கியபடி உள்ளே வந்தாள்.

நான் போகிறேன் சீலி என்றவளின் கண்ணீர் தரையெங்கும் சிதறியது.

அவர்களையெல்லாம் நீ எதிர்த்துப் போராட வேண்டும் சீலி. உனக்காக அதை நான் செய்ய முடியாது. உனக்காக நீதான் போராட வேண்டும்.

நான் பதில் பேசவில்லை. நெட்டி இப்படித்தான் போராடி, இறந்துபோனாள். எதிர்ப்புக்காட்டியதால் அவளை வெளியேற்றினார்கள். அதனால் ஏதும் பிரயோசனம் உண்டா? நான் சண்டையிடுவதில்லை. அவர்கள் சொல்வதைச் செய்கிறேன். உயிரோடு இருக்கிறேன்.

அன்புள்ள கடவுளுக்கு,

மிஸ்டர் ____ என்னை அடித்ததைக் குறித்து ஹார்ப்போ அவரிடம் விசாரித்தான்.

அவளை ஏன் அடித்தேனா? ஏனென்றால் அவள் என் மனைவி. அதோடு பிடிவாதக்காரி. எல்லாப் பெண்களுமே இப்படித்தான் ஒன்றுக்கும்- அவர் சொல்லி முடிக்காமலேயே செய்தித்தாளில் மூழ்கியதைப் பார்க்கப்பாவைப் பார்த்ததுபோலவே இருந்தது.

நீ ஏன் இப்படி பிடிவாதக்காரியாக இருக்கிறாய் என்று கேட்கிறான் ஹார்ப்போ. ஏன் அவருக்கு மனைவியாக இருக்கிறாய் என்று கேட்கவில்லை. அப்படி ஏனோ யாருமே கேட்பதில்லை.

பிறவியே அப்படித்தான் என்றேன் நான்.

பிள்ளைகளை அடிப்பதைப் போல அவர் என்னை அடிப்பார். என்ன ஒன்று, அவர் தன் பிள்ளைகளை அடிப்பதில்லை. சீலி, பெல்ட்டை எடு என்பார். அறைக்கு வெளியிலிருந்து விரிசல்களின் வழியே குழந்தைகள் எட்டிப்பார்ப்பார்கள். அதற்காகவே நான் அழுவதில்லை. என்னை மரம்போல ஆக்கிக்கொண்டு எனக்கு நானே சொல்லிக்கொள்வேன். சீலி, நீ ஒரு மரம். அப்படித்தான் மரங்கள் மனிதர்களுக்கு பயப்படுவதை நான் விளங்கிக்கொண்டேன்.

நான் ஒருத்தியைக் காதலிக்கிறேன் என்றான் ஹார்ப்போ.

என்னது காதலா?

ஆம், ஒரு பெண்ணை.

உண்மையாகவா?

ஆமாம், உண்மைதான். திருமணம் செய்துகொள்ள முடிவெடுத்திருக்கிறோம்.

திருமணமா? அதற்கெல்லாம் உனக்கு இன்னமும் வயது வரவில்லை.

அதெல்லாம் இருக்கிறது. எனக்கு பதினேழு, அவளுக்கு பதினைந்து. போதுமே.

அவளுடைய அம்மா என்ன சொல்கிறாள்?

அவள் அம்மாவிடம் நான் கேட்கவில்லை.

அவள் அப்பா?

அவரிடமும் பேசவில்லை

சரிதான், அவள் என்ன சொல்கிறாள்?

நாங்கள் பேசிக்கொண்டதே இல்லையே, சொல்லிவிட்டு தலையைக் குனிந்துகொண்டான். உயரமாக, ஒல்லியாக, அவன் அம்மாவைப் போல கடுங்கறுப்பாக, நல்ல பெரிய வண்டுக்கண்களுடன்; பரவாயில்லை, இவன் பார்க்க அத்தனை மோசமில்லைதான்.

இருவரும் எங்கேதான் பார்த்துக்கொள்கிறீர்கள் என்று கேட்டதற்கு, சர்ச்சில்தான் என்றான். வெளியில் வந்த பிறகு அவள் என்னைப் பார்ப்பாள்.

அவளுக்கு உன்னைப் பிடிக்குமா?

தெரியவில்லை. அவளைப் பார்த்து நான் கண்ணடிப்பேன். அவள் பயந்ததுபோல இருப்பாள்.

இதெல்லாம் நடக்கும்போது அவளுடைய அப்பா எங்கே இருப்பார்?

ஆமென் சொல்லும் மூலையில் தான்.

அன்புள்ள கடவுளுக்கு,

ஷூக் ஏவரி எங்கள் ஊருக்கு வருகிறாள். தன் இசைக்குழுவுடன்! கோல்மன் தெருவில் இருக்கும் லக்கி ஸ்டாரில் பாடப்போகிறாள். மிஸ்டர் ____ அவளுடைய கச்சேரிக்குக் போகயிருக்கிறார். அவர் கண்ணாடியின் எதிரிலேயே பழியாகக் கிடந்தார். உடுத்தவும், மாற்றி உடுத்தவுமாக இருந்தார். நறுமணத்தைலத்தால் தலையை சீராக்கிக்கொண்டார். பின்பு, சென்று முடியை அலசினார். ஷூக்களில் துப்பிக்கொண்டு ஒரு பழந்துணியால் தேய்த்துத் துடைத்தார்.

இதைத் துவை, அதைத் தை, இதைத் தேய்த்துத்தா. அதையெங்கே காணோம். இதை தேடித்தா. அதையெடு, இதையெடு. காலுறைகளில் உள்ள ஓட்டைகளைப் பார்த்துவிட்டுப் புலம்புகிறார்.

சலவை செய்துகொண்டும், தைத்துக்கொண்டும், கைக்குட்டைகளைத் தேடிக்கொண்டும் திரிந்தலைந்தேன் நான். ஏதாவது விசேஷமா என்று கேட்டேன்.

என்ன உளறுகிறாய் நீ என்றார் கோபமாக. இழவெடுத்த இந்த விவசாயி ரூபத்திலிருந்து கொஞ்சம் விடுபட முயற்சிசெய்கிறேன். வேறெந்தப் பெண்ணாயிருந்தாலும் இதற்காக மகிழ்ந்துபோவாள்.

எனக்கு சந்தோஷம்தான் என்றேன்.

என்ன சொல்கிறாய் புரியவில்லை.

நீங்கள் பார்க்க அருமையாக இருக்கிறீர்கள், எந்தப் பெண்ணும் பெருமிதம் கொள்வாள்.

உண்மையாகவா?

முதன்முறையாக என்னை அப்படிக் கேட்டார். ஆச்சரியத்தில் வாயைப்பிளந்த நான் ஆமாம் என்று பதிலளிக்கும்போது அவர் முற்றத்தின் வெளிச்சமான இடத்தில் சவரம்செய்து கொள்ளப் போய்விட்டார்.

நாள் முழுக்க என் சட்டைப் பையில் அந்த துண்டுச்சீட்டு தீயாய் எரிக்க நான் சுற்றிவந்தேன். அது இளஞ்சிவப்பு வண்ணத்திலிருந்தது. எங்கள் வீட்டுக்குத் திரும்பும் வளைவில் இருந்த மரத்திலும், கடையிலும், எங்கும், இந்த துண்டுப் பிரசுரம் ஒட்டப்பட்டிருந்தது.

அவருடைய பெட்டியில் ஒரு கத்தை துண்டுச்சீட்டுகளை வைத்திருந்தார்.

முழங்கையை மடித்தவாறு இடுப்பில் கையை ஊன்றிக்கொண்டு, ஒரு பியானோவின் மீது ஷுக் ஏவரி நிற்கிறாள். இந்திய சமையல் வல்லுனர்கள் அணிவது போன்ற ஒரு தொப்பி, அத்தனைப் பற்களும் தெரிய அவள் வாயைத் திறந்து சிரிப்பதைப் பார்த்தால் அவளுக்கு கவலைகளே இருக்காதோ என்று எண்ணத்தோன்றும். வாருங்கள் எல்லோரும் வாருங்கள்! ராணித்தேனி ஊருக்குத் திரும்பிவிட்டாள் என்றது பிரசுரம்.

கடவுளே, அங்கு செல்ல எனக்கு அவ்வளவு ஆசை. ஆடவோ, குடிக்கவோ, சீட்டாடவோ இல்லை. வெறுமனே அவளைப் பார்ப்பதற்கே நான் கொடுத்துவைத்திருக்க வேண்டுமே.

அன்புள்ள கடவுளுக்கு,

சனி, ஞாயிறு முழுநாளும் இரவும் கிட்டத்தட்ட திங்கள் முழுக்கவும்கூட மிஸ்டர் ____ஐக் காணவில்லை. ஷுக் ஏவரி வாரயிறுதியில் எங்கள் ஊரில் தங்கியிருக்கிறாள். அவர் தடுமாறிக்கொண்டே வந்து படுக்கையில் விழுந்தார். அவர் களைத்துப்போயும் துயரமாகவும் இருந்தார். பலகீனமாக அழுதார். ஒரு பகலும் இரவும் முழுக்க உறங்கினார்.

நான் வயலில் மூன்று மணி நேரமாகப் பஞ்சு அடித்துக்கொண்டிருந்தபோதுதான் அவர் கண் விழித்து அங்கு வந்தார். நாங்கள் இருவரும் ஏதும் பேசிக்கொள்ளவில்லை.

எனக்கு அவரிடம் கேட்க லட்சம் கேள்விகள் இருந்தன. அவள் என்ன அணிந்துகொண்டிருந்தாள்? என்னிடம் இருக்கும் புகைப்படத்தில் இருக்கும் அதே பழைய ஷுக் ஏவரிதானா அல்லது மாறிவிட்டாளா? அவள் கூந்தல் எப்படி இருந்தது? என்ன மாதிரியான உதட்டுச்சாயம் அணிந்திருந்தாள்? விக் அணிந்திருந்தாளா? ஒல்லியாக இருக்கிறாளா? குண்டாகவா? அவள் குரல் எப்படி இருந்தது? களைப்பாகவா, நலமற்றா? அல்லது நலமாகவா? அவள் இப்படி எல்லா இடங்களுக்கும் போய்ப் பாடிக்கொண்டிருக்கும் நேரங்களில் அவள் குழந்தைகள் எங்கிருப்பார்கள்? அவர்களை நினைத்துக்கொள்வாளா? என் மனதில் கேள்விகள் பாம்புகளைப் போல நெளிந்துகொண்டிருந்தன. பற்களைக் கடித்தபடி நான் மனஉறுதிக்காகப் பிரார்த்தித்தேன்.

மிஸ்டர் ____ மண்வெட்டியை எடுத்துக் கொத்த ஆரம்பித்தார். இரண்டு மூன்று கொத்துகொத்தியிருப்பார் அவ்வளவுதான் மண்வெட்டியை வரப்பில் வீசிவிட்டு வீட்டை நோக்கி நடந்தார். குடிக்கக் குளிர்ந்த நீரும் புகைக்க பைப்பும் எடுத்துக்கொண்டு முற்றத்தில் அமர்ந்து வெறித்துக்கொண்டிருந்தார். அவருக்கு உடல்நலமில்லையோ என்று நான் அவரைப் பின்தொடர்ந்திருந்தேன். நீ ஒழுங்காக வயலுக்குத் திரும்பிவிடு என்றார். எனக்காகக் காத்திருக்க வேண்டாம்.

அன்புள்ள கடவுளுக்கு,

அவன் தந்தையை எதிர்த்துக்கொள்வதில் ஹார்ப்போவும் என்னைப் போலத்தான் இருந்தான். தினந்தோறும் அவர் விழித்ததும் முற்றத்தில் வந்து அமர்ந்துகொண்டு வெறுமே வெறித்துக் கொண்டிருப்பார். வீட்டுக்கு எதிரில் இருந்த மரங்களைப் பார்ப்பார். சமயங்களில் கம்பிக்கதவின் மீது வந்து அமரும் பட்டாம்பூச்சிகளைப் பார்ப்பார். பகற்பொழுதில் கொஞ்சம் தண்ணீரும், மாலை வேளைகளில் கொஞ்சம் வைனும் மட்டும் அருந்துவார். இடத்தைவிட்டு மட்டும் அசைய மாட்டார்.

நானேதான் உழ வேண்டுமா என்று ஹார்ப்போ புலம்பினான்.

நீதான் செய்தாக வேண்டும் என்று கட்டளையிட்டார்.

ஹார்ப்போவும் அவன் அப்பாவைப் போன்றே உறுதியான தேகமுடையவன்தான். உடலில் இருந்த பலம் அவன் மனதில் இல்லை. பயந்தவன்.

நானும் அவனும் நாள்முழுக்க வயலில் கிடந்தோம். வெட்டி, கொத்தி, உழுது வியர்த்துவிறுவிறுத்தோம். நான் நல்ல வறுத்த காபிக்கொட்டையின் நிறத்தில் இருக்கிறேன். அவனோ புகைப்போக்கியின் உட்புறத்தைப் போலக் கறுத்துப்போனான். அவனுடைய விழிகள் துயரார்ந்தும் சதா யோசனையிலும் இருந்தன. அவனுடைய முகமோ ஒரு பெண்ணின் முகத்தைப் போல மென்மையடையத் தொடங்கியது.

இப்போதெல்லாம் நீங்கள் ஏன் வேலையே செய்வதில்லை என்று அவனுடைய அப்பாவை கேட்டான்.

வேலை செய்ய வேண்டிய அவசியமே எனக்கில்லை, நீதான் இருக்கிறாயே, பிறகென்ன என்று கடுமையாகப் பதில் சொன்னார். அவன் மனம் புண்பட்டுப்போயிருக்கும்.

அதோடு அவன் இன்னமும் காதல்வசப்பட்டுதான் இருந்தான்.

அன்புள்ள கடவுளுக்கு,

ஹார்ப்போ தன் மகளுக்கு ஏற்றவன் அல்ல என்று ஹார்ப்போவின் காதலியின் தந்தை சொல்லிவிட்டார். ஹார்ப்போவோ அவளோடு சிலகாலமாக பழகிக்கொண்டிருக்கிறான். ஹார்ப்போ அந்த வீட்டின் வரவேற்பறையில் அவளோடு பேசிக்கொண்டிருக்கும்போது அவரும் அதே அறையின் மூலையில் அமர்ந்துகொண்டு அவர்கள் அனைவரும் தர்மசங்கடமாக உணரும்படிச்செய்தார். பிறகு, அவர்கள் பேசுவதெல்லாம் காதில் விழும்படியான தூரத்தில் சென்று முற்றத்தில் உட்காருவார். ஒன்பது மணியாகிவிட்டால் ஹார்ப்போவின் தொப்பியை எடுத்துவந்து அவனிடம் கொடுத்து, கிளம்பும்படி சமிக்ஞை செய்வார்.

எதனால் நான் அவளுக்கு ஏற்றவனில்லை என்று ஹார்ப்போ மிஸ்டர் ____ இடம் கேட்டான். அவர் உன் தாய்தான் காரணம் என்றார்.

ஏன் என் அம்மாவுக்கென்ன?

மிஸ்டர் ____ சொன்னார், அவள் யாராலோ கொலை செய்யப்பட்டவள்.

ஹார்ப்போ கொடுங்கனவுகளால் அவதியுற்றான். அவனுடைய தாய், புல்வெளியைத் தாண்டி வீட்டை நோக்கி ஓடிவந்துகொண்டிருந்தாள். மிஸ்டர் ____ ம் அவளுடைய காதலன் என்று அனைவராலும் சொல்லப்பட்டவனும் அவளைத் துரத்திக்கொண்டு ஓடினார்கள். அவள் கைகளில் ஹார்ப்போவைப் பிடித்துக்கொண்டிருந்தாள். இருவரும் ஓடிக்கொண்டிந்தார்கள். அவன் அவள் தோளை எட்டி இழுத்து, நீ என்னுடையவள், என்னைவிட்டு இனி போக முடியாது என்றான். இல்லை நான் உன்னுடையவள் அல்ல, என் குழந்தைகள் இருக்கும் இடம்தான் என்னுடையதும் என்று அழுதாள். வேசியே உனக்கென்று இனி ஒரு இடமும் கிடையாது என்று கத்திக்கொண்டே அவன் அவள் வயிற்றில் சுட்டுவிட்டு ஓடினான். கீழே விழுந்தவளை இழுத்து தன் மடியில் அவள் தலையைக் கிடத்தினான் ஹார்ப்போ.

அம்மா, அம்மா என்று ஹார்ப்போ அலறியது கேட்டு நான் விழித்துக்கொண்டேன். மற்ற குழந்தைகளும் விழித்துக்கொண்டார்கள். எல்லோரும் அப்போதுதான் அவர்களுடைய தாய் இறந்துபோனதுபோல அழத் தொடங்கினார்கள். ஹார்ப்போ உடல் நடுங்க என்னிடம் வந்தான்.

நான் விளக்கை ஏற்றிக்கொண்டு அவனருகில் சென்று அவன் முதுகைத் தட்டிக்கொடுத்தேன்.

யாரோ கொன்றதற்கு அவள் என்ன செய்வாள். அது அம்மாவின் குற்றமல்ல, அது அம்மாவின் குற்றமல்ல என்று கதறினான்.

ஆமாம், அது அவளுடைய குற்றமல்லதான்.

நான் மிஸ்டர் ____ ன் குழந்தைகளிடத்தில் மிக அருமையாக நடந்துகொள்வதாக அனைவரும் பேசிக்கொள்கிறார்கள். உண்மைதான் நான் அவர்களிடம் நல்லபடியாக நடந்துகொள்கிறேன். ஆனால், எனக்கு அந்தக் குழந்தைகளிடம் பிரியமெல்லாம் இல்லை. ஒரு நாயைத் தட்டிக்கொடுக்கும்போது உண்டாகக் கூடிய மென்னுணர்வுகூட ஹார்ப்போவின் முதுகைத் தட்டும்போது எனக்கு ஏற்படவில்லை. ஒரு மரத்தைத் தொடும் உணர்வுகூட இல்லை. ஒரு அலமாரியோ ஒரு மேசையோ போன்ற ஜடப்பொருளைத் தொடும் உணர்வு மட்டும்தான்.

எப்படியும் அவர்களுக்கும் என் மீது அன்பேதும் கிடையாது. நான் எவ்வளவு நல்லவிதமாக நடந்துகொண்டாலும் அவர்கள் யாரும் என்னைக் கண்டுகொள்வதில்லை. ஹார்ப்போவைத் தவிர யாரும் உழைப்பதுமில்லை. பெண்பிள்ளைகளின் பார்வையெல்லாம் தெருவிலேயேதான் இருந்தன. தன்னைவிட இரண்டு மடங்கு மூத்த பையன்களுடன் குடித்துக்கொண்டு பப் இரவுகளைக் கழித்தான். அவர்களுடைய அப்பாவோ சதா தன் பைப்பைப் புகைத்துக்கொண்டிருப்பார்.

ஹார்ப்போ தன் காதல் விவகாரத்தையெல்லாம் இப்போது என்னுடன் பகிர்ந்துகொள்கிறான். அவனுடைய மனம், சோஃபியா பட்லரிடம்தான் நாளும் பொழுதும் இருந்தது.

அவள் அழகி என்றான். பளிச்சென்றிருப்பாள்.

சமர்த்தியா?

இல்லை தோல்தான் பளிச்சென்றிருக்கிறது. விவரமானவளாகவும் இருப்பாள் என்றுதான் நினைக்கிறேன். என்றாவது ஒருநாள் அவள் அப்பாவிடமிருந்து அவளைக் கவர்ந்து வருவேன்.

அவள் பெருத்துப்போய்விட்டாள் என்று அடுத்த நிமிடமே அவன் சொன்னதை நான் எதிர்பார்த்தேயிருந்தேன்.

விவரமானவளா கர்ப்பமாகும் அளவுக்கு அசட்டையாக இருந்தாள் என்று கேட்டேன்.

அவளை வீட்டைவிட்டு வெளியே கொண்டுவர வேறொரு வழியும் எங்களுக்குத் தெரியவில்லை, தோள்களைக் குலுக்கினான் ஹார்ப்போ. மிஸ்டர் ____ எங்களைத் திருமணம் செய்துகொள்ள விட மாட்டார். அவருடைய வீட்டுக்குள் நுழைய எனக்குத் தகுதியில்லை என்றேதான் சொல்லுவார். ஆனால், அவளுக்கு நான் தகுதியானவனோ இல்லையோ என்னால் அவள் கர்ப்பமாகிவிட்டால் அவளோடு இருக்க எனக்கு உரிமை வந்துவிடுமல்லவா?

சரிதான் நீங்கள் எங்கு தங்குவீர்கள்?

அவர்களுக்குப் பெரிய வீடு இருக்கிறது. எங்கள் திருமணம் முடிந்ததும் நான் அவர்கள் குடும்பத்தில் ஒருவனாகிவிடுவேன்.

அடக் கடவுளே! மிஸ்டர் ____க்கு உன்னை முன்பே பிடிக்காது. அவளை நீ கர்ப்பமாக்கிவிட்டதால் மட்டும் இப்போது பிடித்துவிடப்போகிறதா?

ஹார்ப்போ கவலையில் ஆழ்ந்தான்.

மிஸ்டர் ____இடம் பேசு. என்ன இருந்தாலும் அவர் உன் தந்தை. உனக்கு நல்ல வழி ஏதும் அவரிடம் இருக்கும்.

இல்லாமலும்போகலாம் என்று எண்ணியதைச் சொல்லவில்லை.

அவன் அப்பாவைச் சந்திக்க ஹார்ப்போ அவளை அழைத்துவந்திருந்தான். மிஸ்டர் ____தான் அவளைப்

பார்க்க வேண்டும் என்று சொல்லியிருந்தார். அவர்கள் இருவரும் போருக்குச் செல்பவர்களைப் போன்ற பாவனையோடு கரங்களைக் கோத்துக்கொண்டு தெருவில் நடந்துவந்துகொண்டிருந்ததை நான் பார்த்தேன். இருவரிலும் அவள் கொஞ்சம் வேகமாக நடந்தாள். அவர்கள் வீட்டின் முற்றத்துக்கு வந்ததும் நான் வரவேற்று நாற்காலிகளை இழுத்து கம்பிக்கதவுக்கு அருகில் போட்டேன். அமர்ந்தவள், தன் கைக்குட்டையால் தனக்குத்தானே விசிறிக்கொள்ள ஆரம்பித்தாள். ஆ! மிகவும் புழுக்கமாகத்தான் இருக்கிறது. மிஸ்டர் ____ ஏதும் பேசவில்லை. அவளை மேலும் கீழும் நோட்டமிட்டார். ஏழெட்டு மாத கர்ப்பவதியாகத் தோன்றிவளின் ஆடை, தெறித்துவிடுவடுவதுபோல இறுகியிருந்தது. ஹார்ப்போ சொன்னதுபோல அவள் அத்தனை ஒன்றும் பளிச்சென்றில்லை. அவன் கடுங்கறுப்பாயிருப்பதால் அவனுக்கு இவள் சருமம் வெளுப்பாய்த் தெரிந்திருக்கிறது அவ்வளவுதான். தெளிவான காபிக்கொட்டை நிறச்சருமம், நல்ல மரச்சாமானைப் போல பளபளத்தது. சிடுக்கான கூந்தல்தான். ஆனால், அடர்ந்திருந்ததை அள்ளி தலையின் உச்சியில் பின்னல்களாக்கிக் கட்டியிருந்தாள். ஹார்ப்போ அளவுக்கு உயரமில்லை. ஆனால், நன்கு பெருத்திருந்தாள். தன் தாயால் பன்றிக்கறி மட்டுமே ஊட்டி வளர்க்கப்பட்டவள்போல உறுதியாக வனப்பாக இருந்தாள்.

மிஸ்டர் ____ நலமாக இருக்கிறீர்களா என்று கேட்டாள்.

அவர் பதிலேதும் சொல்லவில்லை. பார், எவ்வளவு பெரிய சிரமத்துக்கு உன்னை நீயே ஆளாக்கிக்கொண்டிருக்கிறாய் என்றார்.

அப்படியொன்றும் இல்லை சார், நான் கர்ப்பமாக இருக்கிறேன்தான், பிரச்சினை ஏதும் இல்லை என்றாள்.

தன்னுடைய கரங்களால் வயிற்றுப்பகுதியின் ஆடையில் இருந்த சுருக்கங்களை நீவிவிட்டுக்கொண்டாள்.

இதற்கு அப்பா யார் என்றார்.

ஆச்சரியத்தில் விழித்துப் பார்த்தவள், ஹார்ப்போதான் என்றாள்.

அவன்தான் என்று அவனுக்கு நிச்சயமாகத் தெரியுமா?

அவனுக்கு நன்றாகத் தெரியும் என்றாள்.

இந்தக் காலத்து இளம் பெண்கள் சுத்த மோசம், போகிறவன் வருகிறவனுக்கெல்லாம் கால்களை விரிக்கிறார்கள்.

ஹார்ப்போ அதிர்ந்துபோய் முன்பெப்போதும் பார்த்திராத ஒரு பார்வையை மட்டும் அவன் அப்பாவை நோக்கி வீசினான்.

நீ கர்ப்பமாக இருப்பதால் மட்டும் அவன் உன்னை திருமணம் செய்துகொள்வான் என்று கனவு காணாதே. அவன் சின்னவன். எங்களைச் சார்ந்திருப்பவன். உன்னைப் போன்ற அழகிய பெண்கள் அவனை எல்லாவிதச் சங்கடங்களுக்கும் ஆளாக்குவீர்கள்.

ஹார்ப்போ அப்போதும் அமைதியாக இருந்தான்.

சோஃபியாவின் முகம் இன்னமும் கடுமையான பாவத்திற்கு மாறியது. அவளுடைய நெற்றி சுருங்கி விரிந்தது. அவள் காதுகள் விடைத்தன.

ஆனாலும், அவள் சிரித்தாள். தன் எதிரில் தலையைத் தொங்கப்போட்டுக்கொண்டும் கைகளை முட்டிக்கு இடையில் கோர்த்துக்கொண்டும் அமர்ந்திருந்த ஹார்ப்போவைப் பார்த்தாள்.

நான் எதற்காக இவனை ஏமாற்றி மணமுடிக்க வேண்டும்? அவன் இன்னமும் உங்களோடுதான் வசிக்கிறான். அவன் உண்பதும் உடுப்பதும் நீங்கள் தருவதுதான்.

உன் தந்தை உன்னை வீட்டைவிட்டு விரட்டிவிட்டார் என்று நினைக்கிறேன். நடுத்தெருவுக்கு வந்துவிட்டாய்!

இல்லை, நான் தெருவில் இல்லை. என் சகோதரியின் வீட்டில் வசிக்கிறேன். அவளும் அவள் கணவனும் நான் காலமெல்லாம் அவர்களோடு வசிக்கலாம் என்று உறுதியளித்திருக்கிறார்கள். எழுந்து நின்றாள். ஓங்குதாங்கான, உறுதியான, ஆரோக்கியமான பெண். நல்லது, உங்களைச் சந்தித்ததில் மகிழ்ச்சி. நான் வருகிறேன்.

உடன் செல்ல எழுந்த ஹார்ப்போவிடம் "இல்லை ஹார்ப்போ, நீ சுதந்திரமானவனாக மாறும்போது வந்தால் போதும். நானும் குழந்தையும் உனக்காகக் காத்திருப்போம்" என்றாள்.

அன்புள்ள ஏவாளுக்கு | 55

அப்பாவுக்கும் சோஃபியாவுக்கும் இடையில் தயங்கித் தடுமாறிய ஹார்ப்போ மறுபடியும் அமர்ந்துகொண்டான். அதைப் பார்த்த சோஃபியாவின் முகத்தில் சட்டென்று இருள் படர்ந்ததை கவனித்தேன். பிறகு, அவள் என்னிடம் திரும்பி மிஸஸ் ____ எனக்கு ஒரு டம்ளர் தண்ணீர் கொடுப்பீர்களா என்று கேட்டாள்.

அங்கே முற்றத்திலேயே, அலமாரியில் வாளி இருந்தது. நான் உள்ளே சென்று ஒரு சுத்தமான டம்ளரை எடுத்துவந்து தண்ணீர் முகந்து கொடுத்தேன். ஒரே மூச்சில் அதைக் குடித்தவள் மீண்டும் வயிற்றைத் தடவிக்கொண்டாள். விருட்டென்று அவள் நடைபோட்டதைப் பார்த்து, ராணுவம் போருக்கான திசையை மாற்றிக்கொண்டதுபோல விட்டதைப் பிடிக்கக் கிளம்பிவிட்டாள் என்று தோன்றியது.

ஹார்ப்போ நாற்காலியைவிட்டு எழும்பவே இல்லை. அவனும் அவன் தந்தையும் உட்கார்ந்த இடத்திலேயே அப்படியே அசையாமல் அமர்ந்திருந்தார்கள். அவர்கள் பேசிக்கொள்ளவும் இல்லை. ஒருவழியாக நான் மட்டும் இரவுணவை சாப்பிட்டுவிட்டு உறங்கச்சென்றேன். நான் காலையில் எழுந்தபோது அவர்கள் இன்னமும் அப்படியேதான் அமர்ந்திருப்பார்கள் என்று தோன்றியது. ஆனால், ஹார்ப்போ அவுட் ஹவுஸில் இருந்தான். அவர் சவரம்செய்துகொண்டிருந்தார்.

அன்புள்ள கடவுளுக்கு,

ஹார்ப்போ சோஃபியாவையும் குழந்தையையும் வீட்டுக்கு அழைத்து வந்துவிட்டான். அவர்கள் அவள் அக்காவின் வீட்டில் திருமணம் செய்துகொண்டார்கள். அவள் அக்காவின் கணவன் ஹார்ப்போவுக்கு பக்கபலமாக இருந்தான். வீட்டைவிட்டு வெளியேறிய இன்னொரு சகோதரி சோஃபியாவுக்கு ஆதரவாக வந்துசேர்ந்தாள். இன்னொருத்தி குழந்தையைக் கவனித்துக்கொண்டாள். திருமண நிகழ்வுகளின்போது குழந்தைக்குப் பாலூட்ட வேண்டியிருந்ததால் சோஃபியா சடங்குகளை சிறிதுநேரம் நிறுத்தச்செய்தாள் என்றுகூட கேள்விப்பட்டேன். உறுதிமொழி ஏற்றதும்கூட கரங்களில் அந்தப் பால்குடி மறவாத குழந்தையை வைத்துக்கொண்டுதானாம்.

ஓடைக்கு அருகில் இருந்த ஒரு சிறிய வீட்டை, ஹார்ப்போ, தான் குடும்பம் நடத்துவதற்காக சீராக்கிக்கொண்டான். மிஸ்டர் ____ அதைக் கொட்டகையாக பயன்படுத்திவந்திருந்திருந்தாலும், அது நல்ல உறுதியானது. இப்போது அங்கு சன்னல்களையும் கதவையும் ஒரு முற்றத்தையும் உருவாக்கிவிட்டான் ஹார்ப்போ. மேலும், அது ஓடைக்கு அருகில் இருந்ததால் குளுமையாக, பசுமையாக இருந்தது.

வீட்டுக்குத் திரைச்சீலைகள் செய்துதருமாறு ஹார்ப்போ என்னைக் கேட்டிருந்தான். நான் பூக்கள் வரையப்பட்டிருந்த சாக்குத்துணியில் தைத்துக்கொடுத்தேன். அது பெரிய வீடில்லை என்றாலும் பாங்காக இருந்தது. ஒரு கட்டில், ஆடைகள் வைக்கும் அலமாரி, நிலைக்கண்ணாடி, சில நாற்காலிகளெல்லாம் இருந்தன. சமைப்பதற்கும், கணப்புக்கும் அடுப்பும்கூட இருந்தது. ஹார்ப்போவின் அப்பா இப்போது அவன் வேலைக்குக் கூலிகூட கொடுக்கிறார். ஹார்ப்போ அவர் எதிர்பார்ப்புக்கு ஏற்ப கடுமையாக உழைப்பதில்லை என்று குற்றஞ்சாட்டினார். ஒருவேளை அந்தக் குறைந்த கூலியால் ஏமாற்றமடைந்து அவன் அப்படி ஊக்கம் குறைந்திருக்கலாம்.

மிஸ் சீலி, நான் வேலைநிறுத்தம் செய்யப்போகிறேன்.

எதற்காக?

நான் வேலை செய்யப்போவதில்லை.

ஆமாம், அவன் வேலை செய்யவில்லைதான். வயலுக்கு வந்து சும்மா இரண்டு சோளக்கதிர்களை இழுத்துப்போடுவான், மீதியை வண்டுகளும், பறவைகளும் உண்ணுமாறு விட்டான். நாங்கள் இந்த வருடம் நல்ல அறுவடை காணவில்லை.

ஆனால், சோஃபியா வந்த பிறகு அவன் எப்போதும் வேலை செய்துகொண்டிருந்தான். வெட்டினான், உழுதான், கொத்தினான், பாடினான், சீழ்கையடித்தான்.

சோஃபியா பாதியாக இளைத்துப்போயிந்தாலும்கூட நல்ல உறுதியான உடலுள்ள பெண்தான். அவள் கைகளில் மட்டுமல்லாமல் கால்களிலும் நன்றாக சதை திரண்டிருந்தது. குழந்தையை அவள் வீசித்தூக்கும்போது அது கொஞ்சமும் எடையற்றதோ என்று எண்ணத்தோன்றும். உருண்டையாக, பலமானவளாக இருந்தாள் சோஃபியா, அவள் எதன் மீதாவது அமர்ந்தாளென்றால் அது நிச்சயம் சுக்குநூறாக உடையும்.

நானும் அவளும் வீட்டுக்கு திரும்பி வரும்போது, அவள் குழந்தையை ஹார்ப்போவிடம் கொடுத்துவிட்டுத் தைப்பதற்காக நூலை எடுத்தாள். அவள் விரிப்புகள் தைத்தாள். குழந்தையை அள்ளியெடுத்து அவன் அதற்கு முத்தமிட்டான். பிறகு, அதன் தாடையைக் கவ்வியபடி சிரித்தபடி அவன், முற்றத்தில் அமர்ந்திருக்கும் தந்தையைப் பார்த்தான்.

மிஸ்டர் ____ பைப்பைப் புகைத்தவாறே கூறுகிறார், இனிமேல் பார் அவள் உன்னை எப்படி மாற்றப்போகிறாளென்று.

அன்புள்ள கடவுளுக்கு,

சோஃபியா தன்னைப் பெரிதாய்ப் பொருட்படுத்த தான் என்ன செய்ய வேண்டும் என்று ஹார்ப்போ குழம்பினான். நான் ஒன்று சொன்னால், அவள் வேறொன்றைச் செய்கிறாள். நான் பேசுவதை அவள் லட்சியம் செய்வதே இல்லை. எப்போதும் எதிர்த்துப் பேசுகிறாள் என்றான் முற்றத்தில் உடன் அமர்ந்திருந்த தன் தந்தையிடம்.

அவன் பேசியதைக் கேட்டபோது அதில் சிறிது பெருமை தொனிப்பதாகவே எனக்குத் தோன்றியது.

மிஸ்டர் ____ எதுவும் பேசாமல் புகைத்துக் கொண்டிருந்தார்.

நமக்குத் திருமணமாகிவிட்டது, நீ அடிக்கடி உன் அக்காவைப் பார்க்கப் போகக் கூடாது, நம் குழந்தைகளைக் கவனித்துக்கொண்டு இங்கிருப்பதுதான் சரி என்று சொன்னால், நான் குழந்தைகளை உடன் அழைத்துக்கொண்டுதான் செல்வேன் என்கிறாள். என்னுடன் இரு என்று சொன்னால், நீயும் வாயேன் என்கிறாள். கண்ணாடியின் முன்பு ஒப்பனை செய்துகொண்டே குழந்தைகளையும் தயார் செய்வதை நிறுத்தாமலேயே இவ்வளவையும் பேசுகிறாள்.

நீ அவளை அடிப்பதில்லையா? என்றார் மிஸ்டர் ____.

குனிந்து தன் கைகளைப் பார்த்தபடி, இல்லையே என்றான் சங்கடமாக.

மிஸ்டர் ____ புகைத்துக்கொண்டே சொன்னார். அடிக்கவில்லையென்றால் அவள் உன்னை மதிப்பாளென்று நீ எப்படி எதிர்பார்க்கிறாய்? மனைவியையும் நம்முடைய பிள்ளைகளைப் போலத்தான் நடத்த வேண்டும். அதிகாரம் உன்னிடம்தான் இருக்கிறது என்பதை நீ காட்டித்தானாக் வேண்டும். செமத்தியாக அடித்து உதைப்பதுதான் அதற்குச் சரியான வழி.

ஆமாம், சோஃபியா மிகவும் திமிராகத்தான் இருக்கிறாள். அவளுக்கு நல்ல பாடம் புகட்டியாக வேண்டும் என்றான் ஹார்ப்போ.

எனக்கு சோஃபியாவைப் பிடிக்கும். ஆனால், அவள் என்னைப் போல பணிவானவள் இல்லை. பேசிக்கொண்டிருக்கும்போது ஹார்ப்போ, மிஸ்டர் ____ என யார் அறைக்குள் நுழைந்தாலும் அவர்களைக்

கண்டுகொள்ளாமல் அவள் பேசிக்கொண்டே இருப்பாள். அதெங்கே இதெங்கே என்று அவர்கள் கேட்டாலும்கூட எனக்குத் தெரியாது என்றுசொல்லிப் பேச்சைத் தொடர்வாள்.

சோஃபியாவை எப்படி வழிக்குக் கொண்டுவருவது என்று ஹார்ப்போ கேட்டபோது இவ்வளவு மகிழ்ச்சியாக இருக்கிறவன் ஏனிப்படி யோசிக்கிறான் என்று எனக்குத் தோன்றியது. மூன்று வருடங்கள் கடந்த பின்னும் இன்னமும் சீழ்கையடித்துக்கொண்டும் பாடிக்கொண்டும் தானிருக்கிறான். நானோ மிஸ்டர்____ என்னைக் அழைக்கும் ஒவ்வொருமுறையும் பதறிக்கொண்டுதான் ஓடுகிறேன். அப்போதெல்லாம் சோஃபியா என்னை ஆச்சரியமாகவும் பரிதாபமாகவும் பார்ப்பாள்.

அவளை அடி என்றேன் நானும்.

அடுத்த முறை நாங்கள் ஹார்ப்போவைப் பார்த்தபோது அவன் முகம் காயங்களால் கந்தரகோலமாக இருந்தது. அவன் உதடு கிழிந்தும், ஒரு கண் இறுக மூடிய முஷ்டியைப் போன்றும் இருந்தது. அவன் மூச்சுப்பிடிப்புக்குள்ளானவனைப் போல நடந்தான். பல் வலிப்பதாகவும் சொன்னான்.

உனக்கு என்னவாயிற்று ஹார்ப்போ என்றேன்.

அந்தக் கழுதை! ஆ, அவள் அவ்வளவு முரண்டு பிடிக்கிறாள். அன்றைக்கு வயலில் கிறுக்குத்தனமாக நடந்துகொண்டாள். அவளை வீட்டுக்கு அனுப்புவதற்குள் அவ்வளவு சத்தம். பிறகு, நான் வீட்டுக்குள் நுழையும்போது கண் மங்கலாகி கதவில் மோதிக்கொண்டேன். கண்ணில் அடிபட்டு, தாடையிலும் காயமாகிவிட்டது. இரவில் கடும்புயல் தோன்றியதால் சன்னலை மூட முயன்றேன். அது என் கையின் மீதே விழுந்துவிட்டது.

சரிதான், இவ்வளவுக்குப் பிறகு சோஃபியாவை வழிக்குக் கொண்டுவர உன்னால் எப்படி முடியும் என்றேன்.

உண்மை தானென்றான்.

ஆனால், அவன் முயற்சியைக் கைவிடவில்லை.

அன்புள்ள கடவுளுக்கு,

அன்றைக்கு, நான் வந்துகொண்டிருப்பதாக குரல் கொடுக்கும் முன்னரே ஏதோ நொறுங்கிவிழும் சப்தம் கேட்டது. வீட்டுக்குள்ளிருந்து சத்தம் வந்ததால் நான் தாழ்வாரத்திலிருந்து உள்ளே செல்ல வேகமாக ஓடினேன். ஓடைக்கரையின் மணலில் கேக் செய்துகொண்டிருந்த இரு குழந்தைகளும் நிமிர்ந்துகூடப் பார்க்கவில்லை.

நான் மிக மெதுவாகக் கதவைத் திறந்தேன். திருடர்களும் கொலைகாரர்களுமாக இருக்கக் கூடுமே. குதிரைத் திருடர்களாகவோ பேய்களாகவோகூட இருக்கலாம். ஆனால், அது ஹார்ப்போவும் சோஃபியாவும்தான். இரண்டு ஆண்கள் சண்டையிடுவதைப் போல அவர்கள் அடித்துக்கொண்டார்கள். கையில் கிடைத்த மரச்சாமான்களையெல்லாம் புரட்டிப்போட்டார்கள். அத்தனை தட்டும் உடைந்து கிடந்தது. நிலைக்கண்ணாடி கோணலாய்த் தொங்கியது. திரைச்சீலைகள் கிழிந்திருந்தன. மெத்தையிலிருந்த பஞ்சு முழுவதையும் உருவி வீசியிருந்தனர். அவர்கள் என்னைக் கவனிக்கவேயில்லை. தீவிரமாகச் சண்டையிட்டுக்கொண்டிருந்தார்கள். அவன் அவளை அறைந்துவிட முயன்றுகொண்டிருந்தான். ஏனென்றுதான் எனக்குப் புரியவில்லை. அவள் கீழே துழாவி கையில் கிடைத்த ஒரு விறகால் அவன் முகத்தின் குறுக்காகக் கண்களில் ஒரு போடு போட்டாள். அவள் வயிற்றில் அவன் குத்தியதும் வலியில் துடித்து ஓலமிட்டவள் இரு கைகளையும் கோத்து அவன் மர்மப்பகுதியில் ஓங்கி அடித்தாள். வலியில் தரையில் உருண்ட அவன், அவள் ஆடையைப் பிடித்து இழுத்தான். அவள் உள்ளாடையோடு நின்றாள். இமைக்காமல் அப்படியே நின்றுகொண்டிருந்தவளின் தாடையை நோக்கி தாக்கப்போனவனை அப்படியே பிடித்து விழத்தள்ளினாள். அவன் அடுப்பின் மீது சிதறி விழுந்தான்.

எவ்வளவு நேரமாக இப்படி சண்டைபோட்டுக் கொண்டிருக்கிறார்கள், எப்போது முடிப்பார்கள் என்று தெரியவில்லை. நான் சத்தம்போடாமல் அங்கிருந்து நழுவினேன். ஓடைக்கரையில் விளையாடிக்கொண்டிருந்த அவர்களின் குழந்தைகளுக்குக் கையசைத்துக் காட்டிவிட்டு என் வீட்டுக்கு நடந்தேன்.

சனிக்கிழமை அதிகாலையிலேயே வண்டிச் சத்தம் கேட்டது. ஹார்ப்போவும் சோஃபியாவும் குழந்தைகளோடு வாரயிறுதிக்காக அவள் அக்காவின் வீட்டுக்குக் கிளம்பிப்போனார்கள்.

அன்புள்ள கடவுளுக்கு,

நான் சரியாகத் தூங்கி ஒரு மாதத்துக்கும் மேலாகிறது. மிஸ்டர் ____ மண்ணெண்ணெய் விலையேற்றத்தைப் பற்றி புலம்ப ஆரம்பிக்கும் வரை நான் விழித்துக்கொண்டிருக்கிறேன். சிறிது பாலும் எப்சம் உப்பும் நீரில் கலந்து குளித்துப் பார்த்தேன். விச் ஹேசல் மூலிகை எண்ணெயைத் தலையணையில் தெளித்து, திரைச்சீலைகளை இறக்கி, நிலவொளிகூட அறைக்குள் நுழையாமல் செய்துவிட்டுதான் படுத்தேன். சில இரவுகளில் மட்டும் அதுவும் சில மணிநேர உறக்கம்தான். அதுவும் ஆழ்ந்த தூக்கம் வாய்க்கும் தருணத்தில் விழிப்புத் தட்டிவிடும்.

ஆரம்பத்தில் விழிப்புவந்ததும் கொஞ்சம் பாலருந்திவிட்டு வேலிக்கம்பிகளை எண்ணத் தொடங்குவேன். பிறகு, பைபிளைப் படிக்கலாம் என்று தோன்றும்.

என்ன காரணமாயிருக்கும் என்று எனக்கு நானே கேட்டுக்கொண்டேன்.

ஒரு மெல்லிய குரல் சொன்னது. நீ ஏதோ தவறிழைத்துவிட்டாய். யாருடைய ஆன்மாவுக்கோ தீங்கிழைத்திருக்கிறாய். அப்படியும் இருக்கலாம்.

ஒருநாள் பின்னிரவில் என் புத்திக்கு எட்டியது. சோஃபியா! சோஃபியாவின் ஆன்மாவுக்குத் தீங்கிழைத்திருக்கிறேன்.

அவள் அதைக் கண்டுபிடித்துவிடக் கூடாது என்று பிரார்த்தித்தேன். ஆனால், அவளுக்கு தெரிந்துபோனது.

ஹார்ப்போ சொல்லிவிட்டான்.

அவளுக்கு அது பற்றி தெரியவந்த மறுநிமிடமே ஒரு சாக்கைக் கையில் எடுத்துக்கொண்டு வேகமாக வந்தாள். அவளுடைய கண்களுக்கு அடியில் அடிபட்டு கன்றியும் சிவந்தும் போயிருந்தது.

உங்களிடம் நான் உதவியைத்தான் எதிர்பார்த்தேன் என்று சொல்லவிட்டுப்போக வந்தேன் என்றாள்.

ஏன் நான் உனக்கு உதவவில்லையா?

அவள் சாக்கைப் பிரித்தாள். இதோ நீங்கள் கொடுத்த திரைச்சீலைகள். இதோ உங்கள் நூல்கண்டு, இதையெல்லாம் நான் உபயோகித்துக்கொண்டதற்கான விலை ஒரு டாலர், இதோ.

இல்லை, இதெல்லாம் உன்னுடையதுதான் என்று சொல்லி அவற்றை அவள் கைகளில் மீண்டும் திணிக்க முயன்றேன். என்னால் முடிந்த உதவிகளை உனக்குச் செய்ததில் எனக்கு மகிழ்ச்சிதான்.

நீங்கள் ஹார்ப்போவிடம் என்னை அடிக்கச் சொன்னீர்கள் அல்லவா?

இல்லை நான் அப்படிச் சொல்லவில்லையே என்றேன்.

பொய் சொல்லாதீர்கள்.

இல்லை, அவன் உன்னை அடிக்க வேண்டும் என்று நான் மனதார நினைக்கவில்லை.

பிறகு, ஏன் அப்படிச் சொல்ல வேண்டும்?

என் கண்களை உற்றுநோக்கியவாறு எனக்கு நேராக நின்றுகொண்டு கேட்டாள்.

அவள் களைத்துப்போயிருந்தாள் அதோடு அவள் முகத்தின் பாவத்திலிருந்து அவள் நான் சொன்னதை நம்பவில்லையென்று தெரிந்தது.

நான் ஒரு முட்டாள் அது மட்டுமல்லாமல் உன்னிடத்தில் கொண்ட பொறாமையால்தான் அப்படிச் சொன்னேன். என்னால் முடியாத ஒன்றை நீ செய்வதால் வந்த பொறாமை.

அதென்ன அது?

சண்டைபோடுகிறாயே அதுதான் என்றேன்.

ஸ்தம்பித்துப்போனவளாக அசையாமல் நின்றாள் அவள். கோபத்தோடு வந்தவளின் முகம் இப்போது சோகத்திலாழ்ந்தது.

வாழ்க்கை முழுக்க எனக்குப் போராட்டம்தான். என் அப்பாவோடு சண்டை, சகோதரர்களோடு, மாமன்களோடு, அவர்கள் பிள்ளைகளோடும் போராட்டம்தான். ஆண்மக்களால் நிறைந்த குடும்பத்தில் பெண்பிள்ளைக்குப் பாதுகாப்பில்லை. ஆனால், என் சொந்த வீட்டிலயே நான் சண்டைபோட நேரிடும் என்று நான் நினைக்கவேயில்லை. பெருமூச்செறிந்தாள்.

நான் ஹார்ப்போவை நேசிக்கிறேன். அது கடவுளுக்குத் தெரியும். ஆனால், அவன் என்னை அடிக்க முயன்றானென்றால் நான் அவனைக் கொல்வேன். அவன் இறந்துபோக வேண்டும் என்று நீங்கள் நினைத்தால் மட்டும் என்னை அடிக்கும்படி அவனுக்கு அறிவுறுத்துங்கள். கைகளை இடுப்பில் தாங்கியபடி நின்றவள், எனக்கு வில் அம்புடன் வேட்டைக்குப்போய் பழக்கமிருக்கிறது என்றாள்.

அவள் வந்தபோது எனக்கிருந்த நடுக்கம் மாறி ஆசுவாசம் அடைந்தேன். என்னை நினைத்தால் எனக்கே மிகவும் வெட்கமாக இருக்கிறது. கடவுளும் என்னைத் தண்டித்துவிட்டார்தான் என்றேன்.

கடவுளுக்கு இப்படியான செய்கைகள் பிடிக்காது. ஆனால் அதற்காக தொடர்ந்து தண்டிக்கவும் மாட்டார்.

இந்த உரையாடல் பேச்சின் போக்கை வேறு பக்கம் திருப்பியது.

நீ எனக்காக வருத்தப்படுகிறாய் அல்லவா?

ஒரு நிமிடம் யோசித்துவிட்டு, மெதுவாக, ஆமாம், அது உண்மைதான் என்றாள்.

காரணம் எனக்குத் தெரிந்திருந்தாலும் எதற்காக வருத்தப்படுகிறாய் என்று அவளைக் கேட்டேன்.

உண்மையைச் சொன்னால் நீங்கள் எனக்கு என் அம்மாவை நினைவுபடுத்துகிறீர்கள். அவள் என் அப்பாவின் கட்டைவிரலுக்குக் கீழ்ப்படிந்தவள், இல்லை அப்படிச் சொல்வதைவிட அவர் பாதத்துக்குப் பணிந்தவள் என்று சொல்வதே சரியாக இருக்கும். அவர் என்ன சொன்னாலும் செய்வாள். எதிர்த்துப் பேசுவதே கிடையாது. தனக்காக அவரை ஒருநாளும் எதிர்த்துக்கொண்டதில்லை. எங்களுக்காகக் கொஞ்சம்போல எதிர்க்க முயன்றாளென்றால் அது அவளுக்கே பெரிய வினையாக வந்து முடியும். எங்களுக்காக அவள் பரிந்தாளென்றால் அவ்வளவும் அவளுக்கு பிரச்சினைதான். அவர் குழந்தைகளையும் குழந்தைகளைப் பெற்றெடுத்தவளையும் அவ்வளவு வெறுத்தார். ஆனால், இதை நம்ப முடியாத அளவுக்கு அவருக்குப் பிறந்த பிள்ளைகளின் எண்ணிக்கையும் அதிகம் தான்.

இவளுடைய குடும்பத்தைப் பற்றி நான் எதுவுமே தெரிந்துகொண்டதில்லை. இப்படி ஒருத்தியின் குடும்பத்தில் பயமென்றால் என்னவென்று யாருக்கும் தெரிய வாய்ப்பில்லையே என்று எண்ணியவாறு அவளுடைய ஆகிருதியான உடலைப் பார்த்தேன்.

எத்தனைப் பிள்ளைகள் அவருக்கு?

பன்னிரெண்டு என்றாள்.

அடேங்கப்பா! என் தந்தைக்கு என் தாயின் மூலம் ஆறு பிள்ளைகள், இப்போதுள்ள மனைவியால் நான்கு என்றேன். எனக்கு அவரால் பிறந்த இரண்டைப் பற்றி நான் சொல்லமுடியாதே.

எத்தனைப் பெண்கள் என்று கேட்டாள் சோஃபியா.

ஐந்து, உன் வீட்டில்?

ஆறு ஆண்கள், ஆறு பெண்பிள்ளைகள். எல்லாப் பெண்களுமே என்னைப் போல உறுதியான பெரிய உடல்வாகுள்ளவர்கள்தான். ஆண்களும் அப்படியே. ஆனால், பெண்கள் அனைவரும் ஒற்றுமையாக சேர்ந்திருப்போம். சகோதரர்களில் இருவர் மட்டும் சமயங்களில் எங்களுடன் இணைந்துகொள்வார்கள். எங்களுக்கிடையில் சண்டைமூண்டு நாங்கள் அடித்துக்கொள்வதைப் பார்க்க வேண்டுமே!

உயிருள்ள எதையுமே நான் இன்றுவரையில் அடித்ததில்லை தெரியுமா? நான் வீட்டிலிருந்தபோது சின்னதுகள் சேட்டை செய்தால் புட்டத்தில் அதுவும் லேசாய் வலிக்காமல் அடிப்பேன் அவ்வளவுதான்.

உங்களுக்குக் கோபம் வந்தால் என்னதான் செய்வீர்கள்?

யோசித்துப் பார்த்தால் நான் கடைசியாய்க் கோபப்பட்டது எப்போதென்றே எனக்கு நினைவில் இல்லை. அம்மா என்னை ரொம்ப வேலை வாங்குகிறாள் என்று அவள் மீது கோபம் ஏற்பட்டதுண்டு. பிறகு, அவள் நோய்வாய்ப்பட்டதில் எனக்குக் கோபம் போய்விட்டது. அப்பாவின் மீதும் சினம் கொள்ள முடியவில்லை, என்ன இருந்தாலும் என் தந்தையல்லவா? அதுவுமில்லாமல் என்ன ஆனாலும் தாய் தந்தையை மதிக்கத்தான் வேண்டும் என்று பைபிளும் சொல்கிறதே. காலப்போக்கில் எனக்குக் கோபம் உண்டாகும்போதெல்லாம் உடல்நலம் கெடத் தொடங்கியது. ஒருமாதிரி குமட்டல் வரும்.

ரொம்ப மோசமான ஒரு உணர்வு அது. பிறகு, எதுவுமே தோன்றாமல் மரத்துப்போய்விட்டேன்.

ஒன்றுமே தோன்றாதா என்று அதிர்ச்சியாய் முகம் சுளித்தாள் சோஃபியா.

ஆமாம், சிலசமயங்களில் மிஸ்டர் ____ என்னை மிக மோசமாக நடத்துகிறார். நான் கடவுளிடம் முறையிட வேண்டியிருக்கிறது. என்ன செய்வது என்ன இருந்தாலும் அவர் என் கணவர். சொல்லிவிட்டு என் தோள்களைக் குலுக்கினேன். இந்த வாழ்க்கை ஒன்றும் நிலையானதல்லவே. சுவனவாழ்வே நிலையானது.

நீங்கள் மிஸ்டர் ____ ன் மண்டையை முதலில் அடித்துப் பிளக்க வேண்டும். சுவனத்தைப் பற்றி பிறகு யோசித்துக்கொள்ளலாம்.

எனக்கு இதைவிட நகைச்சுவையான பேச்சு வேறென்ன இருக்க முடியும். நான் அப்படி சிரித்தேன். அவளும் சிரித்தாள். நாங்கள் விழுந்து விழுந்து சிரித்ததில் நிற்க முடியாமல் துவண்டோம்.

சரிதான், இந்த வீணாய்ப்போன திரைச்சீலைகளைத் தைத்து போர்வைகள் செய்யலாமே என்றாள் சோஃபியா. நான் ஓடிச்சென்று வரைபட மாதிரி புத்தகத்தை எடுத்து வந்தேன்.

இப்போதெல்லாம் நான் ஒரு குழந்தையைப் போல உறங்குகிறேன்.

அன்புள்ள கடவுளுக்கு,

ஷுக் ஏவரி உடல்நலமில்லாமல் இருக்கிறாள். ராணித்தேனியைத் தங்கள் வீட்டில் வைத்துப் பராமரிக்க இந்த ஊரில் யாருக்கும் மனமில்லை. அவளுடைய தாய், கடைசியில் இப்படித்தான் நடக்கும் என்று முன்பே எச்சரித்தேன் அல்லவா என்றாள். அவளுடைய தந்தை, நீ ஒரு ஆடுகாலி என்பதோடு விட்டுவிட்டார். அவளுக்குக் காசநோயோ அல்லது பாலியல் நோயோ இருக்கலாம் என்றும் அவள் செத்துக்கொண்டிருக்கிறாள் என்றும் சர்ச்சில் பெண்கள் மத்தியில் பேச்சு. என்னது? உண்மையாகவா என்று கேட்கத்துடித்து, என்னையே அடக்கிக்கொள்கிறேன். சர்ச்சுக்கு வரும் பெண்கள் என்னிடத்தில் சமயங்களில் நல்லவிதமாக நடந்துகொள்வதுண்டு. சமயங்களில் மோசமாகவும். நான் மிஸ்டர் ____ ன் பிள்ளைகளோடு சிரமப்படுவதை அவர்கள் பார்க்கிறார்கள். அந்தப் பிள்ளைகளை சர்ச்சுக்கு அழைத்துவரவும், வந்தஇடத்தில் அவர்களை அமைதிகாக்கச் செய்யவும் நான் படும்பாடுகள் அவர்களுக்குத் தெரியும். அவர்களில் சிலர் நான் கர்ப்பமாக இருந்த இரு முறையும் என்னை அங்கு பார்த்தவர்கள்தான். சில நேரங்களில் நான் கவனிப்பதில்லை என்று நினைத்துக்கொண்டு என்னைப் புரியாத புதிராக எண்ணி அவர்கள் முறைப்பதுண்டு.

போதகருக்கு என்னால் இயன்ற உதவிகளைச் செய்துகொடுத்து நான் என் மதிப்பைக் காத்துக்கொள்வேன். சர்ச்சின் தரை, சன்னல்களைச் சுத்தம் செய்து, புனிதபீடத்தின் துணியை துவைத்துத் தந்து உதவுவேன். கணப்பில் எப்போதும் விறகு இருக்கும்படி கவனித்துக்கொள்வேன். போதகர் என்னை சகோதரி சீலி என்றழைப்பார். சகோதரி சீலி நீங்கள் நல்ல விசுவாசி என்று பாராட்டுவார். பிறகு, மற்ற பெண்களிடமும் ஆண்களிடமும் பேசுவார். நான் வேலைகளைச் செய்துகொண்டு பரபரவென்று திரிவேன். மிஸ்டர் ____ கதவருகில் அமர்ந்துகொண்டு அங்குமிங்கும் நோட்டமிடுவார். அவரை நோக்கிப் புன்னகைக்கும் ஒரு வாய்ப்பையும் தவறவிட்டுவிடாமல் பெண்கள் அவரை ஏறிட்டுச் சிரிப்பார்கள். அவரோ என்னைத் தவறியும் பார்த்துவிட மாட்டார்.

ஷுக் ஏவரி நோயுற்றதால் போதகரும் அவளைப் பற்றி பேசினார். அவளுடைய நிலைமையை ஒரு உதாரணமாகக் காட்டி போதனை செய்தார். அவளுடைய பெயரை அவர் வெளிப்படையாகச் சொல்லவில்லை. ஆனால், சொல்ல வேண்டிய அவசியமே இல்லைதான். அவர் யாரைக் குறிப்பிடுகிறார் என்று எல்லோருக்கும் தெரிந்திருந்தது. குட்டைப்பாவாடைகள் அணிந்துகொண்டு, புகைத்துக்கொண்டு, ஜின் அருந்திக்கொண்டு திரியும் ஒரு வேசி என்று அவளைக் குறிப்பிட்டார். காசுக்காகப் பாடும், அடுத்த பெண்களின் புருஷர்களைக் கவர்ந்துகொள்ளும் பெண் என்றும், விபச்சாரி, தெருக் கூட்டுபவள் என்றெல்லாமும் அவளை இழிந்தார்.

தெருகூட்டுபவள் என்று அவர் சொன்னபோது நான் மிஸ்டர் ____ ன் பார்வையைச் சந்தித்து மீண்டேன். யாராவது அவள் சார்பாகப் பேச வேண்டுமே என்று நினைத்தேன். ஆனால், மிஸ்டர் ____ அமைதியாக இருந்தார். கால்களை இப்படியும் அப்படியும் மாற்றி ஒன்றன் மேல் ஒன்றாகப் போட்டுக்கொண்டார். சன்னலுக்கு வெளியில் வெறித்தார். அவரைப் பார்த்து புன்னகைத்த அதே பெண்கள் ஷுக் ஏவரியின் வீழ்ச்சிக்காக, ஆமென் என்றார்கள்.

ஆனால், வீட்டுக்கு வந்ததும் உடை மாற்றக்கூட மிஸ்டர் ____ தாமதிக்கவில்லை. ஹார்ப்போ-சோஃபியாவின் வீடருகில் சென்று கூவியழைத்தார். ஹார்ப்போ ஓடிவந்தான்.

வண்டியைக் கட்டு என்றார்.

எங்கு போகிறோம்?

வண்டியைக் கட்டடா என்று சப்தமிட்டார்.

ஹார்ப்போ வண்டியைத் தயார் செய்தான். ஒன்றிரண்டு நிமிடங்கள் கொட்டகையின் வெளியில் நின்று ஹார்ப்போவிடம் ஏதோ பேசிய மிஸ்டர் ____, வண்டியை ஓட்டிக்கொண்டு வேகமாகச் சென்றார்.

அவர் வீட்டுக்குக்காக எதையுமே செய்யாதிருந்ததிலும் ஒரு நன்மை. அவரின் இன்மை எங்களை வருத்தியதே இல்லை.

ஐந்து தினங்கள் கழித்து சாலைக்கு அப்பால் நான் பார்த்தபோது வண்டி திரும்ப வந்து கொண்டிருந்ததைக் கவனித்தேன். வண்டியின் மேலே பழைய போர்வைகளாலோ என்னவோ ஒரு படுதா வேயப்பட்டிருந்தது. என் இதயம் படபடவென துடிக்கலாயிற்று, முதல் காரியமாக நான் என் ஆடையை மாற்றிக்கொள்ள எத்தனித்தேன்.

ஆனால், அதற்கெல்லாம் நேரம் இருக்கவில்லை. நான் உடுத்தியிருந்த ஆடையிலிருந்து என் கரத்தையும் தலையையும் வெளியே இழுக்கும் முன்னரே வண்டி வாசலுக்கு வந்துசேர்ந்துவிட்டது. அதுவுமல்லாமல் இந்த சிடுக்குப்பிடித்த தலையும், அழுக்கான தலைக்குட்டையும், என் பழைய காலணிகளும், நாறும் உடலுமாக நான் இருக்கும்போது புதிய ஆடையால் மட்டும் என்ன வித்தியாசம் வந்துவிடப்போகிறது?

என்ன செய்வதென்றே புரியாமல் தடுமாறிக்கொண்டு நின்றேன். அடுப்படியின் நடுவில் நின்றுகொண்டிருந்த என் மனதில் எண்ணங்கள் சுழன்றடித்தன. இப்படியெல்லாம் நடக்கும் என்று யார்தான் கனவு கண்டது.

சீலி, ஹார்ப்போ - மிஸ்டர் ____ கூவியழைத்தார்.

வெளியில் நீட்டியிருந்த தலையையும் கரத்தையும் அதே பழைய ஆடைக்குள் நுழைத்துக்கொண்டு முகத்திலிருந்த தூசையும், வியர்வையையும் இயன்றவரையில் அழுந்தத் துடைத்தேன். வாசலுக்கு வந்து, சொல்லுங்கள் என்றபோது விளக்குமாறில் கால்களை இடறிக்கொண்டேன்.

அதற்குள் வாசலுக்கு வந்துசேர்ந்திருந்த ஹார்ப்போவும் சோஃபியாவும் வண்டிக்குள் எட்டிப்பார்த்துக்கொண்டிருந்தனர். அவர்கள் முகத்தில் ஈயாடவில்லை.

யார் இது என்றான் ஹார்ப்போ.

இவள்தான் உங்களுக்கு அம்மாவாகி இருக்க வேண்டியவள் என்றார் மிஸ்டர் ____.

ஷுக் ஏவரியா இது என்று அதிர்ந்த ஹார்ப்போ என் முகத்தை ஏறிட்டுப் பார்த்தான்.

இவளை வீட்டுக்குள் கொண்டுசெல்ல எனக்கு உதவு என்றார் மிஸ்டர் ____.

வண்டிக்கு வெளியில் அவளுடைய ஒரு கால் துருத்திக்கொண்டு வந்ததைப் பார்த்த எனக்கு இதயம் வாய் வழியே குதித்துவிடுமோ என்று அச்சமாக இருந்தது.

அவள் படுத்துக்கிடக்கவில்லை. ஹார்ப்போவையும் மிஸ்டர் ____ ஐயும் பிடித்தபடி கீழே இறங்கிக் கொண்டிருந்தாள். ஆளை மயக்கும்வண்ணம் உடுத்தியிருந்தாள். மார்புப்பகுதியில் கருப்பு பாசிவேலைப்பாட்டுடன்கூடிய நல்ல சிகப்புக் கம்பளியாடை. பளபளத்த கருப்புத்தொப்பியிலிருந்த வல்லூறின் இறகுகள், அவளுடைய ஒரு கன்னத்தில் சாய்ந்து இறங்கின. காலணிக்குப் பொருத்தமானதாகக் கையில் வைத்திருந்த பாம்புத்தோல் பை இருந்தது.

அவ்வளவு கச்சிதமாக அவள் உடுத்தியிருந்ததைப் பார்த்து நாணமுற்று வீட்டைச் சுற்றியிருந்த மரங்களெல்லாம் நிமிர்ந்து நின்று தங்கள் தோற்றத்தை சரி செய்துகொள்ள முயல்வதுபோல எனக்குத் தோன்றியது. அவளுடைய கால்களுக்கும் அவளுக்கும் ஏதோ பிணக்கு என்பதுபோல ஹார்ப்போவுக்கும் மிஸ்டர் ____க்கும் இடையில் அவள் தடுமாறத் தொடங்கினாள்.

அருகில் சென்றபோது அவள் முகத்தில் அப்பியிருந்த மஞ்சள் நிறப் பவுடரையும், சிகப்புச் சாயத்தையும் காண முடிந்தது. ஏதோ இந்த உலகில் வெகுகாலம் வாழாமல் விண்ணுலகம் போகப்போகிறவள்போல உடுத்தியிருந்தாள். ஆனால், அப்படியெல்லாம் போய்விடமாட்டாள் என்று எனக்குத் தெரியும்.

வா, உள்ளே வா என்று கூவியழைக்கப் பேராவல் கொண்டேன். உள்ளே வா, இறைவனின் துணையோடு சீலி உன்னை நலம்பெறச் செய்வாள் என்று கூவத் தோன்றியது. ஆனால் நான் எதுவுமே பேசவில்லை. இது என் வீடில்லை. மேலும், எனக்கு எந்தக் கட்டளையும் இன்னும் இடப்படவில்லை.

அவர்கள் மாடிப்படிகளில் பாதியைக் கடந்த பிறகு தான், மிஸ்டர் ____ என்னைப் பார்த்தார். சீலி, இவள் ஷுக் ஏவரி, குடும்பத்தின் நீண்டகால நண்பர். இருக்கும் மற்றொரு அறையை அவருக்காகத் தயார்செய் என்றார். பிறகு அவளை ஒரு கையால் தாங்கிக்கொண்டு கைப்பிடியை இன்னொரு கையால் பிடித்தார். ஹார்ப்போ இன்னொரு பக்கத்திலிருந்து அவளை ஏந்திக்கொண்டான், சோகபாவத்துடன். சோஃபியாவும்

குழந்தைகளும் முற்றத்தில் நின்றபடியே இதையெல்லாம் பார்த்துக்கொண்டிருந்தார்கள்.

நான் நகரவில்லை, என்னால் அசைய முடியவில்லை. எனக்கு அவளுடைய கண்களைப் பார்க்க வேண்டும். அவளுடைய விழிகளை ஒருமுறை பார்த்துவிட்டேனென்றால் நின்றுகொண்டிருக்கும் இடத்தோடு ஒட்டிக்கொண்டு அசைய மறுக்கும் என் கால்கள் நகரும் என்று தோன்றியது.

போ, அவர் ஆணையிட்டார்.

அவள் நிமிர்ந்தாள்.

முகப்பூச்சுக்குக் கீழே ஹார்ப்போவினதையொத்த கரிய முகம் தெரிந்தது. நீளமான கூர் மூக்கும், பெரிய, சதைப்பற்றான, கருத்த ப்ளம்களை ஒத்திருந்த உதடுகளையும் கொண்டிருந்தாள். பெரிய, பளபளப்பான அந்த விழிகள், அவளுக்கிருந்த இயலாமையின் ஆவேசத்தில், அவள் செல்லும் வழியில் ஒரு பாம்பு குறுக்கிட்டால் அதை அடித்தே கொல்வாள் என்று நினைக்கத் தோன்றும் அளவுக்கு ஜுர வேகத்தில் சிவந்திருந்தன.

அவள் என்னைத் தலையிலிருந்து கால்வரை உற்றுப்பார்த்தாள். பிறகு, மரணப்படுக்கையின் மூச்சிரைப்பைப் போன்ற சப்தத்துடன் கொக்கரித்தாள். நீ நிச்சயமாகக் குரூபிதான் என்றாள். ஏதோ தான் முன்னரே கேள்விப்பட்டிருந்த அந்தச் செய்தியை அதுவரையில் நம்பாதிருந்தவள்போல.

அன்புள்ள கடவுளுக்கு,

ஷ~க் ஏவரிக்கு பெரிதாய் ஒரு பிரச்சினையும் இல்லை. அவள் நோய்வாய்ப்பட்டிருந்தாள். அவ்வளவுதான். நான் இதுவரையிலும் பார்த்திருந்த எந்த நோயாளியையும்விட கடுமையாக நோய்வாய்பட்டிருந்தாள். என் தாய் மரணப்படுக்கையில் இருந்ததைவிடவும்கூட. ஆனால், அவள் என் அம்மாவைவிடவும் கொடியவள். அந்தத் தன்மைதான் அவளை உயிரோடு வைத்திருந்தது.

மிஸ்டர் ____ அவளுடைய அறையிலேயே இரவும் பகலும் கிடந்தார். என்ன, அவர் அவளுடைய கரங்களைப் பிடித்துக்கொள்ளவில்லை, அவ்வளவுதான். அவள் அதற்கெல்லாம் அப்பாற்பட்டவளாக இருந்தாள். சனியனே என் கையை விடு, உனக்கு என்ன பைத்தியம் பிடித்திருக்கிறதா என்று மிஸ்டர் ____ஐக் கடிந்துகொண்டாள். அப்பாவை எதிர்க்க முடியாத ஒரு நோஞ்சான்பிள்ளை என்னிடம் ஒட்டிக்கொண்டிருப்பது எனக்கு எரிச்சல் தருகிறது. நான் விரும்புவதெல்லாம் ஒரு சரியான ஆண்மகனை என்றாள். மிஸ்டர் ____ஐப் பார்த்துக் கண்களை உருட்டிச் சிரித்தாள். அது உண்மையில் சிரிப்பாகவே தோன்றவில்லை என்றாலும், மிஸ்டர் ____க்கு அவள் அருகில் செல்வதில் பயத்தை உண்டாக்கியது. அவர் ஒரு மூலையில் விளக்கு வெளிச்சம் படாத இடத்தில் அமர்ந்துகொண்டார். சில சமயங்களில் இரவுகளில் அவள் விழித்தெழும்போது அவரைக் கவனிக்கக்கூட மாட்டாள். ஆனால், இருளில், புகையிலை இல்லாத வெறும் பைப்பை வாயில் வைத்துக்கொண்டு அவர் எப்போதும் அங்கேயே இருந்தார். அவள் வந்ததுமே சொல்லியிருந்தாள், இந்த இழவெடுத்த பைப் வாடையெல்லாம் எனக்குச் சுத்தமாய்ப் பிடிக்காது ஆல்பெர்ட். உனக்குப் புரிகிறதா?

யாரது ஆல்பர்ட் என்று முதலில் எனக்கு யோசனையாக இருந்தது, பிறகு நினைவு வந்தது. ஆ! மிஸ்டர் ____ன் ஞானஸ்நானப்பெயர் அல்லவா அது!

மிஸ்டர் ____ புகைக்கவில்லை, குடிக்கவில்லை, ஏன் சரியாகச் சாப்பிடக்கூட இல்லை. அவளுடைய மூச்சை எண்ணிக்கொண்டு அவளோடே அந்த அறையில் கிடந்தார்.

அவளுக்கு என்னதானாயிற்று என்று நான் அவரிடம் விசாரித்தேன்.

அவள் இங்கே இருப்பது உனக்குப் பிடிக்கவில்லை என்றால் அதை நேரடியாகச் சொல்லேன், ஆனால் நீ சொல்வதால் ஒன்றும் ஆகப்போவதில்லை, அப்படி நீ நினைக்கிறாய் என்றால்- அவர் முடிக்கவில்லை.

அவள் இங்கிருப்பதை நான் விரும்புகிறேன் என்று நான் அவசரமாகச் சொன்னேன். நான் ஏதோ சதித் திட்டம் தீட்டுகிறேன் என்ற சந்தேகத்தோடே அவர் என்னைப் பார்த்தார்.

அவளுக்கு என்ன நடந்தது என்று தெரிந்துகொள்ள மட்டும்தான் விரும்பினேன்.

அவர் முகத்தைப் பார்த்தேன். களைப்பாகவும், சோகமாகவும் இருந்தது. அவர் தாடை மெலிந்து, முகத்தை பலகீனமாகக் காட்டியது. இவரது தாடையைவிட எனக்கு உறுதியான தாடைதான் என்று நினைத்துக்கொண்டேன். அவருடைய ஆடைகளை அவர் உதறும்போது அவற்றிலிருந்து தூசி எழும்பும் அளவுக்கு அவை அழுக்காய் இருந்தன.

கண்களிலில் கண்ணீர் ஊற, அவர் சொன்னார், ஷுக் ஏவரிக்காகப் போராட யாருமே இல்லை.

அன்புள்ள கடவுளுக்கு,

அவருக்கும் அவளுக்குமாய் மூன்று குழந்தைகள் பிறந்திருக்கின்றன. ஆனாலும், அவர் அவளைக் குளிப்பாட்டக் கூச்சப்படுகிறார். ஒருவேளை அவருக்குப் பழைய நினைவுகளை அது கிளறி விட்டுவிடும் என்று அச்சப்படுகிறார் போல. ஆனால், நான்? முதன்முறையாக ஷு்க் ஏவரியின் மிகநீண்ட கரியஉடலை, அதன் கருப்பு ப்ளம்களைப் போன்ற முலைக்காம்புகளைப் பார்த்ததும் அவை அவள் உதடுகளை ஒத்திருக்கின்றன என்ற எண்ணம் தோன்றி, நானொரு ஆணாக மாறிவிட்டதாக உணர்ந்தேன்.

என்ன முறைத்துக்கொண்டு நிற்கிறாய்? நிர்வாணமான பெண்ணுடலைப் பார்த்ததேயில்லையா? அவள் வெறுப்போடு அதட்டினாள். ஒரு பூனைக் குட்டியைப் போல பலகீனமாய் இருந்தாலும் அவள் தன் பேச்சினால் பிராண்டினாள்.

இல்லை மேம், என்றேன். நான் பார்த்ததேயில்லை. சோஃபியாவை மட்டும் பார்த்திருக்கிறேன். ஆனால், அவளது கொழுகொழுத்த உடலை, கிறுக்குத்தனத்தைப் பார்த்தபோது ஒரு சகோதரியைப் பார்ப்பதுபோன்ற உணர்வுதான் ஏற்பட்டது.

சரிதான், அப்படியென்றால் இதோ நன்றாகப் பார்த்துக்கொள். இப்போது இது வெறும் எலும்புக்கூடுதான். தன்னுடைய இடுப்பில் கையை ஊன்றிக்கொண்டு என்னை இமைக்காமல் பார்க்கும் அளவுக்கு அவள் கூச்சமற்றிருந்தாள். நான் அவள் உடலைக் கழுவத் தொடங்கியதும் பற்களைக் கடித்துக்கொண்டு கண்களை உருட்டி மேற்கூரையைப் பார்த்தாள்.

நான் அவளைக் குளிப்பாட்டிவிடுவதை ஏதோ பிரார்த்தனை செய்வது போன்ற பயபக்தியோடு செய்தேன். என் கரங்கள் நடுங்கின. மூச்சு சீரற்றிருந்தது.

உனக்குக் குழந்தைகள் இருக்கிறார்களா?

இருக்கிறார்கள் மேம்.

எத்தனை பிள்ளைகள்? மேலும் நீ என்னை மேம் என்று சொல்லாதே. எனக்கொன்றும் அவ்வளவு வயதாகிவிடவில்லை.

இரண்டு குழந்தைகள்.

எங்கே அவர்கள்?

எனக்குத் தெரியாது.

ஆச்சரியமாகப் பார்த்தாள்.

என் பிள்ளைகள் அவர்கள் பாட்டியுடன் இருக்கிறார்கள். எனக்கு அவர்களை அவளிடம் விட்டுப்போக வேண்டியிருந்தது, அவள் அவர்களைப் பார்த்துக்கொள்வாள்.

நீ அவர்களை எண்ணி ஏங்குகிறாயா என்று கேட்டேன்.

இல்லை, நான் எதையுமே நினைத்து ஏங்குவதில்லை என்றாள்.

அன்புள்ள கடவுளுக்கு,

ஷேக் ஏவரியிடம் அவளுக்குக் காலை உணவாக என்ன வேண்டும் என்று கேட்டேன். என்னவெல்லாம் கிடைக்கும் என்று கேட்டாள் பதிலுக்கு. பொறித்த பன்றியிறைச்சி, சோளக்கூழ், முட்டைகள், பிஸ்கெட்டுகள், காபி, இனிப்பு சேர்த்த பால், மோர், ஓட்ஸ் கேக், ஜெல்லி மற்றும் ஜாம்.

ஓ! அவ்வளவுதானா? ஆரஞ்சுச் சாறு, திராட்சை, ஸ்ட்ராபெரி, க்ரீம், தேநீர் இதெல்லாம்? சொல்லிவிட்டுச் சிரித்தாள்.

உன்னுடைய கண்றாவியான உணவுகள் ஒன்றும் எனக்கு வேண்டாம். வெறும் காபி கொடு, அதோடு என் சிகெரெட்டுகளும்.

நான் பதில் பேசவில்லை. அவளுக்குக் காபியும் சிகரெட்டும் கொடுத்தேன். அணிந்திருந்த நீளமான வெண்ணிற கவுனிலிருந்து சிகரெட்டுக்காக வெளியில் நீண்ட அவளுடைய கரிய மெல்லிய கரம் பார்க்க அவ்வளவு அழகாக இருந்தது. நான் பார்த்த அவற்றின் மெல்லிய சிறிய நரம்புகளும், நான் பார்க்கக் கூடாது என்று நினைத்த பெரிய நரம்புகளும் எனக்கு அச்சத்தை உண்டாக்கின. நான் கொஞ்சம் சுதாரிப்பாக இல்லாவிட்டால், அவளுடைய கரத்தைப் பிடித்து அதன் விரல்களை என் வாயிலிட்டுச் சுவைத்தாலும் சுவைத்துவிடுவேன் என்று தோன்றியது.

நான் இங்கே உன்னுடன் அமர்ந்து சாப்பிடலாமா என்று கேட்டேன்.

பார்த்துக்கொண்டிருந்த பத்திரிகையிலிருந்து கண்களை எடுக்காமலே தோள்களைக் குலுக்கினாள். சிரித்தபடி, அணிந்திருந்த மணிமாலையை ஒரு கையால் பிடித்துக்கொண்டும், கார்களின் மீது நின்று ஆடியவாறும், அருவிகளுக்குள் பாய்ந்தவாறும் அதிலிருந்த வெள்ளைப் பெண்கள் காட்சியளித்தனர். திருப்தியற்றவளாகப் பக்கங்களைப் புரட்டினாள். அவளுடைய செய்கை, எனக்கு, உடைந்துபோன விளையாட்டுச்சாமானிலிருந்து எதையோ எதிர்பார்த்து ஏமாந்த குழந்தையின் நடத்தையை ஞாபகப்படுத்தியது.

அவள் காபியைக் குடித்துவிட்டு, சிகெரட்டைப் புகைக்கத் துவங்கினாள். நான் வீட்டில் பக்குவம் செய்து பொறித்த பன்றி இறைச்சியை உண்ணத்துவங்கினேன். இந்தப் பன்றி இறைச்சி இருக்கிறதே இதன் மணத்தை நீங்கள் ஒரு மைல் தூரத்திலிருந்தே உணரலாம். அது மிக எளிதாக அந்த அறையில் தன் மணத்தைப் பரப்பியது.

நான் சூடான பிஸ்கெட்டின் மீது வெண்ணையைத் தடவினேன். பன்றிக்குழம்பை உண்டு முடித்த பின், முட்டைகளைச் சோளக்கூழில் பிரட்டினேன்.

அவள் ஏராளமாகப் புகைத்தாள். காபிக் கோப்பையின் அடியில் ஏதோ உறைந்து கிடப்பதைப் போல அதற்குள் உற்றுப்பார்த்தாள்.

கடைசியாக, சீலி எனக்குக் கொஞ்சம் தண்ணீர் வேண்டும், இங்கு படுக்கையின் அருகில் இருப்பது பழையதாகிவிட்டது என்றாள்.

ஒரு குவளையை என்னிடம் நீட்டினாள்.

அவள் படுக்கையின் அருகிலிருந்த மேசையின் மீது என் தட்டை வைத்துவிட்டு, தண்ணீர் முகந்துவரச் சென்றேன். திரும்ப வந்து என் தட்டை எடுத்தபோது என் பிஸ்கெட்டை ஏதோ மூஞ்சூறு கடித்துவிட்டிருந்தது. என் இறைச்சித்துண்டை எலி தூக்கிச் சென்றிருந்தது.

அவள் எதுவுமே நடக்கவில்லை என்பது போலிருந்தாள். தனக்கு மிகவும் களைப்பாக இருப்பதாகப் புலம்பிவிட்டு, உறங்க ஆரம்பித்தாள்.

மிஸ்டர் ____ நான் அவளை எப்படிச் சாப்பிட வைத்தேன் என்று ஆச்சரியப்பட்டார்.

உயிரோடு இருக்கும் யாராலும் வீட்டில் பக்குவம் செய்த பன்றி இறைச்சியின் மணத்துக்கு அடிபணியாமல் இருக்க முடியாது. இறந்தவர்களுக்கு ஒருவேளை இயலலாம் என்றேன்.

மிஸ்டர் ____ சிரித்தார்.

அவருடைய விழிகளில் பித்து ஏறியிருந்ததை என்னால் காண முடிந்தது.

நான் பயந்தேபோனேன், பயந்தேபோனேன் என்று சொல்லியவாறே தன் கரங்களால் கண்களை மூடிக்கொண்டார்.

அன்புள்ள கடவுளுக்கு,

இன்று ஷுக் ஏவரி சிறிது நேரம் படுக்கையில் அமர்ந்திருந்தாள். நான் அவள் கூந்தலை அலசி, சீவிவிட்டேன். நான் பார்த்ததிலேயே மிகவும் சுருண்ட, மிகக் குட்டையான, சிடுக்குகள் நிறைந்த கூந்தல் அது. நான் அதன் ஒவ்வொரு இழையையும் நேசித்தேன். சீப்போடு கழன்று வந்த முடிகளை சேகரித்துவைத்துக் கொண்டேன். என்றாவது ஒருநாள் அதிலிருந்து ஒரு கொண்டைவலை செய்து என் கூந்தலை அழகுபடுத்திக்கொள்வேன்.

ஒரு பொம்மையை, ஒலிவியாவை, என் அம்மாவைக் கையாள்வதுபோல, மென்மையாக அவளைக் கையாண்டேன். கொஞ்சம் சீவி, நீவுவேன். பிறகு, கொஞ்சம் சிடுக்கெடுத்து நீவுவேன். முதலில் அவள் சீக்கிரம் சீவி முடி என்றாள். கொஞ்சம் கொஞ்சமாக நெகிழ்ந்து என் முட்டியில் சாய்ந்துகொண்டாள். ரொம்ப இதமாக இருக்கிறது, அப்படியே என் அம்மா சீவிவிடுவதைப் போல. இல்லை அம்மாவைப்போலல்ல, என் பாட்டி சீவுவதைப் போல என்றாள். ஒரு சிகரெட்டை எடுத்தவள், மெல்லப் பாடினாள்.

அதென்ன பாட்டு? ஏதோ விரசமான பாடலாகத் தோன்றியது எனக்கு. போதகர் சொல்வதுபோல கேட்டாலே பாவம் ஒட்டிக்கொள்ளும் வகையிலான பாடல். அதைப் பாடினால் சேரும் பாவம் பற்றியெல்லாமோ கேட்கவே வேண்டாம்.

அவள் மேலும் பாடினாள். ஏதோ எனக்குத் தோன்றிய பாடல், நானாக இட்டுக்கட்டியது. என் தலையிலிருந்து உன் உதவியோடு நான் சுரண்டி எடுத்தது.

அன்புள்ள கடவுளுக்கு,

மிஸ்டர் ____ ன் தந்தை இன்று மாலை வருகை தந்திருந்தார். குள்ளமான, சுருங்கிப்போன, வழுக்கை மண்டையர் அவர். தங்கக் கண்ணாடி அணிந்திருந்தார். தான் பேச வந்தது ஏதோ பிரசங்கம் என்பதுபோல தொண்டையைக் கனைத்துக்கொண்டு, தலையை ஒருபுறமாகச் சாய்த்துக்கொண்டு பேசினார்.

நேரடியாக விஷயத்துக்கு வந்தார்.

அவளை உன் வீட்டுக்கு அழைத்துவரும்வரையில் உனக்கு அமைதியில்லை, அப்படித்தானே என்றபடியே படிகளில் ஏறினார்.

மிஸ்டர் ____ பதிலேதும் சொல்லவில்லை. வேலியைத் தாண்டி, கிணற்றுக்கு அப்பாலிருந்த மரங்களைப் பார்த்தார். ஹார்ப்போ-சோஃபியா வீட்டுக் கூரையின் மீது அவர் பார்வை நிலைகொண்டது.

அமருங்களேன் என்ற நான் அவர் புறம் ஒரு நாற்காலியை நகர்த்தினேன். சில்லென்று தண்ணீர் கொண்டுவரவா?

ஷுக், தான் இயற்றிய பாடலை முணுமுணுத்துக் கொண்டிருந்தது சன்னலின் வழியாகக் கேட்டது. அவள் அறையின் பக்கம் மெல்லச் சென்று சன்னலை மூடினேன்.

முதிய மிஸ்டர் ____, மிஸ்டர் ____யிடம் கேட்டார், எதற்காக இந்த ஷுக் ஏவரி இங்கிருக்கிறாள் என்று எனக்குத் தெரிந்தாக வேண்டும். அவளும் அவள் மண்டையும், அட்டைக்கரித்தோலும், பேஸ்பால் மட்டைகள் போன்ற காலும். சீ!

மிஸ்டர் ____ எதுவும் பேசவில்லை. நான் முதிய மிஸ்டர் ____க்காக எடுத்துவந்த நீரில் கொஞ்சம் எச்சில் துப்பினேன்.

அவ்வளவு ஏன், அவள் நல்லவள்கூட இல்லையே, ரகசிய பெண்நோய்கள் உண்டே அவளுக்கு.

நான் என் விரலால் தண்ணீரில் துப்பிய எச்சிலைக் கலக்கினேன். கண்ணாடியைப் பொடி செய்து இதில் சேர்த்தாலென்ன? அதை எப்படிப் பொடியாக்குவது என்று யோசித்தேன். ஆனால், எனக்குக் கோபம் ஏதுமில்லை. வெறும் சுவாரஸ்யம் மட்டும்தான்.

மிஸ்டர் ____ தன் தந்தை தண்ணீர் அருந்துவதைப் பார்த்தார். பிறகு, மிக சோகமாகச் சொன்னார். உங்களால் இதைப் புரிந்துகொள்ளவே முடியாது. நான் ஷ"க் ஏவரியை நேசிக்கிறேன். காலகாலமாக நேசித்துவந்தேன், இனியும் அப்படித்தான். சந்தர்ப்பம் கிடைத்தபோதே நான் அவளைத் திருமணம் செய்திருக்க வேண்டும்.

ஆமாம் என்றார் முதிய மிஸ்டர் ____. அப்படியே உன் வாழ்க்கையை நாசமாக்கிக்கொண்டிருக்கவும் வேண்டும்தான். கூடவே என் சொத்தையெல்லாம் அழித்திருக்கவும் வேண்டும் என்றபடி தொண்டையைச் செருமிக்கொண்டார். அவளுடைய அப்பா யார் என்றுகூட யாருக்கும் தெரியாது.

அவளுடைய அப்பா யார் என்பது பற்றியெல்லாம் எனக்கு ஒரு கவலையும் கிடையாது என்றார் மிஸ்டர் ____.

அவளுடைய அம்மாவோ வெள்ளைக்காரர்களுக்கு ஊழியம் செய்பவள். அதோடும்கூட இவள் பிள்ளைகளுக்கெல்லாம் வெவ்வேறு தகப்பன்கள். இதெல்லாம் எவ்வளவு கேவலமாக, குழப்பமாக இருக்கிறது.

இதோ இப்போது கேட்டுக்கொள்ளுங்கள் என்றபடி தந்தையின் முகத்தை சரியாக ஏறிட்டுப்பார்த்தார் மிஸ்டர் ____. நான் உறுதி சொல்கிறேன். அவளுடைய எல்லா குழந்தைகளும் ஒருவனுக்குப் பிறந்தவர்கள்தான்.

முதிய மிஸ்டர் ____ தொண்டையைச் செறுமினார். ஓ! அப்படியா, சரிதான். இதோ இந்த வீடு என்னுடையது. நிலம் என்னுடையது. உன் மகன் ஹார்ப்போ வசிப்பது என் வீடுகளில் ஒன்றில், என்னுடைய நிலத்தில். என் நிலத்தில் நீங்கள் களைகள் பெருகவிடுகிறீர்கள். நான்தான் அவற்றை வெட்டி, அப்புறப்படுத்தி எரிக்கிறேன். பேசிக்கொண்டே எழுந்தவர் என் கையில் தண்ணீர்க் குவளையைத் திருப்பித் தந்தார். அடுத்தமுறை அவர் வரும்போது இதில் தண்ணீரோடு ஷ"க் ஏவரியின் மூத்திரத்தைக் கொஞ்சம் ஊற்றித் தருவேன், அவருக்குப் பிடிக்கிறதா என்று பார்க்க வேண்டும்.

சீலி, என்றவர், என்னைப் பார்க்காமல் தன் மகனைப் பார்த்துச் சொன்னார். உனக்கு என் அனுதாபங்கள். புருஷனின் வைப்பாட்டியை உன்னைத் தவிர வேறெந்தப் பெண்ணும் தன் வீட்டில் சேர்க்க மாட்டாள்.

மிஸ்டர் ____ என்னைப் பார்த்தார், எங்கள் விழிகள் சந்தித்தன. நாங்கள் இருவரும் இத்தனை நெருக்கமாக இதுவரையில் உணர்ந்ததில்லை.

அப்பாவின் தொப்பியை அவரிடம் கொடு சீலி என்றார் மிஸ்டர் ____.

நான் கொடுத்தேன். மிஸ்டர் ____ வேலிக்கருகில் தான் அமர்ந்திருந்த இடத்திலிருந்து நகரவில்லை. நாங்கள் இருவரும் முதிய மிஸ்டர் ____ கனைத்துக்கொண்டே அவர் வீட்டை நோக்கி நடந்துசெல்வதைப் பார்த்தோம்.

அடுத்து வந்த விருந்தாளி மிஸ்டர் ____ன் தம்பி தோபியஸ். அவன் நல்ல பருமனும் உயரமுமாய் ஒரு பழுப்புக்கரடியைப் போல இருந்தான். மிஸ்டர் ____ தன் அப்பாவைப் போல சிறிய உருவம் கொண்டவர், அவருடைய தம்பி அவரைவிட உயரமாய் இருந்தான்.

இளித்துக்கொண்டே கேட்டான், எங்கே அவள். எங்கே அந்த ராணித்தேனி? அவளுக்காகப் பரிசொன்று கொண்டுவந்திருக்கிறேன் என்றபடி வேலியின் மீது சாக்லெட் பெட்டி ஒன்றை வைத்தான்.

அவள் உறங்குகிறாள் என்றேன். இரவெல்லாம் சரியான தூக்கமில்லை அவளுக்கு.

எப்படி இருக்கிறாய் ஆல்பர்ட் என்று கேட்டவன், ஒரு நாற்காலியை இழுத்துப்போட்டு அமர்ந்தான். தன் கேசத்தைச் சரி செய்துகொண்டான், மூக்கை நோண்டினான். அந்தக் கையை தன் காற்சட்டையில் துடைத்துக்கொண்டான். பிறகு, அதிலிருந்த சுருக்கத்தைச் சரி செய்தான்.

ஷுக் ஏவரி இங்கிருப்பதாகக் கேள்விப்பட்டேனே? எவ்வளவு நாளாக இங்கே இருக்கிறாள்?

சில மாதங்களாக இங்கிருக்கிறாள் என்றார் மிஸ்டர் ____.

நாசமாய்ப் போக. நான் என்னவோ அவள் சாகக் கிடப்பதாகக் கேள்விப்பட்டேன், பார் கேட்பதையெல்லாம் நம்பக் கூடாதுதான்போல என்றவர், மீசையைத் தடவினார். நாக்கினால் உதட்டின் மூலையை ஈரமாக்கிக்கொண்டார்.

இதைப் பற்றி நீ என்ன நினைக்கிறாய் சீலி?

எனக்கொன்றும் தெரியாது என்றேன்.

நானும் சோஃபியாவும் ஒரு போர்வையைத் தைத்துக் கொண்டிருந்தோம். அதன் ஐந்து துண்டுகள் என் முழங்காலருகில் விரிக்கப்பட்டுக் கிடந்தன. என்னுடைய கூடையில் ஏராளமான துண்டுத்துணிகள் இருந்தன.

எப்போதும் வேலைதான். என் மார்கரெட் உன்னைப் போல இருந்தால் எவ்வளவோ நன்றாக இருக்கும். ஏராளமான பணம் மிச்சமாகும் எனக்கு என்றான் தோபியஸ்.

எப்போதுமே தோபியஸூம் அவனுடைய அப்பாவும் ஏதோ அவர்களிடம் ஏராளமான பணம் இருப்பதைப் போலவே பேசுவார்கள். முதிய மிஸ்டர் ____ எல்லாவற்றையும் விற்றுத்தீர்த்திருந்தார். இந்த வீடுகளும் நிலமும் மட்டுமே எஞ்சியுள்ளன. என்னுடைய மற்றும் ஹார்ப்போவின் நிலங்களிலிருந்து தான் நிறைய சம்பாத்தியம் அவருக்குக் கிடைக்கிறது.

நான் என் கையிலிருந்த சதுரத்துண்டை அதிலிருந்த வண்ணங்களைக் கவனித்தபடி தைக்கத் தொடங்கினேன்.

திடீரென்று தோபியஸின் நாற்காலி பின்னால் இழுக்கப்படும் ஓசையும் அதைத் தொடர்ந்து ஷூக் என்று அவன் தன்னை மறந்த தொனியில் சொன்னதையும் கேட்டேன்.

ஷூக் ஏவரி பாதி நலமாகவும் பாதி நலிவுற்றும், நன்மைக்கும் தீமைக்கும் இடையிலும் இருந்தாள். பெரும்பான்மையான பொழுதுகளில் அவள் எனக்கும் மிஸ்டர் ____க்கும் தன் இனிமையான நல்ல முகத்தைத்தான் காட்டினாள். ஆனால், இன்றைக்கு அவளிடம் பொல்லாத்தனம் மிகுந்திருந்தது. அவள் சிரிப்பில் ஒரு கத்தியின் கூர்மையிருந்தது. பாரேன், யார் வந்திருக்கிறதென்று! என்று போலியாய் வரவேற்றாள்.

நான் அவளுக்காகத் தைத்துக் கொடுத்திருந்த குட்டையான, பூப்போட்ட ஆடை ஒன்றை அணிந்திருந்தாள். குட்டிக்குட்டி பின்னல்களால் தலை புஸ்ஸென்றிருக்க, பத்து வயது சிறுமியைப் போலத் தோன்றினாள். உடல் மெலிந்து ஒரு பீன்ஸ்போல இருந்தது, முகத்தில் கண்கள் மட்டுமே தெரிந்தன.

நானும் மிஸ்டர் ____ம் நிமிர்ந்து அவளைப் பார்த்தோம். இருவருமே அவள் அமர்ந்துகொள்ள உதவத்

தயாரானோம். அவள் அவரைப் பார்க்கவேயில்லை. ஒரு நாற்காலியை இழுத்து என்னருகிலிட்டு அமர்ந்துகொண்டாள்.

கூடையிலிருந்து ஒரு துண்டுத்துணியை எடுத்து, விளக்குக்கு நேராய்ப் பிடித்தாள். முகத்தைச் சுளித்துக்கொண்டு, இந்தக் கருமத்தையெல்லாம் எப்படித்தான் தைக்கிறாயோ என்றாள்.

நான் தைத்துக்கொண்டிருந்த துண்டுத்துணியை அவளிடம் கொடுத்துவிட்டு இன்னொன்றில் தைக்க ஆரம்பித்தேன். அதில் அவள் நீளமான, கோணல்தையல்களை இட்டாள். எனக்கு அவளுடைய கோணல்ராகம் நினைவுக்கு வந்தது.

முதல்முயற்சிக்கு இது நன்றாகவே இருக்கிறது. சிறப்பாக அழகாக இருக்கிறது என்றேன். மிஸ் சீலி, நான் எது செய்தாலும் உனக்கு அழகுதான், ஒய்யாரம்தான் என்று கனைத்தாள் ஷுக். உனக்கு ரசனை கெட்டுப் போய்விட்டதால்தான் அப்படித் தோன்றுகிறது என்று சொல்லிச்சிரித்தாள். நான் தலையைக் கவிழ்த்துக்கொண்டேன்.

மார்கரெட்டோடு ஒப்பிடும்போது இவளிடம் ஏராளமான நல்ல விஷயமுண்டு என்றான் தோபியஸ். மார்கரெட் ஊசியை எடுத்தால் உங்கள் நாசித்துவாரங்களைத்தான் சேர்த்துத் தைப்பாள்.

நம்பினாலும் நம்பாவிட்டாலும் சரிதான், எல்லாப் பெண்களும் ஒரே மாதிரியானவர்கள் இல்லை தோபியஸ் என்றாள் அவள்.

ஆ! நான் நம்புகிறேன். என்ன, அதை உலகத்துக்கு நிரூபிக்கத்தான் முடியாது.

முதன்முறையாக நான் உலகத்தைப் பற்றி சிந்தித்தேன்.

இந்த உலகத்துக்கும் மற்ற எதற்கும் என்னதான் சம்பந்தம் என்று யோசித்தேன். நான் ஷுக்குக்கும், மிஸ்டர் ____ க்கும் இடையில் அமர்ந்து தையல் பின்னிக்கொண்டிருப்பதை உணர்கிறேன். நாங்கள் மூவரும் தோபியஸுக்கும் அவனுடைய சாக்லேட் பெட்டிக்கும் எதிரில் அமர்ந்துகொண்டிருக்கிறோம். வாழ்வில் முதன்முறையாக எல்லாமே மிகச் சரியாக இருப்பதாகப் படுகிறது.

அன்புள்ள கடவுளுக்கு,

நானும் சோஃபியாவும் ஒட்டுப்போர்வை ஒன்றைச் செய்து சட்டமிட்டு முற்றத்தில் மாட்டினோம். ஷுக் தன்னுடைய பழைய மஞ்சள் நிற ஆடையைத் துண்டுகளாக்கத் தந்திருந்தாள். கிடைத்த ஒவ்வொரு சந்தர்ப்பத்திலும் அந்தத் துண்டுகளை நான் பயன்படுத்தினேன். ‘சகோதரிகளின் தேர்வு’ எனப்படும் அந்த டிசைன் அருமையானது. இந்தப் போர்வை கச்சிதமானதாக உருக்கொண்டால் அவளுக்குக் கொடுத்துவிடலாம். இல்லையென்றால் நான் வைத்துக்கொள்வேனாயிருக்கும். இதன் நட்சத்திரம் போன்ற, மஞ்சள் நிறத் துண்டுகளுக்காக நானே வைத்துக்கொள்ள ஆசைதான். ஆனால், மாட்டேன். மிஸ்டர் ____ ம் ஷுக்கும் தெருமுனையில் உள்ள தபால்பெட்டியை நாடிப் போயிருக்கிறார்கள். ஈக்களின் ரீங்காரம் தவிர வீடு அமைதியில் ஆழ்ந்துள்ளது. அவை வீட்டின் ஊடாக அவ்வப்போது பறந்தன. உண்பதிலும் சூட்டை அனுபவிப்பதிலும் கிடைக்கும் போதையில் ஆழந்தபடி ரீங்காரமிட்டன. என்னை உறங்கத் தூண்டின.

ஏதோ தெளிவற்ற சிந்தனையில் ஆழந்தவள்போல இருந்தாள் சோஃபியா. சட்டத்தின் மீது குனிந்து கொஞ்சம் தைத்தாள். பிறகு, நாற்காலியின் மீது சாய்ந்துகொண்டு தொழுவத்திற்கப்பால் பார்த்தாள். கடைசியில் ஊசியை வைத்துவிட்டுச் சொன்னாள், மனிதர்கள் எதற்காக சாப்பிடுகிறார்கள் மிஸ் சீலி? சொல்லுங்கள், என்றாள்.

வேறெதற்கு உயிர் வாழத்தான். உணவின் ருசிக்காக சிலர் உண்ணுகிறார்கள், அதுவும்தான். அப்பறம் சிலது பெருந்தீனி. அதுகளுக்குத் தங்கள் வாய் எப்போதும் அசைபோட்டுக்கொண்டே இருக்க வேண்டும்.

உங்களால் யோசிக்க முடிந்த காரணங்கள் இவ்வளவுதானா?

சில சமயம் சத்துப் பற்றாக்குறை காரணமாகவும் இருக்கலாம்.

யோசனையாக, அவனுக்குச் சத்துக்குறைபாடு ஒன்றுமில்லையே என்றாள்.

யாருக்கு சத்துக்குறைபாடில்லை?

ஹார்ப்போவுக்கு.

ஹார்ப்போவுக்கா?

ஆம். அவன் ஒவ்வொருநாளும் அதிகமதிகமாக சாப்பிடுகிறான்.

ஒருவேளை அவனுக்கு நாடாப்புழு இருக்குமோ?

முகத்தைச் சுளித்தவள், இல்லை. அவனுக்கு நாடாப்புழு இருக்கிறதென்று எனக்குத் தோன்றவில்லை. நாடாப்புழு பசியை உண்டாக்கும். ஹார்ப்போ பசியில்லாத நேரங்களிலும் சாப்பிடுகிறான்.

என்னது வலுக்கட்டாயமாக விழுங்குகிறானா? இதை நம்பச் சிரமமாக இருக்கிறதே. ஆனால், தினமும் இப்படிப் புதிதாக ஏதாவது காதில் விழத்தான் செய்கிறது என்று சிலர் பேசிக்கொள்கிறார்கள்.

நேற்றிரவு உணவின்போது அவன் ஒரு முழு தட்டு பிஸ்கெட்டுகளையும் தானே உண்டான்.

இருக்காது என்றேன்.

உண்மையில் அவன் அப்படித்தான் செய்தான். அதோடும்கூட இரண்டு பெரிய டம்ளர்கள் நிறைய மோரும் அருந்தினான். இதுவெல்லாமும் இரவுணவுக்குப் பிறகு! நான் குழந்தைகளைக் குளிப்பாட்டி அவர்களைப் படுக்கைக்குத் தயார் செய்துகொண்டிருந்தேன். அவன் அப்போது பாத்திரங்களைக் கழுவ வேண்டிய நேரம். ஆனால், கழுவுவதற்குப் பதிலாக அவற்றை நக்கிச் சுத்தம் செய்துகொண்டிருந்தான்.

சரிதான், அவனுக்கு ஏராளமான பசிபோல. நீங்களிருவரும் கடுமையாக உழைக்கிறீர்கள் இல்லையா.

அத்தனை கடுமையாகவெல்லாம் இல்லை. அப்பறம் இன்று காலையுணவின் போது, சத்தியமாக, அவன் ஆறு முட்டைகள் தின்றான். அவ்வளவு உணவுக்குப் பின்னும் அவன் நடக்கக்கூட சக்தியற்றவனாகக் காணப்பட்டான். நாங்கள் வயலுக்குச் சென்று சேர்ந்தபோது அவன் மயங்கிவிழப்போகிறான் என்று கூட நினைத்தேன்.

சோஃபியா சத்தியம் செய்கிறாள் என்றால் ஏதோ சரியில்லை. ஒருவேளை அவனுக்குப் பாத்திரம் கழுவப் பிடிக்கவில்லையோ என்னவோ என்றேன். அவனுடைய

அப்பா தன் வாழ்நாளில் ஒருமுறைகூட பாத்திரம் கழுவியதில்லை.

அப்படியா சொல்கிறீர்கள்? அவன் அந்த வேலையை விரும்பித்தான் செய்கிறான். உண்மையைச் சொல்லப்போனால், வீட்டுப்பராமரிப்பின் அந்தப் பகுதி அவனுக்கு மற்றெல்லாவற்றையும்விட விருப்பமானது தான். நான் வயலில் இருக்கவும், கால்நடைகளுடன் சுற்றித்திரியவும், ஏன் விறகு வெட்டவும்கூட செய்வேன். ஆனால், அவனுக்கு சமைக்கவும், சுத்தம் செய்யவும், சிறுசிறு வீட்டுவேலைகள் செய்யவும் மிகவும் பிடிக்கும்.

அவன் நிச்சயமாக ஒரு அருமையான சமையல்காரன் என்றேன். அவனுக்கு சமையல் குறித்து ஏதேனும் தெரியுமா என்றெல்லாம் முன்பு யோசித்திருக்கிறேன். இந்த வீட்டில் வசிக்கும்போது அவன் ஒரு முட்டையைக்கூட சமைத்ததில்லை.

அவன் சமையல் செய்ய மிகவும் விரும்பியிருப்பான். நான் பந்தயம் கட்டுகிறேன். அவனுக்கு சமையல் இயல்பாகவே வந்தது. ஆனால் மிஸ்டர் ____ அவரைப் பற்றித்தான் உங்களுக்குத் தெரியுமே.

ஆ! அவரா? சரிதான் என்றேன்.

நீங்கள் வருந்துகிறீர்களா மிஸ் சீலி என்று கேட்டாள் சோஃபியா.

என்ன சொல்வது? அவர் சில விஷயங்களில் சரியாக இருக்கிறார், சிலவற்றில் இல்லை.

ஓ! எப்படியோ, அடுத்தமுறை அவன் இங்கு வரும்போது அவன் ஏதாவது சாப்பிடுகிறானா என்று கவனியுங்கள்.

சரிதான், அவன் என்ன சாப்பிடுகிறான் என்று நானும் கவனித்தேன். முதலில் அவன் படியேறிவரும்போது அவனை உற்றுப்பார்த்தேன். இப்போதும் அவன் எலும்பனாகத்தான் இருக்கிறான். சோஃபியாவின் அளவில் பாதி. ஆனால், அவனுடைய உடுப்புக்கு அடியில் சின்ன பானை ஒன்று உருவாகியிருந்தது.

சாப்பிட என்ன வைத்திருக்கிறீர்கள் மிஸ் சீலி என்றவன் நேரே அடுப்பருகில் சென்று பொரித்த கோழித்துண்டு ஒன்றையும், அலமாரியிலிருந்து ஒரு ப்ளாக்பெரி பணியாரத்தையும் எடுத்தான். மேசைக்கு

அருகில் நின்று மென்றபடி இனிப்புசேர்த்த பால் எதுவும் வைத்திருக்கிறீர்களா என்று கேட்டான்.

புளித்தபால் இருக்கிறது என்றேன்.

நல்லது, எனக்கு புளித்தபால் மிகவும் பிடிக்கும். நான் அவனுக்குக் கொஞ்சம் முகந்து எடுத்தேன்.

சோஃபியா உனக்கு சாப்பாடே கொடுப்பதில்லையோ என்றேன்.

ஏன் அப்படிச் சொல்கிறீர்கள் என்றான் வாயில் உணவை அதக்கிக்கொண்டு.

ஆமாம், இரவுணவு முடிந்து இன்னமும் நேரம் ஆகவில்லை. மறுபடியும் உனக்கு இவ்வளவு பசி.

பதில் சொல்லாமல் அவன் தின்றுகொண்டிருந்தான்.

புளித்தபாலை சாப்பிடுவதற்காக அலமாரியில் கரண்டியைத் தேடியவன், அடுப்புக்குப் பின்னால் இருந்த தட்டில் ஒரு துண்டு சோள ப்ரெட்டைப் பார்த்துவிட்டான். அதை எடுத்து, நொறுக்கி, கோப்பைக்குள் போட்டான்.

நாங்கள் மீண்டும் தாழ்வாரத்துக்குச் சென்றோம், அவன் கால்களை உயர்த்தி கம்பிவேலியின் மீது வைத்துக்கொண்டான். கோப்பையைக் கிட்டத்தட்ட தன் மூக்கின் அருகில் வைத்துக்கொண்டு, புளித்த பாலையும் சோள பிரட்டையும் அவன் உண்பதைப் பார்க்கும்போது எனக்குத் தீனியை மெல்லும் பன்றியின் நினைவுவந்தது.

அவன் மெல்லும் ஓசையைக் கேட்டவாறே, உனக்கு இப்போதுதான் உணவு உணவாக ருசிக்கிறதுபோலும் என்றேன்.

அவன் எதுவும் பேசவில்லை. தின்றபடி இருந்தான்.

நான் முற்றத்துக்கு அப்பால் பார்த்தேன். சோஃபியா ஒரு ஏணியை இழுத்துச்சென்று தன் வீட்டின் மீது அதைச் சாற்றி வைத்தாள். அவள் ஹார்ப்போவின் பழைய காற்சட்டை ஒன்றை அணிந்திருந்தாள். ஒரு தலைக்குட்டையால் கூந்தலைக் கட்டியிருந்தாள். ஏணியின் மீது ஏறி ஆணிகளை அறையத் துவங்கினாள். அந்த ஓசை முற்றத்துக்கு அப்பால் குண்டுச்சப்தம்போல எதிரொலிக்கத் துவங்கியது.

ஹார்ப்போ தின்றவாறே அவளைக் கவனித்துக் கொண்டிருந்தான்.

பிறகு, ஏப்பமிட்டான். மன்னியுங்கள் மிஸ் சீலி என்றவன் கோப்பையையும் கரண்டியையும் அடுப்படிக்குள் எடுத்துச்சென்றான். வெளியே வந்து, கிளம்புகிறேன் என்றான்.

இப்போதெல்லாம் என்ன நடந்தாலும் சரி, யார் வந்தாலும் பொருட்டில்லை. அவர்கள் என்ன சொன்னாலும் செய்தாலும் கவலையில்லை, எல்லாவற்றுக்கும் மத்தியில் ஹார்ப்போ தின்றவாறிருந்தான். காலை, மதியம், இரவு எந்நேரமும் அவன் கவனம் உணவின் மீதுதான். அவன் தொப்பை வளர்ந்தவாறே இருந்தது, மற்ற பகுதிகளில் ஒரு வளர்ச்சியும் இல்லை. அவன் கர்ப்பமாக இருப்பதுபோல தோன்றத் துவங்கினான்.

பிரசவம் எப்போது என்று நாங்கள் கேட்க ஆரம்பித்தோம்.

ஹார்ப்போ பதிலேதும் சொல்வதில்லை. அவன் இன்னொரு துண்டு பணியாரத்தை எடுப்பான்.

அன்புள்ள கடவுளுக்கு,

ஹார்ப்போ இந்த வாரயிறுதியில் எங்களுடன் தங்கினான். வெள்ளி இரவு, மிஸ்டர் ____ ம் ஷுக்கும் நானும் படுக்கைக்குச் சென்றுவிட்ட பிறகு, யாரோ அழுவது கேட்டது. ஹார்ப்போ தான், படியில் அமர்ந்தபடி அவனுடைய இதயம் உடையப்போவது போல் அழுதுகொண்டிருந்தான். ஓ ஹோ ஹோ, ஓ ஹோ ஹோ. தலையைக் கையில் தாங்கிப்பிடித்துக்கொண்டிருந்தவன் கன்னங்களில், கண்ணீரும் சளியும் வழிந்தது. நான் அவனுக்கு ஒரு கைக்குட்டையைக் கொடுத்தேன். அவன் மூக்கைச் சிந்திவிட்டு, இறுகிய முஷ்டியைப் போல இடுங்கிய விழிகளால் என்னைப் பார்த்தான்.

உன் கண்களுக்கு என்னவாயிற்று?

என்னிடம் சொல்வதற்காக, மனதிற்குள் ஒரு கதையைத் தேடியவன், அதில் தோற்றுப்போய் உண்மையைச் சொன்னான்.

சோஃபியா.

நீ இன்னமும் சோஃபியாவைத் தொல்லை செய்வதை நிறுத்தவில்லையா?

அவள் என் மனைவி.

அதற்காக நீ அவளைத் தொந்தரவு செய்துகொண்டே இருக்கலாம் என்று அர்த்தமில்லை ஹார்ப்போ. சோஃபியா உன்னை நேசிக்கிறாள், அவள் ஒரு நல்ல மனைவி. குழந்தைகளை அருமையாக கவனித்துக்கொள்கிறாள், பார்க்கவும் நன்றாக இருக்கிறாள். கடும் உழைப்பாளி. இறையச்சமிக்கவள், ஒழுக்கமானவள். உனக்கு இன்னமும் என்னதான் வேண்டும் என்று எனக்குத் தெரியவில்லையே.

ஹார்ப்போ மூக்கை உறிஞ்சினான்.

அவள் என் சொல்படி நடக்க வேண்டும் என்று விரும்புகிறேன், நீங்கள் அப்பாவிடம் நடப்பதுபோல.

அடக் கடவுளே!

அப்பா உங்களிடம் ஏதாவது செய்யச் சொன்னால் நீங்கள் செய்கிறீர்கள். அவர் செய்யக் கூடாது என்றால் நீங்கள் செய்வதில்லை. அவர் சொல்வதைச் செய்யாவிட்டால் அவர் உங்களை அடிக்கிறார்.

காரணமேயில்லாவிட்டாலும் அவர் என்னை அடிப்பதுண்டு ஹார்ப்போ. அவர் சொல்படி நடந்தாலும் இல்லையென்றாலும்.

அதேதான். ஆனால், சோஃபியா அப்படியில்லை. அவள் தான் விரும்புவதுபோலத்தான் நடக்கிறாள், என்னைக் கொஞ்சம்கூட மதிப்பதில்லை. அவளை அடிக்க நான் முயன்றால், என் கண்களைக் குருடாக்கப்பார்க்கிறாள் என்று சொல்லிவிட்டு, ஓ ஹோ ஹோ ஓ ஹோ ஹோ என்றழுதான்.

நான் என் கைக்குட்டையைத் திரும்பப்பெற முயன்றேன். இவனை, இவன் கருத்துப்போன கண்களைப் படியில் உருட்டித்தள்ளினால் என்ன. நான் சோஃபியாவை நினைத்துப்பார்த்தேன். அவள் என்னைச் சிரிக்கவைப்பவள். வில்லையும் அம்பையும் கொண்டு வேட்டையாடியவள் என்று என்னிடம் சொன்னவள்.

சில பெண்களை அடிக்க முடியாது ஹார்ப்போ. சோஃபியா அவர்களில் ஒருத்தி. அதோடும்கூட சோஃபியா உன்னை நேசிக்கிறாள். ஒருவேளை நீ நல்லவிதமாய்க் கேட்டால், அவள் நீ சொல்வதையெல்லாம் செய்வாள். அவளிடம் சின்ன புத்தியில்லை, வெறுப்பில்லை. அவள் பழிவாங்கும் தன்மை கொண்டவளில்லை.

அவன் தோற்றுப்போனவன் போல் தலையைத் தொங்கப்போட்டுக்கொண்டு அங்கேயே உட்கார்ந்திருந்தான்.

ஹார்ப்போ என்று அவனை உலுக்கினேன். சோஃபியா உன்னை நேசிக்கிறாள். நீ சோஃபியாவை நேசிக்கிறாய்.

தன் வீங்கிப்போன சிறிய விழிகளால் என்னை இயன்றவரையில் நன்றாகப் பார்த்து, சொல்லுங்கள் மேம் என்றான்.

மிஸ்டர் ____ என்னைத் திருமணம் செய்து கொண்டது அவர் பிள்ளைகளைப் பார்த்துக்கொள்ள. நான் அவரை என் அப்பா சொன்னதற்காக மணந்து கொண்டேன். நான் மிஸ்டர் ____ஐ விரும்பவில்லை, அவர் என்னை விரும்பவில்லை.

ஆனால் நீங்கள் அவருடைய மனைவி, சோஃபியா எப்படி எனக்கு மனைவியோ அப்படி. மனைவி என்றால் அவள் தன் கணவனை மதிக்க வேண்டும்.

ஷுக் ஏவரி மிஸ்டர் ____ ஐ மதிக்கிறாளா என்ன? அவள்தான் அவர் மணந்துகொள்ள விரும்பிய பெண். அவள் அவரை ஆல்பர்ட் என்றழைக்கிறாள், அவருடைய காற்சட்டைகள் நாறுவதாக முகத்துக்கு நேரே சொல்லிவிடுகிறாள். அவர் உருவம் சிறியது. அவளுடைய எடை சீரான பிறகு, அவர் அவளைத் தொந்தரவு செய்தால் அவர் மீது ஏறி அவள் உட்காரவும் செய்வாள்.

நான் எடையைப் பற்றி குறிப்பிட்டதும் ஹார்ப்போ மறுபடி அழத் தொடங்கினான். பிறகு, அவனுக்கு நலக்குறைவு ஏற்பட்டது. படிக்கட்டின் ஓரமாய்ச் சாய்ந்து, வாந்தியெடுத்துக்கொண்டேயிருந்தான். சென்ற வருடத்தில் சாப்பிட்ட எல்லா பணியாரத்துண்டுகளும் வெளியில் வந்துவிடும்போல வாந்தியெடுத்தான். அவன் முடித்ததும் அவனை ஷுக்கின் சிறிய அறைக்கு அடுத்த அறையில் படுக்கவைத்தேன். அந்த நொடியே அவன் உறங்கிப்போனான்.

அன்புள்ள கடவுளுக்கு,

நான் சோஃபியாவைப் பார்க்கப் போயிருந்தேன். அவள் இன்னமும் கூரையை சரி செய்துகொண்டிருந்தாள்.

இந்தச் சனியன் ஒழுகுகிறது என்றாள்.

மரஅடுக்குக்குச் சென்று மெல்லிய சட்டங்கள் செய்யத் தொடங்கினாள். வெட்டுப்பலகையின் மேல் பெரிய சதுர மரத்துண்டுகளைப் போட்டுவெட்டி பெரிய, அகலமான சட்டங்களைச் செய்தாள். கோடரியைக் கீழே போட்டுவிட்டு, உங்களுக்கு எலுமிச்சைப் பானம் கொண்டுவரவா என்று கேட்டாள்.

நான் அவளை உற்றுப் பார்த்தேன். மணிக்கட்டில் ஒரு சிறிய காயம் தவிர அவளுக்கு ஒரு சிராய்ப்புகூட பட்டதாகத் தெரியவில்லை.

உனக்கும் ஹார்ப்போவுக்கும் இடையில் எல்லாம் சுமுகமாக இருக்கிறதா?

அவன் அதிகமாக சாப்பிடுவதை நிறுத்திவிட்டான். ஒருவேளை அது தற்காலிக சுகவீனமாக இருந்திருக்கலாம்.

அவன் உன்னளவுக்கு உருவத்தில் பெரிதாக விரும்புகிறான் சோஃபியா.

அவள் அதிர்ச்சியில் மூச்சைப் பிடித்துக்கொண்டாள். அப்படித்தான் இருக்குமென்று யூகித்தேன் என்றபடியே மெதுவாக மூச்சைவிட்டாள்.

குழந்தைகள் எல்லோரும், அம்மா அம்மா எங்களுக்கு எலுமிச்சை பானம் தா என்றபடியே ஓடிவந்தார்கள். அவர்களுக்கு ஐந்து கோப்பைகளிலும் எங்களுக்கு இரண்டிலுமாக பானத்தை ஊற்றினாள். முற்றத்தின் நிழற்பாங்கான பகுதியில் கடந்த வசந்தத்தில் அவள் செய்து தொங்கவிட்ட ஊஞ்சலில் நாங்கள் அமர்ந்தோம்.

எனக்கு ஹார்ப்போவிடம் சலிப்பு ஏற்பட்டுவிட்டது. எங்களுக்குத் திருமணமானதிலிருந்து அவன் மனதில் என்னை எப்படி அடிபணியச்செய்வது என்ற எண்ணம் மட்டுமே உள்ளது. அவனுக்கு வேண்டியது ஒரு மனைவியல்ல ஒரு நாய்தான்.

அவன் உன் கணவன். அவனுடன்தான் நீ வாழ்ந்தாக வேண்டும். வேறு என்னதான் நீ செய்ய முடியும்?

என் அக்காவின் கணவர் கட்டாய ராணுவப் பணியில் இருக்கிறார். அவர்களுக்குக் குழந்தையில்லை, ஒடிசாவுக்கு குழந்தைகள் என்றால் ரொம்பப் பிரியம். அவளுக்கு அவர் ஒரு வயலை விட்டுச்சென்றிருக்கிறார். நானும் என் குழந்தைகளும் அவளுடன் சிறிதுகாலம் தங்கலாம் என்றிருக்கிறேன்.

நான் என் தங்கை நெட்டியைப் பற்றி நினைத்தேன். அவளுடைய நினைப்பே அத்தனை வலியதாக, என்னைக் கிழிக்கும் கூர்மையுடையதாக இருந்தது. அடைக்கலம் கொடுக்கும் ஒரு நபர் என்ற எண்ணமே தாங்க இயலாத இனிமையுடையதாக இருந்தது.

சோஃபியா தன் கோப்பையை வெறித்துப் பார்த்துக்கொண்டிருந்தாள்.

அவனோடு படுக்கையைப் பகிர்ந்துகொள்வதில் எனக்கு இப்போதெல்லாம் விருப்பமே இல்லை. அவன் என்னைத் தொட்டாலே நான் கிறுகிறுத்துப்போன காலம் ஒன்று இருந்தது. இப்போதோ அவன் என்னைத் தொடும்போது என்னைத் தொந்தரவு செய்யாமல் இருந்தால் பரவாயில்லை என்றுதான் தோன்றுகிறது. அவன் என்மீது கிடக்கும்போது, இதில்தான் அவனுக்கு நாட்டம், இங்குதான் அவன் எப்போதும் இருக்க விரும்புகிறான் என்று நினைப்பேன். சொல்லிவிட்டு, அவள் தன் பானத்தைக் குடித்தாள். அப்படி அவன் கிடப்பதை நான் அவ்வளவு விரும்பினேன். அவனை வயலிலிருந்து வீட்டுக்கு விரட்டுவேன். அவன் குழந்தைகளைப் படுக்கைக்கு தயார் செய்வதைப் பார்க்கும்போதே எனக்கு தாபம் உண்டாகிவிடும். ஆனால், இப்போது அதெல்லாம் இல்லை. எனக்கு எப்போதும் களைப்பாக இருக்கிறது. ஆர்வமேயில்லை.

பொறு பொறு, கொஞ்சகாலம் ஓய்வெடுத்தால் எல்லாம் சரியாகிவிடும், ஒருவேளை மீண்டும் ஆர்வம் வரலாம். ஆனால், இதை கடனுக்குத்தான், ஏதோ சொல்லியாக வேண்டுமே என்று சொன்னேன். எனக்கு இதைப் பற்றியெல்லாம் ஒன்றுமே தெரியாது. மிஸ்டர் _____ என் மீது ஏறி அவர் வேலையைச் செய்வார். பத்தே நிமிடங்களில் இருவரும் உறங்குவோம். ஷுக்கைப் பற்றிச் சிந்திக்கும் சமயத்தில் மட்டும்தான் அங்கே அடியில் ஏதோ கிளர்ச்சியை உணருவேன். சாலையின் எல்லைவரை ஓடிவிட்டு, கிளம்பிய இடத்திலேயே இருப்பதுபோலவும் தோன்றும்.

இதில் மிக மோசமான விஷயம் என்ன தெரியுமா? இது குறித்து அவன் அறிந்திருக்கவேயில்லை என்பதுதான். அவன் என் மேலே ஏறுவான், எப்போதும்போல நன்றாக அனுபவிப்பான். நான் என்ன நினைக்கிறேன் என்பது பற்றி அவனுக்கு அக்கறை இல்லை. நான் எப்படி உணர்கிறேன் என்றும் அக்கறையில்லை. அது அவனைப் பற்றியது மட்டும்தான். உளப்பூர்வமான எதுவும் அங்கு நிகழ்வதேயில்லை. மூக்கை உறிஞ்சினாள். அவனால் இப்படி நடந்துகொள்ள முடியும் என்ற உண்மையே அவனைக் கொல்ல வேண்டும் என்ற எண்ணத்தை எனக்கு ஏற்படுத்துகிறது.

நாங்கள் வீட்டுக்குச் செல்லும் பாதையைப் பார்த்தோம். ஷுக்கும் மிஸ்டர் ____ம் படிக்கட்டில் அமர்ந்திருந்தனர். அவர் எழும்பி அவள் தலையிலிருந்து எதையோ எடுத்தார்.

ஒருவேளை நான் போக மாட்டேனாயிருக்கும். ஆழ்மனதில் இன்னமும் நான் ஹார்ப்போவை நேசிக்கிறேன், ஆனால், அவன் என்னைச் சலிப்படைய மட்டும்தான் செய்கிறான். அவள் கொட்டாவிவிட்டாள். எனக்கு ஒரு விடுமுறை தேவைப்படுகிறது. பிறகு, அவள் மீண்டும் மர அடுக்குக்குச் சென்றாள், கூரைக்காக மரச்சட்டங்களைச் செய்யத் துவங்கினாள்.

அன்புள்ள கடவுளுக்கு,

சோஃபியா அவள் சகோதரிகளைப் பற்றிச் சொன்னது சரிதான். அவர்கள் எல்லோருமே கிரேக்க பெண்வீரர்களைப் போல பெரிய, வலுவான, ஆரோக்கியமான தேகம் கொண்டவர்கள். ஒரு அதிகாலையில், இரண்டு வண்டிகளைக் கட்டிக்கொண்டு சோஃபியாவை அழைத்துச்செல்லவென அவர்கள் வந்தார்கள். அவளுடைய மற்றும் குழந்தைகளின் ஆடைகள், கடந்த குளிர்காலத்தில் அவள் தைத்த மெத்தை, ஒரு நிலைக்கண்ணாடி, மேலும் ஒரு ஆடும்நாற்காலி இவற்றோடு அவளுடைய குழந்தைகள். அவ்வளவு தான். அவளுக்கு எடுத்துச்செல்ல அதிகம் ஏதுமில்லை.

ஹார்ப்போ இதைப் பற்றியெல்லாம் கவலைப் படாதவன்போல் பாவனை செய்துகொண்டு படிக்கட்டில் அமர்ந்திருந்தான். அவன் மீன்பிடிக்க ஒரு வலை செய்துகொண்டிருந்தான். சிறிதுநேரத்துக்கு ஒரு தடவை அருகிலிருந்த சிற்றோடையைப் பார்த்துக்கொண்டு மெல்லியதாக ராகத்தோடு சீழ்க்கைஒலி எழுப்பிக்கொண்டுமிருந்தான். ஆனால், அவன் வழக்கமாக எழுப்பும் சீழ்க்கை ஒலியோடு பார்த்தால் இது ஒன்றுமே இல்லை. அவனது சீட்டியொலி ஏதோ ஒரு ஜாடிக்குள் விழுந்து தொலந்துபோனதுபோல, அந்த ஜாடியும் ஓடையின் ஆழத்துக்குள் விழுந்துவிட்டதுபோல ஒலித்தது.

சோஃபியாவுக்கு அந்த போர்வையைக் கொடுத்துவிடலாமென்று, கடைசி நிமிடத்தில் நான் முடிவு செய்தேன். அவள் சகோதரியின் வீடு எப்படி இருக்குமென்று எனக்குத் தெரியாது, ஆனால், இப்போது சிலகாலமாக கடும் குளிர் நிலவுகிறது. எனக்குத் தெரிந்தவரையில் அவளும் குழந்தைகளும் தரையில்தான் படுத்து உறங்க வேண்டியிருக்கும்.

நீ அவளைப் போகவிட்டுவிடுவாயா? ஹார்ப்போவிடம் கேட்டேன்.

ஒரு முட்டாள்தான் இப்படிக் கேட்க முடியும் எனும் பாவனையோடு என்னைப் பார்த்தவன், வெடித்தான். அவள் போவதென்று முடிவு செய்துவிட்டாள். நான் எப்படி அவளைத் தடுக்க முடியும்? தாராளமாகப் போகட்டுமே என்றான், வண்டிகளிலிருந்து பார்வையை எடுக்காமலே.

நாங்கள் படிக்கட்டில் ஒன்றாக அமர்ந்திருந்தோம். உள்ளேயிருந்து எங்களுக்குக் கேட்டதெல்லாம், தொம் தொம் தொம் எனும் பருத்த பாதங்களின் ஒலிதான். சோஃபியாவின் எல்லா சகோதரிகளும் ஒரே நேரத்தில் ஒன்றாக நடந்ததில் வீடே அதிர்ந்தது.

நாம் எங்கே போகிறோம் என்று மூத்த குழந்தை கேட்டாள்.

ஆன்ட் ஒடிசாவைப் பார்க்கப் போகிறோம் என்றாள் சோஃபியா.

அப்பாவும் வருகிறாரா?

இல்லை.

அப்பா வராமலெப்படி? இன்னொரு குழந்தை கேட்டது.

அப்பா இங்கே இருந்து வீட்டை பார்த்துக்கொள்வார். தில்சே, கோகோ, பூ வையெல்லாம் யாராவது கவனித்துக்கொள்ள வேண்டுமல்லவா?

அப்பாவின் முன் வந்து நின்ற குழந்தை அவனை உற்றுப்பார்த்தது.

நீங்கள் வரவில்லையா?

இல்லை என்றான் ஹார்ப்போ.

அப்பா நம்மோடு வரவில்லையாம், நீ என்ன நினைக்கிறாய் இதைப் பற்றி? தரையில் தவழ்ந்துகொண்டிருந்த குழந்தையிடம் சென்று கிசுகிசுத்தது.

குழந்தை தரையில் அழுத்தமாய் உட்கார்ந்து முக்கியது, பின்னர் குசுவிட்டது.

நாங்கள் எல்லோரும் சிரித்தாலும் அது சோகமான தருணமாக இருந்தது. ஹார்ப்போ எழுந்து குழந்தையின் டெய்டியைத் தொட்டுப்பார்த்து அதை மாற்றிவிட முனைந்தான்.

அவள் ஈரம் பண்ணவில்லை என்று நினைக்கிறேன், சும்மா வாய்வுதான் என்றாள் சோஃபியா.

ஆனாலும் அவன் அதை மாற்றினான். அவனும் குழந்தையும் முற்றத்தின் மூலையில் தனிமையில் சில

நொடிகள் இருந்தார்கள். அந்தப் பழைய டெய்டியிலேயே தன் கண்களைத் துடைத்துக்கொண்டான் ஹார்ப்போ.

கடைசியில் அவன் குழந்தையை சோஃபியாவிடம் கொடுத்தான், அவள் அதை வாங்கி இடுப்பில் வைத்துக்கொண்டாள், குழந்தையின் மாற்றுத்துணிகள் மற்றும் உணவிருந்த பையைத் தோள்களில் தொங்கவிட்டாள், எல்லாக் குழந்தைகளையும் ஒன்றாக நிறுத்தி, அப்பாவுக்கு குட்பை சொல்லச்சொன்னாள். பிறகு, தோளில் தொங்கிய பையோடு, இடுப்பில் குழந்தையோடு எவ்வளவு முடியுமோ அவ்வளவு இறுக என்னை அணைத்து விட்டு, வண்டியில் ஏறினாள். கழுதைகளை ஓட்டிக்கொண்டிருந்த பெண்களைத் தவிர கிட்டத்தட்ட மற்ற எல்லா சகோதரிகளின் முட்டிகளுக்கு இடையிலும் ஒரு குழந்தையை நிறுத்தியிருந்தார்கள். ஹார்ப்போ-சோஃபியாவின் முற்றத்தை விட்டு வீட்டைத் தாண்டிப் போகும்போது எல்லோரும் மௌனம் காத்தார்கள்.

அன்புள்ள கடவுளுக்கு,

சோஃபியா சென்று ஆறு மாதங்களாகிவிட்டது, ஹார்ப்போ இப்போது புதிய மனிதனாக நடந்துகொள்கிறான். முன்பு வீட்டிலேயே கிடந்தவன் இப்போது தெருவில்தான் இருக்கிறான்.

என்ன நடக்கிறது என்று அவனைக் கேட்டபோது, நான் சில விஷயங்களைக் கற்றுக்கொண்டேன் மிஸ் சீலி என்றான்.

அவன் தெரிந்துகொண்ட விஷயங்கள் அவன் அழகன் என்பதும், சமர்த்தன் என்பதும். அதோடு அவனால் பணம் சம்பாதிக்க முடியும் என்பதையும் அறிந்துகொண்டானாம். தன்னுடைய குரு யார் என்பதை மட்டும் அவன் சொல்லவேயில்லை.

சோஃபியா இங்கு இருந்தவரையில் இவ்வளவு சுத்தியல் சப்தத்தை நான் கேட்டதே இல்லை. ஒவ்வொரு மாலையும் வயலிலிருந்து திரும்பிய பிறகு அவன் தட்டி உடைப்பதும் ஆணி அறைவதுமாய் இருந்தான். சில சமயங்களில் அவனுடைய நண்பன் ஸ்வெய்ன் அவனுக்கு உதவ வருவான். இருவரும் இரவெல்லாம் வேலை செய்தனர். மிஸ்டர் ____ அவர்களைக் கூவி அழைத்து அந்த சப்தத்தை நிறுத்துமாறு சொல்ல வேண்டியிருந்தது.

நீங்கள் என்ன கட்டுகிறீர்கள்.

இசைக்கூடம்.

இங்கேயா?

ஆமாம், மற்ற எல்லா இசைக்கூடங்களையும்விட நகரத்திலிருந்து வெகு தொலைவில் ஒரு இசைக்கூடம்.

லக்கி ஸ்டாரைத் தவிர எனக்கு வேறு யாருடையதைப் பற்றியும் தெரியாது என்றேன்.

இசைக்கூடங்களெல்லாம் காட்டுக்குள் இருக்க வேண்டும் என்றான் ஹார்ப்போ. அப்போதுதான் அந்த சப்தமான இசையால், நடனத்தால், சண்டைகளால் யாருக்கும் சிரமம் இருக்காது.

கொலைகளாலும் என்றான் ஸ்வெய்ன்.

அப்போதுதான் போலிஸுக்கு எங்கு போய்ப் பார்ப்பது என்றும் தெரியாது என்றான் ஹார்ப்போ.

அவளுடைய வீட்டை நீங்கள் இப்படி மாற்றுவது பற்றி சோஃபியா என்ன சொல்லப்போகிறாளோ? ஒருவேளை அவளும் குழந்தைகளும் திரும்பிவந்தால் எங்கு உறங்குவார்கள்?

மேடைக்காக மரப்பலகைகளை ஆணியடித்து ஒன்றாக்கிக்கொண்டிருந்த ஹார்ப்போ, அவர்கள் திரும்ப வரப்போவதில்லை என்றான்.

அதெப்படி உனக்குத் தெரியும்?

அவன் பதில் சொல்லவில்லை, எல்லா வேலைகளையும் ஸ்வெய்னுடன் சேர்ந்து செய்தவாறிருந்தான்.

அன்புள்ள கடவுளுக்கு,

முதல் வாரம் அங்கு யாருமே வரவில்லை. இரண்டாவது வாரத்தில் மூன்று, நான்கு பேர். மூன்றாவதில் ஒருவன். ஹார்ப்போ மேடைக்குப் பின்னால் உட்கார்ந்துகொண்டு ஸ்வெய்ன் சுருதி சேர்ப்பதைக் கேட்டுக்கொண்டிருப்பான்.

அவனிடம் குளிர்பானங்கள், கரியடுப்பில் சுட்ட பதார்த்தங்கள், பன்றிக்குடலில் செய்த பண்டம் மற்றும் கடைகளிலிருந்து வாங்கப்பட்ட ப்ரெட் எல்லாம் இருந்தது. வீட்டுக்கு ஒரு புறத்திலும், தெருவிலும், "ஹார்ப்போவிடம் சகலமும் இருக்கிறது" என்பதாகப் பலகைகள் தொங்கவிட்டிருந்தான். ஆனாலும் அவனுக்கு வாடிக்கையாளர்கள் கிடைக்கவில்லை.

நான் முற்றத்துக்குச் செல்லும் பாதையில் போய் வெளியிலிருந்து கூடத்துக்குள் எட்டிப்பார்த்தேன். ஹார்ப்போவும் பார்த்து கையை அசைத்தான்.

உள்ளே வாருங்கள் மிஸ் சீலி.

இல்லை, நன்றி.

மிஸ்டர் ____ சிலசமயங்களில் இசைக்கூடம் சென்று குளிர்பானம் அருந்திவிட்டு ஸ்வெய்ன் இசைப்பதைக் கேட்பார். ஷுக்கும் அவ்வப்போது போவாள். அவள் இப்போதும் சிறுமிகள் உடுத்துவது போன்ற ஆடைகளையே உடுத்திக்கொள்கிறாள், நான் அவளுடைய கூந்தலை சிறுசிறு பின்னல்களாகாவே இன்னமும் பின்னிவிடுகிறேன். ஆனால், அது இப்போது நீளமாகிவிட்டதால், அவள் அதை சீக்கிரமே நீட்டி, நேராக்கிக்கொள்ள விரும்புகிறாள்.

ஹார்ப்போவுக்கு ஷுக் என்றாலே புரியாதபுதிர்தான். அவளுக்குத் தோன்றுவதையெல்லாம் பேசுகிறாள், மரியாதையாகப் பேச வேண்டுமென்றெல்லாம் அவள் நினைப்பதே இல்லை. சிலசமயங்களில் நான் பார்த்துக்கொண்டிருப்பதை அவன் கவனிக்காதபோது அவளை அவன் வெறித்துக்கொண்டிருப்பான்.

ஒருநாள் அவன் சொன்னான், இங்கே யாருமே ஸ்வெய்ன் பாடுவதைக் கேட்க வருவதில்லை, ராணித்தேனி இங்கு பாடக்கிடைப்பாளா?

தெரியவில்லையே. சதா எதையாவது முனகிக்கொண்டு, பாடிக்கொண்டு அவள் இப்போது நல்ல உடல்நலத்துடன் இருக்கிறாள். ஒருவேளை மீண்டும் பாடுவதற்கு அவள் விரும்பக்கூடும். நீயேன் அவளைக் கேட்கக் கூடாது?

அவள் பாடிக்கொண்டிருந்த இடங்களோடு பார்க்கும்போது, அவனுடையது ஒன்றுமே இல்லையென்றும், ஆனால் அந்த இடத்தைச் சிறப்பிக்க, தான் பாட ஒப்புக்கொள்வதாகவும் ஷுக் சொல்லிவிட்டாள்.

ஹார்ப்போவும் ஸ்வெய்னும் மிஸ்டர் ____ ம் வீட்டிலிருந்த பழைய விளம்பரக் காகிதங்களை எடுத்து அதில் இருந்த லக்கி ஸ்டார் ஆஃப் கோல்மன் ரோட் என்பதை ஹார்ப்போஸ் ப்ளாண்டேஷன் என்று திருத்தினர். அவற்றை எங்கள் தெருமுனையில் மற்றும் டவுனுக்குத் திரும்பும் வழியில் உள்ள மரங்களில் ஒட்டினர். அந்த சனி இரவு உள்ளே நுழைய இடம் போதாத அளவுக்குக் கூட்டம் வந்தது.

ஷுக், ஷுக் பேபி, நீ செத்துப்போனாய் என்று நாங்கள் நினைத்துவிட்டோம்.

கூட்டத்தில் பலரும் இப்படித்தான் ஷுக்குக்கு ஹலோ சொன்னார்கள்.

இது நீதானா என்று பார்க்க வந்தோம் அப்படித்தானே? ஷுக் ஒரு பெரிய சிரிப்புடன் இதைச் சொல்லிக்கொள்வாள்.

ஒருவழியாக ஷுக் ஏவரி பாடுவதைப்பார்க்க எனக்கு வாய்த்தது. அவள் பாடுவதைக் நான் கேட்டேன், அவளைப் பார்த்தேன்.

மிஸ்டர் ____க்கு நான் வருவதில் விருப்பமில்லை. இந்த மாதிரியான இடங்களுக்கு மனைவிமார் வருவதில்லை என்றார்.

இருக்கலாம், ஆனால் சீலி வருவாள் என்றாள் ஷுக். ஒருவேளை நான் பாடும்போது எனக்கு உடல்நலக்குறைவு ஏற்பட்டுவிட்டால்? என் உடை அவிழ்ந்துவிட்டால்? நான் அவள் கூந்தலை சீராக்கிக்கொண்டிருந்தேன். அவள் உடலோடு ஒட்டித் தைத்ததுபோன்ற ஒரு சிகப்பு ஆடையை அணிந்திருந்தாள், அதன் பட்டைகள் நூலிழைகளால் ஆனதுபோல் இருந்தன.

ஆடையை அணிந்தவாறே மிஸ்டர் ____ முனகினார். என் மனைவி இப்படிச் செய்யக் கூடாது, என் மனைவி அப்படிச் செய்யக் கூடாது. என்னுடைய எந்த மனைவியும்... அவர் புலம்பிக்கொண்டே இருந்தார்.

ஷுக் ஏவரி முடிவாகச் சொன்னாள், நல்லவேளை நான் உன் இழவெடுத்த மனைவியாக ஆகவில்லை.

அத்தோடு அவர் வாயை மூடிக்கொண்டார். நாங்கள் மூவருமாய் ஹார்ப்போவின் இசைக்கூடத்துக்குப் போனோம். மிஸ்டர் ____ம் நானும் ஒரே மேசையில் அமர்ந்தோம். அவர் விஸ்கி அருந்தினார். நான் ஒரு குளிர்பானமருந்தினேன்.

ஷுக் முதலில் யாரோ பெஸ்ஸீ ஸ்மித் என்பவருடைய பாடலைப் பாடினாள். அவளுக்கு பெஸ்ஸியைத் தெரியும் என்றும் அவர் அவளுடைய பழைய நண்பர் என்றும் சொன்னாள். அந்தப் பாடலின் பெயர், அ குட் மேன் இஸ் ஹார்ட் டு ஃபைன்ட். அவள் பாடும்போது அவ்வப்போது மிஸ்டர் ____ஐப் பார்த்தும் பாடினாள். நானும் அவரைப் பார்த்தேன். அவருடைய சிறிய உருவத்திற்குப் பொருந்தாமல் அவர் பெருமையில் பொங்கினார். தன் நாற்காலியை விட்டு எழுந்துவிடாமல் இருக்க அவர் பெருமுயற்சி செய்தது தெரிந்தது. ஷுக்கைப் பார்த்தபோது என் மனம் நொறுங்கியது. அந்த வேதனை தாள முடியாமல் நான் என் இதயத்தைக் கையால் பிடித்துக்கொண்டேன். நான் இந்த மேசைக்கு அடியில் இருந்தாலும்கூட பொருத்தம்தான், யார் என்னைக் கவனிக்கப்போகிறார்கள்? என்னுடைய தோற்றத்தை, நான் உடுத்தியிருந்த விதத்தை நான் வெறுத்தேன். என்னுடைய துணியலமாரியில் இருப்பதெல்லாம் தேவாலயத்துக்கு உடுத்தும் வகையிலான ஆடைகள்தான். இறுக்கமான சிகப்பு ஆடையில் பளபளத்த ஷுக்கின் கருத்த சருமத்தை மிஸ்டர் ____ ரசித்துக்கொண்டிருந்தார். பளீரிடும் சிகப்பு ஷுக்களில் அவள் பாதங்கள் பொருந்தியிருந்தன. அவள் கூந்தல் அலையலையாய்ப் பிரகாசித்தது.

என்னை அறியாமல் சிந்திய கண்ணீர்த்துளிகள் என் தாடைக்கு அடியில் சேர்ந்தன.

நான் குழப்பமுற்றிருந்தேன்.

அவர் ஷுக்கைப் பார்ப்பதை மிகவும் விரும்புகிறார். நானும் அவளைப் பார்ப்பதை விரும்புகிறேன்.

ஷுக்கோ எங்களில் ஒருவரைத்தான் காண விரும்புகிறாள். அவரை!

அது தானே இயல்பு? அப்படித்தானே அது இருக்க வேண்டும். எனக்குத் தெரிகிறது. ஆனால், அதுதான் சரியென்றால் என் இதயம் ஏன் இவ்வளவு வருந்துகிறது?

என் தலை கவிழ்ந்து கிட்டத்தட்ட என் கோப்பைக்குள் விழுவதைப் போலத் தொங்கியது.

அப்போது என் பெயர் ஒலித்தது.

ஷுக் அழைக்கிறாள், சீலி. மிஸ் சீலி. நான் அவளெங்கே என்று நிமிர்ந்து பார்த்தேன்.

அவள் மறுபடியும் என் பெயரைச் சொன்னாள். நான் பாடவிருப்பது மிஸ் சீலியின் பாடல். ஏனென்றால், நான் நலமின்றியிருந்தபோது அவள்தான் என் தலையிலிருந்து அதைச் சுரண்டி எடுத்தாள்.

முதலில் அவள் வீட்டில் பாடுவதுபோல லேசாக முணுமுணுத்தாள். பிறகு, வரிகளை இசைக்கத் துவங்கினாள்.

அது அவளுக்குத் தீங்கிழைத்த எண்ணற்ற மனிதர்களைப் பற்றிய பாடல்தான். ஆனால், நான் அந்தப் பகுதியைக் கவனிக்கவில்லை. நானும் அவளோடு அந்தப் பாடலை முணுமுணுத்தேன்.

முதன்முறையாக யாரோ, ஏதோ ஒன்றை உருவாக்கி அதற்கு என் பெயரைச் சூட்டியிருக்கிறார்கள்.

அன்புள்ள கடவுளுக்கு,

சீக்கிரமே ஷுக் விடைபெற வேண்டிய நேரம் வந்துவிடும். இப்போது அவள் ஒவ்வொரு வாரயிறுதியிலும் ஹார்ப்போவின் இசைக்கூடத்தில் பாடுகிறாள். அவன் அவளால் ஏராளமாக சம்பாதிக்கிறான். அவளும் சம்பாதிக்கிறாள். அதோடு அவள் முன்புபோல வலுப்பெற்றும், பருத்தும் வருகிறாள். முதல் இரவிலும் இரண்டாவதிலும் அவள் நன்றாகப் பாடினாலும், வலுவற்று ஒலித்தாள், இப்போதெல்லாமோ அவள் வெளுத்துவாங்குகிறாள். முற்றத்தில் நிற்பவர்களுக்குக்கூட அவள் பாடுவது நன்றாகக் கேட்டது. அவளும் ஸ்வெய்னும் இணைந்து பாடுவது பிரமாதமாக அமைந்தது. அவள் பாடுவாள், அவன் இசைப்பான். ஹார்ப்போவின் இசைக்கூடம் அருமையாக இருந்தது. அறை முழுக்கச் சின்னச்சின்ன மேசைகளை இடப்பட்டு அவற்றில் நான் தயாரித்த மெழுகுவர்த்திகள் வைக்கப்பட்டன. வெளியிலும் ஓடைக்கருகில், மேசைகள் போடப்பட்டன. சில சமயம் எங்கள் வீட்டிலிருந்து சோஃபியாவின் வீடு வரையில் செல்லும் பாதையைப் பார்க்கும்போது மெழுகுவர்த்திகளின் ஒளி மின்மினிப்பூச்சிகளின் கூட்டம்போல தெரியும். மாலை வேளைகளில் அங்கு செல்ல ஷுக் மிகுந்த அவசரப்படுவாள்.

ஒருநாள் அவள் என்னிடம், மிஸ் சீலி, நான் கிளம்ப வேண்டிய நேரம் வந்துவிட்டது என்றாள்.

எப்போது கிளம்பவேண்டும்?

அடுத்த மாத துவக்கத்திலேயே, ஜுனில். ஜுன் மாதம் உலகுக்குள் மீண்டும் பிரவேசிக்க சரியான சமயம்.

நான் எதுவும் பேசவில்லை. நெட்டியைப் பிரிந்தபோது உணர்ந்ததுபோல இருந்தது.

அவள் அருகில் வந்து என் தோளில் கையை வைத்தாள்.

நீ இங்கில்லாதபோது அவர் என்னை அடிப்பார்.

யார் அப்படிச் செய்வது? ஆல்பர்ட்டா?

மிஸ்டர் ____ என்றேன்.

என்னால் இதை நம்ப முடியவில்லை என்றவள், அருகிலிருந்த மேசையில் தொப்பென்று விழுந்தாள்.

உன்னை அவன் எதற்காக அடிப்பான்?

நான் நீயாக இல்லாமல் நானாக இருப்பதால்.

ஓ! மிஸ் சீலி! அவள் கரங்களால் என்னைச் சுற்றி அணைத்தாள்.

நாங்கள் இருவரும் அப்படியே அரைமணி நேரம்போல அமர்ந்திருந்தோம். பிறகு, அவள் என் தோளின் சதைப்பற்றான இடத்தில் முத்தமிட்டு எழுந்தாள்.

ஆல்பர்ட் உன்னை அடிக்க மாட்டான் என்று நிச்சயமாகத் தெரியும்வரை நான் இங்கிருந்து போக மாட்டேன் என்றாள்.

அன்புள்ள கடவுளுக்கு,

அவள் எப்படியும் போகத்தான் போகிறாள் என்று தெரிந்துவிட்ட நிலையில் அவர்கள் இருவரும் இரவுகளை ஒன்றாகக் கழிக்கத் தொடங்கினார்கள். எல்லா இரவுகளிலும் அல்ல, வெள்ளியிலிருந்து திங்கள் வரையிலான ஏறக்குறைய அத்தனை இரவிலும்.

அவர் ஹார்ப்போவின் இசைக்கூடத்துக்கு அவள் பாடுவதைப் பார்க்கப் போவார். அது அவளைப் பார்ப்பதற்காக மட்டும்தான். மிகத் தாமதமாக அவர்கள் வீடு திரும்புவார்கள். சிரித்துப்பேசிவாறு விடியும்வரை கட்டிப்புரள்வார்கள். பிறகு மீண்டும் அவள் எழுந்து பாடப்போகும் நேரம்வரை உறங்குவார்கள்.

முதன்முறை அது நடந்தபோது, அது ஒரு விபத்து, உணர்வுப்பெருக்கில் அடித்துச்செல்லப்பட்டுவிட்டோம் என்றுதான் ஷுக் சொன்னாள். அவர் எதுவுமே சொல்லவில்லை.

அவள் என்னைக் கேட்டாள், உண்மையைச் சொல். நான் ஆல்பர்ட்டுடன் படுக்கையைப் பகிர்ந்துகொள்வதில் உனக்கு வருத்தமில்லையா?

ஆல்பர்ட் யாருடன் படுக்கையைப் பகிர்ந்து கொண்டாலும் எனக்கு அக்கறையில்லை என்று நான் நினைத்ததை அவளிடம் சொல்லவில்லை.

நீ மறுபடியும் கர்ப்பமாகலாம் என்று மட்டும் சொன்னேன்.

இல்லை, நான் உபயோகிக்கும் ஸ்பாஞ் அப்படி ஆகவிடாது.

நீ இன்னமும் அவரை நேசிக்கிறாயா?

அவன் மீது எனக்கு மிகுந்த தாபம் உண்டு. எனக்குக் கணவன் என்று ஒருவன் இருந்திருப்பானென்றால் அது அவனாகத்தான் இருந்திருக்க வேண்டும். ஆனால், அவனொரு கோழை. தனக்கு என்ன வேண்டுமென்பதில் அவனுக்குத் தெளிவில்லை. மேலும், நீ சொல்வதிலிருந்து அவன் ஒரு வன்முறையாளன் என்றும் தெரிகிறது. என்றாலும் அவனில் சில விஷயங்களை நான் நேசிக்கிறேன். அவனுடைய மணம் எனக்குப் பிடிக்கும்.

அவன் மிகச் சிறியவனாக இருப்பது. அவன் என்னைச் சிரிக்கவைப்பது இப்படி எல்லாமும் என்றாள்.

அவருடன் படுக்கையைப் பகிர்ந்துகொள்வதை நீ விரும்புகிறாயா?

ஆமாம் சீலி, நான் உண்மையை ஒப்புக்கொள்ளத்தான் வேண்டும். நான் அதை மிக விரும்புகிறேன். ஏன், நீ அதை விரும்புவதில்லையா என்ன?

இல்லை. மிஸ்டர் ____ க்கே அதைப் பற்றித் தெரியும். நான் அதைக் கொஞ்சம்கூட விரும்புவதில்லை. அதில் விரும்ப என்ன இருக்கிறது? அவர் என் மீது ஏறுகிறார், என் ஆடையை இடுப்புக்கு மேலே உயர்த்துகிறார், உள்ளே பாய்கிறார். பெரும்பாலான சமயங்களில் நான் அங்கு இல்லாததுபோலவே கிடப்பேன். அவருக்கு ஒரு வித்தியாசமும் தெரியாது. நான் எப்படி உணர்ந்தேன் என்று அவர் என்னைக் கேட்டதே இல்லை. அவர் தன் வேலையைச் செய்வார், எழுந்துகொள்வார், உறங்கப்போவார் அவ்வளவு தான்.

அவள் சிரிக்க ஆரம்பித்தாள். வேலையைச் செய்வதா? அவர் வேலையைச் செய்வார்! என்ன இது மிஸ் சீலி. நீ சொல்வதைப் பார்த்தால் அவன் உன் மீது சிறுநீர் கழிப்பதைப் போல அல்லவா இருக்கிறது?

நான் அப்படியே தான் உணர்கிறேன்.

அவள் சிரிப்பதை நிறுத்தினாள்.

நீ அதை ரசித்ததே இல்லையா என்றாள் ஆச்சரியமாக. உன் குழந்தைகளின் அப்பாவுடன்கூடவா?

ஒருபோதும் இல்லை என்றேன்.

கடவுளே! சீலி நீ இன்னமும் கன்னிதானா?

கேள், அங்கே கீழே உன் உறுப்பில் ஒரு சிறிய ஸ்விச் இருக்கிறது, அது நீ யாருடனாவது படுக்கையில் இருக்கும்போதும் சூடாகிறது. அது மேலும் மேலும் சூடேறி, கரையத் துவங்கும். அதுதான் அதில் சிறப்பான விஷயமே. மேலும், இன்னமும் நல்ல பகுதிகள் உண்டுதான். ஏகப்பட்ட உறிஞ்சல் இங்கே அங்கே என்று. விரலுக்கும் நாவுக்கும் நிறைய வேலை உண்டு.

ஸ்விச்சா? விரல் மற்றும் நாக்கா? என் முகம் கொதிப்பேறி உருகத் தயாரானது.

இந்தா, இந்தக் கண்ணாடியை எடுத்துப் போய் உன்னை நீயே அங்கே கீழே பார்த்துக்கொள். எனக்கு நிச்சயமாகத் தெரியும். நீ அங்கு பார்த்துக்கொண்டதே இல்லைதானே?

இல்லை.

எனக்கு இதுவும் தெரிகிறது. நீ ஆல்பர்ட்டையும் அங்கே பார்த்ததில்லை அப்படித்தானே?

நான் அதை உணர்ந்திருக்கிறேன் என்றேன்.

அந்தக் கண்ணாடியுடன் நான் அங்கேயே நின்றேன்.

என்ன, உன்னை நீயே பார்த்துக்கொள்ள அவ்வளவு வெட்கமா? ஹார்ப்போவின் இசைக்கூடத்துக்குச் செல்ல அருமையாக உடுத்திக்கொண்டு, மணத்துக் கொண்டு நீ ரொம்ப அழகாக இருக்கிறாய் என்று சிரிக்கத் துவங்கினாள். ஆனால், உன் பெண்ணுறுப்பை நீயே பார்த்துக்கொள்ள இவ்வளவு வெட்கமா?

நான் பார்க்கும்போது நீயும் உடன் இருக்க வேண்டும் வாயேன்.

அவ்வளவுதான். நாங்கள் இருவரும் இரண்டு குறும்புக்காரச் சிறுமிகளாய் அறைக்குள் ஓடினோம்.

நீ வாசலில் காவலுக்கு நில்.

அவள் குதூகலித்துச்சிரித்தாள். சரி, யாரும் வரவில்லை. ஒரு பிரச்சினையும் இல்லை.

நான் மெத்தையில் மல்லாந்து படுத்துக்கொண்டு என் ஆடையை உயர்த்தினேன். என் உள்ளாடையை இறக்கினேன். என் கால்களுக்கு இடையில் கண்ணாடியை வைத்தேன். ஆ! ஒரே முடி. மேலும், என் உறுப்பின் உதடுகள் கறுப்பு. பிறகு, அதன் உட்பகுதி ஈர ரோஜாவைப் போல இருந்ததைப் பார்த்தேன்.

அது நீ நினைத்ததைக் காட்டிலும் அழகாக இருக்கிறது இல்லையா என்றாள் அவள் கதவருகில் நின்றுகொண்டு.

ஆமாம். அந்த ஸ்விச் எங்கே இருக்கும்?

சரியாக மேலே பார். வெளியில் துருத்திக் கொண்டிருக்கும் பகுதி.

நான் அவளைப் பார்த்துக்கொண்டே என் விரலால் அதைத் தொட்டேன். இதுதான் அழுத்த வேண்டிய சரியான

ஸ்விச் என்று தெரியும் அளவேயான சிறு நடுக்கம் என்னுள் பாய்ந்தது.

அப்படியே உன் மார்புகளையும் பார். நான் ஆடையை உயர்த்தி என் முலைகளைப் பார்த்தேன். என் குழந்தைகள் அவற்றை உறிஞ்சியதை நினைத்தேன். அப்போது உண்டான மெல்லிய நடுக்கம் நினைவில் வந்தது. குழந்தைகள் பெற்றுக்கொள்வதில் சிறப்பான அம்சமே அவற்றுக்குப் பாலூட்டுவதுதான்.

ஆல்பர்ட்டும் ஹார்ப்போவும் வருகிறார்கள் என்றாள் அவள். நான் என் உள்ளாடையை அணிந்துகொண்டு ஆடையைச் சரிசெய்துகொண்டேன். ஏதோ தவறு செய்துவிட்டதைப் போல உணர்ந்தேன்.

அவரோடு நீ உறங்குவது பற்றி எனக்குப் பிரச்சனையில்லை என்றேன்.

அவள் அதை என் வாக்காக எடுத்துக்கொண்டாள்.

நானும் அதை ஒரு வாக்குறுதியாகவே தந்தேன்.

ஆனால், அவர்கள் இருவரும் ஒன்றாக இருக்கும் சப்தம் கேட்க நேர்ந்தால், போர்வையைத் தலை மீது இழுத்து விட்டுக்கொண்டு, என் முலைகளையும் ஸ்விச்சையும் அழுத்திக்கொண்டு அழுவேன்.

அன்புள்ள கடவுளுக்கு,

அன்றிரவு, ஷுக் அருமையான பாடலொன்றைப் பாடிக்கொண்டிருந்தபோது ஹார்ப்போவின் கதவுகளைத் தாண்டி துள்ளிக்கொண்டு உள்ளே நுழைந்தது வேறுயாருமல்ல சோஃபியாவேதான்.

அவள், உயரமான தடித்த, பெரிய குத்துச்சண்டை வீரனைப் போன்ற ஒருவனுடன் வந்தாள்.

அவள் எப்போதும்போல தடித்து, துள்ளலுடன் காணப்பட்டாள். ஓ மிஸ் சீலி என்று கூவியவள், உங்களை மீண்டும் பார்ப்பது எவ்வளவு மகிழ்ச்சியாக இருக்கிறது, மிஸ்டர் ____ ஐப் பார்க்கவும்தான். அவர் கரத்தைப் பற்றிக்கொண்டவள், அவருடைய கைக்குலுக்கலின் வலிமை குறைந்திருக்கிறது என்றாலும் மகிழ்ச்சியாகத்தான் இருக்கிறது என்றாள்.

அவரும் அவளைப் பார்த்ததில் மெத்த மகிழ்ச்சியடைந்தவர்போலக் காட்டிக்கொண்டார்.

இதோ இந்த நாற்காலியை இழுத்துக்கொள், குளிர்பானம் அருந்து, என்றார்.

எனக்கு வொய்ட்லைட்னிங் ஒரு ஷாட் கொடுங்கள் என்றாள் சோஃபியா.

குத்துச்சண்டை வீரர் ஒரு நாற்காலியை இழுத்துப் பின்னால் நிறுத்தினார். ஏதோ தன் வீட்டில் இருப்பவரைப் போல சோஃபியாவை அணைத்துக்கொண்டார்.

ஹார்ப்போ தன் மஞ்சள்தோல் தோழியுடன் அறைக்குள் நுழைந்தான். அவன் சோஃபியாவை ஏதோ பேயைப் பார்ப்பதுபோலப் பார்த்தான்.

இவர் ஹென்றி ப்ராட்னாக்ஸ் என்றாள் சோஃபியா. எல்லோரும் இவரை பஸ்டர் என்று அழைப்பார்கள். எங்கள் குடும்பத்தின் நல்ல நண்பர்.

எல்லோரும் எப்படி இருக்கிறீர்கள் என்ற அவர் இனிமையாகப் புன்னகைத்தார், நாங்கள் இசையைக் கேட்டுக்கொண்டிருந்தோம். ஷுக் ஒரு தங்கநிற ஆடையை அணிந்துகொண்டிருந்தாள், அதில் அவளுடைய மார்புப்பகுதி கிட்டத்தட்ட காம்புகள் வரைக்கும் வெளியே தெரிந்தது. எல்லோரும் அந்த உடை எப்படியாவது

அறுந்துவிடாதா என்று ஏங்கினார்கள். ஆனால், அந்த உடையோ உறுதியானது.

அடேங்கப்பா, தீயணைப்புவீரர்களை மட்டும் அழைத்தால் போதாது, சட்ட உதவியை நாட வேண்டும் அளவுக்கு இங்கே சூடேறி இருக்கிறதே என்றார் பஸ்டர் குறும்பாக.

மிஸ்டர் ____ சோஃபியாவிடம் கிசுகிசுத்தார், உன் குழந்தைகள் எங்கே?

என் குழந்தைகள் வீட்டில் இருக்கிறார்கள். உங்கள் குழந்தைகள் எங்கே என்று அவள் பதிலுக்குக் கிசுகிசுத்தாள்.

அவர் பதில் சொல்லவில்லை.

இரு மகள்களும் வயிறு பெருத்து வீட்டைவிட்டுப் போய்விட்டார்கள். பப், ஜெயிலில் இருப்பதும் வெளியில் வருவதுமாய் இருக்கிறான். அவனுடைய தாத்தா மட்டும், நகர ஷெரிஃபின் கறுப்பின மாமாவாக இல்லாமல் போயிருந்தால், பப் இந்நேரம் விசாரணையின்றிக் கொல்லப்பட்டிருப்பான்.

சோஃபியா எத்தனை அழகாய் இருக்கிறாள் என்று ஆச்சரியப்பட்டு எனக்கு மாளவில்லை.

ஷுக் பாடி முடித்ததும், நாங்கள் அமர்ந்து பேசிக்கொண்டிருந்தபோது, ஐந்து குழந்தைகளைப் பெற்ற பிறகு பெரும்பாலான பெண்கள் அழகாய் இருப்பதில்லை, நீயோ இன்னும் ஐந்து பெறுவாய் போல இருக்கிறாய் என்றேன்.

எனக்கு இப்போது ஆறு குழந்தைகள் இருக்கிறார்கள் மிஸ் சீலி.

ஆறா??

அவள் தலையை ஆட்டிக்கொண்டே ஹார்ப்போவைப் பார்த்தாள். வீட்டைவிட்டு வெளியேறிவிடுவதால் வாழ்க்கை நின்றுவிடுவதில்லை மிஸ் சீலி, உங்களுக்கும் அது தெரியுமே.

என் வாழ்க்கை, நான் வீட்டைவிட்டு வந்ததும் முடிந்துவிட்டது என்று நினைத்தேன். அது மிஸ்டர் ____ உடன் நின்றுவிட்டாலும், ஷுக்கினால் மறுபடி துவங்கியுள்ளது.

ஷுக் எங்களிடம் வந்தாள், சோஃபியாவும் அவளும் அணைத்துக்கொண்டனர்.

நீ அட்டகாசமாய் இருக்கிறாய் சோஃபியா என்றாள் ஷுக்.

அப்போது தான் நான் கவனித்தேன், சிலசமயங்களில் ஷுக் ஆண்களைப் போல பேசவும் நடந்துகொள்ளவும் செய்கிறாள் என்பதை. ஆண்கள்தான் இந்த மாதிரி சமாச்சாரமெல்லாம் பெண்களிடம் பேசுவார்கள், பெண்ணே நீ அட்டகாசமாய் இருக்கிறாய் என்றெல்லாம். பெண்களோ எப்போதும் ஆரோக்கியத்தையும், கூந்தலையும் பற்றி பேசிக்கொள்வார்கள். குழந்தைகள் எத்தனை? அதில் எத்தனை உயிரோடு உள்ளது, எத்தனை இறந்தது, மேலும், பல் முளைத்ததுகளா இல்லையா? தாங்கள் அணைத்துக்கொள்ளும் பெண்ணிடம் நீ அட்டகாசமாய் உள்ளாய் என்றெல்லாம் பெண்கள் பொதுவாகப் பேசுவதில்லை.

அங்கிருந்த ஆண்களின் கண்களெல்லாம் ஷுக்கின் மார்புகளில் பசையாய் ஒட்டிக்கொண்டிருந்தன. என் விழிகளும் அங்கேதான் இருந்தன. என் உடைக்கு அடியில் என் முலைக்காம்புகள் விரைப்பதை நான் உணர்ந்தேன். என்னுடைய சிறிய ஸ்விச்சும் நிமிர்ந்துகொண்டது. என் மனதிற்குள் நான் சொல்லிக்கொண்டேன், ஷுக் நீயும்தான் அட்டகாசமாய் இருக்கிறாய், கடவுளுக்கே இது தெரியுமே.

நீ இங்கே என்ன செய்துகொண்டிருக்கிறாய் என்றான் ஹார்ப்போ.

நான் மிஸ் ஷுக்கின் பாட்டைக் கேட்க வந்தேன் என்றாள் சோஃபியா. இந்த இடம் அருமையாக இருக்கிறது ஹார்ப்போ. அவள் சுற்றிலும் பார்வையை ஓட்டினாள். இதையும் அதையும் அவள் விழிகள் ஆர்வமாய்ப் பார்த்தன.

எத்தனை இழிவு இது, ஐந்து குழந்தைகளுடைய ஒரு பெண் இப்படி ஒரு கிளப்பில் இரவில் நேரம் செலவழிப்பது.

சோஃபியாவின் கண்களில் எரிச்சல் தெரிந்தது. அவள் ஹார்ப்போவை மேலும் கீழுமாகப் பார்த்தாள்.

அவன் உணவைத் திணித்துக்கொள்வதை நிறுத்திய பின் நன்றாகவே பருத்திருந்தான். வீட்டில் காய்ச்சிய மதுவையும், கரியடுப்பில் சுட்டதில் மிச்சம் மீதியான உணவையும் உண்டு அவன் தலை, முகம் எங்கும் சீராக,

கிட்டத்தட்ட சோஃபியாவின் எடைக்குச் சமமாக அவனும் எடை கூடியிருந்தான்.

பெண்களுக்கும் அவ்வப்போது கேளிக்கைகள் தேவைதான் என்றாள் அவள்.

பெண்கள் என்றால் அவர்கள் தங்கள் வீட்டில் இருக்க வேண்டும் என்றான் அவன்.

இதுதான் என் வீடு, ஆனாலும் இது கிளப்பாக இன்னும் சிறப்பாக இருக்கிறது.

ஹார்ப்போ குத்துச்சண்டை வீரனைப் பார்த்தான். அவர் தன் நாற்காலியைக் கொஞ்சம் பின்னுக்குத் தள்ளி தன் பானத்தைப் பருக எடுத்துக்கொண்டார்.

சோஃபியாவின் சண்டைகளில் நான் தலையிடுவதில்லை. என் பணி அவளைக் காதலிப்பதும், அவள் செல்ல விரும்பும் இடத்துக்கு அவளை அழைத்துச்செல்வதுமே என்றார்.

ஹார்ப்போ கொஞ்சம் நிம்மதியாக மூச்சுவிட்டான்.

வா நாம் ஆடலாம் என்றான்.

சோஃபியா சிரித்துக்கொண்டே ஆட எழுந்தாள். அவன் கழுத்தைச் சுற்றி தன் கரங்களை இட்டாள். அந்த இடத்தை சுற்றி சுற்றி அவர்கள் மெல்ல ஆடினார்கள்.

ஹார்ப்போவின் மஞ்சள்தோல்காதலி முகத்தைத் தூக்கிவைத்துக்கொண்டு மதுக்கூடத்தில் நின்றாள். அவள் நல்லவள், நட்பானவள். மேலும் அவள் என்னைப் போன்றவள். ஹார்ப்போ என்ன சொன்னாலும் செய்வாள்.

அவன் அவளுக்கு ஒரு செல்லப்பெயர்கூட வைத்திருந்தான், ஸ்க்வீக் என்று அவளை அழைத்தான்.

சீக்கிரமே அவர்கள் நடனத்துக்கு இடையூறு செய்யும் அளவு ஸ்க்வீக்குக்குத் துணிச்சல் வந்துவிட்டது.

சோஃபியா ஸ்க்வீக்கை கவனித்துவிடாமல் இருப்பதற்காக ஹார்ப்போ அவளைத் திருப்பி விட்டுக் கொண்டே ஆடினான். ஆனாலும் ஸ்க்வீக் விடாமல் அவன் தோள்பட்டையில் தட்டிக்கொண்டேயிருந்தாள்.

இறுதியில் அவனும் சோஃபியாவும் ஆடுவதை நிறுத்திவிட்டு எங்கள் மேசையிலிருந்து இரண்டு அடி தொலைவில் நின்றார்கள்.

ஷூக் தன் தாடையால் ஜாடை காட்டி அஹ்ஹோ அங்கே ஏதோ வெடிக்கப்போகிறதுபார் என்று சொல்ல முனைந்தாள்.

யாரிந்தப் பெண்? தன்னுடைய கீச்சுக்குரலில் ஸ்க்வீக் கேட்டாள்.

இவள் யாரென்று உனக்கு நன்றாகத் தெரியுமே என்றான் ஹார்ப்போ.

ஸ்க்வீக் சோஃபியாவிடம் திரும்பினாள். இப்போது நீ அவனை விட்டுவிட்டால் நல்லது என்றாள்.

சோஃபியாவும் சரிதான் என்று அங்கிருந்து நகரத் திரும்பினாள்.

ஹார்ப்போ அவள் கரத்தைப் பற்றி இழுத்தான். நீ எங்கேயும் போகக் கூடாது, நாசமாய்ப் போக, இதுதான் உன் வீடு என்றான்.

என்ன பேசுகிறாய் நீ? அவள் உன்னை விட்டுப்போனவள், உன் வீட்டை விட்டுச்சென்றவள், இன்னமும் இதெப்படி அவளது வீடாகும் என்று அலறிய ஸ்க்வீக் இதுமுடிந்துபோன கதை என்றாள் சோஃபியாவின் பக்கம் திரும்பி.

சரிதான் எனக்கு சம்மதமே என்றாள் சோஃபியா. தன் கரத்தை ஹார்ப்போவிடமிருந்து பிடுங்கிக்கொள்ள முயன்றவளை ஹார்ப்போ இறுகப்பற்றிக்கொண்டான்.

ஒரு மனிதன் தன் மனைவியுடன் ஆடக் கூடாதா?

ஆடக் கூடாது, அவன் என்னுடையவனாய் ஆகிவிட்ட பிறகு அவன் ஆடக் கூடாது. கேட்டாயா வேசியே என்றாள் ஸ்க்வீக் சோஃபியாவிடம்.

சோஃபியா ஸ்க்வீக்கின் பேச்சில் எரிச்சலடைந்து விட்டாள் என்பதை அவள் காதுகளைப் பார்த்தே என்னால் சொல்ல முடிந்தது. அவை ஒருமாதிரி வெளியில் தள்ளிக்கொண்டு நின்றன. ஆனாலும், அந்த விவாதத்தை முடிக்க எண்ணி, ஹே, எனக்கு ஒன்றும் பிரச்சினையில்லை என்றாள்.

ஸ்க்வீக் சோஃபியாவின் தலையில் ஓங்கி அறைந்தாள்.

அவள் எதற்காக அப்படிச் செய்தாள்? சோஃபியாவோ அறைவது போன்ற சிறிய செயல்களிலெல்லாம் ஈடுபடுபவள் கிடையாதே! அவள் தன் முஷ்டியை

முறுக்கினாள், பின்னுக்கு இழுத்தாள், ஸ்க்வீக்கின் இரண்டு பற்களை தெரித்துவிழச்செய்தாள். அவ்வளவு தான். ஸ்க்வீக் தரையில் மோதிக்கிடந்தாள். ஒரு பல் அவள் உதட்டில் தொங்கிக்கொண்டிருந்தது, இன்னொன்று என்னுடைய குளிர்பானக் கோப்பையில் தலைகீழாகக் கிடந்தது.

ஸ்க்வீக் ஹார்ப்போவின் காலைத் தன் செருப்பால் மொத்திக்கொண்டே அப்படியே கிடந்தாள்.

நீ அந்தத் தேவடியாளை வெளியே துரத்தப் போகிறாயா இல்லையா என்றாள் அழுதபடியே. இரத்தமும் சளியும் அவள் தாடையில் வழிந்து கொண்டிருந்தது.

ஹார்ப்போவும் சோஃபியாவும் அருகருகில் நின்றபடி ஸ்க்வீக்கைக் குனிந்து பார்த்துக்கொன்டிருந்தார்கள், ஆனால், அவள் சொன்னது அவர்கள் காதில் விழுந்தது போலவே தெரியவில்லை. ஹார்ப்போ இன்னமும் சோஃபியாவின் கையைப் பிடித்துக்கொண்டிருந்தான். அரை நிமிடம் சென்றிருக்கும், ஒருவழியாக அவன் சோஃபியாவின் கையை விட்டான், குனிந்து ஸ்க்வீக்கைக் கைகளில் ஏந்தி ஐயோ கண்ணே என்று கொஞ்சி அவளை சமாதானம் செய்தான்.

சோஃபியா குத்துச்சண்டை வீரரிடம் வந்தாள். அவர்களிருவரும் திரும்பிப்பாராமல் வெளியேறினார்கள். பிறகு, நாங்கள் கிளம்பும் காரின் மோட்டார் சப்தத்தை கேட்டோம்.

அன்புள்ள கடவுளுக்கு,

ஹார்ப்போ தரையை மெழுகினான். மேடையைத் துடைத்தான், சிகரெட்டைப் பற்றவைத்தான், வெளியில் பார்த்தான், மேலும் கீழுமாய் நடந்தான். குட்டி ஸ்க்வீக் அவன்பின்னாலேயே ஓடி, பேபி இங்கே பாரேன், பேபி இதைக் கேளேன் என்றெல்லாம் அவன் கவனத்தைக் கவர முயன்றாள். அவள் தலைக்கு மேலாக வெற்றுப் பார்வை பார்த்துக்கொண்டே ஹார்ப்போ புகைத்துத்தள்ளினான்.

நானும் மிஸ்டர் ____ம் இருந்த மூலைக்கு ஸ்க்வீக் வந்தாள். தன் வாயிலிருக்கும் இரண்டு தங்கப்பற்களைக் காட்டுவதற்காக எந்நேரமும் இளித்துக்கொண்டே இருப்பவள், இப்போது அழுகிறாள். மிஸ் சீலி இந்த ஹார்ப்போவுக்கு என்ன வந்தது என்றாள்.

சோஃபியா ஜெயிலில் இருக்கிறாள்.

என்னது சோஃபியா ஜெயிலில் இருக்கிறாளா? அவள் முகபாவனையைப் பார்க்கும்போது, ஏதோ சோஃபியா நிலவில் இருக்கிறாள் என்று சொல்லக்கேட்டவள்போல இருந்தது.

அவள் எதற்காக ஜெயிலில் இருக்கிறாள்?

அவள் மேயரின் மனைவியிடம் சண்டையிட்டிருக்கிறாள்.

ஒரு நாற்காலியை இழுத்துப்போட்டு அமர்ந்த ஸ்க்வீக் என் குரல்வளையையே பார்த்தாள்.

உன்னுடைய உண்மையான பெயரென்ன?

மேரி ஆக்னஸ்.

உன்னை உன் நிஜப்பெயரைச் சொல்லியே ஹார்ப்போவை அழைக்கச்சொல், ஒருவேளை அப்படிச்செய்தால் துன்பவேளைகளில் அவன் உன்னைக் கூப்பிடுவான்.

புதிராய்ப் பார்த்தவளிடம் அதைவிடு என்று சொல்லிவிட்டு, சோஃபியாவின் சகோதரி என்னிடமும், மிஸ்டர் ____இடமும் சொன்னதைச் சொன்னேன்.

சோஃபியாவும் அவள் எல்லாக் குழந்தைகளும் குத்துச்சண்டை வீரரின் காரில் அவரோடு நகரத்துக்குப் போயிருந்தார்கள். தெருவில் அவர்கள் இறங்கி நின்ற சமயம் மேயரும் அவர் மனைவியும் அங்கு வந்தார்கள்.

தன்னுடைய பையில் கையை நுழைத்தவாறு, இந்தக் குழந்தைகள் எல்லோருமே சின்னச்சின்ன பொத்தான்களைப் போல என்ன அழகு என்றாள் மேயரின் மனைவி. கொஞ்சம் நின்று ஒரு குழந்தையின் தலையில் கையை வைத்தபடி, என்ன வெண்ணிற உறுதியான பற்கள் என்றாள்.

சோஃபியாவும் வீரரும் ஒன்றும் பேசவில்லை. அவர்கள் கிளம்புவதற்காகக் காத்திருந்தனர். மேயரும் பின்னால் நின்று பாதங்களைத் தரையில் தட்டிக்கொண்டு அவளுக்காகக் காத்துக் கொண்டிருந்தார், சிறு புன்னகையுடன் நின்ற அவளைப் பார்த்தபடி, சரிதான் மில்லி, எப்போதும் உனக்குக் கறுப்பர்கள் என்றால் தனி பிரியம்தான் என்றார். மிஸ் மில்லி இன்னமும் சிறிது நேரம் குழந்தைகளைத் தடவிக்கொடுத்தாள், இறுதியில் சோஃபியாவையும் வீரரையும் பார்த்தாள். குத்துச்சண்டை வீரரின் காரைப் பார்த்தாள், சோஃபியாவின் கைக்கடிகாரத்தைப் பார்த்தாள். உன் குழந்தைகளெல்லாம் எவ்வளவு சுத்தமாக இருக்கிறார்கள், நீ என்னிடம் எனக்குப் பணிப்பெண்ணாக வேலை செய்ய வருகிறாயா?

சீ, முடியாது, என்றாள் சோஃபியா!

என்ன சொன்னாய்?

சீ! முடியாது.

மேயர் சோஃபியாவைப் பார்த்தார், மனைவியைப் பின்னுக்குத்தள்ளினார், நெஞ்சை நிமிர்த்திக் கேட்டார். மிஸ் மில்லியிடம் என்ன சொன்னாய் நீ?

சீ, முடியாது என்று சொன்னேன்.

அவர் அவளை அறைந்தார்.

அவ்வளவே தான். நான் கதைசொல்வதை இங்கேயே நிறுத்திக்கொள்கிறேன்.

ஸ்க்வீக் நாற்காலியின் நுனியில் உட்கார்த்தபடி, நான் தொடர வேண்டும் என்பதுபோல என் குரல்வளையைப் பார்த்தபடி காத்திருந்தாள்.

இதற்குமேலே எதுவும் சொல்லத் தேவையில்லை என்றார் மிஸ்டர் ____. சோஃபியாவை யாரும் அறைந்தால் என்ன ஆகும் என்று எல்லோருக்கும் தெரியும்.

என்னது?? நிஜமாகவா? ஸ்க்வீக் வெளிறிப்போனாள்.

என்ன நிஜமாகவா? நிஜமாகத்தான். சோஃபியா அந்த ஆளை அடித்துநொறுக்கிவிட்டாள்.

போலிஸ் வந்து, மேயரிடமிருந்து குழந்தைகளை அப்புறப்படுத்தி, குழந்தைகளின் தலையை ஒன்றோடு ஒன்று மோதச்செய்தனராம். சோஃபியா இன்னமும் கடுமையாக சண்டையிடத் துவங்கினாள். அவர்கள் அவளைத் தெருவில் இழுத்துப் போட்டனர்.

என் கண்கள் கண்ணீரால் நிரம்பின, தொண்டை அடைத்தது. இவ்வளவுதான் என்னால் சொல்ல முடியும்.

பாவம் ஸ்க்வீக். தன் நாற்காலியில் நடுங்கிக் கொண்டு குறுகிப்போய் அமர்ந்திருந்தாள்.

அவர்கள் சோஃபியாவை அடித்தார்கள் என்றார் மிஸ்டர் ____.

ஸ்க்வீக் தவ்வியெழுந்து மேடைக்குப் பின்னால் நின்றுகொண்டிருந்த ஹார்ப்போவிடம் சென்று அவனைச் சுற்றி அணைத்தாள். அவர்கள் அப்படியே சிறிது நேரம் அழுதுகொண்டிருந்தார்கள்.

இதெல்லாம் நடந்து கொண்டிருந்த போது குத்துச்சண்டை வீரர் என்னதான் செய்து கொண்டிருந்தார்? நான் ஒடிசாவிடம் கேட்டேன்.

அவர் உதவத் துடித்தார். சோஃபியாதான் வேண்டாம், குழந்தைகளை வீட்டுக்கு அழைத்துச் சென்றுவிடுங்கள் என்று சொல்லிவிட்டாள்.

போலிஸாரின் துப்பாக்கிகள் அவர் புறமாய் நீண்டிருந்தன. ஒரு அசைவில் அவர் செத்திருப்பார். ஆறு பேர் இருந்தார்கள் தெரியுமா?

சோஃபியாவைப் பார்க்க நகர ஷெரீஃபிடம் அனுமதி கேட்டு மிஸ்டர் ____ கெஞ்சினார். பப் பிரச்சினைகளில் மாட்டிக்கொண்டிருந்த போது அவன் ஷெரீஃபின் சாயலில் இருந்ததால்தான் தப்பித்தான். மிஸ்டர் ____ அறிந்தவரையில் ஷெரீஃப் ஒரு கறுப்பர். அவர்களுக்கு உறவினரும்கூட.

உங்கள் மகனின் மனைவி ஒரு கிறுக்குப்பெண். தெரியுமா உங்களுக்கு? என்றார் ஷெரீஃப்.

உண்மைதான் சார், எங்களுக்கு அது தெரிந்துதான் இருக்கிறது. அவர்கள் திருமணத்துக்கு முன்பிருந்தேகூட,

பன்னிரெண்டு வருடங்களாக ஹார்ப்போவிடம் இதைச் சொல்லிக்கொண்டுதான் இருக்கிறோம். சோஃபியா கிறுக்கர்களின் வழித்தோன்றல். அவளைச் சொல்லிக் குற்றமில்லை. அதுமட்டுமல்லாமல் பெண்களைப் பற்றித்தான் உங்களுக்கே தெரியுமே என்றார் மிஸ்டர் ____.

ஷெரீஃப் தனக்குத் தெரிந்த பெண்களைப் பற்றி யோசித்தார், ஆமாம், நீங்கள் சரியாகத்தான் சொல்கிறீர்கள் என்றார்.

ஒருவேளை அவளைப் பார்க்க முடிந்தால் அவள் ஒரு கிறுக்கி என்று அவளிடம் சொல்லத்தான் போகிறோம்.

நல்லது, கண்டிப்பாக சொல்லுங்கள். அதோடும் அவள் உயிரோடு இருப்பது அவளுடைய அதிர்ஷ்டம் என்றும் சொல்லிவிடுங்கள்.

நான் மறுபடி சோஃபியாவைப் பார்த்தபோது அவள் ஏன் இன்னமும் உயிரோடு இருக்கிறாள் என்றுதான் நினைத்தேன். அவளுடைய மண்டையோட்டையும் விலா எலும்புகளையும் அவர்கள் உடைத்திருந்தார்கள். அவளுடைய மூக்கை அவர்கள் கிழித்ததில் அது ஒருபுறமாகத் தொங்கிக்கொண்டிருந்தது. அவளுடைய ஒரு கண்ணைக் குருடாக்கியிருந்தார்கள். தலையிலிருந்து பாதம்வரை அவள் வீங்கியிருந்தாள். அவளுடைய நாக்கு என் கரத்தின் அளவில் இருந்தது, அவளுடைய பற்களுக்கு இடையே ஒரு ரப்பர் துண்டைப் போல அது தொங்கியது. அவளால் பேச முடியவில்லை. அவள் ஒரு கத்திரிக்காயின் நிறத்தில் இருந்தாள்.

அச்சத்தில் உறைந்ததில் நான் நிலைதடுமாறத் தெரிந்தேன். ஆனால், விழவில்லை. நான் கொண்டுவந்த இரவு உடையை, விச் ஹேசலை, எரிசாராயத்தை, சீப்பை தரையில் வைத்துவிட்டு, அவளுக்கு முதலுதவி செய்யத் தொடங்கினேன். கறுப்பினச் செவிலி ஒருத்தி துடைத்துவிட நீர் கொண்டு வந்தாள். நான் சிறு கீறல்கள்போலிருந்த அவள் கண்களிலிருந்து துடைக்கத்துவங்கினேன்.

அன்புள்ள கடவுளுக்கு,

அவர்கள் சோஃபியாவை சிறையின் சலவைப் பணிக்கு அமர்த்தினார்கள். காலை ஐந்திலிருந்து மாலை எட்டுவரை முழு நாளும் அவள் துணிகளைத் துவைத்தாள். குற்றவாளிகளின் அழுக்காடைகள், நாற்றமடித்த படுக்கைவிரிப்புகள், போர்வைகள் எல்லாம் அவள் தலைக்கு மேலே குவிந்துகிடந்தன. மாதமிருமுறை நாங்கள் அவளை அரைமணிநேரம் பார்த்தோம். அவள் முகம் மஞ்சளாய் நோயுற்றிருந்தது, அவள் விரல்கள் வீங்கிய இறைச்சித் துண்டுகளைப் போல இருந்தன.

இங்கு எல்லாமே நாறுகிறது, காற்றுகூட. உணவோ உண்பவர்களைக் கொன்றுவிடும் அளவுக்கு மோசம். கரப்பான்கள், எலிகள், ஈக்கள், பேன்கள் ஒன்றிரெண்டு பாம்புகள்கூட இருக்கின்றன. ஏதாவது பேசினால், ஆடைகளைக் களையச்செய்து வெறும் சிமெண்டுத்தரையில் விளக்குகூட இல்லாமல் படுக்க வைப்பார்கள் என்றாள்.

நீ எப்படிச் சமாளிக்கிறாய்?

ஒவ்வொருமுறையும் அவர்கள் என்னை என்ன செய்யச் சொன்னாலும் நான் உங்களைப் போலவே நடந்துகொள்வேன் மிஸ் சீலி. துள்ளியெழுந்து என்ன சொன்னார்களோ அதைச் செய்துவிடுவேன். அதை அவள் சொன்னபோது பார்க்க பயங்கரமாக இருந்தது, அவளுடைய குருட்டுக்கண் அறையை சுற்றி நோட்டமிட்டது.

மிஸ்டர் ____ மூச்சை இழுத்துப்பிடித்தார். ஹார்ப்போ முனகினான். மெம்ஃபிஸிலிருந்து சோஃபியாவைப் பார்ப்பதற்கென்றே வந்திருந்த மிஸ் ஷுக் சபித்தாள்,

நான் எப்படி உணர்கிறேன் என்பதைச் சொல்ல என் வாய் ஒத்துவரவில்லை.

நான் ஒரு நல்ல சிறைக்கைதி. அவர்கள் பார்த்ததிலேயே அருமையான குற்றவாளி நான்தான். மேயரின் மனைவியிடம் மரியாதையில்லாமல் பேசியதும், மேயரை விழத்தள்ளியதும் நானேயென்பதை அவர்களால் நம்பவே முடியவில்லை. அவள் சிரித்தாள். அது இசைக்கச்சேரி முடிந்து எல்லோரும் கிளம்பிய பின் தனித்திருக்கும்

ஒருவருக்காக ஒலிக்கும் பாடலிலிருந்து கிழிந்து பிரிந்த பகுதிபோல ஒலித்தது.

ஆனால் பன்னிரெண்டு வருடங்கள் இதேபோல என்னால் நடிக்க முடியாது.

ஒருவேளை நீ நன்னடத்தை காரணமாய் வெளியில் வந்துவிடலாம் என்றான் ஹார்ப்போ.

நன்னடத்தை மட்டுமே அவர்களுக்குப் பத்தாது. குப்புற விழுந்து, அவர்கள் பூட்சுகளை உங்கள் நாக்கால் நக்கினால் ஒழிய அவர்கள் கவனத்தைப் பெற முடியாது. நானோ கொலைக்கனவு காண்கிறேன். விழிப்பிலும் உறக்கத்திலும் கொலைக்கனவுகள் மட்டுமே காண்கிறேன்.

நாங்கள் எதுவுமே சொல்லவில்லை.

குழந்தைகள் எப்படி இருக்கிறார்கள்?

அவர்கள் எல்லோரும் நலம் என்றான் ஹார்ப்போ. அவர்களை ஒடிசாவும் ஸ்க்வீக்கும் நல்லபடியாகப் பார்த்துக்கொள்கிறார்கள்.

நான் நன்றி சொன்னதாக ஸ்க்வீக்கிடம் சொல்லுங்கள். எப்போதும் ஒடிசாவை நினைத்துக் கொண்டிருப்பதாகச் சொல்லுங்கள்.

அன்புள்ள கடவுளுக்கு,

இரவுணவுக்குப் பின் நாங்களெல்லோரும் மேசையைச் சுற்றி அமர்ந்தோம். நான், ஷுக், மிஸ்டர் ____, ஸ்க்வீக், குத்துச்சண்டை வீரர், ஒடிசா மற்றும் அவளின் இரண்டு சகோதரிகள்.

சோஃபியா தாக்குப் பிடிக்க மாட்டாள் என்றார் மிஸ்டர் ____.

அப்படித்தான் எனக்கும் தோன்றுகிறது, கொஞ்சம் பித்துப்பிடித்ததுபோல இருக்கிறாள் என்றான் ஹார்ப்போ.

அதிலும் அவள் பேசிய பேச்சு, ஐயோ கடவுளே என்றாள் ஷுக்.

நாம் ஏதாவது செய்தாக வேண்டும், அதுவும் உடனே செய்ய வேண்டும் என்றார் மிஸ்டர் ____.

நம்மால் என்ன செய்ய முடியும் என்று கேட்டாள் ஸ்க்வீக். சோஃபியாவின் குழந்தைகள், ஹார்ப்போ என்று எல்லாப் பொறுப்பும் திடீரென்று அவள் தலையில் விழுந்ததில் அவள் களைப்பாகக் காணப்பட்டாள். தலைவிரிகோலமாக, சரியாக உடுத்திக்கொள்ளக் கூட முடியாமலிருந்தாலும், செய்ய வேண்டியதையெல்லாம் செய்துகொண்டுதான் இருந்தாள்.

அவளை அங்கிருந்து தூக்கிக்கொண்டு வந்துவிட வேண்டியதுதான். சாலையின் மறுபக்கத்தில் பாலம் கட்டுகிறார்களே அந்த கும்பலிடமிருந்து பெரிய வெடிகுண்டை வாங்கி, அந்தச் சிறைச்சாலையையும் இந்த ராஜாங்கத்தையுமே தூள் தூளாக்கிவிடவேண்டியது தான் என்றான் ஹார்ப்போ.

வாயை மூடு ஹார்ப்போ, எங்களைக் கொஞ்சம் யோசிக்க விடு என்றார் மிஸ்டர் ____.

நான் சொல்வதைக் கேளுங்கள் ஒரு துப்பாக்கியை சிறைக்கு உள்ளே கடத்திவிடலாம், அல்லது ஒரு அரத்தை என்றார் குத்துச்சண்டை வீரர், தாடையைத் தடவிக்கொண்டே.

அதெல்லாம் சரியே வராது, அந்தமாதிரி அவள் தப்பித்தாளென்றால், அவள் பின்னாலேயே அவர்கள் வந்துநிற்பார்கள் என்றாள் ஷுக்.

நானும் ஸ்க்வீக்கும் ஒன்றுமே பேசவில்லை. அவள் என்ன யோசித்தாள் என்றெனக்குத் தெரியாது, ஆனால் நான், மெதுவாக அசைந்தாடியபடி, தாழப்பறக்கும் ஒரு ரதத்தில், கடவுள், சோஃபியாவைத் தூக்கிக்கொண்டு வீட்டில் வந்து சேர்ப்பதைக் கற்பனை செய்தேன். உண்மையில் நடப்பதைப்போலவே அவற்றையெல்லாம் தெளிவாக என் மனக்கண்ணில் கண்டேன். தேவதைகள் எல்லாம் வெள்ளுடை தரித்து, வெண்ணிறக் கூந்தலோடும், வெண்ணிறவிழிகளோடும் அல்பினோக்களைப் போல இருந்தனர். கடவுளும் முழுக்க வெள்ளை தான், ஏதோ வங்கியில் பணிபுரியும் கொழுத்த வெள்ளையனைப் போலவே இருந்தார். தேவதைகள் தங்கள் கரங்களில் இருந்த தந்திக்கருவியை மீட்ட, அவர்களில் ஒன்று தன் ஊதுகொம்பை ஊத, கடவுள் நீண்ட ஒரு நெருப்பு மூச்சை வெளியிட்டார், சோஃபியா உடனே விடுதலையாகிவிட்டாள்.

சிறைவார்டனுக்கு கறுப்பின சொந்தங்கள் உண்டா? கேட்டார் மிஸ்டர் ____.

யாரும் பதிலளிக்கவில்லை.

குத்துச்சண்டை வீரர் மட்டும் கேட்டார், அந்த ஆளின் பெயரென்ன?

ஹாஜெஸ் , பப்பர் ஹாஜெஸ் என்றான் ஹார்ப்போ.

ஓ அந்தக்கிழவர் ஹென்ரி ஹாஜெஸின் மகனா, கிழவரின் வீட்டில் தான் முன்பு வசித்தான் அவன். என்றார் மிஸ்டர் ____.

அவனுக்கு ஜிம்மி என்று ஒரு சகோதரன் உண்டா என்று கேட்டாள் ஸ்க்வீக்.

ஆம், அவன் சகோதரனின் பெயர் ஜிம்மி தான். க்விட்மனைச் சேர்ந்த பெண்ணைத் திருமணம் செய்துகொண்டான். அப்பாவுக்கு ஒரு இரும்புக்கடை இருந்தது. உனக்கு அவர்களைத் தெரியுமா என்றார் மிஸ்டர் ____.

சட்டென்று தலையைக் கவிழ்ந்துகொண்டு ஏதோ முணுமுணுத்தாள் ஸ்க்வீக்.

காதில்விழவில்லை தெளிவாய்ச்சொல், என்றார் மிஸ்டர் ____.

ஸ்க்வீக்கின் முகம் சிவந்தது. மறுபடி ஏதோ முணுமுணுத்தாள்.

உனக்கு அவன் என்னமோ உறவென்கிறாயே, அது கேட்கவில்லை எனக்கு என்றார் மிஸ்டர் ____.

ஒன்றுவிட்ட சகோதரன்.

மிஸ்டர் ____ அவளைப் பார்த்தார்.

அப்பா, என்றவள் உடனேயே ஹார்ப்போவை ஒரு பார்வை பார்த்துக்கொண்டாள்.

அவனுக்கு இதைப் பற்றி தெரியுமா என்று கேட்டார் மிஸ்டர் ____.

தெரியும். என் அம்மா அவருக்கு மூன்று குழந்தைகளைப் பெற்றாள், அதில் இரண்டு பேர் எனக்கு இளையவர்கள் என்றாள் ஸ்க்வீக்.

அவனுடைய சகோதரனுக்கு இது குறித்தெல்லாம் தெரியுமா?

ஒரு முறை ஜிம்மியோடு அவர் எங்கள் வீட்டுக்கு வந்தார். எங்கள் எல்லாருக்கும் ஒவ்வொரு க்வார்ட்டர்* கொடுத்தார். நாங்கள் ஹாஜெஸின் சாயலில் அப்படியே இருப்பதாகச் சொன்னார்.

மிஸ்டர் ____ தன்னுடைய இருக்கையில் நன்றாகச் சாய்ந்தமர்ந்தார். ஸ்க்வீக்கை தலையிலிருந்து பாதம் வரை உற்றுப்பார்த்தார். ஸ்க்வீக், தன்னுடைய பிசுக்கேறிய பழுப்புக்கூந்தலைத் தன் முகத்தில் விழாமல், பின்னுக்குத் தள்ளினாள்.

உண்மைதான். எனக்கும் அந்த சாயல் நன்றாகத் தெரிகிறது என்றபடி நாற்காலியில் நிமிர்ந்து அமர்ந்தார் மிஸ்டர் ____.

அப்படியென்றால் நீ தான் போகவேண்டும் என்றும் சொன்னார்.

போவதா? எங்கே?

ஜெயில்வார்டனைப் பார்க்கத்தான். அவன் உனக்கு சித்தப்பா அல்லவா.

★ காசு

அன்புள்ள கடவுளுக்கு,

ஸ்க்வீக் ஒரு வெள்ளைப் பெண்மணியைப் போல தோன்றும்வகையில் நாங்கள் அவளுக்கு ஒப்பனை செய்தோம். அவள் கஞ்சிபோடப்பட்டு, இஸ்திரி செய்யப்பட்ட ஒரு உடையையும், குதிகால் உயர்ந்த காலணிகளையும் அணிந்துகொண்டாள். ஷுக்குக்கு யாரோ கொடுத்த ஒரு தொப்பி ஸ்க்வீக்குக்கு அணிவிக்கப்பட்டது. ஒரு சிறிய கருப்பு பைபிளையும், சட்டைப்பையில் வைக்கும் அளவிலான, ஒட்டுத்தையலிட்டது போலத்தோன்றிய புத்தகத்தையும் அவள் வைத்துக்கொண்டாள். அவள் கூந்தலிலிருந்த பிசுக்கெல்லாம் நீங்கும்படியாக அதை அலசி, இரட்டைப் பின்னல்களாக்கி, தலைக்கு மேலாக அதைக் கட்டினோம். அவளை நாங்கள் சுத்தமாகக் குளிப்பாட்டியதில், அவள் ஒரு கழுவிய தரையைப் போல வாசமாக இருந்தாள்.

நான் என்ன பேசுவது என்று கேட்டாள்.

நான் சோஃபியாவின் கணவனோடு வாழ்கிறேன், அவளுக்கு இந்தத் தண்டனை போதாதென்று அவன் சொல்கிறான் என்றும், அவள் சிறைக்காவலர்களை முட்டாளாக்கிச் சிரிக்கிறாளென்றும், அவள் இருக்கும் இடத்தில் அவள் மிகவும் நலமாகவே இருக்கிறாளென்றும் சொல். ஒரு வெள்ளைப் பெண்மணிக்கு வேலைக்காரியாக இருப்பதற்கு பதிலாக சிறைக்கைதியாக இருப்பதையெண்ணி அவள் மகிழ்கிறாள் என்றும் சொல்.

அடக்கடவுளே, இதெல்லாம் பேச எனக்கெப்படித்தான் வாய் வரப்போகிறதோ தெரியவில்லையே.

அவன் உன்னைப் பற்றிக் கேட்டால், அவனுக்கு உன்னை எப்படியாவது நினைவுவரச் செய். அவன் கொடுத்த அந்தக் காசை நீ இன்னமும் மறக்கவில்லையென்பதை அவசியம் சொல்.

அது நடந்து பதினைந்து வருடங்களாகிவிட்டது. அவருக்கு நிச்சயமாக அது நினைவிருக்காது.

உன்னில் இருக்கும் ஹாஜெஸின் சாயலை அவன் பார்க்கச் செய். அவனுக்கு நினைவு வந்துவிடும் என்றாள் ஒடிசா.

நீ சோஃபியாவின் கணவனோடு வாழ்வது அவன் மனதில் அவசியம் பதியுமாறு சொல். அவளுக்கு சரியான பாடம் கற்பிக்கப்படவில்லை என்று நீ நினைப்பதாகச் சொல். அதோடு அவள் சிறையில் நல்ல குதூகலமாக இருப்பதையும், அவளுக்கு நடக்கக்கூடிய ஒரே மோசமான விஷயம் ஒரு வெள்ளைக்காரப் பெண்மணிக்கு ஊழியம் செய்வது தான் என்பதையும் அழுத்தமாகச் சொல்.

இதெல்லாம் சரியாக வருமென்று எனக்குத் தோன்றவில்லை. நம்ப முடியாத அளவுக்கு வெள்ளைக்காரர்களின் அடிவருடியாக அங்கிள்டாமிங்* பண்ணுவது மிக செயற்கையாகத் தெரிகிறது என்றார் குத்துச்சண்டை வீரர்.

அங்கிள்டாம்களை அங்கிள் டாம் என்றழைத்தற்கு காரணம் இல்லாமலில்லையே என்றாள் ஷுக்.

★வெள்ளையர்களின் அடிவருடிகள்

கிழிந்த ஆடையோடு, நொண்டிக்கொண்டே, குட்டிஷுக் பரிதாபமாக வீடு வந்து சேர்ந்தாள். அவளுடைய தொப்பியைக் காணவில்லை. அவளுடைய ஷுக்களில் இருந்த குதிஉயர்த்தும்பகுதி பிய்ந்து போயிருந்தது.

என்ன ஆயிற்று? எல்லோரும் கேட்டோம்.

என்னிலிருந்த ஹாஜெஸின் சாயலை அவன் பார்த்தான். அதை அவன் ஒருதுளியும் விரும்பவில்லை என்றாள் ஸ்க்வீக்.

ஹார்ப்போ காரிலிருந்து இறங்கி, கத்திக்கொண்டே, படிகளில் ஏறினான். என் மனைவியை அடித்து நொறுக்கினார்கள், என் காதலியைக் கற்பழித்து விட்டார்கள். நான் துப்பாக்கியோடு அங்கு போய் எல்லோரையும் சுட்டுக்கொல்வேன், அந்த இடத்துக்குத் தீ வைப்பேன், எல்லாவற்றையும் எரிப்பேன்.

வாயை மூடு என்றாள் ஸ்க்வீக், நடந்ததை நான் சொல்கிறேன்.

நான் உள்ளே சென்ற அந்த நிமிடமே அவனுக்கு என்னை நினைவுவந்துவிட்டது.

என்ன சொன்னான்?

என்ன வேண்டும் உனக்கு என்றான். நீதியை நிலைநாட்ட வேண்டுமென்ற ஆர்வத்தில் வந்தேன் என்றேன். அதற்கென்ன செய்ய வேண்டும் என்று கேட்டான்.

நீங்கள் எல்லோரும் சொல்லித்தந்தது போல நானும் பேசினேன். சோஃபியாவுக்கு வழங்கப்பட்ட தண்டனை போதாது, அவள் வலிமையானவள், சிறையில் ஆனந்தமாக இருக்கிறாள், அவளுக்கு வருத்தம் ஏற்படுத்தக்கூடிய ஒரே விஷயம் அவளை ஒரு வெள்ளைப்பெண்மணிக்கு பணியாளாக்குவது தான் என்று சொன்னேன். மேயரின் மனைவி தனக்குப் பணிப்பெண்ணாக அவளை வரச்சொன்னது தான் அந்த சண்டைக்கே காரணம் என்பதையும் நினைவுபடுத்தினேன். வெள்ளைக்காரிக்கு எதாகவும் நான் ஆக மாட்டேன்,

வேலைக்காரியாவதெல்லாம் அவர்கள் கனவில் கூட நடக்காது என்று சோஃபியா சொன்னதாகச் சொன்னேன்.

அப்படியா என்று கேட்டுக்கொண்டான் அவன். என்னை அவ்வளவு நேரமும் உற்றுப்பார்த்துக் கொண்டேயிருந்தான்.

அவளுக்கு சிறையில் கொடுக்கப்படும் வேலைகள் ஒன்றும் புதிதில்லை சார் என்றேன். அவளுக்கு ஆறு குழந்தைகள் உள்ளனர், வீட்டிலும் அவள் அத்தனை துணிகளைத் துவைத்துக்கொண்டும் இஸ்திரி செய்துகொண்டும் தான் இருந்தாள் என்றேன்.

உண்மையாகவா என்றான்.

பிறகு மேசையிலிருந்து எழுந்து வந்து என் இருக்கைக்கு மேலாகக் குனிந்தான்.

உன் ஜனங்களைப் பற்றிச் சொல் என்றான்.

நான் என் அம்மா, பாட்டி, தாத்தா எல்லோரின் பெயரையும் சொன்னேன்.

உன் அப்பா யார்? இந்தக் கண்களை நீ யாரிடமிருந்து பெற்றாய் என்றான்.

எனக்கு அப்பா இல்லை என்றேன்.

பொய் சொல்லாதே. நான் உன்னை முன்பே பார்த்திருக்கிறேனே என்றான்.

உண்மைதான் சார், பத்து வருடங்களுக்கு முன், நான் சிறுமியாக இருந்த போது, நீங்கள் எனக்கு ஒரு க்வார்ட்டர் கொடுத்தீர்கள், அதற்கு நான் மிகவும் நன்றிக்கடன் பட்டிருக்கிறேன் என்று சொன்னேன்.

எனக்கு அது நினைவில்லையே என்றான்.

நீங்கள் எங்கள் வீட்டுக்கு என் அம்மாவின் நண்பன் ஜிம்மியோடு வந்தீர்கள் என்றேன்.

பிறகு ஸ்க்வீக் எல்லோரையும் ஒரு முறை பார்த்தாள், நெடிய மூச்சொன்றை இழுத்தாள். என்னவோ முனகினாள்.

என்ன சொல்கிறாய்? கேட்கவில்லை என்றாள் ஒடிசா.

ஐயோ கடவுளே, எங்களிடம் சொல்லாமல் யாரிடம் சொல்லப் போகிறாய்? சொல்லு என்றாள் ஷுக்.

அவன் என் தொப்பியை எடுத்தான். என் ஆடைகளைக் களையச்செய்தான் என்றவள், தலையைக் கவிழ்த்து, தன் கரங்களால் முகத்தை மூடினாள்.

ஐயோ கடவுளே, அவன் உனக்கு சித்தப்பா முறையாயிற்றே என்றாள் ஒடிசா.

நான் உன் சித்தப்பாவாக இருந்தால் இதைச் செய்யவே மாட்டேன், அது பாவமாகிவிடும். இது மணஉறவில்லாத இருவருக்குள் நிகழும் சிறிய கலவி மட்டும் தான். இதை செய்யாதவர்கள் யாருமே இல்லையே என்றான்.

சொல்லிவிட்டு, அவள் ஹார்ப்போவைத் திரும்பிப் பார்த்தாள். நீ என்னை நேசிக்கிறாயா இல்லை என் நிறத்தையா?

முழந்தாளிட்டு அவள் இடுப்பைச் சுற்றி தன் கரங்களால் வளைத்த ஹார்ப்போ, நான் உன்னைத்தான் நேசிக்கிறேன் ஸ்க்வீக் என்றான்.

அவள் நிமிர்ந்தாள். என் பெயர் மேரி ஆக்னஸ், என்றாள்.

அன்புள்ள கடவுளுக்கு,

சோஃபியாவை சிறையிலிருந்து வெளியில் கொண்டுவர மேரி ஆக்னஸ் சென்று ஆறு மாதங்களான பிறகு, அவள் பாட ஆரம்பித்தாள். முதலில் அவள் ஷுக்கின் பாடல்களைப் பாடினாள், பிறகு அவளே பாடல்களை இயற்றத் துவங்கினாள்.

திடீரென்று உயர்ந்து, தாழ்ந்து, பூனைக்குரலாய் ஒலிக்கும் அவளது குரலின் தன்மை கொண்ட யாருக்கும் பாட வேண்டும் என்ற ஆர்வம் வரவே வராது. ஆனால் மேரி ஆக்னஸ் அதற்கெல்லாம் அலட்டிக்கொள்ளவில்லை.

வெகுசீக்கிரத்திலேயே எங்களுக்கு அது பழகிப்போனது. பிறகு, எங்களுக்கு அது வெகுவாகப் பிடித்தும்போனது.

ஹார்ப்போ என்ன செய்வதென்றே தெரியாமல் விழித்தான்.

இத்தனைக்காலமும் கல்லறையின் ஒரு மூலையில் இருந்ததுபோல அமைதியாக இருந்த கிராமஃபோனில், ஒரு இசைத்தட்டைப் போட்டவுடன் அதற்கு உயிர் வந்துவிட்டதைப் போல, இது ரொம்ப வேடிக்கையாக இருக்கிறது என்று எங்களிடம் ஹார்ப்போ ஒருமுறை அவள் பாடுவதைப் பற்றி சொன்னான்.

அவளுடைய பற்களை உடைத்துவிட்டாளென்று சோஃபியாவிடம் ஸ்க்வீக்குக்கு இன்னமும் கோபம் தானா என்று நான் அவனிடம் கேட்டேன்.

ஆமாம், கோபம்தான். ஆனால் அவள் கெட்டவளில்லை. கோபமாயிருப்பதில் ஒரு பயனும் இல்லையென்பதும், சோஃபியாவின் வாழ்க்கை இப்போது தாங்க முடியாத துயரமாக இருப்பதும் அவளுக்கு நன்றாகத் தெரியும் என்றான் ஹார்ப்போ.

குழந்தைகளை அவள் கவனித்துக்கொள்கிறாளா என்றார் மிஸ்டர் ____.

குழந்தைகள் என்ன செய்ய வேண்டுமென்றாலும் அவள் அனுமதிக்கிறாள். அவர்கள் அவளை நேசிக்கிறார்கள்.

ஓஹோ.

அதோடு, ஒடிசாவும் சோஃபியாவின் மற்ற சகோதரிகளும் எப்போதும் குழந்தை வளர்ப்பில் கை கொடுக்கத் தயாராக இருக்கிறார்கள். ராணுவ ஒழுங்கோடு குழந்தைகளை வளர்க்கிறார்கள்.

ஸ்க்வீக் பாடினாள்,

அவர்கள் என்னை மஞ்சள் என்றழைத்தார்கள்
ஏதோ மஞ்சள் என்பதுதான் என் பெயர் என்பதுபோல

அவர்கள் என்னை மஞ்சள் என்றழைத்தார்கள்
ஏதோ மஞ்சள் என்பதுதான் என் பெயர் என்பதுபோல

ஆனால், மஞ்சள் என்பது பெயரென்றால்
கருப்பும் ஏன் அதுபோல இல்லை

சரிதான், ஹேய் கருப்புப்பெண்ணே என்று நான் சொன்னால்
கடவுளே, அவள் என் கதையை முடிப்பாள்.

அன்புள்ள கடவுளுக்கு,

இதை என்னால் புரிந்துகொள்ளவே முடியவில்லை என்றாள் சோஃபியா.

எதை?

நாம் ஏன் அவர்களையெல்லாம் ஏற்கெனவே கொன்றுதீர்க்கவில்லை?

அடிதடியில் ஈடுபட்டு மூன்று வருடங்களான பிறகு, சிறைச் சலவையகத்திலிருந்து வெளியில்வந்த அவள், தன் நிறத்தையும் எடையையும் திரும்பப்பெற்று, பழைய மாதிரி ஆகிவிட்டாள். எப்போது பார்த்தாலும் யாரையாவது கொல்வதைப் பற்றியே யோசித்தாள்.

அப்படிப்பார்த்தால் நிறைய பேரைக் கொல்ல வேண்டுமே. உண்மையில் நாம்தான் அதிக எண்ணிக்கையில் கொல்லப்பட்டிருக்கிறோம். எனக்குத் தெரிந்தவரை இத்தனை வருடங்களில், அங்கே இங்கேயென்று, நாம் கொன்றுதள்ளியது ஒன்றிரெண்டு பேரைத்தான் என்றேன்.

மிஸ் மில்லியின் தோட்டத்தில் பழைய மரப்பலகையின் மீது நாங்கள் அமர்ந்திருந்தோம். பலகைநெடுக, துருப்பிடித்த ஆணிகள் துருத்திக் கொண்டிருந்தன. நாங்கள் அசையும்போதெல்லாம் ஆணிகள் பலகையில் உரசி ஓசையெழுப்பின.

விளையாடும்போது குழந்தைகளைப் பார்த்துக்கொள்வதும் சோஃபியாவின் வேலை. அந்தச் சின்னப் பையன் பந்தைச் சின்னப் பெண்ணிடம் எறிந்தான், அதை அவள் கண்களை மூடிக்கொண்டே பிடிக்க முயன்றாள். அது உருண்டு சோஃபியாவின் கால்களுக்கு அடியில் சென்றது.

பந்தை என்னிடம் எறி, இடுப்பில் கைகளை வைத்துக்கொண்டு அந்தச் சிறுவன் சொன்னான். பந்தை எறி என்னிடம்.

சோஃபியா எனக்கும் அவளுக்குமாக முணுமுணுத்தாள். நான் உங்களைப் பார்த்துக் கொள்ளத்தான் இங்கே இருக்கிறேன், பந்தை வீச அல்ல. அவள் அசைந்து கொடுக்கவேயில்லை.

நான் பேசுவது உனக்குக் கேட்கவில்லையா என்று கத்தினான் அவன். அவனுக்கு ஆறு வயதிருக்கலாம், ப்ரவுன் நிறக் கேசம், குளிர்நீலக் கண்கள். விறுவிறுத்துப்போய் எங்களிடம் வந்தவன், சோஃபியாவின் கால்களை இழுத்து உதைத்தான். அவள் தன் காலை ஒருபுறமாய் நகர்த்திக்கொள்ள, வீறிட்டான்.

என்னாயிற்று? என்ன பிரச்சினை?

அவன் காலை ஒரு துருப்பிடித்த ஆணியால் குத்திவிட்டேன் என்றாள் சோஃபியா.

உண்மைதான், அவன் ஷூவிலிருந்து ரத்தம் கசிந்துகொண்டிருந்தது.

அவனுடைய தங்கை ஓடிவந்து அவன் அழுவதைப் பார்த்தாள். அலறிச் சிவந்து போன அவன், தன் அம்மாவை அழைத்தான்.

மிஸ் மில்லி ஓடிவந்தாள். சோஃபியாவைப் பார்த்தாலே அவளுக்கு பயம். அவளிடம் பேசினாலே நிச்சயம் ஏதாவது கெடுதல் நடக்குமென்று மிஸ் மில்லி அஞ்சுவதுபோல தோன்றும். சோஃபியாவின் அருகில் அவள் போகவே மாட்டாள். நாங்கள் அமர்ந்திருந்த இடத்திலிருந்து சில அடிகள் தொலைவுக்கு வந்து சேர்ந்ததுமே அவள் பில்லியை வரச்சொல்லி சைகை செய்தாள்.

என் காலைப் பார் என்றான் அவன்.

சோஃபியாவா அப்படிச் செய்தாள்?

சிறுமி சடாரென்று சொன்னாள், பில்லி அவனாகவே அப்படிச் செய்துகொண்டான், அவன்தான் சோஃபியாவின் கால்ல உதைத்தான். அந்தச் சிறுமி சோஃபியாவை மிகவும் விரும்பினாள், எப்போதும் அவளுக்காகப் பரிந்தாள். சோஃபியா கண்டுகொள்ளவில்லை, அந்தச் சிறுவனை எப்படி அலட்சியம் செய்தாளோ அதேபோல அவளிடமும் நடந்துகொண்டாள்.

மிஸ் மில்லி சோஃபியாவைப் பார்த்தாள், ஒரு கரத்தை பில்லியின் தோளில் போட்டாள், நொண்டிக்கொண்டே அவர்கள் வீட்டின் பின்பக்கத்துக்குச் சென்றார்கள். எங்களுக்கு பை பை என்று கை அசைத்துவிட்டு சிறுமி அவர்களைத் தொடர்ந்தாள்.

அவள் மிகவும் இனிமையான சிறுமி சோஃபியா என்றேன்.

யாரது என்று முகஞ்சுளித்தாள் அவள்.

அந்தச் சிறுமிதான். எலெனார் ஜேன் என்றுதானே அவளை அழைக்கிறார்கள்?

ஆம். அவள் ஏன்தான் பிறந்தாளோ என்றாள் ஒரு புதிரான பார்வையோடு,

சரிதான். ஆனால் நாம் இப்படியெல்லாம் நம் கறுங்குட்டிகளைப் பற்றி யோசிக்கக் கூடாது.

சோஃபியா கெக்கலித்துச்சிரித்தாள். மிஸ் சீலி நீங்கள் சரியான கிறுக்குதான் போங்கள் என்றாள்.

இந்த மூன்று வருடங்களில் நான் கேட்ட அவளின் முதல் சிரிப்பு அதுதான்.

அன்புள்ள கடவுளுக்கு,

தான் வேலைபார்க்கும் வீட்டின் ஆட்களைப் பற்றி சோஃபியா பேசத்துவங்கினால்போதும், எல்லோருமே விழுந்துவிழுந்து சிரிப்பார்கள். அடிமைத்தனமே நம்மால் தான் ஏற்பட்டதென்று என்னிடம் சொல்லுமளவுக்கு அவர்களுக்குத்துணிச்சல் இருக்கிறது பார். நம்மை முட்டாள்கள் என்று நினைக்கும் இவர்கள் தான், எப்போது பார்த்தாலும் மண்வெட்டிகளின் கைப்பிடிகளை உடைத்துக்கொண்டும், கோதுமையை கழுதைகள் மேய விட்டுக்கொண்டும் இருக்கிறார்கள். இப்படிப்பட்ட இவர்கள் கட்டும் எதுவும் ஒருநாளைக்குமேல் எப்படித் தாக்குப்பிடிக்கிறதென்பது எனக்கு பெரியவியப்புதான். அதுகள் எல்லாம் பிற்போக்குவாதிகள், துரதிர்ஷ்டசாலிகள், ஏடாகூடமானதுகள், என்பாள்.

மேயர், மிஸ் மில்லிக்கு ஒரு புதிய கார் வாங்கித்தந்தார். கறுப்பர்களே கார் வைத்திருக்கும்போது தனக்கானதை எப்போதோ வாங்கித்தந்திருக்க வேண்டுமே என்று அவள் புலம்பியிருந்தாள். அதனாலேயே அவளுக்கு காரை வாங்கித்தந்த அவர், அதை ஓட்டுவது எப்படி என்று மட்டும் கற்றுத்தரவில்லை. ஒவ்வொரு மாலையும் அவர் நகரத்திலிருந்து வீடுதிரும்பியதும் சன்னல் வழியாகக் காரைப் பார்த்துவிட்டு, சந்தோஷமாக இருக்கிறீர்களா மிஸ் மில்லி என்பார். அவள் ஆத்திரத்துடன் சோஃபாவிலிருந்து எழுந்து, கழிவறைக்குள் சென்று, ஓங்கிக் கதவைச் சாற்றுவாள்.

அவளுக்கு நண்பர்களே இல்லை.

அவள் ஒரு நாள் என்னிடம் வந்து, இரண்டு மாதங்களாக முற்றத்தில் இந்த கார் நிற்கிறது, உனக்கு கார் ஓட்டத் தெரியுமா சோஃபியா என்றாள். என்னை முதலில் பார்த்தபோது நான் பஸ்டரின் ப்ராட்னாக்ஸ் காரில் சாய்ந்து நின்றதை நினைவில் வைத்திருந்தாள் போல.

தெரியும் மேம் என்றேன். மாடிப்படிக்குக் கீழே இருந்த பெரிய தூணை சுத்தம் செய்து அடிமை வேலை பார்த்துக்கொண்டிருந்தேன் நான். அவர்கள் அந்தத் தூண் விஷயத்தில் அதீதமாக அலட்டிக்கொள்வார்கள். அதில் விரல் ரேகை எதுவும் இருந்துவிடக் கூடாதாம்.

உன்னால் எனக்குக் கற்றுத்தர முடியுமா என்றாள்.

சோஃபியாவின் பிள்ளைகளில் ஒருவன் பேச்சில் குறுக்கிட்டான். அவளுடைய மூத்த மகனவன். உயரமாய் அழகனாய் இருந்தான். எந்நேரமும் தீவிர பாவத்துடனும், மிகுந்த கோபத்துடன் இருப்பவன்.

அடிமைத்தனம் என்று சொல்லாதே அம்மா.

ஏன் சொல்லக் கூடாது? அவர்கள் வீட்டுக்கு அடியில் ஒரு நிலவறையில் என்னை தங்கவைத்திருக்கிறார்கள். அந்த அறை ஒடிசாவின் முற்றத்தின் அளவேயானது. கதகதப்பில்லாமல், குளிர்காலத்தின் ஈரப்பதம் நிரம்பியது. பகலும் இரவும் அவர்கள் கூப்பிட்ட குரலுக்கு நான் ஓடோடி செல்ல வேண்டியிருக்கிறது. என் குழந்தைகளைச் சந்திக்க அவர்கள் என்னை அனுமதிப்பதில்லை. ஆண்களைப் பார்க்கவும் விடுவதில்லை. ஐந்து வருடங்களுக்குப் பிறகு, வருடத்துக்கு ஒருமுறை உன்னைப் பார்க்க, என்னை அனுமதிக்கிறார்கள். நான் அடிமைதானே? வேறென்னவென்று இதைச் சொல்வது?

பிணைக்கைதி என்று சொல்லலாமே என்றான்.

சோஃபியா கதையைத் தொடர்ந்துகொண்டே அவனைப் பார்த்தாள். அவன் தன் மகன் என்ற பெருமிதம் அவள் கண்களில் தெரிந்தது.

நான் கற்றுக்கொண்ட மாதிரியான அதே காரென்றால் சொல்லித்தருகிறேன் மேம் என்றேன்.

அவ்வளவுதான் அடுத்த நிமிடம் நானும் மிஸ் மில்லியும் தெருவின் மேலும் கீழுமாய்த் திரிந்தோம். முதலில் நான் ஓட்டினேன், அவள் கவனித்தாள், அடுத்து அவள் ஓட்ட முயன்றாள், நான் பார்த்தேன். தெருவில் இங்குமங்குமாய் ஓட்டினோம். காலைஉணவைச் சமைத்து மேசையில் பரப்பி, பாத்திரங்களைக் கழுவி, தரையைப் பெருக்கி, தெருமுனை தபால்பெட்டிக்குச் சென்று கடிதங்களை எடுத்துவருவதற்கு முன், மிஸ் மில்லிக்கு காரோட்டச் சொல்லித்தருவதும் என் வேலையாகிவிட்டது.

அவ்வளவுதான், அவள் கார் ஓட்டப் பழகிக்கொண்டாள். பிறகு, கொஞ்சம் நன்றாகவே ஓட்டினாள். ஒருநாள் காரோட்டும் பாடம் முடிந்து வீடு திரும்பும்போது, உன்னை உன் வீட்டுக்கு நான் அழைத்துச் செல்லப்போகிறேன் என்றாள்.

என் வீட்டுக்கா என்று கேட்டேன்.

ஆமாம் என்றாள், வீட்டுக்குத்தான். நீ உன் வீட்டுக்கும் போகவில்லை, உன் குழந்தைகளைப் பார்த்தும் நாளாயிற்று இல்லையா. உண்மைதானே அது?

ஆமாம் மேம். ஐந்து வருடங்களாயிற்று என்றேன்.

சே வருத்தமாக இருக்கிறது. நீ போய் உன் பொருட்களைக் கொண்டுவா. இதோ கிறிஸ்துமஸ் வருகிறது. உன் பொருட்களை எடுத்துக்கொண்டு வா. நீ அங்கே ஒரு நாள் முழுக்க இருக்கலாம் என்றாள்.

ஒரு நாள் இருப்பதற்கு நான் அணிந்து கொண்டிருப்பதே போதுமே என்றேன்.

சரிதான், உள்ளே வா என்றாள்.

நான் அவளுக்கு கார் பழக்கிக்கொடுக்கும்போது அவளருகில் அமர்ந்து பழகிப்போனதில் சுபாவமாக முன் இருக்கையில் ஏறி அமர்ந்தேன்.

அவள் காருக்கு வெளியில் நின்று தொண்டையைச் செருமிச்செருமி ஏதோ உணர்த்த முயன்றிருக்கிறாள்.

முடிவாக சிறு சிரிப்போடு, சோஃபியா இது தென்பகுதி என்றாள்.

ஆமாம் மேம் என்றேன்.

அவள் மறுபடி செருமி, இன்னமும் சிரித்தாள். நீ எங்கே உட்கார்ந்திருக்கிறாய் என்று பார் என்றாள்.

நான் எப்போதும் அமரும் இடத்தில்தான் அமர்ந்திருக்கிறேன் என்றேன்.

அதுதான் பிரச்சினையே என்றாள். காரை எப்படி ஓட்டுவது என்றோ, எப்படி சுத்தம் செய்வது என்றோ சொல்லிக்கொடுக்கும் சமயங்களில் தவிர ஒரு வெள்ளையரும் கறுப்பரும் அருகருகில் அமர்ந்து பயணிப்பதை நீ பார்த்திருக்கிறாயா?

நான் காரிலிருந்து வெளியேறி பின்கதவைத் திறந்து உள்ளே சென்றேன். அவள் முன்னால் உட்கார்ந்தாள். மிஸ் மில்லியின் கூந்தல் சன்னலுக்கு வெளியில் பறக்க நாங்கள் தெருவழியே பயணித்தோம்.

மார்ஷல் கவுண்ட்டி தெருவை நாங்கள் அடைந்து, ஒடிசாவின் வீட்டை நோக்கிப் போய்க் கொண்டிருந்தபோது, இந்த கிராமப்பாதை எவ்வளவு அழகாக இருக்கிறது என்றாள்.

ஆமாம் மேம் என்றேன்.

நாங்கள் தோட்டத்தில் வண்டியை நிறுத்தினோம், எல்லா குழந்தைகளும் காரைச் சுற்றி சூழ்ந்தனர். நான் வருவதாக அவர்களுக்குத் தெரியப்படுத்தப்படாததால் என்னை அவர்களுக்கு அடையாளம் தெரியவில்லை. முதலிரண்டு மூத்த பிள்ளைகளுக்கு மட்டும் தெரிந்தது. அவர்கள் என் மீது பாய்ந்து கட்டிக்கொண்டனர். பிறகு, சின்னதுகளெல்லாம் என்னைக் கட்டிகொண்டன. அவர்களில் யாரும் நான் காரின் பின்னிருக்கையில் அமர்ந்திருந்ததைக் கவனித்ததாகத் தெரியவில்லை. ஒடிசாவும் ஜாக்கும் நான் இறங்கிய பிறகு வந்ததால் அவர்களும் பார்க்கவில்லை.

நாங்கள் எல்லோரும் சுற்றி நின்று முத்தமிட்டுக் கொண்டும் கட்டியணைத்துக் கொண்டுமிருந்தோம், மிஸ் மில்லி சும்மா பார்த்துக் கொண்டிருந்தாள். கடைசியில் சன்னலிலிருந்து வெளியில் எட்டிப்பார்த்து, சோஃபியா உனக்கு மாலைவரைதான் நேரம் இருக்கிறது. உன்னை அழைத்துச்செல்ல நான் ஐந்து மணிக்கு மீண்டும் வருவேன் என்றாள். குழந்தைகள் என்னை வீட்டுக்குள் இழுத்தபடி இருந்ததால் நான் ஒருமாதிரியாக சமாளித்துத் திரும்பி, சரி மேம் என்றேன், அவள் கிளம்பிச்சென்றதைக் கேட்டேன் என்றுதான் தோன்றியது.

ஆனால், பதினைந்து நிமிடங்களுக்குப் பிறகு, மரியன் சொன்னான், அந்த வெள்ளைப்பெண் இன்னமும் வெளியில்தான் இருக்கிறாள்.

ஒருவேளை உன்னை அழைத்துச்செல்லக் காத்திருக்கிறாளோ என்னவோ என்றான் ஜாக்.

ஒருவேளை அவளுக்கு உடல்நலமில்லையோ என்றாள் ஒடிசா. அவர்கள் எப்போதும் நலமில்லாமல் இருப்பார்கள் என்றுதான் நீ சொல்லுவாயே.

நான் வெளியே வந்து காருக்குச் சென்றேன். விஷயம் என்னவென்று யூகிக்க முடிகிறதா? விஷயம் என்னவென்றால் அவளுக்கு வண்டியை முன்னோக்கிச் செலுத்துவதைத் தவிர வேறெதுவும் செய்யவராது, ஜாக்-ஒடிசாவின் வாசல் முழுக்க மரங்களாயிருக்கும். அதனால், அவளால் காரை முன்புறமாக ஓட்ட முடியவில்லை என்றாள் சோஃபியா.

சோஃபியா, இதை எப்படி பின்னால் எடுப்பது என்றாள்.

நான் கார் சன்னலின் உள்ளே நுழைந்து கியர்களை எந்தத் திசையில் செலுத்துவது என்று சொல்லித்தர முயன்றேன். ஆனால், அவளோ பதைபதைத்தாள், எல்லா குழந்தைகளும் ஜாக்-ஒடிசாவும் தாழ்வாரத்தில் நின்றபடி அவளை வேடிக்கைப்பார்க்கின்றனர்.

நான் மறுபக்கம் சென்றேன். தலையை உள்ளே நுழைத்து விளக்கம் தர முயன்றேன். அதற்குள் அவள் ஏகப்பட்ட முறை கியர்களை மாற்றிவிட்டாள். அதோடு அவள் மூக்கு சிவந்துபோயிருந்தது, அவள் கோபமாகவும் விரக்தியடைந்தும் காணப்பட்டாள்.

நான் பின்னிருக்கையில் ஏறி, முன்புறமாகச் சரிந்து கியர்களை இயக்க சொல்லித்தர முயன்றேன். ஒன்றும் நடக்கவில்லை. கடைசியில் கார் சப்தம் எழுப்புவதை நிறுத்திவிட்டது. எஞ்சின் செத்துப்போயிற்று.

கவலைப்பட வேண்டாம் என்றேன். ஒடிசாவின் கணவன் ஜாக் உங்களை வீட்டுக்கு அழைத்துச்செல்வான். அதோ அவனுடைய வண்டி.

ஓ! ஆனால், என்னால் அறிமுகமில்லாத ஒரு கருப்பனோடு அவன் வண்டியில் பயணிக்க முடியாது என்றாள்.

நான் ஒடிசாவையும் உங்களோடு வரச்சொல்கிறேன். அதனால், நான் குழந்தைகளோடு சிறிது நேரம் செலவழிக்க முடியும் என்று நினைத்தேன். ஆனால் அவளோ, இல்லை அவளையும் எனக்குத் தெரியாது என்றாள்.

அதனால், அந்த சம்பவம் இப்படி முடிவுக்கு வந்தது, நானும் ஜாக்கும் அவன் வண்டியில் அவளை வீட்டுக்கு அழைத்துச்சென்றோம். பிறகு மெக்கானிக்கைக் கூட்டிவர, ஜாக் என்னை நகரத்துக்கு அழைத்துச்சென்றான். பிறகு, ஐந்து மணிக்கு நான் மிஸ் மில்லியின் காரை அவளுடைய வீட்டுக்கு மறுபடி ஓட்டிச்சென்றேன்.

என் குழந்தைகளோடு நான் பதினைந்து நிமிடங்கள் இருந்தேன்.

அவள் நான் எத்தனை நன்றி கெட்டவள் என்று மாதக்கணக்கில் புலம்பினாள்.

“இந்த வெள்ளையர்கள் இருக்கிறார்களே அவர்கள் துயரம்விளைக்கவெனவே பூமியில் அவதரித்த அற்புதவான்கள்” என்றாள் சோஃபியா.

அன்புள்ள கடவுளுக்கு,

ஒரு பெரிய இன்ப அதிர்ச்சி இருப்பதாகவும், அதை கிருஸ்துமஸுக்கு கொண்டுவர இருப்பதாகவும் ஷுக் எழுதியிருக்கிறாள்.

அதென்னவாக இருக்குமென்று நாங்கள் திகைத்துப்போயிருந்தோம்.

மிஸ்டர் ____ அது தனக்கு ஒரு காராக இருக்கலாம் என்று நினைக்கிறார். ஷுக் இப்போதெல்லாம் ஏராளமாக சம்பாதிக்கிறாள். எப்போதும் மென்மயிர் ஆடைகளும் பட்டும் சாட்டினும், தங்கத்தால் செய்த தொப்பிகளும் அணிகிறாள்.

கிருஸ்துமஸ் காலை, கதவுக்கு வெளியில் மோட்டாரின் சப்தத்தை கேட்டு நாங்கள் வெளியே பார்த்தோம்.

சந்தோஷத்தில் துள்ளிக் குதித்துக்கொண்டு ஹாட் டிக்கிடி டாக் என்று ஏதோ பாடலைப் பாடியவாறு மிஸ்டர் ____ கால் சட்டையை அணிந்தார். கதவைத் திறக்க ஓடினார். நான் கண்ணாடியின் முன் நின்று என் கூந்தலை சரி செய்யப் பார்த்தேன். அது சரியானபடி நீளமாகவும் இல்லை. சரியான அளவில் குட்டையாகவும் இல்லை. அது மிகச் சுருட்டையாகவும் அழகற்றும் இருந்தது. நான் அதற்கு வண்ணம் பூசவுமில்லை. தொலையட்டும் என்று ஒரு தலைக்குட்டையை எடுத்து அதைக் கட்டினேன்.

ஓ ஆல்பர்ட் என்று ஷுக் அழைப்பதையும், ஷுக் என்று அவர் கூவியதையும் நான் கேட்டேன். அவர்கள் அணைத்துக்கொண்டிருக்கிறார்கள் என்பதையுணர்ந்தேன், பிறகோ சப்தமேயில்லை.

நான் கதவைத் திறந்து வெளியில் ஓடினேன். ஷுக் என்றபடி, என் கரங்களை நீட்டி அழைத்தேன். ஆனால், நான் எதையும் உணர்வதற்கு முன்பே, தொத்தலான, பெரிய பற்களையுடைய, சிகப்பு சஸ்பெண்டர்கள் அணிந்த ஒருவன் என் முகத்துக்கு நேரே அவன் முகத்தை வைத்துக்கொண்டுநின்றான். யாருடைய நாய் இது என்று நான் யோசிப்பதற்கு முன்பே அவன் என்னை அணைத்துக்கொண்டிருந்தான்.

மிஸ் சீலி. ஆ! மிஸ் சீலி. நான் உங்களைப் பற்றி நிறைய கேள்விப்பட்டிருக்கிறேன். நாமிருவரும் பழைய

நண்பர்கள் என்று உணரும் அளவுக்கு அதிகமாய் கேள்விப்பட்டிருக்கிறேன் என்றான்.

ஷுக் அவனுக்குப் பின்னால் பெரிய சிரிப்புடன் நின்றுகொண்டிருக்கிறாள்.

இது க்ரேடி என்றாள். இவன் என் கணவன்.

அவள் அதைச் சொன்ன அந்த நொடியில் எனக்கு அவனை சுத்தமாய் பிடிக்கவில்லை என்றுணர்ந்தேன். அவன் உருவம் பிடிக்கவில்லை, அவன் பற்களைப் பிடிக்கவில்லை, அவன் உடைகளைப் பிடிக்கவில்லை. அவன் நாறுவதுபோல எனக்குப் பட்டது.

நாங்கள் இரவெல்லாம் வண்டி ஓட்டினோம். நிறுத்த இடமில்லையென்பது உங்களுக்கே தெரியுமே. ஆனால், இதோ இங்கே உங்களிடம் வந்துவிட்டோம் என்றாள் ஷுக். அவள் க்ரேடியின் அருகில் வந்து அவனைச் சுற்றி கரங்களை இட்டாள், என்னவோ அவன் அழகன் என்பதுபோல அவனை நிமிர்ந்து பார்த்தாள், அவன் குனிந்து அவளுக்கொரு முத்தமிட்டான்.

நான் திரும்பி மிஸ்டர் ____ஐப் பார்த்தேன். அவர் உலகமே முடிந்துவிட்டது என்பதுபோல நின்றார். நானும் ஒன்றும் அவரைவிட சிறப்பாகத் தோன்றியிருக்க வாய்ப்பேயில்லை.

இதுதான் எங்களுக்கு என் கல்யாணப் பரிசு என்றாள் ஷுக். வீட்டின் முன் பக்கார்ட் என்று பொறிக்கப்பட்டிருந்த அந்த கார் பெரிதாக, நீலநிறத்தில் இருந்தது. இது புத்தம்புதியது என்று சொன்னவள், மிஸ்டர் ____ன் கரத்தைப் பிடித்து லேசாக அழுத்தினாள். ஆல்பர்ட், நாங்கள் இங்கிருக்கும்போது நீ கார் ஓட்டப் பழகிக்கொள்ள வேண்டுமென்று விரும்புகிறேன் என்று சிரித்தாள். க்ரேடி முட்டாள்போல ஓட்டுகிறான். கண்டிப்பாக எங்களைப் போலிஸ் பிடிக்கப்போகிறது என்று நான் அஞ்சினேன்.

ஒருவழியாக ஷுக் என்னைக் கவனித்ததாகப் பட்டது. என்னிடம் வந்து என்னைக் கட்டிக்கொண்டு நெடுநேரம் நின்றாள். நாம் இருவரும் இப்போது மணமான பெண்கள். இரண்டு திருமணமான பெண்கள், பசியாகவும் இருக்கிறோம். நம்மிடம் உண்பதற்கு என்ன இருக்கிறது என்றாள்.

அன்புள்ள கடவுளுக்கு,

மிஸ்டர் ____ கிருஸ்துமஸ் அன்று முழுநாளும் குடித்தார், அவரோடு க்ரேடியும் குடித்தான். நானும் ஷுக்கும் சமைத்தோம்-பேசினோம், வீட்டை சுத்தம் செய்தோம்- பேசினோம், கிருஸ்துமஸ் மரத்தை அலங்கரித்தோம்-பேசினோம், காலையில் எழுந்தோம்-பேசினோம்.

அவள் இப்போது நாடு முழுக்கப் பயணம்செய்து பாடுகிறாள். எல்லோரும் அவள் பெயரை அறிந்திருக்கின்றனர். அவளுக்கும் எல்லோரையும் தெரியும். சோஃபீ டக்கர், ட்யூக் எல்லிங்டன் என்று நான் கேள்விப்பட்டிராத ஜனங்களைப் பற்றியெல்லாம் அறிந்திருந்தாள். அதோடு பணமும் சேர்கிறது. சம்பாதிப்பதையெல்லாம் என்ன செய்வது என்று தெரியாத அளவுக்கு பணம் சேர்ந்துவிட்டது... மெம்ஃபிசில் ஓர் அருமையான வீடும், இன்னொரு காரும் இருக்கிறது. நூறு அழகு ஆடைகள், அறை முழுக்கக் காலணிகள். க்ரேடி தனக்கு எதுவும் தேவை என்று நினைத்தால் போதும் அவள் அதை உடனே வாங்கிவிடுவாள்.

அவனை எங்கே பிடித்தாய் என்று கேட்டேன்.

என் காருக்கு அடியில் என்றாள். வீட்டில் இருக்கிறதே கார், அதன் அடியில். எண்ணெய் வெளியேறிக்கொண்டிருந்தபோது அதை ஓட்டி, எஞ்சினைப் பழுதாக்கிவிட்டேன். அதை சரி செய்தவன் இவன்தான். நாங்கள் ஒருவரையொருவர் ஒருமுறை பார்த்தோம், அவ்வளவுதான்.

மிஸ்டர் ____ மனம் புண்ணாகிப்போனார் என்றேன். என்னுடையதைப் பற்றி நான் வாயே திறக்கவில்லை.

ஆ! அந்தப் பழைய சமாச்சாரம் கடைசியாக முடிந்தேவிட்டது. நீயும் ஆல்பர்ட்டும் இப்போது குடும்பமாக உணர்கிறீர்கள். எப்படியோ, அவன் உன்னை அடிக்கிறான் என்றும் உழைப்பதில்லை என்றும் நீ சொன்ன பிறகு அவனைப் பற்றின என் நினைப்பு மாறிப்போனது. நீ மட்டும் என் மனைவியாக இருந்தால் உன்னை முத்தங்களால் குளிப்பாட்டுவேன், உனக்காகக் கடுமையாக உழைப்பேன்.

அவரை நீ தடுத்ததிலிருந்து என்னை அதிகமாய் அடிப்பதில்லை. சும்மா எப்போதாவது, செய்ய வேறு வேலையில்லாதபோது ஒரு அறை விடுவார். அவ்வளவுதான்.

உறவுகொள்வதில் எதுவும் நல்லமாற்றம் உண்டா என்றாள்.

முயற்சிசெய்கிறோம். அவர் அந்த ஸ்விச்சில் விளையாட முயல்கிறார், ஆனால், அவர் விரல்கள் வறண்டுவிட்டன என்று தோன்றுகிறது. பெரிதாய் ஒன்றும் நிகழ்ந்துவிடுவதில்லை.

நீ இன்னமும் கன்னிதானா?

அப்படித்தான் நினைக்கிறேன்.

அன்புள்ள கடவுளுக்கு,

மிஸ்டர் ____ உம் க்ரேடியும் ஒன்றாக காரில் சுற்றப்போயிருக்கிறார்கள். ஷுக் நான் அவளோடு உறங்க வரமுடியுமா என்று கேட்டாள். க்ரேடியும் அவளும் உறங்கும் மெத்தையில் தனிமையில் குளிர்வதாகச் சொன்னாள். நாங்கள் அதையும் இதையும் பேசிக்கொண்டிருந்தோம். சீக்கிரமே உறவுகொள்வதைப் பற்றிய பேச்சு வந்தது. ஷுக் உண்மையில், உறவுகொள்வது என்றெல்லாம் சொல்ல மாட்டாள். அசிங்கமாக, ஏதோ ஃபக் என்பாள்.

உன் குழந்தைகளின் அப்பாவோடு அது எப்படி இருந்தது என்று கேட்டாள்.

பெண்பிள்ளைகளுக்கென்று தனியே, சிறிய அறை ஒன்றிருந்தது, ஒதுங்கி தனியாக இருந்த அதை வீட்டோடு இணைத்தது ஒரு மரச்சுவர். அம்மாவைத் தவிர அதற்குள் யாருமே வர மாட்டார்கள். ஆனால், ஒருமுறை அம்மா வீட்டில் இல்லாத நேரம் அவர் வந்தார். என்னிடம் அவர் முடியைக் கத்தரித்து சீராக்கச் சொன்னார். ஒரு கத்தரி, சீப்பு, ப்ரஷ் மற்றும் முக்காலியைக் கொண்டுவந்திருந்தார். நான் அவர் முடியைக் கத்தரித்துக்கொண்டிருந்தபோது என்னை விநோதமாகப் பார்த்தார். அவர் கால்களுக்கிடையில் என்னை இறுக்கிப் பிடித்தபோதுதான் அவர் படபடப்பாகவும் இருந்தது ஏனென்று எனக்குப் புரிந்தது.

ஷுக்கின் மூச்சொலியைக் கேட்டுக்கொண்டு நான் அமைதியாகக் கிடந்தேன்.

எனக்கு வலித்தது, தெரியுமா என்றேன். அப்போது எனக்கு பதினான்கே வயதுதான். ஆண்களுக்கு அங்கே அடியில், அத்தனைப் பெரிதாய் ஒரு சமாச்சாரம் இருப்பது பற்றியெல்லாம் எனக்குத் தெரியவே தெரியாது. அதைப் பார்த்ததிலும், குத்தியபடி என்னுள் நுழைந்து அது பெரிதானதிலும் நான் பயந்துபோனேன்.

உறங்கிப்போனாளோ என்று நான் சந்தேகிக்கும் அளவுக்கு ஷுக் மிக அமைதியாக இருந்தாள்.

காரியம் முடிந்த பிறகும், என்னை அவர் முடியைக் கத்தரித்து முடிக்கச் செய்தார்.

நான் மெல்லத் திரும்பி ஷுக்கைப் பார்த்தேன்.

ஓ! மிஸ் சீலி. ஷுக் அவள் கரங்களால் என்னைச் சுற்றிவளைத்தாள். அவை கருமையாக, வழவழப்பாக, விளக்கொளியில் ஒருமாதிரியாக பளபளத்தன.

நான் அழ ஆரம்பித்தேன். அதெல்லாம் இப்போது மறுபடி நிகழ்ந்துவிட்டதைப் போல உணர்ந்து ஷுக்கின் கரங்களில் கிடந்து அழுதேன், அழுதேன் அப்படி அழுதேன். அது எப்படி வலித்தது, எத்தனை அதிர்ச்சி தந்தது. நான் அவர் முடியைச் சீராக்கிக்கொண்டிருந்தபோது அது எப்படி வேதனை தந்தது. என் கால்களில் எப்படி ரத்தம் வழிந்து என் காலுறைகளைக் கறையாக்கியது. அவர் எப்படி அதிலிருந்து என்னை நேரே பார்ப்பதைத் தவிர்த்தார், நெட்டியையும்தான்.

அழாதே சீலி, ஷுக் சொன்னாள். அழாதே. அவள் என் முகத்தில் வடிந்த கண்ணீரில் முத்தமிட்டாள்.

சிறிது நேரம் கழித்து நான் மீண்டும் பேச ஆரம்பித்தேன். அம்மா கடைசியில் கேட்டேவிட்டாள், அவர் எங்கள் அறைக்கு வந்திராதபட்சத்தில் அவருடைய முடி எப்படி அங்கு வந்ததென்று. அப்போதுதான், அவர், எனக்கு ஒரு காதலன் இருப்பதாக அம்மாவிடம் சொன்னார். யாரோ ஒரு பையன் பின்புறக்கதவு வழியாக நுழைத்ததைப் பார்த்ததாகவும், அது அந்தப் பையனுடைய முடிதான் அவருடையதல்ல என்றும் சொன்னார்.

நான் சின்னஞ்சிறியவளாக இருந்ததிலிருந்தே எனக்கு முடிவெட்ட மிகவும் பிடிக்கும். முடி வளர ஆரம்பிப்பதைப் பார்த்தாலே நான் ஓடிப்போய் கத்திரியை எடுத்துவந்து எத்தனை நீளம் முடியுமோ அத்தனையையும் வெட்டி வெட்டிப் போடுவேன். அப்படித்தான் அவர் முடியையும் வெட்ட ஆரம்பித்தது. முன்பெல்லாம் முன்தாழ்வாரத்தில்தான் முடிவெட்டுவேன். அதற்குப் பிறகோ அவர் கத்திரி, சீப்பு, முக்காலியை எடுத்துவந்தாலே நான் அழத்தொடங்கிவிடுவேன்.

தூ! இந்தவெள்ளைக்கார ஜனங்கள்தான் இப்படி கேடுகெட்ட காரியமெல்லாம் செய்யும் என்று நினைத்திருந்தேன் என்றாள் ஷுக்.

என் அம்மா செத்துப்போனாள். என் தங்கை நெட்டி ஓடிப்போய்விட்டாள். மிஸ்டர் ____ அவருடைய சீரழிந்த பிள்ளைகளைப் பார்த்துக்கொள்ள என்னைக் கொண்டுவந்தார். என்னைப் பற்றி எதுவுமே எப்போதுமே அவர் கேட்டதில்லை. என் தலையில்

அடிபட்டு கட்டுப்போட்டிருந்தபோதுகூட என் மீது ஏறி உறவுகொண்டார். என்னை யாருமே எப்போதுமே நேசித்ததில்லை.

நான் உன்னை நேசிக்கிறேன் மிஸ் சீலி என்ற ஷுக், என்னைப் பிடித்திழுத்து என் வாயில் முத்தமிட்டாள்.

உம்ம், என்று முனகினாள் வியப்பாக. அவளைத் திரும்ப முத்தமிட்ட நானும் உம்ம் என்று முனகினேன். இனி முத்தமிடும் தேவையே வராது எனும் அளவுக்கு நாங்கள் மீண்டும்மீண்டும் முத்தமிட்டுக்கொண்டோம். பிறகு, நாங்கள் ஒருவரையொருவர் தொட்டுக்கொண்டோம்.

எனக்கு இதைப் பற்றியெல்லாம் ஒன்றுமே தெரியாது என்றேன்.

எனக்கும் ரொம்பத் தெரியாது என்றாள்.

பிறகு அதிமென்மையான, ஈரமான தொலைந்துபோன என் குழந்தைகளில் ஒன்றின் உதடுகள் போன்ற எதையோ என் மார்பில் நான் உணர்ந்தேன்,

நெடுநேரத்துக்குப் பின், நானும் தொலைந்துபோன குழந்தைகளில் ஒருத்தியானேன்.

அன்புள்ள கடவுளுக்கு,

க்ரேடியும் மிஸ்டர் ____ உம் விடியும் பொழுதில் தடுமாறியபடியே வந்தனர். நானும் ஷுக்கும் அவள் முதுகு என்புறமாக, என் கரங்கள் அவள் இடையைத் தழுவிக்கொண்டபடி ஆழ்ந்த உறக்கத்திலிருந்தோம். அது எப்படி இருந்தது? அம்மாவோடு உறங்கியதுபோல கொஞ்சமிருந்தது, ஆனால் அவளோடு உறங்கிய ஞாபகம் எனக்கு அவ்வளவாக இல்லை என்பதுதான் விஷயம். கொஞ்சம், நெட்டியோடு உறங்கியதுபோல, என்ன, நெட்டியோடு உறங்குவது இத்தனை இன்பமாக இருந்ததில்லை, அவ்வளவுதான். அது கதகதப்பாகவும், மெத்தென்றும் இருந்தது, ஷுக்கின் பெரிய மார்புகள் என் கரங்களின் மீது நுரையைப் போலத் தளும்பிக்கிடந்தன. அது எப்படி உணர்ந்தது என்றால், சுவர்க்கபோகமாக என்றுதான் சொல்லவேண்டும். மிஸ்டர் ____ வுடன் உறங்குவதுபோல மட்டும் இல்லவே இல்லை.

விழித்துக்கொள் சர்க்கரைக்கட்டி அவர்கள் திரும்பிவிட்டார்கள் என்றேன். ஷுக் உருண்டு, என்னைக் கட்டி அணைத்தாள், பிறகு படுக்கையை விட்டு எழுந்தாள். அவள் தள்ளாடியபடியே அடுத்த அறைக்குச் சென்று க்ரேடியோடு படுக்கையில் விழுந்தாள். மிஸ்டர் ____ முழுக்கக் குடித்தவராக என்னருகில் வந்து விழுந்தார். தலையணையில் தலை படும் முன்னரே அவரிலிருந்து குறட்டை கிளம்பியது.

நான் இயன்றவரையில் க்ரேடியிடம் பிரியமாக இருக்க முயன்றேன். அவன் சிகப்பு சஸ்பெண்டர்களையும், பூ வேலைப்பாட்டுடன்கூடிய டைகளை அணிந்தபோதும், ஷுக்கின் பணத்தையெல்லாம் தான் சம்பாதித்தது மாதிரி செலவழித்தபோதும், வடக்கு மாகாண மக்களைப் போல பேச முயன்றபோதும். மெம்ஃபிஸ், டென்னிஸீ வடக்கில் இல்லை என்பது எனக்கேகூடத் தெரியும். ஆனால், என்னால் பொறுத்துக்கொள்ளவே முடியாத ஒரு விஷயம் அவன் ஷுக்கை அம்மா என்றழைத்ததுதான்.

தூ. நான் ஒன்றும் உன் இழவெடுத்த அம்மா இல்லை என்பாள் ஷுக். ஆனாலும் அவன் பொருட்படுத்தவே மாட்டான்.

உதாரணத்துக்கு அவன் ஸ்க்வீக்கை வைத்தகண் வாங்காமல் பார்த்துக்கொண்டிருக்கும்போது, ஷுக்

அவனைக் கேலி செய்தால், ஆஹ், அம்ம்ம்மா நான் ஒரு கெடுதலும் செய்யக்கூடியவனில்லை என்று உனக்குத் தெரியுமே என்பான்.

ஷுக்குக்கு ஸ்க்வீக்கையும் பிடிக்கும். ஸ்க்வீக் பாடுவதற்கு உதவுவாள். அவர்கள் ஒடிசாவின் முன்னறையில் உட்கார்ந்துகொண்டு, எல்லா குழந்தைகளும் கூட்டமாய் சுற்றியிருக்க, பாடுவார்கள். சிலசமயங்களில் ஸ்வெய்ன் அவனுடைய ஹார்மோனியத்தைக் கொண்டுவருவான், ஹார்ப்போ இரவுணவு சமைப்பான், நானும் மிஸ்டர் ____ உம், குத்துச்சண்டை வீரரும் பாராட்டுகளை அள்ளி வழங்குவோம்.

அருமையான பொழுதுகள்.

ஷுக் ஸ்க்வீக்கிடம் அதாவது மேரி ஆக்னஸிடம் சொல்லுவாள், நீ மேடைகளில் பாட வேண்டும்.

இல்லை, என்னால் முடியாது என்பாள் மேரி ஆக்னஸ். ஷுக்கைப் போல சப்தமாக, தைரியமாக தான் பாடுவதில்லையென்பதால் யாருக்கும் தான் பாடுவதைக் கேட்கப் பிடிக்காது என்பது அவள் நினைப்பு. அவள் நினைப்பு தவறு என்பாள் ஷுக்.

தேவாலயத்தில் விதவிதமான வேடிக்கையான குரல்களை நீ கேட்டதில்லையா? அவையெல்லாம் சேர்ந்து ஒலிக்கும்போது நன்றாக இருக்கிறதே, அப்படி ஜனங்களால் பாட முடியும் என்று நீ எதிர்பார்த்தாயா? அதெல்லாம் எப்படியாம் என்றாள்.

பிறகு ஸ்க்வீக் முனக ஆரம்பித்தாள். அதைக் கேட்டவர்களுக்கு தேவதைகளால் தடுக்க இயலாத சாவு நெருங்குவதைப் போல இருந்தது. அவர்கள் பிடரியின் முடிகளைச் சிலிர்த்து நிற்கச் செய்தது. உண்மையில் சிறுத்தைப் புலிகளால் பாட முடிந்தால் எப்படி ஒலிக்குமோ அப்படி இருந்தது அது.

நான் வேறொன்று சொல்கிறேன் கேள், மேரி ஆக்னஸ். நீ பாடுவதைக் கேட்கும் ஜனங்களுக்கு நல்ல செக்ஸ் நினைப்பு வரும் என்றாள் ஷுக்.

ஆ! நீங்கள் இருக்கிறீர்களே மிஸ் ஷுக்! என்ற மேரி ஆக்னஸ், சிவந்துபோனாள்.

பாட்டு, ஆட்டம், செக்ஸ் எல்லாவற்றையும் ஒன்றாக்கிப் பேசினால் உனக்கு வெட்கமா? அதனால்தானே நாம் பாடுவது சாத்தானின் இசை என்று அவர்கள் சொல்கிறார்கள். சாத்தான்களுக்கு செக்ஸென்றால் ரொம்பப் பிடிக்கும். இதைக்கேள் நாம் ஹார்ப்போவின் இசைக்கூடத்தில் ஓரிரவு பாடுவோம். எனக்கும் பழையபடி பாடியதுபோல இருக்கும். அதோடு, நானே உன்னைக் கூட்டத்தின் முன் அறிமுகம் செய்தால் அவர்கள் கவனம் கொடுத்துத்தான் ஆக வேண்டும். கறுப்பர்களுக்கு எப்படி நடந்துகொள்வது என்று தெரியாது. ஆனால், பாடலின் முதல் பாதியை மட்டும் நீ சரியாகப் பாடிவிட்டால் அவ்வளவுதான், அவர்களைக் கவர்ந்துவிடலாம்.

கண்கள் விரிந்து மகிழ்ந்திருந்த மேரி ஆக்னஸ், நீங்கள் உண்மையாகவே அப்படியா நினைக்கிறீர்கள் என்றாள்.

அவள் பாடத்தான் வேண்டுமா? என்னால் தீர்மானிக்க முடியவில்லை என்றான் ஹார்ப்போ.

அதெப்படி? நீ தேவாலயத்தில் பாடவைத்த பெண்ணால் தன் பின்பக்கத்தை அங்கிருந்து நகர்த்தவே முடியவில்லை. ஜனங்களுக்கு ஆடுவதா இல்லை துக்கம் அனுஷ்டிப்பவர்களின் பக்கம் சென்றுவிடுவதா என்று கூட தீர்மானிக்க முடியவில்லை. அதோடு, நீ மேரி ஆக்னஸுக்கு சரியானபடி ஆடை அணிவித்தால் நீ எக்கச்சக்கமாகப் பணம் சம்பாதிக்கலாம் என்றாள் ஷுக்.

அவள் மஞ்சள் சருமத்துக்கும், சுருண்ட கேசத்துக்கும், மேகம் போன்ற விழிகளுக்கும் ஆண்கள் பைத்தியமாகிப்போவார்கள். என்ன க்ரேடி, நான் சொல்வது சரிதானே என்றாள்.

க்ரேடி திருட்டு முழி முழித்தான், இளித்தான். அம்மா நீ எதையுமே தவறவிட மாட்டாயே என்றான்.

அதை நீ மறந்துவிடாமல் இருப்பதுதான் உனக்கு நல்லது என்றாள் ஷுக்.

அன்புள்ள கடவுளுக்கு,

நான் கையில் வைத்துக்கொண்டிருக்கும் கடிதம் இதுதான்.

அன்புள்ள சீலி,

எனக்குத் தெரியும், நான் இறந்து விட்டேனென்று நீ நினைத்திருக்கிறாய். நானோ உனக்கு வருடக்கணக்காகக் கடிதம் எழுதிக்கொண்டிருந்திருக்கிறேன். ஆல்பர்ட் சொல்லியிருந்தான், நீ என்னைப் பற்றி எப்போதுமே அறிந்துகொள்ள முடியாதென்று. உன்னிடமிருந்து எந்தத் தகவலும் இதுவரையிலும் கிடைக்காததிலிருந்து அவன் சொன்னதைச் செய்துவிட்டான் என்று புரிகிறது. இப்போதெல்லாம் நான் கிருஸ்துமஸுக்கும் ஈஸ்டருக்கும் மட்டும்தான் உனக்கு எழுதுகிறேன். எப்படியும் கிருஸ்துமஸ், ஈஸ்டர் வாழ்த்தட்டைகளினிடையே இவை காணாமல் போகத்தான் போகிறது என்று எண்ணியபடி. அல்லது ஒருவேளை பண்டிகைக்கால மகிழ்ச்சியின் பேரால் ஆல்பர்ட் நம் மீது இரக்கம்கொள்ளலாம் என்றும்தான்.

உன்னிடம் சொல்வதற்கு ஏராளம் இருக்கிறது, எங்கிருந்து துவங்குவது என்றுதான் எனக்குப் புரியவில்லை, ஒருவேளை இந்தக் கடிதமும் உனக்குக் கிடைக்காமல் போகலாம். எனக்கு நிச்சயமாகத் தெரியும் ஆல்பர்ட் மட்டும்தான் இன்னமும் தபால் பெட்டியிலிருந்து கடிதங்களை எடுப்பானென்று.

ஆனால், ஒருவேளை இது உன்னை வந்தடைந்துவிட்டால், ஒரு விஷயம் மட்டும் நீ தெரிந்துகொள்ள வேண்டுமென்று விரும்புகிறேன். நான் உன்னை நேசிக்கிறேன். மேலும், நான் இறந்துவிடவில்லை. அதோடு, ஒலிவியா நலமாக இருக்கிறாள், உன் மகனும்தான்.

நாங்கள் அனைவரும் இன்னொரு வருடயிறுதிக்குள் வீட்டுக்கு வருகிறோம்.

உன் அன்புத்தங்கை,
நெட்டி

படுக்கையில் ஓரிரவு, ஷுக் என்னிடம் நெட்டியைப் பற்றி கேட்டுக்கொண்டிருந்தாள். அவள் எப்படிப்பட்டவள்? எங்கிருக்கிறாள்?

மிஸ்டர் ____ எப்படி அவளைத் தன்வசமாக்கப் பார்த்தார் என்பதையும் நெட்டி அவரை மறுத்ததையும், அவர் அவளை வெளியில் போகச் சொல்லியதையும் நான் சொன்னேன்.

அவள் எங்கே போனாள்?

எனக்குத் தெரியாது. அவள் இங்கிருந்து போய்விட்டாள் அவ்வளவுதான்.

பிறகு, அவளிடமிருந்து இன்றுவரை எந்த சேதியும் இல்லையா?

இல்லை. ஒவ்வொருநாளும் மிஸ்டர் ____ தபால்பெட்டிக்கு சென்றுவிட்டு வரும்போதெல்லாம் செய்திக்காகக் காத்திருப்பேன். ஆனால், எதுவும் வரவில்லை. அவள் செத்துப்போய்விட்டாள்.

வேடிக்கையான தபால்தலைகள் கொண்ட இடங்களில் அவள் ஏன் இருக்கக் கூடாது என்று நீ யோசித்ததில்லையா என்று கேட்ட ஷுக், விநோதமான எதையோ கவனித்திருக்கிறாள்.

கேள், சிலசமயம் நானும் ஆல்பர்ட்டும் தபால்பெட்டிவரை நடப்போமே அப்போதெல்லாம் அதில் வேடிக்கையான தபால்தலைகள் கொண்ட கடிதங்கள் ஏராளமிருக்கும். அதைப் பற்றியெல்லாம் அவன் ஒன்றுமே சொல்லாமல் தன் பாக்கெட்டில் போட்டுக்கொள்வான். ஒருமுறை நான் அந்த தபால்தலைகளைப் பார்த்துவிட்டுத் தருவதாகக் கேட்டபோதுகூட அப்புறம் வெளியில் எடுப்பதாகச் சொன்னான். ஆனால், அவன் எடுக்கவேயில்லை என்றாள்.

அவள் நகரத்துக்குத்தான் போவதாக இருந்தாள். தபால்தலைகள் தபால்தலைகள் போலத்தான் அங்கு இருக்கும், நீள முடிகொண்ட வெள்ளையர்கள் படமிட்டு.

ம்ம். அதில் ஒன்றில் ஒரு சின்ன குண்டு வெள்ளைப்பெண்மணி இருந்ததுபோலத் தெரிந்தது. உன் தங்கை நெட்டி எப்படி? அவள் புத்திசாலியா?

ஆமாம் பின்னே? கடவுளே! புத்திசாலியென்றால் அப்படியொரு புத்திசாலி. பேச ஆரம்பித்த கொஞ்ச

நாளிலேயே செய்திப்பத்திரிகைகள் வாசிப்பாள். உருவங்களெல்லாம் அப்படிச் செய்வாள். பேச்சும் சிறப்பாய் இருக்கும். அதோடு இனியவளும்கூட. அவளைவிட இனிய ஒருத்தி இருக்கவே முடியாது. என் கண்கள் தளும்பின. அவள் என்னை நேசித்தாள் என்றேன்.

அவள் குள்ளமா உயரமா? என்ன மாதிரியான ஆடைகள் அணிய விரும்புவாள்? அவளுடைய பிறந்தநாள் எப்போது? அவளுக்கு மிகப் பிடித்தமான நிறம் எது? அவளுக்கு சமைக்கத் தெரியுமா? தைக்க? அவளுடைய முடி எப்படி இருக்கும்?

நெட்டி குறித்த எல்லாவற்றையும் ஷுக் தெரிந்துகொள்ள விரும்பினாள். நான் பதில் பேசிப்பேசி என் தொண்டை கட்டிக்கொண்டது. நீ ஏன் நெட்டியைப் பற்றி இவ்வளவு தெரிந்துகொள்ள விரும்புகிறாய் என்று கேட்டேன்.

ஏனென்றால், என்னைத் தவிர அவளை மட்டும்தான் நீ நேசிக்கிறாய்.

அன்புள்ள கடவுளுக்கு,

திடீரென்று மிஸ்டர் ____வுடன் ஷுக் ரொம்பவும் நட்பாகிவிட்டாள். அவர்கள் படிக்கட்டில் ஒன்றாக அமர்ந்துகொண்டார்கள், ஹார்ப்போவின் இசைக்கூடத்துக்குப் போனார்கள். தபால்பெட்டிக்கு நடந்தார்கள்.

அவர் எது சொன்னாலும் ஷுக் விழுந்து விழுந்து சிரித்தாள். பற்களையும் மார்பையும் ஏராளமாகக் காட்டினாள்.

நானும் க்ரேடியும் நாகரிகமாக நடந்துகொள்ள முயன்றோம். ஆனால், அது மிகச்சிரமமாக இருந்தது. ஷுக் சிரிப்பதைக் கேட்டால் எனக்கு அவள் கழுத்தை நெரித்துவிடலாம் என்றும் மிஸ்டர் ____ஐ ஒரு அறை விடலாம் போலவும் இருந்தது.

இந்த வாரம் முழுக்க நான் அவதியுற்றேன். க்ரேடியும் நானும் மிகவும் நொந்துபோனோம். அவன் கஞ்சாவிடம் தஞ்சம் அடைந்தான், நான் பிரார்த்தனையில்.

ஷுக், சனிக்கிழமைகாலை நெட்டியின்கடிதங்களை என் மடியில் போட்டாள். இங்கிலாந்தின் சின்ன குண்டுராணியின் படமிட்ட தபால்தலைகள் மற்றும் நிலக்கடலை, தேங்காய் மற்றும் ரப்பர் மரங்களின் படங்கள்கொண்ட ஆப்பிரிக்கத் தபால்தலைகள் ஒட்டிய கடிதம். இங்கிலாந்து எங்கிருக்கிறது என்று எனக்குத் தெரியாது. ஆப்ரிக்கா எங்கிருக்கிறது என்றும்தான். அதனால், நெட்டி எங்கிருக்கிறாள் என்றும் எனக்கு இன்னமும் தெரியவில்லை.

அவன் உன் கடிதங்களை வைத்துக் கொண்டிருந்திருக்கிறான் என்றாள் ஷுக்.

இருக்காது. மிஸ்டர் ____ மோசமானவர்தான். ஆனால், அத்தனை மோசமில்லை.

ஹூம் அவன் மிகமோசமானவன் தான்.

ஆனால், அவரால் எப்படி இப்படி செய்ய முடிந்தது. நெட்டிதான் என் உலகமே என்று அவருக்குத் தெரியுமே.

அதெப்படிச் செய்தான் என்றெனக்குத் தெரியாது. ஆனால், அதை நாம் கண்டுபிடிப்போம் என்றாள்.

நாங்கள் கடிதத்தை மறுபடி ஒட்டி, மிஸ்டர் ____ன் பாக்கெட்டில் போட்டோம்.

அவர் நாள்முழுக்க அதைத் தன் கோட்டில் வைத்துக்கொண்டே அலைந்தார். அதைப் பற்றி மூச்சுகூட விடவில்லை. க்ரேடி, ஹார்ப்போ, ஸ்வெய்னுடன் சும்மா பேசி சிரித்தார். ஷுக்கின் காரை ஓட்டக் கற்றுக்கொள்ளவும் முயன்றார்.

அவரை உற்றுக் கவனித்ததில் என் மண்டைக்குள் மின்னல் வெட்டியதைப் போல உணர ஆரம்பித்தேன். என்னை அறியாமலே நான் அவருடைய நாற்காலிக்குப் பின்னால் கையில் சவரக்கத்தியுடன் நின்றுகொண்டிருக்கிறேன்.

திடீரென்று ஏதோ பெரிய வேடிக்கையைக் கேட்டதுபோல ஷுக் சிரிப்பதைக் கேட்டேன். நான்தான் என் அறுந்துபோன நகத்தை வெட்ட உன்னிடம் கத்தியைக் கேட்டேன். ஆனால், ஆல்பர்ட் அவன் கத்தியைக் கொடுக்க மாட்டான் என்று ஏதோ பேசினாள்.

மிஸ்டர் ____ திரும்பிப்பார்த்தார். அதைக் கீழே வை. இந்தப் பெண்களே இப்படித்தான். எப்போது பார்த்தாலும் அதை வெட்டுவது, இதைச் சிரைப்பது என்று என் சவரக்கத்தியின் கூரை மழுங்கச்செய்வார்கள் என்றார்.

ஷுக் அந்தக் கத்தியைத் தன் கையில் வாங்கிவிட்டாள். ஆ! இது மழுங்கித்தான் இருக்கிறது என்றவள், அதை எடுத்து சவரப்பெட்டியில் இட்டாள்.

நாள் முழுக்க நான் சோஃபியாவைப் போலவே நடந்துகொண்டேன். உளறிக்கொண்டும், எனக்குள்ளாகப் பேசிக்கொண்டும். மிஸ்டர் ____ன் ரத்தத்தைப் பார்த்துவிட வெறியுடன் வீடெங்கும் அலைந்தேன். என் மனதுக்குள்ளாக அவர் ஒவ்வொரு விதமாகச் செத்து விழுவதைக் கற்பனைசெய்தேன். இரவு வந்ததும் என்னால் பேசக்கூட முடியவில்லை. வாயைத் திறந்தபோதெல்லாம் சின்ன ஏப்பம் மட்டும் வந்தது.

எல்லோரிடமும் எனக்குக் காய்ச்சல் என்று சொல்லி, ஷுக் என்னைப் படுக்கவைத்தாள். இது ஒருவேளை ஒட்டக்கூடியதாக இருக்கலாம் என்று சொல்லி மிஸ்டர் ____ஐ வேறெங்காவது படுக்கச் சொன்னாள். ஆனால், அவள் இரவு முழுக்க என்னுடன் இருந்தாள். நான் உறங்கவில்லை. நான் அழவில்லை. நான் எதுவுமே

செய்யவில்லை. எனக்குக் குளிர் ஏற்பட்டது. கூடிய சீக்கிரமே இறந்துபோவேன் என்று நினைத்தேன்.

ஷுக் என்னை இறுக்கி அணைத்துக்கொண்டாள், அவ்வப்போது ஏதாவது பேசினாள்.

அம்மா என்னிடம் வெறுத்த ஒரு விஷயம் என்ன தெரியுமா? நான் செக்ஸில் ஏகப்பட்ட நாட்டம் கொண்டதுதான். அவளுக்கு உடல்களைத் தொட வேண்டியிருக்கும் எதையுமே செய்யப் பிடிக்காது. நான் அவளை முத்தமிட முயன்றால் வாயைத் திருப்பிக்கொள்வாள். அதை விட்டுஒழி லில்லி என்பாள். லில்லிதான் ஷுக்கின் உண்மையான பெயர். அவள் ரொம்பவும் இனிமையாக இருந்ததால் ஷுக் என்று அழைத்தார்கள்.

என் அப்பாவுக்கு நான் அவரை அணைத்துக் கொள்வதும் முத்தமிடுவதும் பிடிக்கும். ஆனால், அம்மாவோ அதைப் பார்க்கக்கூட விரும்பவில்லை. அதனால், நான் ஆல்பர்ட்டை சந்தித்து அவனது கரங்களில் விழுந்ததுமே, என்னை அவனிடமிருந்து பிரிக்க எதனாலும் முடியவில்லை. அந்த உறவு ரொம்ப நன்றாகவும் இருந்தது. உனக்கே தெரியுமே, அவன் அவ்வளவு கோழையாக இருந்தபோதும் ஆல்பர்ட்டின் மூன்று குழந்தைகளை நான் பெற்றுக்கொண்டேனென்றால் அது நிச்சயம் நன்றாகத்தான் இருந்திருக்க வேண்டுமென்று.

என் ஒவ்வொரு குழந்தையையும் நானும் வீட்டில்தான் பெற்றேன். மருத்துவச்சி வருவாள், மதபோதகர் வருவார், தேவாலயத்தின் சில நல்ல பெண்களும் வருவார்கள். எனக்குத் தாள முடியாத வேதனை உண்டாகும் சமயம், என் பெயரையே நான் மறக்கும் அளவுக்கு வலியெடுக்கும்போதுதான் பாவமன்னிப்புக்கான சரியான நேரமென்று அவர்கள் நினைத்தார்கள்.

அவள் சிரித்தாள். பாவமன்னிப்பு கேட்கும் அளவுக்கு நான் அவ்வளவு பெரிய முட்டாளாக இருந்தேன். பிறகு, எனக்கு ஆல்பர்ட்டின் _____ தேவையாக இருந்தது என்றாள்.

நான் எதுவுமே சொல்ல விரும்பவில்லை. நான் இருக்குமிடத்தில் சாந்தியுடன் இருக்கிறேன். அது அமைதியாக இருந்தது. அங்கு ஆல்பர்ட் இல்லை. ஷுக் இல்லை. எதுவுமில்லை.

கடைசிக் குழந்தை பிறந்ததும் அவர்கள் என்னை வெளியேற்றினார்கள். நான் மெம்ஃபிஸில் என் அம்மாவின் கோபக்காரச் சகோதரியுடன் தங்கப்போனேன். அவள் அப்படியே என்னைப் போன்றவள் என்பாள் அம்மா. அவள் குடித்தாள், சண்டையிட்டாள், ஆண்களென்றால் அப்படிச் சாவாள். அவள் ஒரு ரோட் ஹவுஸில் வேலைபார்த்தாள். ஐம்பது பேருக்கு சமைத்தாள், ஐம்பத்தியைந்து பேருடன் படுத்தாள்.

ஷுக் பேசிக்கொண்டே இருந்தாள்.

அதோடு நடனமும்தான். இளவயதில் ஆல்பர்ட்டைப் போல ஆட யாராலும் முடியாது. சிலசமயம் நாங்கள் ஒரு மணிநேரம் கூட தொடர்ந்து நடனமாடுவோம். அதற்குப் பிறகு, எங்காவது போய் விழுந்து கிடப்பதைத் தவிர வேறெதுவும் செய்ய முடியாது. அதோடு, அவன் மிகவும் நகைச்சுவை உணர்வுமிக்கவன். அத்தனை வேடிக்கையானவன். அவன் என்னை சிரிக்க வைத்துக்கொண்டே இருப்பான். அதெப்படி அவன் இப்போது இப்படி சிடுமூஞ்சியாக இருக்கிறான்? அதெப்படி அவன் சிரிப்பதே இல்லை? அதெப்படி அவன் ஆடுவதே இல்லை? அடக்கடவுளே, சீலி, நான் நேசித்த மனிதனுக்கு என்ன தான் ஆனது?

சிறிது நேரம் அமைதியாக இருந்தவள், தொடர்ந்தாள். அவன் ஆனி ஜூலியாவை மணக்கப்போகிறான் என்று கேள்விப்பட்டபோது நான் மிகவும் ஆச்சரியம் அடைந்தேன். ஆச்சரியத்தில் எனக்குத் துயரம்கூடப் பெரிதாகத் தெரியவில்லை. என்னால் அதை நம்ப முடியவில்லை. எங்களுடையதைவிட மேலான காதல் இருக்கப்போவதில்லை என்று நானும் ஆல்பர்ட்டும் நன்றாக அறிந்திருந்தோம். எங்களுடைய காதல் எப்படிப்பட்டதென்றால் அதைவிடச் சிறப்பான ஒன்று இருந்ததேயில்லை. அப்படித்தான் நான் நினைத்தேன்.

ஆனால், அவன் பலகீனமானவன். அவன் அப்பா அவனிடம் சொல்லியிருந்தார், நான் கேவலமானவள், என் அம்மாவும் என்னைவிடக் கேவலமான பிறவி என்று. அவனுடைய சகோதரனும் அப்படியே சொல்லியிருந்தான். ஆல்பர்ட் எனக்காக போராட முயன்றான். ஆனால், அவனை விழத்தட்டினார்கள். என்னை மணக்கக் கூடாது என்பதற்கு அவர்கள் சொன்ன ஒரு காரணம் எனக்குக் குழந்தைகள் இருந்தன என்பது.

ஆனால், அவை அவனுடையவைதான் என்று நான் முதிய மிஸ்டர் ____இடம் சொன்னேன்.

அதை நாங்கள் எப்படி நம்புவது என்று அவர் கேட்டார்.

பாவம் ஆனி ஜூலியா. அவளுக்கு நாங்கள் ஒரு வாய்ப்புக் கூட கொடுக்கவில்லை. நான் அவ்வளவு மோசமாக, அவ்வளவு காட்டுத்தனமாக இருந்தேன். அவன் யாரை மணந்துகொண்டாலும் எனக்குக் கவலையில்லை, நான் அவனோடு உறவுகொள்வேன் என்று சொல்லிக்கொண்டு திரிந்தேன்.

அவள் ஒரு நிமிடம் பேச்சை நிறுத்தினாள். பிறகு சொன்னாள், நான் அப்படிச் செய்யவும் செய்தேன். நாங்கள் மிக வெளிப்படையாக உறவுகொண்டதில் உடலுறவுக்கே ஒரு கெட்டப் பெயரை ஏற்படுத்தினோம்.

அவன் ஆனி ஜூலியாவுடனும் உறவுகொண்டான். ஆனால், அவளுக்கு அவனிடம் எந்த ஒட்டுமே இல்லை, அவனை அவளுக்குப் பிடிக்கக்கூட இல்லை. அவளுக்குத் திருமணம் ஆனதும் அவள் குடும்பம் அவளை மறந்துவிட்டது. பிறகு, ஹார்ப்போவும் மற்ற குழந்தைகளும் பிறந்தார்கள். அவளைக் கொன்றானே அவனுடன் அவள் இறுதியில் படுக்கையைப் பகிர்ந்துகொண்டாள். ஆல்பர்ட் அவளை அடித்தான். குழந்தைகள் அவளுடன் இழுபட்டன. சிலநேரங்களில் நான் யோசிப்பேன், அவள் சாகும்போது என்ன நினைத்திருப்பாளென்று என்றாள் ஷுக்.

எனக்கோ நான் என்ன நினைத்துக் கொண்டிருக்கிறேன் என்று தெரியும். ஒன்றுமேயில்லை. எவ்வளவுக்கு ஒன்றுமில்லாமல் இருக்க முடியுமோ அவ்வளவுக்கு அப்படி.

நான் ஆனி ஜூலியாவுடன்தான் பள்ளியில் படித்தேன். அவள் அழகி, அப்பப்பா! சரியான கறுப்பு, அவள் சருமம் அப்படி வழவழப்பானது. நிலா மாதிரியான பெரிய கரிய விழிகள். அதோடு இனிமையானவளும். சே! எனக்கே அவளைப் பிடிக்குமே. நான் ஏன் அவளை அவ்வளவு வேதனைப்படுத்தினேன்? நான் ஆல்பர்ட்டை வீட்டுக்குப் போகவிடாமல் என்னுடனே ஒரு வாரம்கூட வைத்துக்கொள்வேன், அவள் வந்து குழந்தைகளுக்காக மளிகைப்பொருட்கள் வாங்கப் பணம் கேட்டுக் கெஞ்சுவாள் என்றாள் ஷுக்.

என் கையில் சிலதுளி நீர் விழுந்ததை நான் உணர்ந்தேன்.

அதோடு நான் இங்கே வந்தபோது உன்னை எவ்வளவு மோசமாக நடத்தினேன். நீ ஏதோ வேலைக்காரி என்பதுபோல. அதெல்லாம் ஆல்பர்ட் உன்னை மணந்துகொண்டான் என்பதால்தான். ஆனால், நான் அவனை எனக்குக் கணவனாக வேண்டும் என்று விரும்பவில்லை. உண்மையிலேயே எனக்கு அவன் கணவனாக வேண்டும் என்று ஆசைப்படவேயில்லை. அவன் என்னைத் தேர்ந்தெடுக்க வேண்டும் என்று மட்டும்தான் நினைத்தேன். ஏனென்றால், இயற்கை அதை முன்னமே செய்துவிட்டது. இயற்கை சொன்னது, நீங்கள் இருவரும் சேர்ந்துகொள்ளுங்கள், ஏனென்றால், எல்லாம் எப்படி இருக்க வேண்டும் என்பதற்கான சரியான உதாரணம் நீங்கள்தான். நான் அதை மீறி எதுவும் நடக்கக் கூடாது என்று விரும்பினேன். எங்களிடையே எங்கள் தேகங்களைத் தவிர வேறொன்றுமே நல்லபடியாக இல்லை என்று தோன்றுகிறது. ஆடத்தெரியாத, சிரிப்பே இல்லாத, எதுவுமே பேசாத, உன்னை அடிக்கிற, உன் தங்கை நெட்டியின் கடிதங்களை ஒளித்துவைக்கிற ஆல்பர்ட்டைப் பற்றி எனக்கு ஒன்றுமே தெரியாது. யார் அவன் என்றாள் ஷுக்.

நல்லவேளை! நான் ஒன்றுமே தெரியாதவள் என்று நான் நினைத்துக்கொண்டேன்.

அன்புள்ள கடவுளுக்கு,

ஆல்பர்ட் நெட்டியின் கடிதங்களை ஒளித்து வைத்திருந்தது இப்போது எனக்குத் தெரிந்துவிட்டபடியால் அவை எங்கே இருக்கும் என்பதும் எனக்குத் தெரிந்துவிட்டது. அவை அவருடைய ட்ரங்குப்பெட்டியில் இருக்கின்றன. முக்கியமான எதுவும் அந்தப் பெட்டிக்குள்தான் இருக்கும். அவர் அதை இறுக்கமாகப் பூட்டி வைத்திருக்கிறார். ஆனால், ஷுக்கால் அந்தச் சாவியை எடுத்துவிட முடியும்.

ஓரிரவு, மிஸ்டர் ____ ம் க்ரேடியும் வெளியில் போய்விட்ட பிறகு, நாங்கள் அந்த பெட்டியைத் திறந்தோம். ஷுக்கின் உள்ளாடைகள் பலவற்றையும், சில அசிங்கமான படங்கள் கொண்ட தபால் அட்டைகளையும், அவருடைய புகையிலைப் பைக்கு வெகு கீழே நெட்டியின் கடிதங்களையும் நாங்கள் கண்டோம். கட்டுக்கட்டான கடிதங்கள். மெல்லியதாக சில, தடிமனாக சில. சில பிரிக்கப்பட்டும், சிலது பிரிக்கப்படாமலும்.

அவருக்குத் தெரியாமல் இதை எப்படிச் செய்யப்போகிறோம் என்று ஷுக்கைக் கேட்டேன்.

பெரிய பிரமாதமில்லை. நாம் கடிதங்களைத் தபாலுறையிலிருந்து எடுத்துவிட்டு, தபாலுறைகளை அப்படியே இருந்தபடி வைத்துவிடுவோம். பெட்டியின் இந்த மூலையில் அவன் ரொம்பவும் பார்க்க மாட்டான் என்றுதான் நினைக்கிறேன் என்றாள் அவள்.

நான் அடுப்பைப் பற்றவைத்து, தேநீர்க் கெட்டிலை அதில் வைத்தேன். அந்தக் கடிதங்களையெல்லாம் மேசையில் அடுக்கும்வரை எல்லா உறைகளையும் நீராவியில் காட்டினோம். பிறகு, தபாலுறைகளை மீண்டும் பெட்டியிலேயே போட்டோம்.

இவற்றையெல்லாம் வரிசைப்படி அடுக்கித்தருகிறேன் என்றாள் ஷுக்.

சரி, ஆனால், அதை இங்கே செய்ய வேண்டாம். உன்னுடைய அறைக்குப் போய்விடுவோம்.

நாங்கள் எழுந்து அந்தச் சிறிய அறைக்குள் சென்றோம். படுக்கைக்கு அருகிலிருந்த நாற்காலியில் ஷுக் அமர்ந்துகொண்டாள். நெட்டியின் எல்லா கடிதங்களும்

அவளைச் சுற்றி இருந்தன. நான் முதுகுக்குப் பின் தலையணைகளை வைத்துக்கொண்டு படுக்கையில் அமர்ந்தேன்.

இவைதான் முதல் கடிதங்கள் என்றாள் ஷுக். நம் ஊரின் தபால்முத்திரைகள் கொண்டவை.

அன்புள்ள சீலி, இப்படித் துவங்கியது முதல் கடிதம்,

நீ போராடி அந்த ஆல்பர்ட்டிடமிருந்து வெளியேறிவிடு. அவன் நல்லவனில்லை.

நான் உங்கள் வீட்டைவிட்டு கிளம்பி நடந்துபோய்க்கொண்டிருந்தபோது அவன் குதிரையில் என்னைப் பின்தொடர்ந்தான். உன் கண்மறைவுக்குப் போய்விட்ட பிறகு, என்னை நிறுத்தி, பேச முயன்றான். அவன் எப்படிப் பேசுவானென்றுதான் உனக்குத் தெரியுமே? நீ நிஜமாக அழகாக இருக்கிறாய் மிஸ் நெட்டி, அப்படி இப்படியென்றெல்லாம் பேசினான். நான் அவனைப் பொருட்படுத்தாமல் வேகமாக நடக்க முயன்றேன், ஆனால் என் மூட்டை கனமாக இருந்தது, வெய்யில் எரித்தது. சிறிது நேரத்தில் நான் கொஞ்சம் ஓய்வெடுக்க வேண்டிவந்தது, அப்போது அவன் குதிரையிலிருந்து இறங்கி என்னை முத்தமிட முயன்றான், பிறகு, என்னைக் காட்டுக்குள் இழுத்துச்செல்லப் பார்த்தான்.

ஆனால், நான் அவனுடன் போராடினேன், கடவுளின் உதவியால் அவனை நன்றாகக் காயப்படுத்திவிட்டேன், வேறு வழியில்லாமல் என்னை அவன் விட்டுவிட வேண்டியதாகிற்று. அவன் சினம்கொண்டான். நான் செய்த காரியத்தால், இனி ஒருபோதும் உன்னைப் பற்றி எனக்குத் தெரிந்துகொள்ளவே முடியாது என்றும் என்னைப் பற்றி நீ அறிந்துகொள்ள அவன் விட மாட்டானென்றும் கத்தினான்.

நானும் கடும்கோபத்திலிருந்தேன், என் உடல் நடுங்கிற்று.

எப்படியோ, நகரத்துக்குப் போக யாரோ ஒருவரின் வண்டியில் ஏறிக்கொள்ள வாய்ப்பு கிடைத்தது. அந்த நபர் என்னை போற்றுதலுக்குரிய மிஸ்டர் ___ன் வீட்டுக்குப் போகச் சொல்லி அனுப்பினார். அந்த வீட்டின் கதவைத் திறந்த சிறுமியைப் பார்த்து நான் அவ்வளவு ஆச்சரியம் அடைந்தேன், அவளுடைய முகத்தில் உன் விழிகள் அப்படியே இருந்தன.

அன்புடன்,
நெட்டி

அடுத்த கடிதம்

அன்புள்ள சீலி,

உன்னிடமிருந்து ஒரு கடிதத்தை இதற்குள்ளாக எதிர்பார்க்க முடியாது என்று நினைத்தபடி இருக்கிறேன். நீ மிஸ்டர் ____ மற்றும் அவருடைய குழந்தைகளால் எவ்வளவு வேலையாக இருப்பாய் என்று எனக்குத் தெரியும். ஆனால், நான் உன்னை நினைத்து மிகவும் ஏங்குகிறேன். தயவுசெய்து, உனக்கு அவகாசம் கிடைத்த உடனேயே எனக்குக் கடிதம் எழுது. ஒவ்வொருநாளும் உன்னைப் பற்றி நினைக்கிறேன். ஒவ்வொரு நிமிடமும்.

நீ நகரத்தில் சந்தித்த பெண்மணியின் பெயர் கோரின். அந்தச் சிறுமியின் பெயர் ஒலிவியா. அந்தக் கணவரின் பெயர் சாம்யெல். அந்தச் சிறுவனின் பெயர் ஆதம். அவர்கள் ஆசிர்வதிக்கப்பட்ட மதப்பற்றாளர்கள். என்னிடம் மிக அன்பாக இருக்கிறார்கள். சாம்யெல் போதிக்கும் தேவாலயத்துக்கருகில் ஒரு அருமையான வீட்டில் வசிக்கிறார்கள், நாங்கள் தேவாலயப்பணிகளில் நிறைய நேரம் செலவழிக்கிறோம். நான் நாங்கள் என்று ஏன் சொல்கிறேனென்றால், நான் தனிமையாக உணரக் கூடாதென்று அவர்கள் எல்லாவற்றிலும் என்னையும் சேர்த்துக்கொள்கிறார்கள்.

ஆனால், கடவுளே, நான் உன்னை நினைத்து ஏங்குகிறேன் சீலி. எனக்காக உன்னை நீ பலிகொடுத்துக்கொண்டாயே அதை நினைத்துப்பார்க்கிறேன். உன்னை இதயபூர்வமாக நேசிக்கிறேன்.

உன் தங்கை,
நெட்டி

அடுத்த கடிதம்

அன்பே சீலி,

எனக்குக் கிட்டத்தட்ட பைத்தியம் பிடித்துவிடும்போல இருக்கிறது. என் கடிதங்களை ஆல்பர்ட் உன்னிடம் கொடுக்காமல், தான் சொன்னதை செய்துவிட்டானென்று நினைக்கிறேன். நமக்கு உதவக்கூடிய ஒரே நபர் என்று நான் நினைப்பது அப்பாவைத்தான், ஆனால் அவருக்கு நான் இருக்கும் இடம் தெரியக் கூடாது.

நான் சாம்யெலிடம் கேட்டேன், உன்னையும் மிஸ்டர் ____யும் சந்தித்து, நீ எப்படி இருக்கிறாய் என்று தெரிந்துகொண்டுவர முடியுமா என்று. கணவன் மனைவிக்கு இடையில்சென்று பிரச்சினை செய்யத் துணிவில்லை, அதுவும் அறிமுகம் இல்லாதவர்களிடம் எப்படி என்று அவர் சொல்லிவிட்டார். எனக்கு அவரிடம் ஏன் கேட்டோம் என்று சங்கடமாகிவிட்டது, அதுவும் அவரும் கோரினும் என்னிடம் மிக அன்பாக இருக்கும்போது. என் இதயம் நொறுங்கிக்கொண்டிருக்கிறது. இந்த நகரில் எனக்கு ஒரு வேலை கிடைக்கவில்லை, அதனால் நான் இங்கிருந்து போக வேண்டிவரும் என்பதால் மனம் உடைந்திருக்கிறேன். நான் இங்கிருந்து போய்விட்டால், நம் நிலை என்ன? என்ன நடக்கிறது என்று நம் இருவருக்கும் எப்படித் தெரியப்படுத்திக்கொள்வது?

அமெரிக்க மற்றும் ஆப்பிரிக்க மிஷனரி சொசைட்டி எனப்படும் மத ஸ்தாபகத்தில் கோரின், சாம்யெல் மற்றும் குழந்தைகள் உறுப்பினர்களாக இருக்கின்றனர். மேற்கிந்தியர்களுக்கும் இந்த நகரத்தின் ஏழை ஜனங்களுக்கும் அவர்கள் போதிக்கிறார்கள். தங்கள் பிறவியின் அர்த்தமென்று அவர்கள் நம்புவது, ஆப்ரிக்காவில் மதப்பிரசாரம் செய்வதைத்தான். அதற்கான பயிற்சியாக இதையெல்லாம் எண்ணுகிறார்கள்.

அவர்களைவிட்டுப் பிரிய வேண்டிவரும் என்று நினைக்கவே நான் அஞ்சுகிறேன், நாங்கள் சேர்ந்திருக்கும் இந்தக் குறுகிய காலத்திலேயே அவர்கள் என் குடும்பம் என்பதுபோலத் தோன்றிவிட்டது. அதாவது குடும்பம் என்று ஒன்று இருந்தால் அது எப்படி இருக்குமோ அப்படி.

உன்னால் முடிந்தால் பதில் எழுது. இதனுடன் தபால்தலைகளும் இணைத்துள்ளேன்.

அன்பு, நெட்டி

அடுத்தது, நல்ல கனமான ஒன்று, இரண்டு மாதங்களுக்கு பிறகான தேதியைக் காட்டிய கடிதம்,

அன்பு சீலி,

ஆப்ரிக்காவுக்குப் போய்க்கொண்டிருந்த கப்பலிலிருந்து அநேகமாக ஒவ்வொருநாளும் உனக்கு ஒரு கடிதம் எழுதிக்கொண்டிருந்தேன். நாங்கள் கரை சேர்ந்தநேரம் எனக்கிருந்த மனச்சோர்வில் அவை எல்லாவற்றையும் சுக்கலாகக் கிழித்து தண்ணீரில் போட்டுவிட்டேன். ஆல்பர்ட் எப்படியும் என்னுடைய எந்தக் கடிதமும் உன்னை அடையவிட மாட்டான், பிறகு அவற்றை எழுதி என்ன பிரயோசனம். அவற்றைக் கிழித்து, அலைகளில் இட்டு உனக்கு அனுப்பியபோது அப்படித்தான் நினைத்தேன். இப்போது வேறு மாதிரியாக உணர்கிறேன்.

எனக்கு நினைப்பிருக்கிறது, ஒருமுறை நீ சொன்னாய், உன் வாழ்க்கை எத்தனை மோசமாக இருக்கிறதாக நீ உணர்கிறாயென்றால், அதைக் கடவுளிடம்கூட சொல்ல முடியாத அளவுக்கு. அவருக்கு எழுத வேண்டும் என்றாலும் உன் எழுத்தும் அவ்வளவு மோசமாக இருந்ததாக நீ நினைத்தாய். சரிதான் இப்போது நீ சொன்னது எனக்கு நன்றாகப் புரிகிறது. மேலும், கடவுள் கடிதங்களைப் படிப்பாரோ இல்லையோ. நீ தொடர்ந்து அவருக்கு எழுதிக்கொண்டுதானிருப்பாய் என்று எனக்குத் தெரியும், அதுவேதான் எனக்கும் போதுமான வழிகாட்டுகிறது. எப்படியோ, நான் உனக்கு எழுதாதபோது எவ்வளவு மோசமாக உணர்கிறேன் என்றால், இறைவனை வழிபடாமலும், என்னுள்ளேயே இறுகிக் கிடப்பதுபோலவும், என் இதயத்தையே நெறித்துக்கொள்வதுபோலவும் உணர்கிறேன். மிகத் தனிமையாக இருக்கிறேன் சீலி.

நான் ஆப்ரிக்காவுக்கு ஏன் வந்தேன் தெரியுமா? கோரின்-சாம்யெலுக்கு குழந்தைகளைப் பராமரிப்பதிலும், பள்ளி துவங்குவதிலும் உதவுவதாகயிருந்த, மத ஸ்தாபகத்தைச் சேர்ந்த ஒருவர், திடீரென்று திருமணம் செய்துகொண்டார். அவருடைய கணவர் அவரை அனுப்ப அஞ்சியதோடு, அவரோடு ஆப்ரிக்கா செல்லவும் மறுத்துவிட்டார். கையில் இன்னொரு பயணச்சீட்டுடன் இவர்கள் எல்லோரும் கிளம்பித் தயாராக

இருந்தனர், ஆனால் பெற்றுக்கொள்ள மதபோதகர்கள் யாரும் தயாராகயில்லை. அதே சமயம், என்னாலும் அந்த நகரத்தில் எங்குமே வேலை தேடிக்கொள்ள முடியவில்லை. ஆனால், நான் ஆப்ரிக்கா செல்ல வேண்டும் என்று கனவுகூட காணவில்லை. சாம்யெலும் கோரினும் குழந்தைகளும் எந்நேரமும் அதைப் பற்றியே பேசிக்கொண்டிருந்தபோதும்கூட அப்படி ஒரு இடம் நிஜமாக இருக்கிறது என்று நான் நினைக்கவேயில்லை.

மிஸ் பீஸ்லி சொல்வார், அது உடைகள் உடுத்தாத காட்டுமிராண்டிகள் நிறைந்த இடமென்று. கோரினும் சாம்யெலும்கூட சிலசமயங்களில் அப்படி நினைத்திருக்கிறார்கள். ஆனால், அவர்களுக்கு மிஸ் பீஸ்லியைவிடவும் மற்ற ஆசிரியர்களைவிடவும் ஆப்ரிக்கா பற்றி அதிகம் தெரிந்திருக்கிறது. அதுவுமல்லாமல், ஏசு கிருத்துவும் நல்ல மருத்துவ ஆலோசனையும் தேவைப்படும் அந்த அடித்தட்டு மக்களின் வழிவந்த தாங்கள் அவர்களுக்கு எந்த மாதிரியான நல்லுதவிகளைச் செய்யலாம் என்றும் பேசினார்கள்.

ஒருநாள் நானும் கோரினும் நகரத்தில் இருந்தபோது மேயரின் மனைவியையும் அவளின் பணிப்பெண்ணையும் பார்த்தோம். மேயரின் மனைவி பொருட்களை வாங்கிக்கொண்டிருந்தாள் - கடைகளுக்கு உள்ளேயும் வெளியிலும் போய் வந்தபடி - அவளுடைய பணிப்பெண் தெருவில் அவளுக்காகக் காத்துக்கொண்டும், அவள் பைகளை வாங்கிக்கொண்டுமிருந்தாள். நீ அந்த மேயரின் மனைவியை எப்போதாவது பார்த்திருக்கிறாயா என்று எனக்கு தெரியவில்லை. அவள் ஒரு நனைந்த பூனையைப் போல இருந்தாள். அவளுடைய பணிப்பெண்ணோ யாருக்காகவும் காத்திருக்கக்கூடியவளாகத் தெரியவில்லை. அதிலும் இப்படியான தோற்றமுள்ள ஒருத்திக்காகக் காத்திருக்கக்கூடியவள் மாதிரி தெரியவேயில்லை.

நான் அவளிடம் பேசினேன். ஆனால், என்னிடம் பேசுவதேகூட மிகுந்த சங்கடம் அளித்ததுபோல அவள் திடீரென்று தன்னை மறைத்துக்கொண்டாள். மிக விசித்திரமான விஷயம் அது சீலி. முதல் நிமிடம் நான் ஜீவித்திருக்கும் ஒரு மனுஷியிடம் பேசிக்கொண்டிருக்கிறேன், அடுத்த நிமிடம் அப்படி எதுவுமே அங்கே இல்லை. அதன் தடங்கள் மட்டுமே எஞ்சியிருந்தன.

அன்றிரவு முழுக்க அதைப் பற்றியே நினைத்துக் கொண்டிருந்தேன். பிறகு, சாம்யெலும் கோரினும் அவளெப்படி மேயருக்கு பணிப்பெண் ஆனாள் என்று தாங்கள் கேள்விப்பட்டதைச் சொன்னார்கள். அவள் மேயரைத் தாக்கியதாகவும் பிறகு அந்த மேயரும் அவர் மனைவியும் அவளை சிறையிலிருந்து வெளியில் எடுத்து தங்கள் வீட்டில் வேலை செய்ய வைத்துக்கொண்டதாகவும் சொன்னார்கள்.

காலையில் நான் ஆப்ரிக்காவைப் பற்றி கேள்விகள் கேட்க ஆரம்பித்தேன். ஆப்ரிக்காவைப் பற்றி சாம்யெல், கோரினிடம் இருந்த எல்லா புத்தகங்களையும் படிக்கத் துவங்கினேன்.

உனக்குத் தெரியுமா? ஆயிரக்கணக்கான வருடங்களுக்கு முன்பு, ஆப்ரிக்காவில், மில்லெட்ஜிவில்லி மற்றும் அட்லாண்டாவைவிடப் பெரிய நகரங்கள் இருந்தன என்று? பிரமிடுகளைக் கட்டியவர்களும், இஸ்ரேலியர்களை அடிமைப் படுத்தியவர்களுமான எகிப்தியர்கள் கருப்பர்களென்று? எகிப்து ஆப்ரிக்காவில் இருக்கிறதென்று? நாம் பைபிளில் படித்த எத்தியோபியா வேறெதுவும் இல்லை, ஆப்ரிக்காதானென்று உனக்குத் தெரியுமா சீலி?

வாசித்துவாசித்து, என் கண்கள் தெரித்து விழுந்துவிடுமோ என்று அஞ்சும் அளவுக்குப் நான் படித்தேன். ஆப்ரிக்கர்கள் தங்கள் சகோதர சகோதரியரைவிட பணத்தை அதிகம் நேசித்து நம்மை விற்றது எங்கே என்று படித்தேன். நாம் கப்பல்களில் எப்படி அமெரிக்காவுக்கு வந்தோம் என்றும், நாம் எப்படி வேலைக்கு அமர்த்தப்பட்டோம் என்றும் படித்தேன்.

இத்தனை அறியாமையில் இருக்கிறேன் என்பதை நான் உணரவேயில்லை சீலி. என்னைப் பற்றி நான் அறிந்திருப்பது ஒரு சின்னஞ்சிறிய விரல் கவசத்தைக்கூட நிரப்பாது. இதில், மிஸ் பீஸ்லி, தான் பார்த்ததிலேயே மிக அறிவார்ந்த குழந்தை நான்தான் என்று கூறிவந்ததை நினைக்கும்போது! ஆனால் நானாகவே படித்து அறிந்துகொள்ள எனக்குச் சொல்லித்தந்ததற்கும், தெளிவாக எழுதப் பழக்கியதற்கும். நான் அவருக்கு நன்றி சொல்லத்தான் வேண்டும். மேலும், அறிந்துகொள்ளும் ஆர்வத்தை என்னுள் உயிர்ப்போடு வைத்திருந்ததற்கும். அதனால், கோரினும் சாம்யெலும் என்னை அவர்களோடு வந்து ஆப்ரிக்காவின் மத்தியில் ஒரு பள்ளியை நிறுவ உதவ முடியுமா என்று கேட்டபோது சரி என்று சொல்லிவிட்டேன். நல்ல ஒரு மதபிரச்சாரகராக வேண்டிய அனைத்தையும் எனக்குக்

கற்றுத்தந்து, என்னை நண்பராக அறிவிக்க அவர்கள் வெட்கப்பட வேண்டியிருக்காத நிலைக்கு என்னை உயர்த்த ஆவனசெய்யும் பட்சத்தில்தான் நான் வருவேன் என்றும் சொல்லிவிட்டேன். அவர்கள் என்னுடைய இந்த நிபந்தனைக்கு ஒப்புக்கொண்டார்கள், என்னுடைய உண்மையான கல்வி அந்த நிமிடமே துவங்கியது.

அவர்களுடைய வாக்குக்கு அவர்கள் மிக நேர்மையாக இருக்கிறார்கள். நான் எல்லாவற்றையும் இரவும் பகலுமாய்க் கற்கிறேன்.

ஆ, சீலி! உலகில் கறுப்பர்கள் எங்கும் இருக்கிறார்கள், அவர்கள் நாம் அதை அறிய வேண்டுமென்று நினைக்கிறார்கள். நாம் வளர வேண்டும், வெளிச்சத்தைப் பார்க்க வேண்டுமென்று விரும்புகிறார்கள். அவர்கள் எல்லோரும் அப்பாவைப் போலவோ ஆல்பர்ட்டைப் போலவோ மோசமானவர்கள் இல்லை, அம்மாவைப் போல அடித்துமிதிக்கப்பட்டவர்கள் இல்லை. கோரினும் சாம்யெலும் அருமையான திருமண பந்தத்தில் இருக்கிறார்கள். ஆரம்பத்தில் அவர்களுடைய ஒரே துயரம் அவர்களுக்குக் குழந்தைகள் இல்லை என்பதாக இருந்திருக்கிறது. பிறகு, அவர்களுக்கு ஒலிவியாவையும் ஆதமையும் இறைவன் அனுப்பியதாகச் சொல்கிறார்கள்.

இறைவன் உங்களுக்கு அவர்களுடைய சகோதரியும் சித்தியுமான என்னையும் அனுப்பியிருக்கிறார் என்று சொல்ல விரும்பினேன். ஆனால், முடியவில்லை. ஆம், இறைவன் அனுப்பிய அவர்களுடைய குழந்தைகள் உன் பிள்ளைகள்தான் சீலி. அவர்கள் நேசத்திலும், கிருஸ்துவத்தொண்டிலும், இறைவனைப் பற்றிய புரிதலிலும் வளர்க்கப்படுகிறார்கள். அதோடு, இப்போது இறைவன் அவர்களைப் பார்த்துக்கொள்ளவும், பாதுகாக்கவும், மகிழ்ச்சியாக வைத்துக்கொள்ளவும் என்னையும் அனுப்பியிருக்கிறார். உனக்காக நான் உணரும் எல்லா அன்பையும் அவர்கள் மீது பொழிவதற்கும் தான். இது ஒரு பெரியஅதிசயம் இல்லையா? அதுவும் சந்தேகமே இல்லாமல் உன்னால் நம்ப முடியாமல் போகும் அளவுக்குப் பெரியதுதான்.

நான் இப்போது ஆப்ரிக்காவில் இருப்பதை நீ நம்புகிறாய் என்றால் நீ எதையும் நம்பலாம்.

உன் தங்கை,
நெட்டி

அதற்கடுத்த கடிதம்,

அன்பு சீலி,

நாங்கள் நகரத்தில் இருந்தபோது கோரின் எனக்கு இரண்டு ஜோடி பயண உடுப்புகள் தைக்க துணி வாங்கினார். ஒன்று ஆலிவ் பச்சை இன்னொன்று சாம்பல் நிறம். முட்டிவரைநீண்ட பாவாடைகள், வெள்ளைப் பருத்திச் சட்டைகளுடன் அணிய சூட் ஜாக்கெட்டுகள் அதோடு லேஸ் பூட்ஸ்சுகள். எனக்காக கோடுகளும் பட்டைகளும் கொண்ட பெரிய பெண்கள் தொப்பியையும் வாங்கினார்.

கோரின்-சாம்யெலிடம் நான் வேலை செய்தாலும், குழந்தைகளைப் பார்த்துக்கொண்டாலும் அவர்களுடைய பணிப்பெண்ணாக என்னை உணர்வதில்லை. அதெப்படிச் சாத்தியமாயிற்றென்றால், அவர்கள் எனக்குக் கற்பிக்கிறார்கள், நான் குழந்தைகளுக்குக் கற்பிக்கிறேன், கற்றுக் கொள்ளவதற்கும், கற்பிப்பதற்கும், பணிசெய்வதற்கும் ஆரம்பமோ முடிவோ இல்லை - அதெல்லாம் ஒன்றாக நடக்கிறது.

எங்கள் தேவாலயக்குழுவுக்கு விடைகொடுப்பது மிகவும் கடினமாக இருந்தது. மகிழ்ச்சியாகவும் தான். எல்லோருக்கும் ஆப்ரிக்காவில் செய்யக்கூடிய நற்காரியங்களைப் பற்றி அதீத நம்பிக்கை இருக்கிறது. தேவாலயத்தில் பிரசார மேடைக்கு மேலே ஒரு வாசகம் இருக்கிறது: *எத்தியோபியா தன் கரங்களை இறைவன் வரைக்கும் நீளச்செய்வாள்:* எத்தியோபியா தான் ஆப்ரிக்கா என்று சொன்னால் என்ன அர்த்தம் என்று யோசி. பைபிளில் வரும் எத்தியோபியர்கள் எல்லோருமே கறுப்பர்கள் தான். எனக்கு இதற்குமுன் இது தோன்றியதே இல்லை, ஆனாலும் பைபிளைப் படிக்கும் போது, அதன் வார்த்தைகளுக்கு மட்டும் கவனம் செலுத்தினால், அது தெள்ளத்தெளிவாகப் புரியும். பைபிளில் இருக்கும் வார்த்தைகளைச் சித்தரிக்கும் படங்கள் தாம் நம்மை ஏமாற்றுகின்றன. அந்தப்படங்களில் இருக்கும் ஜனங்கள் எல்லோரும் வெள்ளையர்கள். அதனால் நாம் உடனே பைபிளில் வரும் மக்கள் எல்லோரும் வெள்ளையர்கள் என்று நினைத்துவிடுகிறோம். ஆனால் உண்மையான வெள்ளை வெள்ளையர்கள் அந்த காலகட்டத்தில்

வேறெங்கோ வாழ்ந்து வந்திருக்கிறார்கள். அதனால் தான் பைபிள் சொல்கிறது, ஏசு கிருத்து, செம்மறிக்குட்டியின் மயிர் போன்ற கூந்தலை உடையவரென்று. செம்மறிக்குட்டியின் மயிர் கோரையல்ல, சீலி. அது சுருண்டதும் கூட அல்ல.

நியூயார்க்கைப் பற்றி நான் உன்னிடம் எதைச்சொல்ல- நாங்கள் அங்கு செல்ல பயணித்த ரயிலைப் பற்றித்தான் என்ன சொல்ல? நாங்கள் அமர்ந்து செல்லும் பெட்டிகளில் பயணம் செய்தோம் சீலி, ஆனால் ரயிலில் படுக்கைகள் இருக்கின்றன. ஓர் உணவுவிடுதியும்! அதோடு கழிப்பறைகளும்! படுக்கைகள் சுவற்றில் இருந்து இருக்கைகளுக்கு மேலாக வெளியே நீள்கின்றன. அவற்றை பெர்த் என்கிறார்கள். வெள்ளையர்கள் மட்டும்தான் படுக்கைகளையும் உணவுவிடுதியையும் உபயோகிக்கலாம். மேலும் அவர்களுக்கும் கருப்பர்களுக்கும் தனித்தனி கழிவறைகள்.

தென் கரோலினாவின் நடைமேடையில் ஒரு வெள்ளை மனிதன் எங்களிடம் நாங்கள் எங்கு செல்கிறோம் என்று கேட்டான்- நாங்கள் நல்லகாற்றை சுவாசிக்கவும், உடைகளின் தூசிகளை தட்டிக்கொள்ளவும் ரயிலில் இருந்து இறங்கி இருந்தோம். ஆப்ரிக்காவுக்கு என்று நாங்கள் பதில் சொன்னதும் அவன் எரிச்சலடைந்து நகைக்கவும் செய்தான். கருப்பர்கள் ஆப்ரிக்காவுக்குப் போவதாவது! ஆ! இப்போது நான் எல்லாவற்றையும் பார்த்துவிட்டேன், இனி எதுவுமே ஆச்சரியமில்லை என்றான் அவன் மனைவியிடம்.

நியூயார்க் சென்றடைந்த போது நாங்கள் அழுக்காகவும், களைப்பாகவும் மிகக் கிளர்ச்சியுற்றும் இருந்தோம். கேள் சீலி, நியூயார்க் மிக அழகான ஒரு நகரம். அதன் ஒரு முழு பகுதி ஹார்லெம் என்பது கறுப்பர்களுக்கு சொந்தமானது. நான் கறுப்பினத்தவர்களின் முழு எண்ணிக்கையைப் பற்றி வைத்திருந்த கணக்கைக்காட்டிலும் சொகுசுக் கார்களை வைத்துள்ள கறுப்பர்களின் எண்ணிக்கை அதிகம். அதோடு நம் ஊரில் உள்ள வெள்ளையர்களுடையதை விட அருமையான வீடுகளில் அவர்கள் வசிக்கிறார்கள். அங்கு நூற்றுக்கும் அதிகமான தேவாலயங்கள் உள்ளன. நாங்கள் அவை எல்லாவற்றுக்கும் சென்றோம். மேலும் நான் அவற்றின் ஒவ்வொரு பிரார்த்தனைக்கூட்டத்திலும் கோரின், சாம்யெல் மற்றும் குழந்தைகளுடன் நின்றேன், சில நேரங்களில் ஹார்லெம் மக்களின்

இதயங்களின் பெருந்தன்மையிலும் நல்லியல்பிலும் நாங்கள் வாயடைத்துப் போனோம். அவர்கள் அத்தனை அழகாகவும், கண்ணியமாகவும் வாழ்கிறார்கள் சீலி. ஆப்ரிக்கா என்ற வார்த்தையைச் சொல்லிவிட்டால், அவர்கள் அள்ளி அள்ளிக் கொடுக்கிறார்கள், இன்னமும் கொட்டிக்கொடுக்கிறார்கள்.

அவர்கள் ஆப்ரிக்காவை அவ்வளவு நேசிக்கிறார்கள். அதைப்பற்றி ஒரு வார்த்தைகூட மதிப்புக்குறைவாய் சொல்ல அவர்கள் அனுமதிப்பதில்லை. எங்கள் அத்தனை பேரின் தொப்பிகளையும் எம் நிறுவனத்திற்கான அவர்களின் நன்கொடைகளை ஏந்திக்கொள்ளக் கொடுத்திருந்தால் கூட அவை எல்லாம் நிரம்பிக்கொட்டியிருக்கும். குழந்தைகள் கூட அவர்களிடம் இருந்த எல்லா காசையும் துழாவிக்கொடுத்தார்கள். தயவு செய்து இதையெல்லாம் ஆப்ரிக்காவின் குழந்தைகளிடம் கொடுங்கள் என்றார்கள். அவர்கள் அவ்வளவு அழகாக உடுத்தியிருந்தார்கள் சீலி. நீ அவர்களை எல்லாம் பார்த்திருக்க வேண்டுமென்று நான் விரும்புகிறேன். ஹார்லெமில் நிக்கர்ஸ் எனப்படும், கணுக்காலைக்கவ்விப்பிடிக்கும், பாகிபாண்ட்டுகளை அணிவது சிறுவர்களுக்கான புதியபாணியாகவும், சிறுமிகள் தங்கள் கூந்தலில் மலர்சரங்களைக் சூட்டிக்கொள்வது அவர்களின் புதுப்பாங்காகவும் இருக்கிறது. ஜீவித்திருக்கும் குழந்தைகள் எல்லோரிலும் மிக அழகியவர்கள் அவர்களாகத்தானிருக்க முடியும். ஆதமும் ஒலிவியாவும் அவர்களை விட்டு தங்கள் கண்களை அகற்றமுடியாமல் நின்றார்கள்.

எங்களுக்கு காலையுணவு, மதியவுணவு, இரவுணவு என்று எல்லா வகையான விருந்துகளுக்கும் அழைப்புகள் வந்தன. வெறுமே சுவைபார்த்ததிலேயே நான் ஐந்துபவுண்டுகள் எடை கூடிவிட்டேன். உணவெல்லாமே மிகப்பிரமாதமாகயிருந்தது.

அங்கே கழிவறைகள் வீடுகளின் உள்ளேயே இருக்கின்றன சீலி. மேலும் அவர்கள் ஏரிவாயு மற்றும் மின்சார விளக்குகளை உபயோகிக்கிறார்கள்!

இந்தப்பகுதி மக்களின் மொழியான ஒலிங்காவை நாங்கள் இரண்டு வாரங்களில் கற்றுக்கொள்ள வேண்டியிருந்தது. பிறகு எங்களை ஒரு கறுப்பின மருத்துவர் பரிசோதித்து, எங்களுக்கும், நியூயார்க் மதப்பிரச்சார அமைப்பு எங்களுக்கென ஒதுக்கித்தந்த

கிராமமக்களுக்கும் மருந்துப்பொருட்களை தந்தார். நியூயார்க் மதப்பிரச்சார அமைப்பு வெள்ளையர்களால் நடத்தப்படுகிறது. அவர்கள் ஆப்ரிக்கர்களுக்காக அக்கறை கொள்வதைப் பற்றி எதுவுமே எங்களிடம் பேசவில்லை. எங்கள் கடமைகளைப் பற்றி மட்டும் சொன்னார்கள். எங்கள் கிராமத்திற்கு அருகிலேயே இருபது வருடங்களாக ஒரு வெள்ளைப் பெண் பிரச்சாரகர் வாழ்ந்துவருவதாகவும் ஐரோப்பியர்களைப் போலல்லாமல் அந்த பழங்குடி மக்கள் முழுக்க வேறான இனத்தைச் சார்ந்தவர்களென்று அவர் கருதினாலும் அவரை அந்தப் பழங்குடி இனத்தவர் வெகுவாக நேசிப்பதாகவும் சொன்னார்கள். ஐரோப்பாவில் வசிக்கும் வெள்ளையர்களைத் தான் ஐரோப்பியர்களென்கிறோம். அது தான் வெள்ளையர்களின் தாய்பூமி. ஒரு ஆப்ரிக்க டெய்சியும் ஆங்கிலேய டெய்சியும் மலர்கள் தானென்றாலும் அவை முற்றிலும் மாறுபட்டவை என்பாராம் அவர். அந்தப்பெண்மணி அவர்களின் மொழியையும் சரளமாகப் பேசுவாராம். அந்த பழங்குடி மக்களுக்கு அவர் அதிக இடங்கொடுத்து கெடுத்து வைக்காததால் அவர் வெற்றியாளர் என்று சொன்னார் அமைப்பைச் சார்ந்த ஒருவர். அந்த நபர் எங்களால் அந்த வெள்ளைப் பெண்மணிக்கு ஈடாக ஒருபோதும் வெற்றியடைய முடியாது என்று நினைப்பதை நான் புரிந்துகொண்டேன்.

பிரச்சார அமைப்பின் எல்லாச் சுவர்களிலும் யாராவது ஒரு வெள்ளையரின் படம் மாட்டப் பட்டிருந்தது. ஸ்பீக் என்றவர், லிவிங்ஸ்டன் என்றவர், டாலி என்றோ ஸ்டான்லி என்றோ அழைக்கப்பட்ட ஒருவர், இப்படிப் பல வெள்ளையர்களின் படங்களிருந்தன. அந்த வெள்ளைப்பெண்மணியின் புகைப்படமிருக்குமா என்று தேடி நான் ஏமாந்தேன். அங்கு போனதில் என்னுடைய உற்சாகம் வெகுவாக மட்டுப்பட்டது. சாம்யெலும் சோர்ந்து போனார். ஆனாலும், நாம் வெள்ளையரல்ல, அதுவே நமக்கு மிகச்சாதகமான விஷயம் தானென்று நினைவுபடுத்தி உற்சாகமேற்படுத்தினார். நாம் வெள்ளையரல்ல, நாம் ஐரோப்பியர்களுமல்ல, நாம் ஆப்ரிக்கர்களைப் போலவே கறுப்பர்கள். மேலும் ஆப்ரிக்கர்களுக்கும் நமக்கும் லட்சியம் ஒன்றுதான். உலகம் முழுக்க இருக்கும் கறுப்பர்களின் நலனை நாம் மேம்படுத்துவோம் என்றார் சாம்யெல்.

உன் தங்கை,
நெட்டி

பிரிய சீலி,

சாம்யெல் ஓங்குதாங்கானவர். பெரும்பாலும் முழுக்க கறுப்பில்தான் உடுத்துவார், அவருடைய சட்டையின் காலர் மட்டும்தான் வெள்ளையாக இருக்கும். அதோடு அவரும் கறுப்பு. அவருடைய கண்களைப் பார்க்கும்வரை நாம் அவரைப் பற்றி சிடுசிடுப்பானவர் என்றும், ஏன் முன்கோபி என்றும்கூட எண்ணிவிடுவோம், ஆனால் அவருடைய அடர்பழுப்பு விழிகள் மிக அன்பார்ந்தவை, சாந்தமானவை. அவர் பேச்சு எவரையும் சமாதானம் செய்துவிடும் தன்மையுடையது. கவனமாக யோசிக்காமல் எதுவும் பேசமாட்டார், அடுத்தவர்களின் உற்சாகத்தைக் குலைக்கும்படியோ அவர்கள் மனம் நோகும்படியோ எதுவுமே பேச மாட்டார். இப்படி ஒரு மனிதனைக் கணவனாக அடைய கோரின் கொடுத்துவைத்திருக்க வேண்டும்.

சரி, நான் அந்தக் கப்பலைப் பற்றி உனக்குச் சொல்ல வேண்டுமே! மலாகா என்றழைக்கப்பட்ட அந்தக் கப்பல் மூன்று அடுக்குகள் கொண்டது. அதில் எங்களுக்கு படுக்கையுடன் கூடிய அறைகள் இருந்தன (அவை கேபின் என்று அழைக்கப்பட்டன). ஓ, சீலி, பெருங்கடலின் நடுவே ஒரு மெத்தையில் படுப்பதென்றால் எப்படியிருக்கும்! அதோடு, அந்தப் பெருங்கடல்! சீலி, ஓரிடத்தில் இவ்வளவு தண்ணீர் தேங்கியிருக்க முடியுமா என்று நாம் கற்பனைகூட செய்ய முடியாது. அதைக் கடக்க எங்களுக்கு இரண்டு வாரங்கள் ஆகின. பிறகு, நாங்கள் இங்கிலாந்தை அடைந்தோம். அங்கே முழுக்கமுழுக்க வெள்ளையர்கள் இருக்கிறார்கள், அவர்களில் சிலர் மிக நல்லவர்களாக இருக்கிறார்கள். அடிமைத்தனத்துக்கு எதிரான மதப்பிரச்சாரச் சங்கங்கள் நடத்துகிறார்கள். இங்கிலாந்தில் உள்ள தேவாலயங்களும், நம் ஊரில் உள்ள வெள்ளையர்களைப் போலவே தோற்றமளிக்கும் இங்குள்ள வெள்ளை ஆண்களும் பெண்களும் எங்களுக்கு உதவ மிக ஆர்வமாக இருந்தனர். எங்களை அவர்கள் வீட்டுக்குத் தேநீர் அருந்த அழைப்புவிடுத்து எங்களுடைய பணியைப் பற்றிக் கேட்டுத் தெரிந்துகொண்டனர். தேநீரழைப்பு என்பது உண்மையில் வீட்டில் நடக்கும் ஒரு சிறு விருந்துதான். ஏராளமான சாண்ட்விச்சுகள், பிஸ்கெட்டுகள் அதோடு சூடான தேநீரும். நாங்கள் எல்லோரும் அங்கே ஒரே மாதிரியான கோப்பைகளையும், தட்டுகளையும்தான் பயன்படுத்தினோம்.

ஒரு மதப்பிரச்சாரகராக இருப்பதற்கு நான் மிக இளையவளாகத் தெரிகிறேன் என்றே எல்லோரும் சொன்னார்கள். ஆனால், சாம்யெல்தான் நான் மிக விருப்பமாக இருப்பதாகவும், என்னுடைய முக்கியப் பணி எப்படியும் குழந்தைகளுக்கு உதவுவதும் பாலகர் வகுப்பில் போதிப்பதுமாகத்தான் இருக்கப்போகிறது என்றும் சொன்னார்.

இங்கிலாந்து சென்றதும் எங்கள் பணியைப் பற்றி எங்களுக்குத் தெளிவாகப் புரிந்தது. ஆங்கிலேயர்கள் ஆப்ரிக்கா, சீனா, இந்தியா மற்றும் எங்கெல்லாமோ- கடவுள்தானறிவார் -நூறு வருடங்களுக்கு மேலாகவே மதபோதகர்களை அனுப்பிவைத்திருக்கிறார்கள். அவர்கள் அங்கிருந்து கொண்டுவந்திருந்த பொருட்களைப் பார்க்கவேண்டுமே! நாங்கள் ஒரு காலைப்பொழுதை அங்கிருந்த ஒரு அருங்காட்சியகத்தில் செலவிட்டோம். நகைகள், மரச்சாமான்கள், மென்மயிர் தரைவிரிப்புகள், வாள்கள், ஆடைகள், அவ்வளவுஏன், அவர்கள் சென்றுவந்த ஊர்களிலிருந்து கொண்டுவந்த கல்லறைக்கிடங்குகள்கூட, இவற்றால் அந்த அருங்காட்சியகம் நிரம்பி இருந்தது. ஆப்ரிக்காவிலிருந்து கொண்டுவந்திருந்த ஆயிரக்கணக்கான பூச்சாடிகள், குடுவைகள், முகமூடிகள், கிண்ணங்கள், கூடைகள், சிலைகளெல்லாம் அவ்வளவு அழகானவை. இவற்றை செய்த மக்கள் இப்போது இல்லை என்றால் நம்ப அத்தனை சிரமமாக இருக்கிறது. ஆனால், அந்த ஆங்கிலேயர்கள் அதுதான் உண்மை என்று உறுதியளிக்கின்றனர். என்னதான் ஆப்பிரிக்க நாகரிகம் முன்பொருகாலத்தில் ஐரோப்பியர்களை விடவும் மேம்பட்ட நாகரிகமாய் இருந்தாலும் (இதை ஆங்கிலேயேர்கள் சொல்வதில்லை, நான் ஜே.ஏ.ரோஜெர்ஸ் என்ற மனிதர் இப்படி எழுதியிருந்ததைப் படித்திருக்கிறேன்) இப்போது பல நூற்றாண்டுகளாக ஆப்ரிக்கா 'சிரமகால'த்தில் வீழ்ந்துவிட்டது. 'சிரமகாலம்' என்பது ஆங்கிலேயேர்கள் ஆப்ரிக்காவைப் பற்றிப் பேசும்போது விரும்பிப் பிரயோகிக்கும் வார்த்தை. அதிலும் அவர்களால்தான் ஆப்ரிக்காவுக்கு அந்த சிரமகாலம் இன்னும் கடினமாக ஆயிற்று என்பதை அவ்வளவு எளிதாக மறந்துவிட்டார்கள். கோடிக்கணக்கான ஆப்ரிக்கர்கள் சிறைபிடிக்கப்பட்டு, அடிமைகளாக விற்கப்பட்டனர்- நீயும் நானும்கூடதான் சீலி! அடிமைகளைச் சிறைபிடிக்கும் போரில் நகரங்கள் பலவும் அழிக்கப்பட்டன. தங்களில் உறுதிமிக்கவர்களை- அடிமைகளாக விற்கப்பட்டும், கொலை செய்யப்பட்டும்- இழந்து நிற்கும் ஆப்ரிக்கமக்கள், வியாதிகளால்

பீடிக்கப்பட்டு, ஆன்மிகரீதியிலும் பௌதிகரீதியாகவும் கடுங்குழப்பத்தில் ஆழ்ந்துபோயுள்ளனர். அவர்கள் சாத்தானை நம்புகின்றனர், இறந்தவர்களை வணங்குகின்றனர். அவர்களால் எழுதவோ படிக்கவோ இயலாது.

நம்மை ஏன் அவர்கள் விற்றார்கள்? அவர்களால் அதையெப்படிச் செய்யமுடிந்தது? நாம் ஏன் இன்னமும் அவர்களை நேசிக்கிறோம்? குளிர் மிகுந்த லண்டனின் தெருக்களில் சுற்றித்திரிந்தபோது என் மனதில் எழுந்த கேள்விகள் இவைதான். இங்கிலாந்தின் வரைபடத்தை நான் கவனமாகப் பார்த்தேன், அத்தனை அழகாகவும், தெளிவாகவும் வடிவமைக்கப்பட்டிருக்கிறது அது. ஏனோ என்னையும் மீறி எனக்குள் ஒரு நம்பிக்கை எழுந்தது, ஆப்ரிக்காவுக்கு நிறைய நன்மை செய்வது சாத்தியம்தான், கடின உழைப்பும், சரியான மனத்தயாரிப்பும் இருந்தால் போதும். பிறகு, நாங்கள் ஆப்ரிக்காவுக்குப் பயணமானோம். இங்கிலாந்தின் சவுத்ஹாம்டனிலிருந்து ஜூலை 24இல் கிளம்பி செப்டெம்பர் 12-இல் லைபேரியாவிலுள்ள மன்றோவியாவை அடைந்தோம். வழியில் லிஸ்பன், போர்ச்சுகல், செனெகலின் டக்கார் இங்கெல்லாம் கப்பல் நின்றது.

மன்றோவியா ஒரு ஆப்ரிக்க நாடென்பதால் ஓரளவுக்கு நமக்கு தெரிந்தவர்கள்போல தோற்றம் கொண்ட மக்களிடையே நாங்கள் கடைசியாக இருந்தது அங்குதான். அமெரிக்காவிலிருந்து திரும்பி ஆப்ரிக்காவுக்கு வாழவந்த முன்னாள் அடிமைகளால் கண்டுபிடிக்கப்பட்ட நாடு அது. அவர்களில் யாருடைய பெற்றோரோ, முன்னோர்களோ மன்றோவியாவிலிருந்து விற்கப்பட்டிருந்தால், அடிமைத்தனத்திலிருந்து மீண்டு, தங்களுடன் நெருங்கிய தொடர்புகொண்டிருந்த அதே நாட்டை ஆள மீண்டும்வந்ததைக் குறித்து எப்படி உணர்ந்திருப்பார்கள் என்று யோசிக்கிறேன்.

இதோடு முடித்துக்கொள்கிறேன் சீலி. வெயில் மிகக் கடுமையாக இருக்கிறது, மதிய வகுப்புகளுக்கும், மாலை ஜெப வேளைக்கும் நான் தயார் செய்துகொள்ள வேண்டும்.

நான் உன்னுடனோ, நீ என்னுடனோ இருந்திருக்கலாம் என்று ஏங்குகிறேன் என் அன்பே.

உன் தங்கை,

நெட்டி

பிரிய சீலி,

ஆப்ரிக்காவில் நாங்கள் முதலில் பார்த்த இடம் செனெகல். பிறகு மன்றோவியாவில் நாங்கள் தங்க நேர்ந்தது வேடிக்கையான அனுபவமாக இருந்தது. செனெகலின் தலைநகரம் டக்கார். அங்கு மக்கள் அவர்களது சொந்த மொழியான செனெகலீஸுடன் ஃப்ரென்ச்சும் பேசுகிறார்கள், அத்துடன் நான் பார்த்ததிலேயே கடுங்கறுப்பர்கள் அவர்கள்தான் சீலி. நாம் பேசிக்கொள்வோமே அவர்கள் கறுப்பிலும் கறுப்பு, கருநீலம் என்று! அத்தனை கறுப்பில், அவர்கள் தோல் பளபளக்கிறது. நம் ஊரில் அசல் கறுப்பர்களைப் பற்றி நம்மவர்கள் இப்படித்தானே சொல்வார்கள். ஆனால், ஒரு நகரம் முழுக்க இப்படியான கருநீலநிறமக்கள், பளபளக்கும் நீலத்தில், ஒட்டுத்துணிகளைக்கொண்டு தைத்ததுபோன்ற சித்திர வேலைப்பாட்டுடன்கூடிய அங்கிகளை அணிந்துகொண்டு உயரமாக, ஒல்லியாக, நீண்ட கழுத்தும், நிமிர்ந்த முதுகுமாக நடப்பதைக் கற்பனை செய்து பார் சீலி. இதையெல்லாம் உன்னால் கற்பனை செய்ய முடிகிறதா? ஏன் கேட்கிறேனென்றால், எனக்கென்னவோ இப்போதுதான் முதன்முறையாக கறுப்பைப் பார்ப்பதுபோலத் தோன்றியது. அதுவும் சீலி, அதில் ஏதோ மாயம் இருக்கிறது. அந்தக் கறுப்பு அத்தனை ஆழமாய் இருக்கிறது: அது நம் கண்களில்பட்டுத் தகதகக்கிறது, நிலவொளிபட்டு மினுங்குகிறது, சூரிய ஒளியிலும் அவ்வளவு ஒளிர்கிறது.

ஆனால் கடைத்தெருவில் பார்த்த செனெகெலீஸ் மக்களை எனக்குப் பிடிக்கவில்லை. அவர்கள் விற்பனையில் மட்டுமே குறியாய் இருந்தனர். நாம் ஏதும் வாங்கவில்லை என்றால் அங்குள்ள வெள்ளை ஃப்ரென்ச் மக்களை அலட்சியம் செய்வதைப் போலவே நம்மையும் அலட்சியம் செய்கிறார்கள். ஏனோ நான் ஆப்ரிக்காவில் வெள்ளையர்களை எதிர்பார்க்கவில்லை, ஆனால் அவர்கள் இங்கே கூட்டம் கூட்டமாக வாழ்கிறார்கள். அவர்கள் எல்லோருமே மதப்பிரச்சாரகர்கள் இல்லை.

மன்றோவியாவிலும் ஏகப்பட்ட வெள்ளையர்கள். டப்மன் என்ற மரபுப்பெயருடைய அவர்களின் குடியரசுத்தலைவரின் மந்திரிசபையிலும் வெள்ளையர்கள் சிலர் இருக்கிறார்கள். வெள்ளையர்கள்போலத் தோன்றும் கறுப்பர்களும் அந்த மந்திரிசபையில் இருக்கிறார்கள்.

மன்றோவியாவில் இறங்கிய இரண்டாவது மாலை, நாங்கள் குடியரசுத்தலைவரின் மாளிகையில் தேநீர் அருந்தினோம். அது அமெரிக்காவின் வெள்ளை மாளிகையைப் போலவே இருப்பதாக சாம்யெல் சொன்னார். குடியரசுத்தலைவர், நாட்டை முன்னேற்றுவதற்கான தன்னுடைய முயற்சிகளைப் பற்றிப் பேசும்போதே, அந்த மண்ணின் பூர்வகுடிகள் நாட்டை முன்னேற்றுவதற்காக உழைப்பதில் ஆர்வம் செலுத்துவதில்லை என்று வருத்தப்பட்டார். ஒரு கறுப்பர் அப்படியொரு வார்த்தையைச் சொல்வதை நான் முதன்முறையாகக் கேட்டேன். வெள்ளையர்களுக்கு எல்லா கறுப்பர்களும் பூர்வகுடிகள்தான். அவர் தொண்டையைச் செருமிக்கொண்டே, பூர்வகுடிகள் என்று நான் லேபேரியாவைப் பற்றித்தான் குறிப்பிட்டேன் என்றார். நான் எந்தப் பூர்வகுடிகளையும் அவருடைய மந்திரிசபையில் பார்க்கவில்லை. மந்திரிசபை உறுப்பினர்களின் மனைவிமார் ஒருவரும் பூர்வகுடியினராகத் தெரியவில்லை. அவர்கள் அணிந்திருந்த பட்டுகளையும், முத்துகளையும் பார்க்கும்போது, நாங்கள் போதுமான அளவுக்குக்கூட உடுத்தியிருக்கவில்லை. ஆடம்பரமான அந்த நிகழ்ச்சிக்குத் தகுதியாக உடுத்தியிருந்தோமா என்பது குறித்து யோசிக்கக்கூட முடியாது. அந்தப் பெண்கள் உடுத்திக்கொள்வதற்கு ஏராளமான நேரம் செலவிட்டிருப்பார்கள் என்று நினைக்கிறேன். ஆனாலும், நாங்கள் தற்செயலாகக் கடற்கரையில் கண்ட, தங்கள் மாணவர்களை நீச்சலுக்கு அழைத்துச் சென்றுகொண்டிருந்த, உற்சாகமான பள்ளி ஆசிரியைகளைப் போலல்லாமல் அவர்கள் திருப்தியற்றுத்தான் காணப்பட்டார்கள்.

அங்கிருந்து கிளம்புமுன் நாங்கள் ஒரு கொக்கோ பண்ணைத் தோட்டத்தைப் பார்க்கப் போயிருந்தோம். கண்கள் எட்டும் தூரம்வரை கொக்கோ மரங்கள்தான். வயல்களுக்கு நடுவில்தான் கிராமங்கள் அமைந்திருக்கின்றன. களைத்து வீடு திரும்பும் குடும்பங்களை நாங்கள் பார்த்தோம். அவர்கள் கைகளில் கொக்கோவிதை வாளிகளைச் சுமந்து வந்தார்கள் (அதே வாளிகள் அடுத்த நாளில் அவர்களுடைய மதிய உணவை எடுத்துச் செல்லும் பாத்திரமாகும்). சில பெண்கள் தங்கள் முதுகில் குழந்தைகளைச் சுமந்து வந்தார்கள். அத்தனைக் களைப்பிலும் அவர்கள் பாடிக்கொண்டிருந்தனர். நாம் செய்கிறபடிதான். நான் கோரினைக் கேட்டேன், களைத்துப் போனவர்கள் ஏன் பாடுகிறார்கள்? வேறெதுவும் செய்ய

இயலாத அளவுக்குக் களைத்திருப்பதால்தான் என்றார் அவர். அதுமட்டுமில்லை சீலி, அந்தக் கொக்கோ வயல்கள் அவர்களுக்குச் சொந்தமானவை இல்லை. ஏன், குடியரசுத்தலைவர் டப்மனுக்குக்கூட சொந்தமில்லை, அவை ஹாலந்து எனப்படும் ஊரிலுள்ள மக்களின் தோட்டங்கள். அவர்கள்தான் டச் சாக்லெட்டுகளை தயாரிப்பவர்கள். அம்மக்கள் கடுமையாக உழைப்பதை உறுதி செய்வதற்காக அங்கே கண்காணிகள் இருக்கிறார்கள், அவர்கள் வயல்களின் ஓரங்களில், கல் வீடுகளில் வசிக்கிறார்கள்.

நான் போக வேண்டும் சீலி. எல்லோரும் உறங்கச்சென்று விட்டார்கள், நான் விளக்கொளியில் எழுதிக்கொண்டிருக்கிறேன். இந்த விளக்கோ ஏராளமான பூச்சிகளைக் கவர்கிறது, இந்த பூச்சிகள் என்னை உயிரோடு தின்கின்றன. என் தலையிலிருந்து பாதம் வரை எல்லா இடங்களிலும் பூச்சிக்கடி பட்டிருக்கிறேன்.

ஆனால் -

ஆப்பிரிக்கக் கரையை முதன்முறையாக நான் கண்டதைப் பற்றிச் சொன்னேனா? ஒரு பெரிய மணியின் ஓசையைப்போல எதுவோ என்னில் மோதியது சீலி, என் ஆன்மாவில்பட்டு அது அதிர்ந்தது. சாம்யெலும் கோரினும்கூட அதேபோல உணர்ந்தார்கள். நாங்கள் கப்பலின் தளத்தில் மண்டியிட்டு இறைவனுக்கு நன்றி செலுத்தினோம் - எந்த மண்ணை மீண்டும் காண நம் தாய்மாரும் தந்தையரும் தம் காலமெல்லாம் அழுது, வாழ்ந்து, மறைந்தார்களோ, அந்த மண்ணைக் காண எங்களுக்கு வாய்ப்புத் தந்ததற்கு.

ஆ சீலி ! அதையெல்லாம் உன்னிடம் சொல்ல எனக்கு வாய்ப்பு கிடைக்குமா?

என்னால் அப்படிக் கேட்கக்கூட முடியாது என்பதை அறிவேன். எல்லாவற்றையும் இறைவனிடம் விட்டுவிடுகிறேன்.

என்றென்றைக்கும் உன் நேசத்தில், உன் தங்கை,
நெட்டி

அன்புள்ள கடவுளுக்கு,

அதிர்ச்சி, அழுகை, மூக்குறிஞ்சுதல் அதோடு எங்களுக்குப் புரியாத வார்த்தைகளின் புதிரை முனைந்து அவிழ்த்தல் என்று நானிருந்த நிலையைப் பற்றி என்ன சொல்ல? முதல் இரண்டு அல்லது மூன்று கடிதங்களைப் படிக்கவே எங்களுக்கு வெகு நேரம் பிடித்தது. அவள் ஆப்ரிக்காவில் நல்லபடியாக கால்பாவிவிட்டாள் என்னும் இடத்துக்கு வந்து சேர்ந்த போது மிஸ்டரும் க்ரேடியும் வீடு வந்து சேர்ந்தார்கள்.

இதை உன்னால் சமாளித்துவிட முடியுமா என்று கேட்டாள் ஷுக்.

அவனைக் கொல்லாமல் நான் என்னை எப்படி கட்டுப்படுத்திக்கொள்ளப் போகிறேனோ என்றேன் நான்.

கொன்றுவிடாதே. நெட்டி கூடியவிரைவில் வீடுதிரும்பப் போகிறாள். நாம் சோஃபியாவைப் பார்ப்பது போல் அவள் உன்னைப் பார்க்கும்படி செய்துவிடாதே.

ஆனால் அது ரொம்பக் கடினம் என்றேன் நான், ஷுக் அவள் பெட்டியை காலி செய்து கடிதங்களை உள்ளே போட்டுக்கொண்டிருந்தாள்.

ஏசுவாய் இருப்பது கூட கடினம் தான் ஆனால் அவர் சமாளிக்கிறார். அதை நினைவு வைத்துக்கொள். நீங்கள் கொலை செய்ய வேண்டாம் என்றார் அவர். என்னில் துவங்கி அந்த வாசகத்துக்கு சில பிற்சேர்க்கைகளை அவர் செய்ய நினைத்திருப்பார் தான். அவர் சமாளிக்க வேண்டிய முட்டாள்களை அவர் அறிந்தேயிருந்தார்.

மிஸ்டர் ____ ஏசுவல்ல. நானும் ஏசு அல்ல.

ஆனால் நெட்டியைப் பொறுத்தவரையில் நீ அப்படித்தான். அவள் வீட்டுக்கு வந்துகொண்டிருக்கும் வேளையில் நீ அவளை ஏமாற்றிவிட்டாயென்றால் அவள் மனம் வெறுத்துப் போகமாட்டாளா?

எங்களுக்கு க்ரேடியும் மிஸ்டரும் அடுப்படியில் பாத்திரங்களை உருட்டுவதையும், அலமாரி கதவைத் திறந்து மூடுவதும் கேட்டது.

இல்லை, நான் அவனைக் கொன்றால் தான் என் மனம் ஆறும். நான் நலமில்லாமலும் மரத்துப் போயும் உணர்கிறேன்.

இல்லை நீ அப்படிச்செய்யக் கூடாது. எதையும் கொல்வதால் யாரும் நல்லவிதமாக உணர்வதில்லை. நன்மையற்ற ஒன்றை எல்லாமே அதுதான் என்று நினைக்காதே.

ஒன்றுமில்லாததற்கு அது மேலல்லவா என்றேன் நான்.

சீலி! நெட்டி ஒருத்தி மட்டும் தான் உன் அக்கறைக்கு உரியவளா?

வேறு யாரிருக்கிறார்கள் எனக்கு?

நானிருக்கிறேன் சீலி, என்னைப் பற்றி கொஞ்சம் யோசி. நீ அல்பர்ட்டைக் கொன்று விட்டால் எனக்கு க்ரேடியைத் தவிர வேறு வழியில்லாமல் போய்விடும். அந்த நிலையை என்னால் யோசித்துக்கூடப் பார்க்க முடியவில்லை.

க்ரேடியின் பெரிய பற்களை நினைத்து நான் விழுந்து சிரித்தேன்.

ஷுக், நீ இங்கிருக்கும் வரையில் உன்னுடனே நானுறங்க ஏற்பாடுசெய்.

எதையெதையோ செய்து என் கோரிக்கையை அவள் செயல்படுத்தினாள்.

அன்புள்ள கடவுளுக்கு,

நாங்கள் இப்போது சகோதரிகளைப் போல உறங்குகிறோம். நான் என்னதான் அவளோடு இருப்பதை வெகுவாக விரும்பினாலும், என் மார்புகள் மென்மையாகவே தானிருந்தன, என் சிறிய ஸ்விச் கிளர்ச்சியடையவே இல்லை. நான் செத்துப்போனாலும் போவேன். ஆனால் அவளோ, அதெல்லாம் இல்லை, கோபம், துக்கம், யாரையாவது கொல்ல வேண்டும் எனும் வெறி எல்லாமாக உன்னை இப்படி உணர வைக்கிறது. கவலைப்பட ஏதுமில்லை. மார்புகள் விரைக்கத்தான் போகின்றன, ஸ்விச் கிளர்ச்சையடையத்தான் போகிறது என்றாள்.

அதுவரைக்கும் நாம் அணைத்துக்கொள்ளலாம். ஒட்டிக்கிடக்கலாம். இப்போது வேறெதுவும் தேவையில்லை.

சரிதான். அவளை அணைத்துக்கொள்ள நான் மிகவிரும்பினேன். ஒட்டிக்கிடக்கவும் தான். அதெல்லாமே நல்ல விஷயங்கள்.

இந்தமாதிரி சமயங்களில் தான் நாம் வித்தியாசமாக ஏதாவது செய்ய வேண்டும் என்றாள் அவள்.

என்ன செய்ய வேண்டும்?

என்னை ஏற இறங்கப் பார்த்தவள். உனக்கு கால்சட்டைகள் தைப்போம் என்றாள்.

எனக்கெதற்கு காற்சட்டை? நானென்ன ஆண்பிள்ளையா?

கோபித்துக்கொள்ளாதே. உன்னை நல்லவிதமாகக் காட்டும் ஓர் உடைகூட உன்னிடம் இல்லை. நீயோ எதை உடுத்தினாலும் நன்றாகத் தோன்றாத மாதிரியான அமைப்பில் படைக்கப்படவில்லை.

எனக்கென்ன தெரியும்? மிஸ்டர் ____ அவர் மனைவியை காற்சட்டைகள் உடுத்த ஒருநாளும் அனுமதிக்கப் போவதில்லை.

ஏன்? நீ இங்கு எல்லா வேலைகளையும் செய்கிறாய். நீ உழும்போது உடுத்திக்கொள்ளும் ஆடைகள் எல்லாம் ரொம்ப மோசம். அவற்றில் ஏர் மாட்டிக்கொள்ளவும்,

நீ அதில் தடுக்கிக்கொள்ளவுமாக எவ்வளவு சிரமப்படுகிறாய்?

அப்படியா சொல்கிறாய்?

ஆமாம், இன்னொரு விஷயம் நாங்கள் காதலித்துக்கொண்டிருந்த போது, நான் அவனுடைய காற்சட்டைகளை அணிந்து கொள்வேன். அவன் ஒருமுறை என் உடையை உடுத்தினான்.

இல்லை அதெல்லாம் இருக்காது புளுகாதே.

உண்மையில் அவன் அப்படிச்செய்தான். அவன் அப்போதெல்லாம் ரொம்ப வேடிக்கையாக நடந்துகொள்வான். இப்போது மாதிரி இல்லை. அவன் எனக்கு கால்சட்டை உடுத்திப் பார்ப்பதை மிக விரும்பினான். அது காளைக்கு எதிரே ஒரு சிகப்புக்கொடியைக் காட்டியது போல கிளர்ச்சியூட்டுமே.

ஆ. என்னால் அதைக் கற்பனை செய்து பார்க்க முடிந்தது, அதோடு எனக்கு அந்த கற்பனை கொஞ்சம் கூடப் பிடிக்கவில்லை.

உனக்கு தான் தெரியுமே காளைகளைப்பற்றி என்றாள் ஷுக்.

நாம் அவற்றை எதில் இருந்து தைக்கப் போகிறோம் என்றேன்.

ஏதாவது ராணுவச்சீருடை நம் கையில் சிக்கினால் நன்றாக இருக்கும். அவை நல்ல உறுதியான துணியால் ஆனவை, இலவசமாகவும் கிடைக்கும். அவற்றில் பயிற்சி செய்யலாம் என்றாள் ஷுக்.

ஜாக், ஒடிசாவின் கணவன். அவனுடைய ஆடைகள்?

சரி தான்! அப்படியென்றால் நாம் தினமும் நெட்டியின் கடிதங்களைப் படிப்போம், பிறகு தைப்போம்.

அப்படியென்றால் என் கரங்களில் கத்திக்கு பதிலாக ஊசி!

அவள் வேறெதுவும் பேசவில்லை, என்னருகில் வந்து என்னை அணைத்துக்கொண்டாள்.

அன்புள்ள கடவுளுக்கு,

நெட்டி உயிரோடிருக்கிறாள் என்று தெரிந்து கொண்டதில் எனக்குக் கொஞ்சம் தைரியம் வந்திருக்கிறது. அவள் ஊர் திரும்பியதும் அவளும் நானும் எங்கள் இரண்டு குழந்தைகளும் இங்கிருந்து கிளம்பிவிட வேண்டும் என்று முடிவு செய்து கொண்டேன். குழந்தைகள் யாரைப் போல இருப்பார்களோ. உண்மையைச் சொன்னால் அவர்களைப் பற்றி யோசிக்கும் போது பிரியத்தை விட எனக்கு அவமான உணர்வு தான் அதிகமாக உண்டாகிறது. அவர்கள் நல்லறிவோடு நலமாக இருப்பார்களா? தகாத உறவில் பிறக்கும் குழந்தைகள் மந்தபுத்தி உள்ளதுகளாக இருக்கும் என்று ஷுக் சொல்கிறாளே? தகாத உறவு சாத்தானின் திட்டத்தில் ஒன்றாமே.

நெட்டி எப்படி இருக்கிறாளோ தெரியவில்லை.

இங்கே உஷ்ணமாக இருக்கிறது சீலி. ஜுலையில் இருப்பதை விட அதிக உஷ்ணம் . ஆகஸ்ட் மாதத்தை விடவும் ஜுலையின் காந்தலைவிடவும் அதிக சூடு. சின்னஞ்சிறிய அடுப்படியில், பெரிய அடுப்பில், ஆகஸ்ட், ஜுலையில் சமைப்பதைப் போல வெக்கையாக இருக்கிறது என்றெழுதியிருந்தாளே.

அன்பு சீலி,

நாங்கள் தங்கவிருக்கும் கிராமத்திலிருந்து ஆப்ரிக்கர் ஒருவர் வந்து எங்களைக் கப்பலில் சந்தித்தார். அவருடைய கிருத்துவப் பெயர் ஜோசெஃப். அவர் குள்ளமாக, குண்டாக, எலும்புகளே இல்லாதது போலத் தோன்றிய கைகளுடன் இருந்தார். என்னுடைய கையை அவர் குலுக்கிய போது நான் மேலிருந்து விழுந்த, மென்மையான, ஈரமான எதையோ பாய்ந்து பற்றிக்கொண்டதைப் போல உணர்ந்தேன். அவர் கொஞ்சம் போல ஆங்கிலம் பேசினார், அதை பிட்கின்இங்லிஷ் என்று சொல்கிறார்கள். அது நாம்பேசும் ஆங்கிலத்திலிருந்து மிகவும் மாறுபட்டதாக, கொஞ்சமே ஒத்ததாக இருக்கிறது. கப்பலிலிருந்த எங்கள் பொருட்களை எங்களை அழைத்துச் செல்ல வந்த

படகுகளுக்கு மாற்ற அவர் உதவினார். இந்தப் படகுகள் நன்கு குடையப்பட்ட தோணிகள்தான். நாம் படங்களில் பார்த்திருக்கிறோமே இந்தியர்களின் படகுகள், அவற்றைப் போன்றவை. எங்களையும் எங்கள் பொருட்களையும் சுமந்து மூன்று படகுகள் நிரம்பின. நான்காவது படகு மருந்துப் பொருட்களையும் கல்வி உபகரணங்களையும் சுமந்து வந்தது.

படகில் ஏறியது முதலே ஒருவரை ஒருவர் முந்தவென போட்டிபோட்ட படகோட்டிகள் பாடியபாடல்களால் எங்களுக்கு நன்றாகப் பொழுது போயிற்று. அவர்கள் எங்கள் பொருட்களைப் பற்றி கொஞ்சம் கூட அலட்டிக்கொள்ளவில்லை. நாங்கள் கரையை அடைந்ததும் எங்களைப் படகில் இருந்து இறக்கவிட உதவவும் அவர்கள் அக்கறை காட்டவில்லை. எங்களுடைய சில பொருட்கள் தண்ணீரோடு போனது. சாம்யெலிடம் இருந்து அடித்துப்பிடித்து ஒரு தொகையை - ஜோசெஃப் சொன்னபடி பார்த்தால் அது மிக அதிகம்- வாங்கியதும் அவர்கள் இக்கரையில் நின்றபடி கப்பலில் ஏறக் காத்திருந்த இன்னொரு குழுவினரை முகமன் கூறி அழைத்தார்கள்.

துறைமுகம் அழகானது தான், ஆனால் கப்பல்கள் வந்து செல்ல முடியாத அளவுக்கு ஆழமற்றது. அதனால் கப்பல்கள் வரும் காலங்களில் படகோட்டிகளுக்கு நல்ல வருமானம் கிடைக்கும். எல்லாப் படகோட்டிகளும் பெரிய உருவத்தினராகவும், ஜோசெஃப்பை விட சதைத்திரட்சி மிக்கவர்களாகவும், ஆழ்ந்த சாக்லேட் வண்ணத்தினராகவும் இருந்தார்கள். செனெகெல் மக்களைப் போல கறுப்பில்லை. மேலும் சீலி, நான் பார்த்ததிலேயே இவர்களுக்குத் தான் உறுதியான, சுத்தமான, வெள்ளையான பற்கள் உண்டு. பயணநேரத்தில் நான் பற்களைப் பற்றியே அதிகம் யோசித்தேன். ஏனென்றால் பயணகாலம் முழுவதும் எனக்குப் பல்வலி இருந்தது. உனக்குத்தான் தெரியுமே என்னுடைய கடைவாய்ப்பற்கள் எவ்வளவு சொத்தையாய் இருந்தன என்று. இங்கிலாந்து மக்களின் கோணலான, சொத்தையால் கறுப்பேறின பற்களைப் பார்த்து நான் அதிர்ந்துபோனேன். ஒருவேளை அந்நாட்டின் தண்ணீர் தான் அதற்குக் காரணமோ என்று நினைத்தேன். ஆனால் ஆப்ரிக்கர்களின் பற்கள் நிறைவாக உருப்பெற்றவை, நேரானவை, உறுதியானவை, குதிரைகளின் பற்களை எனக்கு நினைவுறுத்துபவை.

அந்தத் துறைமுகத்தின் நகரப்பகுதி நம் ஊரின் இரும்புக்கடையின் அளவு தானிருக்கும். அங்கேயுள்ள கொட்டிகளில் துணிமணி, அரிக்கேன் விளக்குகள், எண்ணெய், கொசுவலைகள், முகாம் படுக்கைகள், வலைப்படுக்கைகள், கோடரிகள், மண்வெட்டி, வெட்டுக்கத்திகள் இன்னும் பல உபகரணங்களும் குவிந்துள்ளன. அந்த இடம் ஒரு வெள்ளைக்காரருக்குச் சொந்தமானது, காய்கறிகள் விற்கும் சில கொட்டில்களை மட்டும் அவர் ஆப்ரிக்கர்களுக்கு வாடகைக்கு விட்டிருந்தார். நாங்கள் எதையெல்லாம் வாங்க வேண்டுமென்று ஜோசெஃப் எங்களுக்குச் சொன்னார். தண்ணீரையும் எங்கள் உடைகளையும் கொதிக்கவைக்க ஒரு பெரிய இரும்புச்சட்டி, துத்தநாகச் சட்டியொன்று, கொசுவலை, ஆணிகள், சுத்தியல், ரம்பம், கோடரியொன்று, விளக்கும் அதிலிட்டு எரிக்க எண்ணெயும்.

இந்தத் துறைமுகத்தில் தங்கியுறங்க இடமில்லாததால், அங்கு சுற்றித் திரிந்து கொண்டிருந்த சுமைதூக்கிகள் சிலரை ஜோசெஃப் எங்களுக்கு உதவ அழைத்தார். உடனேயே நாங்கள் ஒலிங்காவுக்குக் கிளம்பினோம். புதர்களுக்கிடையிலான சுமார் நான்கு நாட்கள் நடைப்பயண தூரம் அது. சரியாகச் சொல்வதென்றால் அது காடு, ஒரு வேளை நீ அதைக் காடில்லை என்றும் நினைக்கலாம். காடென்றால் என்னவென்று உனக்குத் தெரியுமா? கேள் சீலி, மரங்கள், மரங்கள் மேலும் மரங்கள். அதோடு அவை மிகப்பெரியவையும் கூட. மிகப்பெரியனையென்றால் ஏதோ அவை தானாய் முளைக்கவில்லை நிர்மாணிக்கப்பட்டவை என்று தோன்றும் அளவுக்குப் பெரியவை. அவற்றோடு கொடிகள், படரக்கூடிய செடிவகைகள், சிறிய மிருகங்கள், தவளைகள், ஜோசெஃப் சொல்கிறார்போல பாம்புகள் கூட. ஆனால் கடவுள் கிருபையால் நாங்கள் ஒரு பாம்பைக் கூடப் பார்க்கவில்லை. நிறைய, கூனல்முதுகு பல்லிகளைப் பார்த்தோம். அவை ஒரு கையளவுக்குப் பெரியவை. இங்குள்ள மக்கள் அவற்றைப் பிடித்து உண்கிறார்கள் .

இவர்களுக்கு மாமிசம் என்றால் ரொம்பப் பிரியம். இந்தக் கிராமவாசிகள் எல்லோருக்குமே அப்படித்தான். இவர்களிடம் ஏதாவது காரியம் சாதிக்க வேண்டுமென்றால், நாம் மாமிசம் என்று சொன்னால் போதும், நம்மிடம் மீதமான ஒரே கறித்துண்டு

அதற்குப்போதும். இன்னும் கொஞ்சம் பெரிய விஷயம் சாதிக்க வேண்டுமென்றால், கரியடுப்பில் சமைத்த மாமிசத்தைப் பற்றி ஆசைகாட்டினால் போதும். ஆம் பார்பெக்யூ. இங்கு அதைப் பார்க்கும் போது நம் ஊர் ஜனங்களின் நினைப்பு வருகிறது.

ஒருவழியாக இங்கு வந்து சேர்ந்துவிட்டோம். வலைமூட்டைக்குள் வைத்து சுமக்கப்பட்டு வந்ததில் என் இடுப்பில் உண்டான பள்ளங்கள் போகவே போகாது என்று நான் பயந்துவிட்டேன். கிராமவாசிகள் அத்தனைப் பேரும் எங்களைச் சூழ்ந்து கொண்டார்கள். வைக்கோல் என்று நான் முதலில் நினைத்து, பிறகு அது அங்கு எல்லா இடங்களிலும் விளையும் ஒரு வகைக் கீற்றிலை என்று அறிந்து கொண்ட இலையால் வேயப்பட்ட சிறிய, வட்டமான, கூரை வீடுகளிலிருந்து எல்லோரும் வந்தார்கள். அந்த இலையைப் பறித்து, உலரவைத்து, ஒன்றன் மீது ஒன்றாக வேய்ந்து தங்கள் வீடுகளை மழையிலிருந்து பாதுகாத்துக் கொள்கிறார்கள். வேலையின் இந்தப் பகுதி பெண்களுடையது. வீடுகளுக்கான ஆதாரக்கழிகளை பூமிக்குள் அடித்து நிறுத்துவது ஆண்கள் வேலை, சிலசமயங்களில் அவர்கள் ஓடைகளில் இருந்து சேறும், பாறைகளும் கொண்டு வந்து கொடுத்து அவற்றுக்கு சுவர் எழுப்ப உதவுவதும் உண்டு .

இவ்வளவு ஆர்வம் ததும்பும் முகங்களை நீ பார்த்திருக்கவே மாட்டாய் சீலி. அவர்கள் எங்களைச் சூழ்ந்து கொண்டனர். முதலில் வெறுமே பார்த்துக்கொண்டிருந்தார்கள். பிறகு ஒன்றிரெண்டு பெண்கள் என்னுடைய மற்றும் கோரினுடைய உடைகளைத் தொட்டுப் பார்த்தனர். மூன்று நாட்களாக மண்ணில் புரட்டி இழுத்துக்கொண்டு திரிந்ததாலும், இரவுகளில் நெருப்பு மூட்டி அதையே உடுத்தியிருந்து சமைத்ததாலும் என்னுடைய உடை அதன் விளிம்பில் அழுக்காகியிருந்தது. எனக்கு மிகவும் வெட்கமாக இருந்தது. நான் அவர்கள் அணிந்திருந்தவற்றை ஒருமுறை பார்த்தேன். பெரும்பாலானவர்கள் உடுத்தியிருந்தது பன்றிகளால் புரட்டி இழுக்கப்பட்டது போலத்தான் இருந்தது. அதோடு அவை அவர்களுக்குப் பொருந்தவுமில்லை. பிறகு அவர்கள் இன்னும் கொஞ்சம் முன்னேறி- ஒருவரும் ஒரு வார்த்தை கூடப் பேசவில்லை என்றாலும்- எங்கள் கூந்தலைத் தொட்டுப் பார்த்தனர். எங்கள் காலணிகளைப் பார்த்தார்கள். நாங்கள் ஜோசெஃப்பைப் பார்த்தோம். இவர்கள் இப்படி நடந்து

கொள்ளக் காரணம் அவர்கள் முன்பு பார்த்த எல்லா மதப்பிரச்சாரகர்களும் வெள்ளையர்களாய் இருந்தது தான் என்றான் அவன். அவர்கள் மதபோதகர்களாய் வெள்ளையர்கள் மட்டும் தான் இருப்பார்கள் என்று எண்ணியிருந்தார்கள் என்றான்.

ஆண்களில் சிலர், துறைமுகத்தில் அந்த வெள்ளை வணிகனைச் சந்தித்திருக்கிறார்கள், அதனால் வெள்ளை ஆண்கள் வேறு தொழில்களும் செய்யக்கூடும் என்பதை அறிந்திருந்தார்கள். ஆனால் பெண்கள் துறைமுகத்துக்கு ஒருபோதும் போனதில்லை, அதோடு அவர்கள் பார்த்திருந்த ஒரே வெள்ளையர் அவர்களால் அங்கு புதைக்கப்பட்ட மதப்பிரசாரகர்தான்.

இருபது மைல் தொலைவில் வசிக்கும் அந்த வெள்ளை மதப்பிரசாரகப் பெண்மணியை அவர்கள் பார்த்ததே இல்லையா என்று சாம்யெல் கேட்டதற்கு ஜோசெஃப் இல்லை என்றான். காட்டினூடாக இருபது மைல் என்பது மிக நீண்ட தூரம். ஆண்களில் சிலர் பத்து மைல் சுற்றுவட்டத்தில் எப்போதாவது வேட்டைக்குச் சென்றிருக்கலாம், ஆனால் பெண்கள் தங்கள் குடிசைகளுக்கும் வயல்களுக்கும் அண்மையிலேயே தான் எப்போதும் இருந்தார்கள்.

பிறகு அவர்களில் ஒருத்தி ஏதோ கேட்டாள். நாங்கள் ஜோசெஃபைப் பார்த்தோம். குழந்தைகள் என்னுடையவையா கோரினுடையவையா அல்லது எங்கள் இருவருடையவையா என்று அந்தப் பெண்கள் தெரிந்து கொள்ள விரும்புவதாகச் சொன்ன அவன் அவர்கள் கோரினின் குழந்தைகள் என்று அவர்களுக்கு பதிலளித்தான். அந்தப் பெண்கள் எங்கள் இருவரையும் மறுபடியும் பார்த்துவிட்டு ஏதோ சொன்னார்கள். நாங்கள் ஜோசெஃபை பார்த்தோம். குழந்தைகள் என்னைப் போல இருப்பதாக அவர்கள் சொல்கிறார்கள் என்றான் அவன். வேறென்ன செய்வது என்றறியாமல் நாங்கள் எல்லோரும் நாசுக்குக் கருதி சிரித்துவைத்தோம்.

இன்னொருத்திக்கு வேறொன்று தெரிய வேண்டி இருந்தது. நானும் சாம்யெலின் மனைவியா என்று அவள் கேட்டாள்.

இல்லை என்று பதில் சொன்ன ஜோசெஃப், நானும் சாம்யெல்-கோரினைப் போல மதபோதகர் தானென்றான். பிறகு யாரோ சொன்னார்கள், மதப்பிரசாரகர்களுக்கு

குழந்தைகள் இருக்கும் என்று அவர்கள் நினைத்ததே இல்லையென்று. மேலும் ஒருவர் மதபிரசாரகர்கள் கறுப்பர்களாக இருக்க முடியும் என்று கனவிலும் நினைத்ததில்லை என்றார்.

இன்னொருவர், புதிய மதபோதகர்கள் கறுப்பர்களாகவும் அவர்களில் இருவர் பெண்களாகவும் வருவார்கள் என்பதாக தான் முதல்நாளிரவு கனவு கண்டதாகச் சொன்னார்.

அதற்குள் அங்கு ஏகப்பட்ட கூச்சல் குழப்பம் ஏற்பட்டுவிட்டது. தாய்மாரின் பாவாடைகளுக்குப் பின்னாலிருந்தும், அக்காள்களின் தோள்களுக்கு மேலாகவும் சிறிய தலைகள் எட்டிப் பார்க்கத் துவங்கின. அங்கிருந்த கிட்டடத்தட்ட முந்நூறு கிராமவாசிகளுடன் நாங்கள் சுவர்களற்ற, கீற்றிலையால் மேற்கூரை மட்டும் வேயப்பட்ட ஒரு இடத்துக்கு நகர்த்திச்செல்லப் பட்டோம். ஆண்கள் முதலிலும், பெண்களும் குழந்தைகளும் பின்வரிசைகளிலுமாக எல்லோரும் தரையில் அமர்ந்தோம். நம் ஊரில், தொளதொளப்பான காற்சட்டைகளும், பளபளத்த பொருந்தாத மேற்கோட்டும் அணிந்து தேவாலயங்களுக்கு வரும் முதியவர்களைப் போலிருந்த சில முதிர்ந்த மனிதர்கள் மதப்பிரசாரம் செய்யும் கறுப்பர்கள் பனங்கள் குடிப்பார்களா என்று தங்களுக்குள் கிசுகிசுத்துக்கொண்டார்கள். சாம்யெலும் கோரினும் ஒருவரையொருவர் பார்த்துக்கொண்டனர். ஆனால் நானும் குழந்தைகளும் ஏற்கெனவே அதைக் குடிக்க ஆரம்பித்திருந்தோம், எங்கள் கைகளில் மண்ணாலான சிறு கோப்பைகள் திணிக்கப்பட்டதும், அச்சத்தில் நாங்களாகவே அதைக் குடித்துவிட்டோம்.

நான்கு மணிக்கு அங்கு சென்று சேர்ந்த நாங்கள் ஒன்பது மணி வரையில் அந்த கீற்றிலை வேயப்பட்ட கொட்டிலில் இருந்தோம். அங்கு கிடைத்த முதல் உணவான கோழி இறைச்சியும், நிலக்கடலையும் சேர்த்து செய்த குழம்பை நாங்கள் கைகளால் அள்ளி உண்டபடி, பாடல்களைக் கேட்டுக் கொண்டும், ஏகப்பட்ட தூசியைக் கிளப்பிய நடனங்களை ரசித்துக்கொண்டும் இருந்தோம்.

இந்த வரவேற்புவிழாவின் முக்கிய நிகழ்ச்சி கூரையிலையைப் பற்றியது தான். கிராமவாசி ஒருவர் அதைப் பற்றிய கதையைச் சொல்ல, ஜோசெஃப் அதை எங்களுக்கு மொழிபெயர்த்தான். இந்த கிராமவாசிகள் தாங்கள் வம்சாவழியாக தங்கள் கிராமம்

இப்போது இருக்கும் அதே இடத்தில் வாழ்வதாக நம்புகிறார்கள். இந்தத்தலம் அவர்களுக்கு எப்போதும் நன்மைபயப்பதாகவே இருந்திருக்கிறது. அவர்கள் மரவள்ளிக்கிழங்கு பயிரிட்டு அமோகவிளைச்சல் காண்கிறார்கள். நிலக்கடலை பயிரிட்டாலும் அப்படியே தான். சேனைக்கிழங்கும், பருத்தியும், தினையும் எல்லாவகையான பயிர்களும் விளைவிக்கிறார்கள். வெகுகாலத்துக்கு முன், கிராமவாசி ஒருவன் தன்னுடைய பங்கு நிலத்தை விடவும் அதிகமான நிலத்தில் பயிரிட ஆசை கொண்டான். அவன் அதிகம் பயிரிட்டு, மிகுதியான விளைச்சலை அக்கரையில் இருக்கும் வெள்ளையர்களிடம் விற்க விரும்பினான். கிராமத்தலைவனாக அவன் இருந்ததால் கொஞ்சம்கொஞ்சமாக, பொது நிலத்திலிருந்து அபகரித்தான். அவற்றில் வேலை செய்வதற்காக மேலும் மேலும் மனைவியரை மணந்தான். அவனுடைய பேராசை அதிகரித்ததில், கூரையிலை பயிரிடப்பட்டு வந்த நிலத்தையும் அபகரிக்க ஆரம்பித்தான். அவனுடைய மனைவியருக்குக் கூட இதில் வருத்தம் உண்டாகி அதைப் பற்றி புகார் செய்ய ஆரம்பித்தார்கள். ஆனால் சோம்பேறிப் பெண்களான அவர்களை யாரும் லட்சியம் செய்யவில்லை. கூரையிலை அதீதமாக விளையாத ஒரு பருவகாலமே அந்த கிராமத்தில் அதுவரை வந்ததில்லை. இறுதியில் அவன் அந்த விளைநிலத்தின் பெரும்பாலான இடத்தில் மற்ற பொருட்களைப் பயிரிட்டதில் கிராம முதியவர்கள் கவலையடைந்தார்கள். அவர்களுக்கு அக்கரை வணிகர்களிடம் இருந்து வாங்கிய கோடரி, உடுப்புகள், சமைக்கும் பாத்திரங்களைக் கொடுத்து, அவன் அவர்கள் வாயையும் அடைத்தான்.

சிலநாட்களில் உண்டான கடும்புயலில் கிராமத்தில் இருந்த அத்தனை வீடுகளின் கூரைகளும் சிதைந்தன. வீடுகளைச் செப்பனிட எங்குமே கூரையிலை கிடைக்காது என்பதை கிராமவாசிகள் கடும் ஏமாற்றத்தோடு அறிந்து கொண்டார்கள். துவக்கநாள் முதலே கூரையிலை எங்கே செழித்துப் படர்ந்திருந்ததோ அங்கே இப்போது மரவள்ளிக்கிழங்கும், நிலக்கடலையும், தினையும் வளர்ந்திருந்தது.

தெய்வங்களும் புயலும் ஆறு மாதகாலத்துக்கு ஒலிங்கா மக்களை கலங்கச்செய்தன. மழை குத்தீட்டி போலப் பாய்ந்து பெய்து, அவர்கள் குடிசைகளின் மண் சுவர்களைக் கரைத்தது. காற்று சுவர்களிலிருந்த பாறைகளைப் பெயர்த்தெடுத்து அவர்கள் சமைக்கும்

சட்டிகளில் விழச்செய்யும் அளவுக்கு பயங்கரமாக வீசியது. அடுத்து தினை உருண்டைகள் அளவுக்குப் பெரிய பனிப்பாறைகள் வானில் இருந்து அடித்துப் பெய்து, ஆண்கள் பெண்கள் குழந்தைகள் என அனைவருக்கும் கடும் சுரத்தை உண்டாக்கியது. முதலில் குழந்தைகள் நோயுற்றார்கள், பிறகு அவர்களின் பெற்றோர். சீக்கிரமே அந்த கிராமம் செத்துவிழ ஆரம்பித்தது. மழைக்காலத்தின் முடிவில் பாதிகிராமம் அழிந்தது.

மக்கள் கடவுளிடம் பிரார்த்தனை செய்தபடியே பருவநிலை மாறுவதற்காகக் காத்திருந்தனர். மழை நின்ற உடனேயே ஓடிச்சென்று கூரையிலையின் பழைய பாத்திகளில் அவற்றின் வேர்கள் ஏதும் தென்படுமா என்று தேடினர். கணக்கில்லாமல் விளைந்த இடத்தில் இப்போது சில தொகுதிகள் மட்டுமே மீதமிருந்தன. மீண்டும் முன்பு போல கூரையிலை ஏராளவிளைச்சல் காண ஐந்து வருடங்கள் ஆயிற்று. அந்த ஐந்து வருடங்களில் கிராமத்தில் ஏராளமானோர் இறந்தனர். அங்கிருந்து வெளியேறிய பலர் மீண்டும் திரும்பவே இல்லை. பலரும் மிருகங்களால் தின்னப்பட்டனர். மிகப்பலர் நோயுற்றனர். ஊர் மக்கள், அந்த கிராமத்தலைவனிடம் அவன் வணிகர்களிடமிருந்து வாங்கித்தந்த அத்தனைப் பொருட்களையும் மீண்டும் கொடுத்து என்றென்றைக்குமாக அங்கிருந்து அவனை விரட்டி அடித்தார்கள். அவனுடைய மனைவியர் மற்ற ஆண்கள் வசம் ஒப்படைக்கப்பட்டார்கள்.

கிராமத்தின் எல்லாக் குடிசைகளும் கூரையிலையால் நிறைவுற்ற தினத்தில், கூரையிலையின் கதையைச் சொல்லி கிராமவாசிகள் ஆடிப்பாடிக் கொண்டாடினர். அப்படித்தான் கூரையிலை அவர்கள் வணங்கும் தெய்வமானது.

இந்தக் கதையைக் கேட்டு முடித்ததும், குழந்தைகளின் தலைகளுக்கு மேலாக நான் பார்வையைச் செலுத்தினேன். அடர் தவிட்டு வண்ணத்தில், கூர்முனைகளுடன் ஒரு அறையளவுக்குப் பெரியதான அது எங்களை நோக்கிக் கவனமாக நடந்த பன்னிரெண்டு கால்களுடன் நகர்ந்து வந்தது. நாங்களிருந்த கொட்டிலை அடைந்ததும் அது எங்களுக்கு வழங்கப்பட்டது. அதுதான் எங்களுக்கான கூரை.

அது நெருங்கியதுமே மக்கள் அதைக் குனிந்து வணங்கினார்கள்.

ஒலிங்கர்களுக்கு மிகப் பிடித்தமான இந்த விழாவை இதற்கு முன்பு வந்த வெள்ளைப் பிரச்சாரகர்கள் நடத்த அனுமதித்ததில்லை என்றான் ஜோசெஃப்.

கூரையிலை ஏசு கிருத்து அல்ல என்று நமக்குத் தெரியும். ஆனால் அதற்கே உரிய எளிமையான வகையில் அதுவும் கடவுள்தான் இல்லையா?

ஒலிங்கர்களின் கடவுளை நாங்கள் இப்படித்தான் நேருக்கு நேர் பார்த்தோம் சீலி. நான் மிகக்களைத்து, தூக்கக் கலக்கத்துடன், வயிறு நிறைய கோழியும் நிலக்கடலையும் சேர்த்த குழம்புடன், காதுகளில் ரீங்கரித்த அவர்களின் பாடல்களுடன் அங்கு அமர்ந்திருந்தேன் சீலி. ஜோசெஃப் சொன்னகதை மிகுந்த அர்த்தம் பொருந்தியதாகத்தான் எனக்குப் பட்டது.

நீ இதையெல்லாம் எப்படி எடுத்துக்கொள்வாய் என்ற யோசனையுடன் என் நேசத்தை உனக்கு அனுப்புகிறேன்.

உன் தங்கை,
நெட்டி

அன்பு சீலி,

உனக்குக் கடிதம் எழுதுவதற்கு நேரம் கிடைத்தே வெகுநாட்களாகி விட்டது. ஆனால், நான் என்ன வேலையாகயிருந்தாலும், மனதுக்குள் உனக்கு எழுதிக்கொண்டு தான் இருக்கிறேன். மாலைஜெபவேளையின் மத்தியில், நடுஇரவில், சமைக்கும் போதும், அன்புள்ள சீலி, அன்புள்ள, அன்புக்கினிய சீலி என்று எனக்குள் நான் சொல்லிக்கொள்வேன். நானெழுதும் கடிதங்கள் எல்லாம் உனக்குக் கிடைத்துவிடுவதாகவும், நீ: பிரிய நெட்டி, என் வாழ்க்கை இப்படித்தான் இருக்கிறது: என்று, எனக்கு பதில் எழுதுவதாகவும் நான் கற்பனை செய்து கொள்கிறேன்.

நாங்கள் அதிகாலை ஐந்து மணிக்கெல்லாம் எழுந்து, தினைக்கஞ்சியும் பழங்களுமாக எளிமையான காலை உணவை உண்டு, காலை வகுப்புகளுக்குத் தயாராவோம். குழந்தைகளுக்கு ஆங்கிலம், வரலாறு, புவியியல், கணிதம், பைபிள் கதைகள், அதோடு எழுதவும் வாசிக்கவும் கற்றுத்தருகிறோம். மதிய உணவு மற்றும் வீட்டு வேலைகளைச் செய்வதற்காக பதினோரு மணிக்கு இடைவேளை. மதியம் ஒன்றிலிருந்து நான்கு மணி வரை அசையக் கூட முடியாத அளவுக்கு வெப்பம் கடுமையாக இருக்கும், ஆனாலும் சில தாய்மார்கள் தத்தம் குடிசைகளின் பின்னால் அமர்ந்து தையல் வேலை செய்வார்கள். நான்கு மணிக்கு, வளர்ந்த பிள்ளைகளுக்கான வகுப்புகள், இரவில் பெரியவர்களுக்கான வகுப்புகள். சில வளர்ந்த குழந்தைகளுக்கு மிஷன் பள்ளிக்கு வந்து பழகிவிட்டது, ஆனால் சிறுகுழந்தைகள் வருவதில்லை. சிலசமயங்களில் அவர்களின் தாய்மார்கள் அவர்களைக் கதற கதற இழுத்து வருவார்கள். எல்லோருமே சிறுவர்கள் தான். ஒலிவியா மட்டும் தான் சிறுமி.

பெண்குழந்தைகள் கல்வி கற்க வேண்டியதில்லை என்று ஒலிங்கர்கள் நினைக்கிறார்கள். ஏன் அப்படி என்று ஒரு தாயிடம் நான் கேட்ட போது அவள் சொன்னாள்: பெண்ணாகப் பிறந்தவள் தன்னளவில் எதற்கும் பிரயோசனமில்லை. அவள் கணவனால் தான் அவளுக்கு ஏதோ தகுதி உண்டாகிறது.

ஒரு கணவனால் மட்டும் அவள் என்னவாகி விடுவாள்?

ஏன்? அவன் குழந்தைகளுக்குத் தாயாவாளே!

ஆனால் நான் யாருடைய குழந்தைக்கும் தாயில்லையே. என்னால் ஒரு பிரயோசனமும் இல்லையா?

நீ ஒன்றும் பெரிய இவள் இல்லையே. நீ இந்த மதபோதகர்களின் வேலைக்காரி, அவ்வளவுதான்.

நான் கற்பனை செய்திருந்ததை விட இங்கே கடுமையாக உழைக்கிறேன், பள்ளிக்கூடத்தைப் பெருக்குகிறேன், மாலை ஜெபத்துக்குப் பிறகு கோவிலை சுத்தம் செய்கிறேன் என்பதெல்லாம் உண்மை தான், ஆனால் நான் ஒரு வேலைக்காரியாக உணர்ந்ததே இல்லை. அந்தப் பெண்- அவளுடைய கிருத்துவப் பெயர் கேத்தரின்- என்னை இப்படித்தான் புரிந்து கொண்டிருக்கிறாள் என்பது எனக்கு ஆச்சரியமாக இருந்தது.

அவளுக்கு டாஷி என்ற ஒரு மகள் இருக்கிறாள். அவள் பள்ளி நேரத்துக்குப் பிறகு ஒலிவியாவுடன் விளையாடுவாள். பள்ளியில் ஒலிவியாவுடன் பேசும் ஒரே சிறுவன் ஆதம் தான். மற்றவர்கள் ஒலிவியாவிடம் கோபமாகவெல்லாம் இல்லையென்றாலும் இதெல்லாம் ஒரு ஜென்மம் இதனிடம் என்ன பேச்சு என்பது போல நடந்துகொள்வார்கள். ஆண்பிள்ளைகள் படிக்கும் இடத்தில் அவள் அனாவசியமாக உடன் இருப்பதாக நினைத்து அவர்கள் அவளை கண்டுகொள்வதில்லை. ஆனால் நீ கவலைப்படாதே சீலி, அவள் உன்னுடைய பிடிவாதத்தோடும், தெளிவான சிந்தனையுடனும் இருக்கிறாள், இங்கிருக்கும் எல்லாச் சிறுவர்களையும்- ஆதமையும் சேர்த்துத்தான் -பார்த்தாலும், அவர்கள் எல்லோரையும் விட ஒலிவியா புத்திசாலி.

டாஷி ஏன் பள்ளிக்கு வரக்கூடாதென்று ஒலிவியா என்னைக் கேட்டாள். ஒலிங்கர்கள் பெண் பிள்ளைகள் படிப்பதை விரும்புவதில்லை என்று நான் பதில் சொன்ன போது அவள் சட்டென்று சொன்னாள், நம் ஊரில், வெள்ளையர்கள், கறுப்பர்கள் கல்வி கற்பதை விரும்பாததைப் போல, என்று!

அவள் மிகுந்த புத்தி கூர்மையுள்ளவள் சீலி. மாலையில், டாஷி அவள் அம்மா கொடுத்த அத்தனை வேலைகளையும் முடித்து விட்ட பிறகு, அவளும் ஒலிவியாவும் என் குடிசையில் மறைவாய் தனித்திருப்பார்கள். ஒலிவியா அன்றைக்குப் பள்ளியில் தான் கற்றுக்கொண்ட எல்லாவற்றையும் டாஷிக்குச்

சொல்லித் தருவாள். ஒலிவியாவுக்கு இப்போதைக்கு ஆப்ரிக்கா என்றால் டாஷி தான். கடல் கடந்து, மலரச் சிரித்தபடி அவள் காண வந்த ஆப்ரிக்கா. இங்குள்ள மற்ற எல்லாமே அவளுக்கு சிரமமாகத்தான் தெரிகிறது.

உதாரணத்துக்கு இந்தப் பூச்சிகள். ஏனோ தெரியவில்லை பூச்சிக்கடியெல்லாம் அவளுக்கு ஆழமான, நீர்கோர்த்துக்கொள்ளும் புண்களாகிவிடுகின்றன. இரவில் காட்டிலிருந்து கிளம்பும் அச்சறுத்தும் ஓசைகளால், உறங்கயியலாமல் அவதியுறுகிறாள். இந்த உணவுக்கும் அவள் இன்னும் பழகிக்கொள்ளவில்லை. இந்த மக்களின் உணவு சத்துகள் நிறைந்ததென்றாலும் அதை அவர்கள் வித்தியாசமாகத் தயாரிப்பார்கள். இங்குள்ளபெண்கள் முறை வைத்துக்கொண்டு எங்களுக்கான உணவை சமைப்பார்கள். சிலர், சுத்தமாகவும், மனசாட்சிக்குக் கட்டுப்பட்டும் சமைப்பார்கள், மற்றவர்களைப் பற்றி அப்படிச் சொல்ல முடியாது. கிராமத்தலைவரின் மனைவியரில் யார் சமைத்த உணவென்றாலும் ஒலிவியாவுக்கு ஒத்துக்கொள்வதில்லை. சாம்யெல் அது அவர்கள் உபயோகிக்கும் தண்ணீரால் இருக்கலாம் என்று கருதுகிறார், வறட்சியிலும் தெளிவான நீர் கிடைக்கும் ஓடையிலிருந்து தான் அவர்கள் தண்ணீர் எடுக்கிறார்கள். எங்களுக்கெல்லாம் எந்த கெடுதலும் உண்டாவதில்லை. ஒலிவியா தலைவரின் மனைவியரைப் பார்த்து பயப்படுகிறாள் என்று நினைக்கிறேன், அவர்கள் எல்லோருமே கடினமாக வேலை செய்வதால் எப்போதும் மகிழ்ச்சியற்ற முகங்களோடு இருப்பவர்கள். அதுவுமல்லாமல் அவளைப் பார்க்கும் போதெல்லாம் அவர்களுடைய கணவனைத் திருமணம் செய்து கொண்டு, அவர்களுக்கெல்லாம் அவள் தங்கையாகும் நாளைப் பற்றிப் பேசுவார்கள். அவர்களுக்கு அவளை மிகவும் பிடிக்குமென்பதால் அப்படி சும்மா கிண்டல் செய்வார்கள். ஆனால் அவர்கள் அப்படிப் பேசுவதைத் தவிர்க்கலாம் என்று தான் நான் விரும்புகிறேன். என்ன தான் அவர்கள் மகிழ்ச்சியற்று வாழ்ந்தாலும், கழுதைகளைப் போல உழைத்தாலும், தலைவரின் மனைவியர் என்பதில் பெருமிதம் கொள்ளத்தான் செய்கிறார்கள். அந்தத் தலைவனோ தன் தொந்தியைத் தூக்கிக் கொண்டு மருத்துவரோடு பேசிக்கொண்டும், பனங்கள் அருந்திக்கொண்டும் நாளெல்லாம் சுற்றித்திரிகிறான்.

நான் அந்தத் தலைவரின் மனைவியாவேன் என்று அவர்கள் ஏன் கூறுகிறார்கள் என்று கேட்டாள் ஒலிவியா.

அவர்களைப் பொறுத்தவரையில் அதுதான் மிக உயர்ந்த பதவி அதனால் தான் அப்படிச்சொல்கிறார்கள் என்றேன் நான்.

அந்த மனிதன் பளபளவென்றும், குண்டாகவும், மிகப்பெரிய நிறைவான பற்களோடும் இருப்பவன். அவள் அவனைப் பற்றி கொடுங்கனவுகள் காண்கிறாள் என்று நினைக்கிறேன்.

நீயொரு உறுதியான கிருத்துவப் பெண்ணாக, மக்கள் மேம்பாட்டுக்கு உதவும் ஒருத்தியாய் வளருவாய். ஒரு செவிலியாகவோ, ஆசிரியையாகவோ ஆவாய். பயணங்கள் செய்வாய். இந்தத் தலைவனை விட மிகப் பெரிய மனிதர்களைத் தெரிந்து கொள்வாய் என்று நான் அவளுக்குச் சொல்வேன்.

டாஷியும் அப்படி ஆவாளா? அவளுக்கு அதுவும் தெரிய வேண்டும்.

ஆமாம் டாஷியும் தான்.

இன்று காலை கோரின் என்னிடம், நெட்டி இந்த மனிதர்கள் மனதிலிருக்கும் குழப்பத்தைப் போக்குவதற்காக நாம் ஒருவரையொருவர், சகோதரி, சகோதரா என்று இனி எப்போதும் அழைத்துக்கொள்வது நல்லது. நீ சாம்யெலின் இன்னொரு மனைவி அல்ல என்பது இங்குள்ள சிலபேரின் மரமண்டைகளுக்குப் புரியவே இல்லை, எனக்கு இது எரிச்சலுண்டாக்குகிறது என்றாள்.

நாங்கள் இங்கு வந்த சேர்ந்த நாளிலிருந்தே கோரினிடம் ஒரு மாற்றத்தை உணர்ந்தேன். அவளுக்கு நோயொன்றும் இல்லை. எப்போதும் போல கடினமாக உழைக்கிறாள். இப்போதும் அவள் இனிய சுபாவமும், நல்ல குணமுமானவள் தான். ஆனால் சில நேரங்களில் அவளுக்குள் ஏதோ ஆன்மப்பரிசோதனை நிகழ்ந்துகொண்டிருப்பது போலவும், அவள் அமைதியற்று புழுங்குவது போலவும் தெரிகிறது.

நீங்கள் சொல்லும்படியே செய்யலாம். நீங்களாக இந்தப் பேச்சைத் துவக்கியதில் எனக்கு மகிழ்ச்சி தான்.

அதோடு, விளையாட்டாகக் கூட குழந்தைகள் இனி உன்னை நெட்டிம்மா என்று அழைக்க அனுமதிக்காதே.

இது எனக்குக் கொஞ்சம் சங்கடமாக இருந்தது, ஆனால் நான் எதுவும் சொல்லவில்லை. நான் குழந்தைகளைக் கொஞ்சம் அதிகமாக கவனித்துக்கொள்வதால் சில சமயங்களில் அவர்கள் என்னை மாம்மா நெட்டி என்று அழைக்கிறார்கள் தான். ஆனால் நான் ஒரு போதும் கோரினின் இடத்தை எடுத்துக்கொள்ள நினைப்பதில்லை.

இன்னுமொரு விஷயம், இனி நாம் ஒருவரின் உடுப்புகளை மற்றவர் உடுத்திக்கொள்ள வேண்டாம்.

சரிதான், அவள் என்னுடையவற்றை எப்போதுமே இரவல் பெற்றதில்லை ஏனென்றால் என்னிடம் அதிக ஆடைகள் இல்லை. ஆனால் நான் எப்போதுமே அவளுடைய உடுப்புகளை இரவல் கேட்டுக்கொண்டே தான் இருப்பேன்.

உண்மையாகவா இப்படி சொல்கிறீர்கள்?

ஆம்.

எனக்கு என் குடிசையைப் ரொம்பப் பிடிக்கும் சீலி, நீ அதைப் பார்க்க வேண்டும். நம்முடைய பள்ளியைப் போல சதுரமாக அல்லாமல், நம்முடைய தேவாலயத்தைப் போலவும்- அதற்குத் தான் வெய்யில் காலங்களில் சுவர்கள் இருக்காதே - அல்லாமல், என் குடிசை வட்டமானது, சுவர்களை உடையது, கூரையிலையிலான வட்டவடிவிலான கூரையைக் கொண்டது. T வடிவிலிருக்கும் குடிசையின் விட்டம் நடுவிலிருந்து இருபதடியிருக்கும். மண்சுவற்றில் ஒலிங்கா தட்டுகள், பாய்கள் மற்றும் பழங்குடிகள் நெய்த துணி இவற்றையெல்லாம் மாட்டி வைத்திருக்கிறேன். ஒலிங்கர்கள் நெய்யும் பருத்தித் துணி பிரசித்தி பெற்றது, அதை அவர்கள் கையால் நெய்து, பெர்ரி பழங்கள், களிமண், அவுரிச்செடி மற்றும் மரப்பட்டைகளால் சாயமேற்றுகிறார்கள்.

குடிசையின் நடுவில் கல்மெழுகினால் செய்யப்பட்ட முகாம் அடுப்பு ஒன்று உள்ளது. இன்னொரு புறம் என் படுக்கை, அதைச் சுற்றி கொசுவலை கட்டிவைத்திருப்பதால் அது மணப்பெண்ணின் படுக்கையைப் போலவே இருக்கிறது. என்னிடம் ஒரு சிறிய எழுத்து மேசை இருக்கிறது அதில் தான் நான் உனக்கு எழுதுகிறேன், ஒரு விளக்கு ஒரு சிறிய முக்காலி எல்லாம் இருக்கின்றன. தரையில் அற்புதமான நாணற்புல் பாய்கள் போட்டிருக்கிறேன். எல்லாம்

வண்ணமயமாகவும், கதகதப்பாகவும், வசிப்பதற்கு அருமையாகவும் இருக்கிறது. எனக்கிருக்கும் ஒரே ஆசை இதற்கு ஒரு சன்னல் வேண்டும் என்பது தான். இந்தக் கிராமத்தின் எந்த வீட்டுக்கும் சன்னல் கிடையாது. நான் சன்னலைப் பற்றிப் பேசிய போது இங்குள்ள பெண்கள் வாய்விட்டுச் சிரித்தார்கள். மழைக்காலம் சன்னலைப் பற்றிய நினைப்பைக் கூட முட்டாள்தனமான ஒன்றாகத் தோன்றச் செய்கிறது. ஆனால், என் தரையில் தினமும் ஒரு வெள்ளமே தேங்குவதானாலும் கூட நான் ஒரு சன்னல் உண்டாக்கிக் கொள்ள வேண்டும் என்பதில் உறுதியாக இருக்கிறேன்.

உன்னுடைய ஒரு புகைப்படத்துக்காக நான் என்ன வேண்டுமானாலும் தருவேன் சீலி. என்னுடைய ட்ரங்குப்பெட்டியில் இங்கிலாந்து மற்றும் அமெரிக்க மதப்பிரசார அமைப்புகள் கொடுத்த படங்கள் இருக்கின்றன. ஏசுகிருத்து, திருத்தூதர்கள், மேரி, சிலுவையேற்றம் போன்ற படங்கள். ஸ்பீக், லிவிங்ஸ்டன், ஸ்டான்லி ஆகியோரினதும். என்றாவது ஒரு நாள் நான் அவற்றையும் சுவற்றில் மாட்டலாம், ஆனால் ஒரு முறை நான் அவற்றை பாய்களாலும், துணியாலும் மறைக்கப்பட்ட என் சுவற்றுக்கு மேல் நிறுத்திப் பார்த்த போது, அவை என்னை மிகச் சிறுமையாகவும், துக்கமாகவும் உணர வைத்தன, அதனால் நான் அவற்றைக் கீழே வைத்து விட்டேன். எங்கு மாட்டினாலும் அழகாய் இருக்கும் ஏசுவின் படம் கூட இங்கு விநோதமாகத் தோன்றுகிறது. ஆனால் இந்த எல்லாப் படங்களையும் பள்ளியில் மாட்டியுள்ளோம். தேவாலயத்தில் பூசைமாடத்துக்குப் பின்னே ஏசுவின் பல படங்களை மாட்டியுள்ளோம். அது போதும் என்றாலும் சாம்யெலும் கோரினும் அவர்கள் குடிசையில் பல படங்களையும், சிலுவைகளையும் மாட்டித்தான் வைத்திருக்கிறார்கள்.

உன் சகோதரி,
நெட்டி

அன்புள்ள சீலி,

டாஷியின் அம்மாவும் அப்பாவும் இங்கு வந்திருந்தார்கள். அவள் ஒலிவியாவுடன் நெடுநேரம் விளையாடிக்கொண்டிருக்கிறாள் என்பதில் அவர்களுக்கு வருத்தம். அவள் மாறிக்கொண்டிருக்கிறாள், அமைதியாகிறாள், சிந்தனாவசப்படுகிறாள் என்கிறார்கள். அவள் வேறு யாரோவாக மாறுகிறாள், கிராமவாழ்க்கைக்கு ஒத்துப்போக முடியாததால் ஒரு வணிகனுக்கு விற்கப்பட்ட அவளுடைய அத்தை ஒருத்தியின் ஆன்மாவை டாஷியின் முகம் காட்டத்துவங்குகிறது என்பது அவர்களின் புகார். அந்த அத்தை அவளுக்காகத் தேர்வு செய்யப்பட்டவனை மணந்து கொள்ள மறுத்துவிட்டவள். கிராமத்தலைவனை வணங்க மறுத்தாள். புகையிலை மடிப்பதையும், பற்களுக்கு இடையே கோலாபாக்கை வைத்து உடைத்துத் தின்பதையும், கெக்கலித்துச் சிரிப்பதையும் தவிர அவள் வேறெதற்கும் லாயக்கில்லாமல் இருந்தாளாம்.

எல்லாக் குழந்தைகளும் தத்தம் தாய்மாருக்கு உதவுவதில் மும்முரமாக இருக்கும் போது டாஷியும் ஒலிவியாவும் என் குடிசையில் என்ன செய்கிறார்கள் என்று டாஷியின் பெற்றோருக்குத் தெரிய வேண்டியிருந்தது.

டாஷி வீட்டில் சோம்பலாக இருக்கிறாளா?

தகப்பனார் தாயைப் பார்த்தார். இல்லை, மாறாக அவள் வயதுக் குழந்தைகளோடு பார்த்தால் அவள் கடினமாக உழைக்கிறாள். ஆனால் மதியங்களை ஒலிவியாவுடன் கழிக்க விரும்புவதால் தான் அவள் எல்லாவற்றையும் அப்படி வேகமாகச் செய்கிறாள். நான் அவளுக்குச் சொல்லித்தரும் எல்லாவற்றையும் அவள் முன்னமே அறிந்தது போல கற்றுக்கொள்கிறாள், ஆனால் இந்த அறிவு உண்மையில் அவள் ஆன்மாவை ஊடுறுவவில்லை என்றாள் அவள்.

அந்தத் தாய் பயந்தும் திகைத்துப்போயும் காணப்பட்டாள்.

தகப்பனார் கோபம் கொண்டிருந்தார்.

டாஷி, ஒலிங்காவின் பெண்கள் ஒருத்தியும் இதுவரையில் வாழ்ந்திராத ஒரு வாழ்க்கைக்கான வழியைக், கற்றுக்கொள்ளத் துவங்கிவிட்டாள். அதைச்

சொன்னால் புரிந்துகொள்ளும் அளவுக்கு அவள் பெற்றோருக்கு அறிவில்லை என்பதும் எனக்குத் தெரியும்.

உலகம் மாறிக்கொண்டிருக்கிறது. இனியும் அது ஆண்களுக்கும் சிறுவர்களுக்கும் மட்டுமானது அல்ல என்றேன்.

எங்கள் பெண்கள் இங்கு மதிக்கப்படுகிறார்கள். அமெரிக்கப் பெண்கள் ஊர்சுற்றுவதைப் போல இவர்களை நாங்கள் ஒருபோதும் விட மாட்டோம். ஒலிங்கா பெண்களைப் பார்த்துக் கொள்ள அப்பாவோ, மாமனோ, சகோதரனோ, சகோதரனின் மகனோ எப்போதும் யாராவது உடனிருப்பார்கள். நீங்கள் கோபங்கொள்ளாதீர்கள் சகோதரி நெட்டி, எங்கிருந்து வந்தீர்கள் என்றே தெரியாத, துரத்தப்பட்ட பெண்கள் நீங்கள். பரிச்சயமற்ற உலகினுள் வந்து, தனக்கான எல்லாவற்றுக்கும் தனியாகவே போராட வேண்டியிருக்கும் உங்களைப் போன்ற பெண்களைப் பார்த்து எங்கள் மக்கள் பரிதாபப்படுகிறார்கள்.

ஒலிங்கா ஆண்களும், பெண்களும்கூட, என்னை, இகழ்ச்சிக்கும் பரிதாபத்துக்கும் இலக்கான ஒரு பொருளாகத்தான் பார்க்கிறார்கள் என்று புரிந்துகொண்டேன்.

அதோடும் நாங்கள் ஒன்றும் அறிவிலிகள் அல்ல. எங்கள் பெண்களைப் போலல்லாமல் முற்றிலும் வித்தியாசமான முறைகளில் பெண்கள் வாழும்

இடங்களெல்லாம் இந்த உலகத்தில் உண்டு என்று எங்களுக்கு நன்றாகத் தெரியும். ஆனால் அப்படியான வித்தியாசமான வழிமுறைகளை எங்கள் பிள்ளைகள் பின்பற்ற நாங்கள் அனுமதிக்க மாட்டோம்.

ஆனால் வாழ்க்கை ஒலிங்காவிலும் மாறத்தான் செய்கிறது. நாங்கள் இங்கே வந்திருக்கிறோமே.

அவர் தரையில் காறித்துப்பினார். யார் நீங்கள்? மூன்று வளர்ந்தவர்களும், இரண்டு குழந்தைகளும். இந்த மழைக்காலத்தில் உங்களில் சிலர் இறந்து போகலாம். எங்கள் சீதோஷணநிலைக்கு நீங்கள் தாக்குப் பிடிக்கமாட்டீர்கள். ஒருவேளை பிழைத்துக் கொண்டாலும் வியாதியால் பலகீனமாவீர்கள். இங்கே இப்படி எவ்வளவோ நடந்து நாங்கள் பார்த்திருக்கிறோம். உங்களைப் போன்ற கிருத்தவர்கள் இங்கு வருவீர்கள், எங்களை மாற்றக் கடுமையாக முயற்சி செய்வீர்கள்,

வியாதியுற்று இங்கிலாந்துக்கோ, வேறெங்கிருந்து வந்தீர்களோ அங்கேயே திரும்பிப் போவீர்கள். நானறிந்து, கடற்கரையில் இருக்கும் வணிகன் மட்டும்தான் எஞ்சியிருப்பது, அவனும் கூட ஒவ்வொரு வருடமும் அதே வெள்ளையன் அல்ல. அது எங்களுக்குத் தெரியும் ஏனென்றால் நாங்கள் தான் அவனுக்குப் பெண்களை அனுப்புகிறோம்.

டாஷி ரொம்ப புத்திசாலி. அவள் ஒரு ஆசிரியையாகவோ, ஒரு செவிலியாகவோ ஆகலாம். கிராமத்திலிருக்கும் மக்களுக்கு அவள் உதவுவாள்.

பெண்கள் இதையெல்லாம் செய்ய ஒலிங்காவில் அனுமதியில்லை.

அப்படியென்றால் நானும் சகோதரி கோரினும் போக வேண்டியது தான்.

இல்லை இல்லை நீங்கள் போகக்கூடாது.

ஏன்? ஆண் குழந்தைகளுக்கு மட்டும் சொல்லித் தரவேண்டுமா?

ஆமாம் என்றார் அவர். ஏதோ என் கேள்வியே நான் சம்மதித்துவிட்டதன் அர்த்தம் என்பது போல.

ஒலிங்கா ஆண்கள், பெண்களிடம் பேசும் விதத்தில் ஏதோ ஒன்று அப்பாவை எனக்கு நினைவுபடுத்துகிறது. கட்டளைகள் இடுவதற்கான நேரம் வரும்வரை மட்டும் நாம் சொல்வதைக் கேட்பது. பெண்கள் பேசும்போது அவர்களைப் பார்ப்பது கூட இல்லை. தரையைப் பார்ப்பது, தலையைத் தரையை நோக்கிக் குனிந்து கொள்வது. இங்கு பெண்களும் ஆண்கள் முகத்தோடு முகம் பார்ப்பதில்லை. ஒரு ஆணின் முகத்தோடு முகம் பார்ப்பது வெக்கங்கெட்ட செயல் என்கிறார்கள். அதற்கு பதிலாக அவனுடைய பாதங்களையோ, முட்டியையோ பார்க்கிறார்கள். என்னவென்று சொல்வது? இப்படித்தானே அப்பாவின் அண்மையில் நாம் நடந்துகொள்வோம்.

அடுத்தமுறை டாஷி உங்கள் வாசலுக்கு வந்தால் உடனே அவளை வீட்டுக்கு அனுப்பிவிடுகிறீர்கள் சரிதானே, என்ற அவர், உங்கள் ஒலிவியா வேண்டுமானால் அவளைச் சந்தித்து, பெண்கள் தெரிந்துகொள்ளத் தேவையாவற்றைக் கற்றுக் கொள்ளலாம் என்று சொல்லிப் புன்னகைத்தார்.

நானும் புன்னகை செய்தேன். ஒலிவியா அவள் வாழ்க்கைக்கான பாடங்களை எங்கே தேடிக்கொள்ள முடியுமோ அங்கே கற்றுக்கொள்ளத்தானே வேண்டும் என்று நினைத்தேன். இவருடைய அனுமதி ஒரு அற்புதமான வாய்ப்பு.

மீண்டும் விரைவில் எழுதுகிறேன் சீலி, இப்படிக்கு, பரிதாபத்துக்குரிய, துரத்தப்பட்ட, மழைக்காலத்தில் இறந்துபோகக்கூடிய பெண்.

உன் அன்புத்தங்கை,
நெட்டி

பிரிய சீலி,

காட்டிலிருந்து முதலில் மிகமெல்லிய நடமாட்ட ஓசை தான் கேட்டது. பின்னர் லேசான முணுமுணுப்புப் போன்ற சப்தங்கள். பிறகு, வெட்டும் ஒலிகள், இழுபடும் ஓசைகள் கேட்கத்துவங்கின. தொடர்ந்து புகையின் மணம். இரண்டு மாதங்களில் நானும், கோரினும், குழந்தைகளும் மாறிமாறி உடல்நலக்குறைவுக்கு ஆளானதிலிருந்து, நாங்கள் கேட்பதெல்லாம், வெட்டுப்படும், தேய்க்கப்படும், இழுபடும் ஓசைகளைத்தான். காற்றில் எந்நேரமும் புகையின் வாடை.

இன்று மதியம், வகுப்பில் ஒரு சிறுவன் செய்தியை உடைத்தான், சாலை வருகிறது! சாலைவருகிறது! அவனும் அவனுடைய அப்பாவும் காட்டுக்குள் வேட்டையாடிக்கொண்டிருந்த போது சாலையிடப்பட்டு வருவதைப் பார்த்திருக்கிறார்கள்.

இப்போது மரவள்ளிக்கிழங்கு வயல்களின் அருகே, கிராம எல்லையில் அமர்ந்தபடி, கிராமவாசிகள் சாலை இடப்படுவதை தினமும் வேடிக்கை பார்க்கிறார்கள். முக்காலிகளின் மீதும், அடிக்கற்களின் மீதும் அமர்ந்தபடி, கோலாபாக்கை மென்றுகொண்டு, மண்ணில் கைக்கு வந்ததை வரைந்து கொண்டிருக்கும் அவர்களைப் பார்க்கும் போது என் மனதிலிருந்து அன்பு பீறிடுகிறது. அவர்கள் சாலைப் பணியாளர்களை ஒருநாளும் வெறுங்கையோடு சந்திப்பதில்லை. ஆட்டிறைச்சி, தினைக்களி, வேகவைத்த சேனை மற்றும் மரவள்ளிக்கிழங்கு, கோலாபாக்கு, பனங்கள் இப்படி எதையாவது கொண்டு வந்து அவர்களுக்குத் தினமும் கொடுக்கிறார்கள். ஒவ்வொரு நாளும் ஒரு சிறியவிழா போல கோலாகலம் நடக்கிறது. சாலைப்பணியாளர்கள் வடக்கே, கடற்கரை அருகில் வாழும் வேறு இனைத்தைச் சேர்ந்தவர்கள், அவர்கள் பேசும் பாஷையும் கொஞ்சம் வித்தியாசமாக இருக்கிறதென்றாலும் பலபுதியநட்புகள் உருவாகியிருக்கின்றன. எனக்கு அவர்கள் பேசுவது புரியவில்லை, ஆனால் ஒலிங்கா மக்களுக்குப் புரிகிறது. என்ன இருந்தாலும் இவர்கள் புத்திசாலிகள், புதிய விஷயங்களை சட்டென்று கற்றுக்கொள்கிறார்கள்.

நாங்கள் இங்குவந்து ஐந்து வருடங்களாகிவிட்டன என்பதை நம்பவே முடியவில்லை. நேரம் மெதுவாக

நகர்கிறதே தவிர, வேகமாகக் கடந்துவிடுகிறது. ஆதமும் ஒலிவியாவும் கிட்டத்தட்ட என் உயரத்துக்கு வளர்ந்துவிட்டார்கள், மிகச்சிறப்பாகப் படிக்கிறார்கள். எண்களைப் பொறுத்தமட்டில் ஆதம் மிகத்திறமைசாலி. இந்தத்துறையில் சாம்யெலுக்குத் தெரிந்ததெல்லாம் இன்னமும் சிறிதேகாலத்தில் ஆதம் கற்றுக்கொண்டுவிடுவான் என்றும் அதற்குப் பிறகு என்ன செய்வதென்று தெரியாமல் சாம்யெல் கவலைப்படுகிறார்.

நாங்கள் இங்கிலாந்திலிருந்த போது சந்தித்த சில மதப்பிரச்சாரகர்கள், தங்கள் பிள்ளைகளை காட்டுக்குள் படிக்க வைக்க முடியாதென்று, தங்கள் ஊருக்கே அனுப்பிவைத்திருந்தார்கள். எனக்கோ குழந்தைகள் இல்லாமல் இங்கு வாழ நேருமோ என்று நினைக்கவே அச்சமாகயிருக்கிறது. அவர்களுக்கு இந்தக் கிராமத்தின் எல்லைகளற்ற விரிவும், இந்தக்குடிசைகளில் வாழ்வதும் மிகவும் பிடித்திருக்கிறது. ஆண்கள் வேட்டையாடுவதும், பெண்கள் தங்களுக்குத் தேவையான உணவுகளைத் தாங்களே விளைவித்துக் கொள்வதும், நம் குழந்தைகளுக்கு மிகுந்த ஆர்வமுண்டாக்குகிறது. நான் எவ்வளவு மனச்சோர்வில் இருந்தாலும்-சிலசமயங்களில் மனம்சோர்ந்துதான் போகிறது- ஆதமோ ஒலிவியாவோ என்னை அணைத்துக்கொண்டால் போதும், செயலாற்றும் சக்தியை நான் மீண்டும் பெற்றுவிடுகிறேன். அவர்களுடைய அம்மாவும் நானும் முன்புபோல நெருக்கமாக இல்லை ஆனால் முன்பிருந்ததைவிடவும் குழந்தைகளின் சித்தி எனும் உணர்வு இப்போது பலமடங்கு அதிகமாக இருக்கிறது. அதுமட்டுமில்லாமல், ஒவ்வொரு நாளும் எங்கள் மூவரிலும் சாயல்ஒற்றுமை அதிகரித்துக்கொண்டே இருக்கிறது.

ஒரு மாதத்துக்கு முன்பு, என்னிடம் கோரின் அவள் உடனில்லாத பொழுதுகளில், சாம்யெலைத் தனியாக என் குடிசைக்கு வரச்சொல்லவேண்டாம் என்று கேட்டுக்கொண்டாள். கிராமவாசிகளுக்கு அது தவறான எண்ணத்தைக் கொடுக்கும் என்று காரணம் சொன்னாள். சாம்யெலுடன் நேரம் கழிப்பதை நான் பெரிதும் விரும்புவதால், இது என்னை மனமுடையச் செய்தது. கோரின் என்னை வந்து சந்திப்பதேயில்லையென்பதால், நான் நட்புணர்வுடன் உரையாட எனக்கினி யாருமே இருக்கப்போவதில்லை. ஆனால் குழந்தைகள், அவர்களின் அப்பா அம்மா, தனிமையில் இருக்க விரும்பும் இரவுகளில் என்னுடன் தங்குவார்கள். அந்தச் சமயங்களில் நான்

மிகவும் மகிழ்ச்சியாக இருப்பேன். என்னுடைய அடுப்பில் நிலக்கடலையை வறுத்தெடுத்துக்கொண்டு, தரையில் அமர்ந்து உலகநாடுகளின் வரைபடங்களை நாங்கள் ஆராய்வோம். சிலநேரங்களில் டாஷியும் வந்து ஒலிங்காக் குழந்தைகளிடையே பிரபலமான கதைகளை எங்களுக்குச் சொல்வாள். நான் அவளையும் நம் குழந்தைகளையும் அந்தக் கதைகளை ஒலிங்கா மொழியிலும் ஆங்கிலத்திலும் எழுதச் சொல்லித் தூண்டுவேன். அவர்களுக்கு இது ஒரு நல்ல பயிற்சியாக இருக்கும். டாஷியோடு ஒப்பிட்டால் தனக்கு நிறைய கதைகள் தெரிவதில்லை என்று ஒலிவியா நினைக்கிறாள். ஒருநாள் அங்கிள் ரீமஸின் கதையைச் சொல்ல ஆரம்பித்த ஒலிவியா, அதன் மூலக்கதையை டாஷி தெரிந்து வைத்திருந்ததை அறிந்து முகம் வாடிப்போனாள். பிறகு நாங்கள் டாஷியின் கிராமத்துக் கதைகள் அமெரிக்கா வரைக்கும் போனதெப்படி என்பது குறித்து உரையாடினோம், டாஷி அதைக் கேட்டு ஆச்சரியப்பட்டாள். ஒலிவியா, தன்னுடைய பாட்டி அடிமையாக நடத்தப்பட்ட கதையைச் சொன்னபோது டாஷி அழுதுவிட்டாள்.

இந்த கிராமத்தில் வேறு யாருமே அடிமைத்தளையைப் பற்றிப் பேச விரும்புவதில்லை. அவர்கள் அதற்கான எந்தப் பொறுப்பையும் ஏற்றுக் கொள்ளத் தயாராகயில்லை. இவர்களில் எனக்குப் பிடிக்காத ஒரு விஷயம் இது.

டாஷியின் அப்பா, கடந்த மழைக்காலத்தின் போது இறந்துபோனார். அவர் மலேரியாக்காய்ச்சலால் அவதிப்பட்டார். இங்குள்ள மருத்துவர் தயாரித்த எந்தக் கஷாயமும் பயன்தரவில்லை. அவர் எங்கள் மருந்துகளை ஏற்றுக்கொள்ள மறுத்ததோடு, சாம்யெல் அவரைப் போய் பார்ப்பதைக் கூடத் தடைசெய்திருந்தார். நான் ஒலிங்கா வந்ததிலிருந்து பார்த்த முதல் சவஊர்வலம் அது. பெண்கள் தங்கள் முகங்களில் வெள்ளைப்பூச்சு பூசி, சவப்போர்வைகளையொத்த அங்கிகளை அணிந்துகொண்டு, உச்சஸ்தாயியில் ஒப்பாரிவைத்தார்கள். சவத்தை மரப்பட்டையில் நெய்த துணியில் சுற்றி, காட்டில், ஒரு மரத்தினடியில் புதைத்தார்கள். டாஷி மனமுடைந்துவிட்டாள். ஒரு பெண்குழந்தைக்கு அது வாய்க்கப்போவதேயில்லை என்பதையறியாமல், இத்தனைக்காலமும் அவள் எப்படியாவது தன் அப்பாவின் நன்மதிப்பைப் பெற்றுவிடலாம் என்று பாடுபட்டுக்கொண்டிருந்தவள். இந்த மரணத்தால் அவளும் அவளுடைய தாயும் இன்னமும் நெருக்கமாகிவிட்டார்கள்.

காத்தெரின், இப்போது எங்களில் ஒருத்தியாகிவிட்டாள். எங்களில் என்று நான் குறிப்பிடுவது, என்னையும் குழந்தைகளையும், சிலசமயங்களில் சாம்யெலையும். அவள் இன்னமும் துக்கம் அனுஷ்டித்துக்கொண்டு, தன் குடிசையிலேயே தான் இருக்கிறாள். மறுமணம் செய்துகொள்ளப்போவதில்லை என்று தீர்மானம் செய்துவிட்டாள், ஏனென்றால் அவள் ஐந்து ஆண் மக்களைப் பெற்றதால், ஒலிங்கா வழக்கப்படி அவள் ஒரு ஆண்மகனுக்குச் சமம். தன் இஷ்டம்போல அவள் இனி வாழலாம். நான் அவளைச் சந்திக்கப் போயிருந்தபோது, டாஷி கண்டிப்பாகத் கல்வியைத் தொடர வேண்டும் என்று சொன்னாள். டாஷியின் தந்தையின் விதவையருள் இவள் தான் கடும் உழைப்பாளி. அவளுடைய வயல்கள் அழகுக்காகவும், விளைச்சலுக்காகவும், சுத்தத்துக்காகவும் எப்போதும் பாராட்டப்பட்டன. நானும் அவளுடைய வேலைகளில் இனி உதலாம் என்றிருக்கிறேன். வேலைகளின் ஊடாகத்தான் பெண்கள் ஒருவருக்கொருவர் புரிந்துகொள்ளவும், அக்கறை செலுத்தவும் முடியும். காத்தெரினும் அவளுடைய கணவனின் மற்ற மனைவியரும் நட்பானதும் வேலைகளின் போது தான்.

இந்தப் பெண்களுக்கிடையிலான நட்பு குறித்து சாம்யெல் அடிக்கடிப் பேசுவார். ஒரே கணவனின் மனைவியர் தங்களுக்குள் நட்பாகயிருப்பதும் அந்தக் கணவன் அவர்களோடு நட்புணர்வு கொள்ளாதிருப்பதும் சாம்யெலை வருத்தம் கொள்ளச்செய்தது. இது குழப்பமுண்டாக்கும் விஷயம் தானென்று நினைக்கிறேன். பைபிளின் கட்டளையான ஒருவனுக்கு ஒருத்தி மட்டுமே மனைவி எனும் கொள்கையைப் பிரசாரம் செய்வது ஒரு மதபோதகராக அவருடைய கடமையாகிற்றே. நட்போடு பழகும் இந்தப்பெண்கள் ஒருத்திக்காக மற்றொருத்தி எதுவும் செய்யத் தயாராக இருப்பவர்கள்- எல்லா நேரங்களிலும் இல்லையென்றாலும் பெரும்பாலான சமயங்களில்- அமெரிக்கா போன்ற நாடுகளிலிருந்து வரும் யாருக்குமே அதிர்ச்சியளிக்கும் அளவுக்கு அவர்கள் தங்களுக்குள் பிரியமாக இருப்பார்கள். மேலும் அவர்கள் தங்களுக்குள்ளாகவே புரணி பேசுவார்கள், குதூகலித்துச் சிரிப்பார்கள். ஒருத்தியின் குழந்தைக்கு இன்னொருத்தி பாலூட்டுவதும் நடக்கும். இப்படியெல்லாம் இருந்தாலும் அவர்கள் மகிழ்ச்சியாக வாழ்வதில்லை. பெரும்பாலான பெண்கள் தங்கள் கணவனோடு நேரம் கழிப்பதேயில்லை. சிலபெண்கள் பிறக்கும்போதே, வயதான மற்றும்

நடுவயது ஆண்களுக்கென வாக்களிக்கப்பட்டவர்கள். அவர்கள் வாழ்வே அவர்கள் வேலைகளையும், குழந்தைகளையும் மற்ற பெண்களையும் (ஏனென்றால் ஒரு பெண் ஒரு ஆணிடம், கொடுமையான ஒதுக்குதலையும், புரணியையும் எதிர்கொள்ளாமல், நட்புப் பாராட்டவே முடியாது) மையப்படுத்தித்தான் நடக்கும். அவர்கள் தத்தம் கணவன்மாரை அதீதமாகத் தாங்குவார்கள். அவர்களை வியந்து போற்றுவதையும், அவர்களுடைய சாதாரணமான செயல்களையும் பாராட்டுவதையும் நீ பார்க்கவேண்டுமே. பனங் கள்ளையும் இனிப்புகளையும் உண்ணச் சொல்லி திணிப்பார்கள். அதனால்தானோ என்னவோ இங்குள்ள ஆண்கள் சிறுபிள்ளைத்தனமாகவே இருக்கிறார்கள். சிறுபிள்ளைத்தனமான ஆண்கள் ஆபத்தானவர்கள் இல்லையா? அதிலும் ஒலிங்கர்களிடையே, மனைவியின் வாழ்வையும் சாவையும் தீர்மானிக்கும் உரிமை அவளின் கணவனின் கையில் உள்ளது. எவனாவது தன் மனைவி சூனியம் செய்கிறாள் என்றோ, ஒழுக்கம்தவறிவிட்டாள் என்றோ குற்றஞ்சாட்டினால், அவள் கொல்லவும்படலாம்.

கடவுளின் கிருபையால்(சில நேரங்களில் சாம்யெலின் தலையீட்டாலும்) நாங்கள் வந்ததிலிருந்து, அப்படி ஒரு சம்பவமும் இங்கு நடந்ததில்லை. ஆனால் முன்பு நடந்த அத்தகைய கோர சம்பவங்கள் பலவற்றை நாங்கள் டாஷி சொல்லும் கதைகளில் இருந்து தெரிந்துகொண்டோம். மேலும் கணவனுக்குப் பிரியமான மனைவியின் குழந்தை உடல்நலம் குன்றினாலோ, அவ்வளவுதான், தொலைந்தது. இந்தப் பெண்களிடையான நட்பு உடையும் தருணம் அதுதான். ஒவ்வொருத்தியும் தன் கணவனோ அல்லது மற்றொருத்தியோ அந்தக்குழந்தைக்கு செய்வினை செய்துவிட்டதாக தன் மீது பழிசொல்லிவிடுவார்களோ என்று அஞ்சிநடுங்குவாள்.

உனக்கும் உன்னைச் சேர்ந்தவர்களுக்கும் கிருஸ்துமஸ் வாழ்த்துக்கள் அன்புசீலி. நாங்கள் இந்த இருண்டபிரதேசத்தில், தர்பூசணித்துண்டங்களும், புதியபழக்கலவைச்சாறும், கரியடுப்பில் சுட்ட இறைச்சியும் நிரம்பின விருந்தோடு பிரார்த்தனையும், பாடலுமாக, அதைக் கொண்டாடுவோம்.

கடவுளின் ஆசி உனக்குக் கிட்டட்டும்,

நெட்டி

அன்புள்ள சீலி,

ஈஸ்டரின்போது உனக்குக் கடிதமெழுதிவிட வேண்டுமென்று தான் இருந்தேன், ஆனால் அப்போது நிலைமை சரியில்லை. மேலும் கவலையளிக்கக்கூடிய செய்திகளைச் சொல்லி அந்த பாரம் உன்னை அழுத்த வேண்டாமென்று இருந்துவிட்டேன். அதனால் ஒரு முழுவருடம் கடந்துவிட்டது. ஒன்பது மாதங்களுக்கு முன் மரவள்ளிக்கிழங்கு வயல்களுக்கு அருகே சாலை வந்து சேர்ந்தே விட்டது. கொண்டாட்டங்களில் பெருவிருப்புள்ள ஒலிங்கர்களோ, சாலைப் பணியாளர்களுக்காகத் தங்களை மிகவும் வருத்திக்கொண்டு பெரிய விருந்தொன்றைத் தந்தார்கள். அவர்களும் சிரித்து, மகிழ்ந்து கொண்டாடிக்கொண்டும், இங்குள்ள பெண்களை வெறித்துப்பார்த்துக்கொண்டும் நாளைக் கழித்தார்கள். மாலையில் பலரும் கிராமத்துக்குள் வரவேற்கப்பட்டு இரவெல்லாம் ஆடிப்பாடிக்கொண்டிருந்தார்கள்.

நம்மூரின் வெள்ளையர்கள், பூமிப்பந்தின் மையமே தாங்கள் தானென்றும், நடப்பதெல்லாம் தங்களுக்காகவே நடக்கிறதென்றும் நினைத்துக் கொள்வதைப் போலவே தான் ஆப்ரிக்கர்களும் நினைக்கிறார்கள். ஒலிங்கர்கள் சிந்தனையும் அப்படியேதான் இருக்கிறது. அந்த இயல்பினாலேயே, இந்தச் சாலை, தங்களுக்காகப் போடப்பட்டிருப்பதாக இவர்கள் நம்பினார்கள். அந்தச் சாலைப்பணியாளர்களும் அக்கரையை விரைவாக அடைந்துவிட, இந்தச் சாலை எவ்வளவு உதவியாக இருக்குமென்று சொல்லிக்கொண்டே இருந்திருக்கிறார்கள். தார்ச்சாலையில் அக்கரைவரை செல்ல மூன்றே நாட்கள் தான் ஆகுமென்றும், மிதிவண்டியில் சென்றாலோ இன்னமும் சீக்கிரம் சென்றுவிடலாமென்றும் ஆசைகாட்டினார்கள். ஒலிங்காவில் யாரிடமும் மிதிவண்டிகள் இல்லை, ஆனால் சாலைப்பணியாளர்களில் ஒருவன் ஒரு மிதிவண்டி வைத்திருந்தான். ஒலிங்கா ஆண்கள் அத்தனை பேருக்கும் அதன் மீது ஒருகண். கூடியவிரைவில் தாங்களும் அப்படியொன்றை வாங்கிவிடவேண்டுமென்று பேசிக்கொண்டார்கள்.

சாலை போடும் வேலை முடிந்த (ஒலிங்கர்களைப் பொறுத்தமட்டில் சாலை அவர்கள் கிராமத்துக்கு வந்துவிட்டதால் வேலை முடிந்துவிட்டது) மறுநாளே, சாலையிடுபவர்கள் திரும்ப வந்தார்கள். இன்னமும் முப்பது மைல் தூரத்துக்கு சாலை

போட வேண்டுமென்பது அவர்களுக்கு இடப்பட்ட கட்டளை! அதுமட்டுமல்லாமல், ஒலிங்கா கிராமத்தின் ஊடாகத்தான் அதன் பாதை நீளவிருந்தது. நாங்கள் படுக்கையிலிருந்து எழுமுன்பே, காத்தெரினின் புதிதாக பயிரிடப்பட்ட சேனைத்தோட்டமெல்லாம் சாலை இடுவதற்காக தோண்டப்பட்டிருந்தது. ஒலிங்கர்கள் கடுமையாக எதிர்ப்புதெரிவித்தார்கள், ஆனால் சாலை இடவந்தவர்களின் கரங்களில் துப்பாக்கிகள் இருந்தன. சுடுவதற்கான ஆணையோடு வந்திருந்தார்கள் சீலி!

மக்கள் கடும் துரோகத்துக்காளானவர்களாக உணர்ந்தார்கள். மிகப்பரிதாபகரமான நிலைமை சீலி. அவர்கள் கண்ணெதிரிலேயே அவர்களுடைய பயிர்களும் வீடுகளும் நாசமாவதைப் பார்த்தபடி என்ன செய்வதென்றறியாமல் அப்படியே நின்றார்கள். பழங்குடியினங்களுக்கிடையிலான போர்களெல்லாம் முடிந்துபோன கதைகளாகிவிட்டதால், எப்படி சண்டை போடுவதென்பதே அவர்களுக்கு மறந்துவிட்டது. சாலைப்பணியாளர்கள் தங்கள் தலைவனின் திட்டத்தை ஒரு அங்குலம் கூட மாறாமல் நடத்திக்காட்டினர். சாலையிடப்படவிருந்த பாதையிலிருந்த எல்லாக் குடிசைகளும் தரைமட்டமாக்கப்பட்டன. எங்கள் தேவாலயம், பள்ளி, என் குடிசை எல்லாமே சில மணிநேரங்களுக்குள்ளாகத் தரையோடு தரையாகிற்று. அதிர்ஷ்டவசமாக எங்கள் பொருட்களையெல்லாம் நாங்கள் மீட்டுவிட்டோம். ஆனால், ஊரின் நட்டநடுவில் செல்லும் தார்ரோட்டோடு கிராமமே சிதைந்துபோனது போல இருந்தது.

சாலைக்கட்டுமானர்களின் நோக்கம் புரிந்ததுமே கிராமத்தலைவர், விளக்கங்களையும் இழப்பீட்டையும் எதிர்பார்த்து, அக்கரைக்குச் சென்றார். ஆனால் இரண்டு வாரங்கள் கழித்து அவர் திரும்ப வந்தபோது இன்னமும் துயர்தரும் செய்திகளோடு வந்தார். அவர் கரையை நெருங்கும்போதே, ஒலிங்கர்களைப் போன்ற நூற்றுக்கணக்கான, மற்ற கிராமத்தார்கள், சாலையின் இருமருங்கிலுமிருந்த காட்டை அழித்து, ரப்பர்த் தோட்டங்களை உருவாக்கிக்கொண்டிருப்பதைக் கண்டார். பலநூறுவருடங்களைக் கடந்த, பேருருவங் கொண்ட செங்கருங்காலி மரங்களும், வேட்டை விலங்குகளும், மற்றமரங்களும், காடு மொத்தமுமே அழிக்கப்பட்டு விட்டதைக் கண்டார். தன்னுடைய உள்ளங்கையைப்

போல எல்லாமும் தட்டையாக வெட்டவெளியாக இருந்ததாக அவர் சொன்னார்.

அந்த ஆங்கிலேயே ரப்பர் கம்பெனி ஒலிங்கா கிராம வட்டத்துக்குள்ளும் ஊடுறுவ இருப்பதைப்பற்றி அவரிடம் முதலிலேயே எச்சரித்தவர்கள் தவறாகப் புரிந்துகொண்டிருப்பதாக அவர் நினைத்திருந்தார்.

முற்றத்தில் கொடிகள் பறந்த, ஒரு பெரிய வெள்ளைக்கட்டிடத்திலிருந்த ஆளுநரின் மாளிகைக்கு இவர் வழிநடத்தப்பட்டிருந்தார். அங்குதான், ஒலிங்காவைப்பற்றி வரைபடத்திலிருந்து மட்டுமே அறிந்திருந்த ஒரு மனிதன், சாலைக்கட்டுமானர்களுக்கு ஆணைகள் பிறப்பித்துக்கொண்டிருந்ததை அவர் பார்த்தார். அவன் ஆங்கிலத்தில் பேச, எங்கள் தலைவரும் பேச முயற்சி செய்திருக்கிறார்.

மிகப்பரிதாபமான ஒரு உரையாடலாகத்தான் அது இருந்திருக்கும். எங்கள் தலைவருக்கு மிக அரிதாகச்சொல்லும் ஒன்றிரெண்டு பழமொழிகளைத்தவிர பெரிதாக ஆங்கிலம் தெரியாது. அந்த பழமொழிகளையுமே இங்லிஷ் என்பதை யங்லிஷ் என்று உச்சரிக்கும் ஜோசெஃபிடமிருந்து தான் அவர் கற்றிருந்தார்.

இன்னமும் மோசமான செய்திகளை இனிதான் சொல்லப்போகிறேன். ஒலிங்கர்களுக்கு இனியும் தங்கள் கிராமம் சொந்தமில்லை என்பதால் அவர்கள் அதற்கு வாடகை தந்தாக வேண்டும், தண்ணீரும் அவர்களுக்கு சொந்தமில்லை, அதனால் அதற்கு அவர்கள் வரி கட்டவேண்டும்.

முதலில் ஜனங்கள் சிரித்தார்கள். அவர்கள் இங்கு காலம்காலமாக வாழ்ந்து வந்திருக்கிறார்கள். இதெல்லாம் அவர்களுக்கு ரொம்ப பைத்தியக்காரத் தனமாகத் தெரிந்தது. ஆனால் தலைவர் சிரிக்கவில்லை.

நாம் அந்த வெள்ளையனை எதிர்த்துப் போராடுவோம் என்றார்கள்.

அந்த வெள்ளையன் தனியன் அல்லன், அவன் தன் படையை அழைத்துவந்திருக்கிறான் என்றார் தலைவர்.

இதெல்லாம் நடந்து பலமாதங்களாகிவிட்டன. நல்லதாய் எதுவுமே நடக்கவில்லை. மக்கள் நெருப்புக்கோழிகளைப் போல வாழ்கிறார்கள், அக்கரையை நோக்கித்திரும்புவது கூட இல்லை,

சாலையில் காலை வைப்பதும் கிடையாது. நாங்கள் வேறொரு தேவாலயமும், பள்ளியும் கட்டிவிட்டோம். எனக்கு வேறொரு குடிசை கட்டியாகிவிட்டது. நல்லகாலம் வருமென்று காத்திருக்கிறோம்.

இதற்கிடையில் கோரின் ஆப்பிரிக்கஜுரத்தால் கடுமையாக பாதிக்கப்பட்டிருக்கிறாள். இதற்கு முன் இந்த ஜுரத்தால் பல மதப்பிரச்சாரகர்கள் இறந்துபோயிருக்கிறார்கள்.

ஆனால் குழந்தைகள் நலமாக உள்ளனர். சிறுவர்கள் ஒலிவியாவையும் டாஷியையும் இப்போது அங்கீகரிக்கிறார்கள். பல தாய்மார்களும் தங்கள் பெண்குழந்தைகளை பள்ளிக்கு அனுப்புகிறார்கள். ஆண்களுக்கு இது பிடிக்கவேயில்லை: கணவன் அறிந்த எல்லாவற்றையும் மனைவியும் தெரிந்துகொள்ள என்ன அவசியம்? அப்படிப்பட்டவள் எவனுக்கு வேண்டும் என்று பொருமுகிறார்கள். ஆனால் பெண்களோ குழந்தைகளை நேசிக்கிறவர்கள், பெண்குழந்தைகளையும். அதனால் இதையெல்லாம் சமாளிக்கிறார்கள்.

நிலைமை சீர்படத்துவங்கியதும் உனக்கு இன்னமும் எழுதுகிறேன். எல்லாம் நலமாகும்படி கடவுள் செய்வார் என்று நம்புகிறேன்.

உன் தங்கை,
நெட்டி

அன்பினிய சீலி,

ஈஸ்டருக்குப்பிறகு இந்த முழு வருடமும் சிரமமான ஒன்றாக இருக்கிறது. கோரின் நோய்வாய்ப் பட்டதிலிருந்து அவளுடைய வேலைகளையும் நான் பார்க்க வேண்டியதாகிவிட்டது. அதுமட்டுமல்லாமல் அவளுக்கு விருப்பமில்லை என்று தெரிந்துகொண்டே அவளுக்கான பணிவிடைகளையும் செய்ய வேண்டியிருந்தது.

ஒருநாள் நான் அவளுடைய உடைகளை மாற்றிக்கொண்டிருந்தேன், படுக்கையில் கிடந்தபடி அவள் என்னைக் கோபத்துடனும் இயலாமையோடும் நெடுநேரம் வெறித்துக்கொண்டிருந்தாள். என் குழந்தைகள் உன்னைப் போலவே இருப்பது ஏன் என்று கேட்டாள்.

அப்படியா நினைக்கிறீர்கள்? உண்மையாகவே அவர்கள் என்னைப் போலவே இருக்கிறார்களா என்ன என்று நான் கேட்டேன்.

அவர்கள் உன்னால் உமிழப்பட்டவர்கள் என்று சொன்னால் நம்பும் அளவுக்கு உன் சாயலைக் கொண்டிருக்கிறார்கள்.

ஒருவேளை அவர்கள் என்னோடே இருப்பதால் அப்படித்தோன்றலாம். மணமாகி நெடுங்காலம் ஒன்றாய் வாழும் தம்பதி ஒரே சாயலில் இருப்பது போல.

இங்கிருக்கும் பெண்கள் முதல்நாளே அந்த சாயல் ஒற்றுமையைக் கண்டுகொண்டார்களே.

அது இத்தனைக் காலமாய் உங்களை வருத்தியிருக்கிறதா என்று சொல்லி சிரித்து மழுப்ப முயன்றேன்.

ஆனால் அவள் அதை விடுவதாய் இல்லை. என்னை வெறித்துப் பார்த்தாள்.

நீ என் கணவரை முதன்முறையாகப் பார்த்தது எப்போது?

அப்போது தான் எனக்கு அவள் என்ன நினைக்கிறாள் என்று தெளிவாகப் புரிந்தது. ஆதமும் ஒலிவியாவும் என் குழந்தைகள் என்றும் அவர்களின் தந்தை சாம்யெல் என்றும் அவள் நினைக்கிறாள்.

இந்த எண்ணம் அவளை இத்தனை வருடங்களாய் அரித்துத்தின்று கொண்டிருந்திருக்கிறது சீலி.

கடவுள் சாட்சியாகச் சொல்கிறேன் கோரின் (இன்னமும் அவளை சகோதரி என்று அழைக்க நான் பழகியிருக்கவில்லை), உங்களைச் சந்தித்த அதே நாள் தான் நான் சாம்யெலையும் சந்தித்தேன்.

பைபிளை எடுத்து வா என்றாள் அவள்.

நான் பைபிளை எடுத்துச்சென்று, என் கரத்தை அதன் மீது வைத்து சத்தியம் செய்தேன்.

உங்களுக்குத் தெரிந்து நான் என்றுமே பொய் சொன்னதில்லையே கோரின். இப்போதும் அப்படித்தான் என்று தயவு செய்து நம்புங்கள்.

பிறகு அவள் சாம்யெலை அழைத்து, நான் அவளைச் சந்தித்த அன்றே தான் அவரையும் சந்தித்தேன் என்று சத்தியம் பண்ணச் செய்தாள்.

இதற்காக எங்களை மன்னித்துவிடு சகோதரி நெட்டி என்றார் அவர்.

அறையை விட்டு சாம்யெல் அகன்ற மறுநொடியே கோரின் நோய்ப்படுக்கையில் அமர்ந்தவாறும், என் ஆடையை விலக்கச் சொல்லி, என் வயிற்றைப் பரிசோதித்தாள்.

நான் மிகக் கேவலமாகவும் அதே சமயம் அவளுக்காக மிக வருத்தமாகவும் உணர்ந்தேன் சீலி. அவள் குழந்தைகளை நடத்தும் விதம் தான் மிகக் கொடுமையானது. இப்போது அவர்களைத் தன்னருகில் அவள் அனுமதிப்பதில்லை. அது ஏனென்று அவர்களால் புரிந்துக்கொள்ள முடியவில்லை. தாங்கள் தத்துப்பிள்ளைகளென்பதே இருவருக்கும் தெரியாதே.

இந்தப் பருவகாலத்தில், கிராமமெங்கும் ரப்பர் மரங்கள் நடப்பட இருக்கின்றன. ஒலிங்காவின் வேட்டைப்பகுதி ஏற்கனவே அழிக்கப்பட்டுவிட்டதால் வேட்டையாட மிருகங்களைத்தேடி ஆண்கள் வெகுதொலைவு போக வேண்டியிருக்கிறது. பெண்கள் எல்லா நேரத்தையும் வயல்களில் தங்கள் பயிர்களைப் பாதுகாப்பதிலும் பிரார்த்தனை செய்வதிலும் கழிக்கிறார்கள். காதல் மற்றும் வழியனுப்புப் பாடல்களை

அவர்கள் வானத்துக்கும் பூமிக்கும், மரவள்ளிக்கிழங்கு மற்றும் நிலக்கடலை வயல்களுக்கும் பாடுகிறார்கள்.

இங்கு நாங்கள் எல்லோரும் சோகமாக இருக்கிறோம் சீலி. உன் வாழ்க்கையாவது மகிழ்ச்சிகரமானதாக இருக்கவேண்டுமென விரும்புகிறேன்.

உன் தங்கை,
நெட்டி

அன்பு சீலி,

நம்ப முடிகிறதா? சாம்யெலும், குழந்தைகள் என்னுடையவை தானென்று நினைத்திருக்கிறார்! அதனால் தான் என்னை அவர்களுடன் ஆப்ரிக்காவுக்கு வரும்படி வற்புறுத்தியிருக்கிறார். நான் அவர்கள் வீட்டைத் தேடிச் சென்றதும், என் குழந்தைகளைத் தொடர்ந்து வந்திருப்பதாகயெண்ணி, அவருடைய இளகிய மனதின் காரணமாய் என்னை வீட்டில் சேர்த்துக்கொண்டிருக்கிறார்.

அவர்கள் உன்னுடைய குழந்தைகளல்ல என்றால், யாருடைய குழந்தைகள்?

பதிலளிக்கும் முன் அவரிடம் எனக்கும் சில கேள்விகள் இருந்தன.

நீங்கள் அவர்களை எங்கிருந்து பெற்றீர்கள்? பதிலாக அவர் சொன்ன கதையைக் கேட்டதில் என் மயிரெல்லாம் சிலிர்த்துவிட்டது, அதைக் கேட்டுத் தாங்கிக் கொள்ள நீ உன்னைத் தயாராக வைத்துக்கொள் சீலி.

முன்பொரு காலத்தில், நகரத்துக்கு அருகில், சொந்தநிலபுலங்களுடன், ஒரு வசதியான விவசாயி இருந்தார். அந்த ஊர் நம் ஊர் தான் சீலி. அவர் மிகச்சிறப்பான முறையில் விவசாயம் செய்ததாலும், தொட்ட அத்தனையும் துலங்கியதாலும், ஒரு துணிக்கடையையும் துவக்கி அதில் தன்னுடைய அதிர்ஷ்டத்தைச் சோதித்துப் பார்க்க எண்ணினார். வியாபாரம் மிகச்சிறப்பாக நடந்ததால், தன்னுடைய இரண்டு சகோதரர்களிடமும் பேசி அதை பார்த்துக்கொள்ள அவர்களையும் அழைத்து வந்தார், நாளுக்கு நாள் வியாபாரம் அதிகரித்தது. இதில் எரிச்சலடைந்த வெள்ளை வணிகர்கள் கூடிப் பேசினர், இந்தக் கடையால் தங்களுக்கு வரக்கூடிய கறுப்பர்களின் எண்ணிக்கை குறைந்து வியாபாரம் கெடுகிறது, அந்த மனிதன் தன்னுடைய கடைக்குப் பின்னால் வைத்துள்ள இரும்புப் பட்டறையாலும் வெள்ளையர்கள் பாதிக்கப்படுகிறார்கள் என்று குறைபட்டுக்கொண்டவர்கள், இதை இப்படியே விடக்கூடாது என்று முடிவு செய்தார்கள். அதன்படி ஓரிரவு அந்த மனிதரின் கடையை எரித்துத் தரைமட்டமாக்கினர், அவருடைய பட்டறையும் நாசமாக்கப்பட்டது, அந்த மனிதனும் அவருடைய இரு சகோதரர்களும் வீட்டிலிருந்து

வெளியே இழுத்து வரப்பட்டு, அடித்துக்கொல்லப்பட்டு நடுஇரவில் தூக்கிலிடப்பட்டனர்.

அந்த மனிதருக்கு அவர் வெகுவாக நேசித்த மனைவியும், இரண்டுவயதுகூட நிரம்பாத ஒரு பெண் குழந்தையும் இருந்தனர். அந்தப் பெண்மணி கர்ப்பிணியாகவும் இருந்தாள். அக்கம்பக்கத்தினர் அந்த மனிதரின் உடலை வீட்டுக்குக் கொண்டு வந்த போது அது சிதைக்கப்பட்டும், எரிக்கப்பட்டும் இருந்தது. அதைப் பார்த்ததிலேயே அவர் மனைவி கிட்டத்தட்ட இறந்து போனாள், அதே நேரம் அவளுக்கு இன்னொரு பெண் குழந்தையும் பிறந்தது. அந்த விதவையின் உடல் நலமடைந்து வந்தாலும் அவளுடைய மனநலன் ஒரு நாளும் சீரடையவில்லை. உணவு வேளைகளில் அவள் கணவரின் தட்டை அவருக்கான உணவுகளால் நிரப்பினாள், தானும் அவருமாக தங்கள் குடும்பத்துக்காகத் யோசித்துக்கொண்டிருக்கும் திட்டங்களைப் பற்றி எப்போதும் பேசினாள். அந்தத் திட்டங்கள் கறுப்பர்களால் கனவில் கூடக் காண முடியாத வகையிலானவை என்பதும், கடந்தகாலத்தின் மீது அவள் கொண்டிருந்த ஒட்டுதல் சகிக்க இயலாத துயரத்தை அவர்களுள் கிளர்த்தியது என்பதாலும், அக்கம்பக்கத்தினர் தங்களை அறியாமலே அவளை ஒதுக்கத் தொடங்கினார்கள். அவள் பார்வைக்கு அழகாய் இருந்தாள் என்பதோடு, அவளுக்குச் சொந்தமாக நிலங்களும் இருந்தன, அவற்றில் வேலை செய்யத்தான் யாருமில்லை. அவளுக்கும் வயல்வேலைகள் தெரியாது. அதுவுமல்லாமல் கணவன் தான் சமைத்த உணவை உண்டு முடிப்பாரென்றும், அவரே வயலில் சென்று வேலை செய்வாரென்றும் அவள் நம்பிக்கொண்டிருந்தாள். சீக்கிரமே அவர்களுக்கு உண்ண ஏதுமில்லாமல் போனது, அக்கம்பக்கத்தினரும் உணவு கொண்டு வருவதை நிறுத்தினார்கள். அவளும் அவளுடைய சிறு குழந்தைகளும் நிலத்தைத் தோண்டி அவர்களால் முடிந்த வேலைகளைச் செய்யத்தொடங்கினார்கள்.

இரண்டாவதாகப் பிறந்த குழந்தை, கைக்குழந்தையாக இருந்தபோது, அந்த ஊருக்கு ஓர் அந்நியன் வந்து சேர்ந்தான். அவனுடைய முழுக் கவனத்தையும் அந்த விதவையின் மீது அதீதமாய்ப் பொழிந்தான், விரைவிலேயே அவர்கள் மணமுடித்துக் கொண்டனர். உடனேயே அவள் மீண்டும் கர்ப்பமானாள், அவளுடைய மனநலனோ கொஞ்சமும் சீரடையவில்லை. அதன்

பின் ஒவ்வொரு வருடமும் அவள் கர்ப்பம் தரித்தாள், மேலும் மேலும் நலிவடைந்தாள், இன்னமும் மோசமாக மனநலம் கெட்டாள், பிறகு அந்த அந்நியனை மணந்த சில வருடங்களுக்குப் பிறகு அவள் இறந்தாள்.

அவள் இறக்க இரண்டு வருடங்களுக்கு முன் அவளுக்குப் பெண் குழந்தை ஒன்று பிறந்தது, அதைப் பராமரிக்கும் அளவுக்கு அவளுக்கு நலமில்லை. பிறகு ஒரு ஆண் குழந்தை. இந்தக் குழந்தைகள் ஒலிவியா, ஆதம் என்று பெயரிடப்பட்டார்கள்.

இது தான் சாம்யெல் சொன்ன கதை, அவர் சொன்னது போலவே வார்த்தை மாறாமல் சொல்லிவிட்டேன்.

அந்த விதவையை மணம்செய்துகொண்ட அந்நியனை சாம்யெல் தான் கிருத்தவராக மாறுவதற்கு முன்பே அறிவாராம். அந்த மனிதன் சாம்யெலின் வீட்டுக்கு ஒலிவியாவுடனும், ஆதமுடனும் வந்து நின்ற போது அவரால் அந்தக்குழந்தைகளை மறுக்க முடியவில்லை என்பதோடு, கடவுளே தங்களுடைய பிரார்த்தனைக்குச் செவிசாய்த்து விட்டதாக உணர்ந்திருக்கிறார்.

கோரினின் மகிழ்ச்சியை எந்தத் துயர மேகமும் சூழ்வதை விரும்பாமல், அவளிடம் அந்த மனிதனைப் பற்றியோ, அந்தக் குழந்தைகளின் தாயைப் பற்றியோ ஏதும் சொல்லாமல் சாம்யெல் மறைத்துவிட்டார்.

ஆனால், திடீரென்று நான் அவர்களிடம் போய் நின்றேன். அவர் இரண்டும் இரண்டும் நாலு என்று கணக்குப் போட்டார், தன்னுடைய பழைய நண்பன் கயவனென்று அறிந்தவர், என்னைக் கேள்விகள் கேட்காமல் வீட்டில் அனுமதித்தார். எனக்கு அப்போது அது மிகுந்த ஆச்சரியம் அளித்தாலும், நான் அதைக் கிருத்துவ ஈகைக் குணம் என்று எடுத்துக் கொண்டேன். கோரின் ஒருமுறை நீ வீட்டிலிருந்து ஓடி வந்துவிட்டாயா என்று கேட்டாள். ஊரில் குடும்பம் மிகப் பெரியதாகவும் ஏழ்மை மிக்கதாகவும் இருப்பதால் சம்பாதிக்கும் வயதுவந்துவிட்ட நானாவது வெளியில் வந்து என் பிழைப்பைப் பார்த்துக் கொள்ளத்தான் வந்ததாகச் சொன்னேன்.

சாம்யெல் அந்தத்துயரக்கதையை என்னிடம் சொல்லி முடிப்பதற்குள், கண்ணீரால் என் மேற்சட்டை முழுக்க நனைந்துவிட்டது. அப்போது என்னால் அவரிடம் எந்த உண்மையையும் சொல்ல முடியவில்லை. ஆனால்

உன்னிடம் சொல்ல முடியுமே. என்னுடைய வேறெந்தக் கடிதம் உனக்குக் கிடைக்காமல் போனாலும் இந்த ஒன்று மட்டும் உனக்குக் கிடைத்துவிடவேண்டும் என்று நான் மனம் உருகிப் பிரார்த்திக்கிறேன் சீலி.

அப்பா நம் அப்பா அல்ல !

விசுவாசமுள்ள உன் சகோதரி
நெட்டி

அன்புள்ள கடவுளுக்கு,

அவ்வளவு தான். இதற்குமேல் பொறுத்துக்கொள்ள முடியாது. உன் பொருட்களை மூட்டை கட்டு. நீ என்னுடன் டென்னிஸீ வருகிறாய் என்றாள் ஷுக்.

நானோ திடுக்கத்தில், மழுங்கிப் போயிருக்கிறேன்.

என்னைப் பெற்றவர் அடித்துக் கொல்லப்பட்டார். என் அம்மாவோ பைத்தியம்பிடித்தவள். என்னுடைய தம்பிகள் தங்கைகள் எனக்கு சொந்தமேயில்லை. என் குழந்தைகள் என்னுடைய தங்கை, தம்பி இல்லை. அப்பா என்னைப் பெற்றவரில்லை.

நிச்சயமாக நீ உறங்கிக்கொண்டிருக்கிறாய்.

அன்பு நெட்டி,

வாழ்க்கையில் முதல்முறையாக எனக்கு அப்பாவைப் பார்க்க வேண்டும் என்று தோன்றியது. அதனால் நானும் ஷாக்கும் புதிய நீலப் பூக்கள் இட்ட காற்சட்டைகளையும், ஒரேமாதிரியான, நெகிழ்ந்த, பெரிய ஈஸ்டர் தொப்பிகளையும் அணிந்தோம். அவளுடையதில் சிகப்பு ரோஜாக்கள் என்னுடையதில் மஞ்சள். இருவரும் அந்த பக்கார்டிலேறி கிளம்பினோம். இப்போது மாவட்டத்தில் நல்ல சாலைவசதிகள் செய்திருப்பதால் இருபது மைல்கள் பிரயாணம் பெரிய விஷயமாக இல்லை.

வீட்டிலிருந்து வந்த பிறகு நான் ஒரு முறை அப்பாவைப் பார்த்தேன். நானும் மிஸ்டரும் ஒரு நாள் தீவனக்கடையிலிருந்து பொருட்களை வண்டியில் ஏற்றிக்கொண்டிருந்தோம். தன் காலுறைகளை சரிசெய்து கொண்டிருந்த மே எலெனோடு அப்பா நின்றிருந்தார். அவள் குனிந்து, தன் காலுறைகளை முட்டிக்கு மேலாக, முறுக்கி முடிச்சிட முயன்றுகொண்டிருந்தாள். அவர் தன்னுடைய கைத்தடியால் தரையில் டப்டப்பென்று சப்தம் எழுப்பிக்கொண்டிருந்தார். பார்க்கும்போது அந்தப் பிரம்பால் அவளை அவர் அடிக்க நினைப்பதுபோல் தோன்றியது.

மிஸ்டர் மிகுந்த நட்புணர்வோடு அவரை நோக்கிக் கையை நீட்டிக்கொண்டு சென்றார். அவரைப் பார்க்கப் பிடிக்காமல் நான் வண்டியில் பொருட்களை ஏற்றுவதும், சாக்குகளில் அச்சிடப்பட்டிருந்த உருவங்களைப் பார்ப்பதுமாக இருந்தேன். அவரை மறுபடி பார்க்கத் தோன்றும் என்று ஒருபோதும் நான் நினைத்ததில்லை.

அதுவொரு பிரகாசமான வசந்தகாலத்தின் காலைப்பொழுது. ஈஸ்டரின்போது இருப்பதுபோல, முதலில் குளிராய் இருந்தது. அந்தச் சந்துக்குள் திரும்பியதும் முதலில் எங்கள் கண்ணில்பட்டது அங்கு நிறைந்திருந்த பசுமை. மற்ற இடங்களில் நிலம் அத்தனை சூடேறத் தொடங்கவில்லை என்றாலும் அப்பாவின் நிலம் போதுமான வெப்பத்துடனும், பயிரிடத் தயாராக இருப்பதாகவும் தோன்றியது. தெருவெங்கும், ஈஸ்டர் லில்லிக்களும், ஜான்க்வில்களும், டாஃபடில்களும் இன்னும் பலவகையான காட்டுப் பூக்களும் மலர்ந்திருந்தன. பறவைகள் பாடும் அழகில்,

முள்வேலியெங்கும் படர்ந்திருந்த மஞ்சள் பூக்கள் வர்ஜினியா கொடியின் பூக்களைப்போல மணம் வீசின. நாங்கள் கடந்து வந்த கிராமப் பாதைகளில் இருந்து இச்சூழல் வித்தியாசமாய் இருந்ததில் உண்மையில் மன அமைதியடைந்தோம். நான் சொல்லப் போவது வேடிக்கையாய்த்தான் இருக்கும் நெட்டி, ஆனாலும் சொல்கிறேன், வெயில்கூட எங்கள் தலைக்கு மேல் சற்றே கூடுதல் நேரம் நின்றதுபோல் இருந்தது.

இதெல்லாம் இவ்வளவு அழகாய் இருக்கிறதே. நீ சொன்னதே இல்லையே என்றாள் ஷுக்.

இவ்வளவு அழகாகவெல்லாம் அப்போது இல்லை. ஒவ்வொரு ஈஸ்டரின்போதும் வெள்ளம் வந்து குழந்தைகள் எல்லாம் சளியால் அவதிப்படுவோம். நாங்கள் வீட்டுக்குள்ளேயே கிடப்பவர்கள், வீடும் அவ்வளவு ஒன்றும் கதகதப்பாக இருக்காது.

எனக்கு நினைவில் நிற்காத, நீண்டு வளைந்த மலைப்பாதையில் ஏறியடைந்த, பெரிய, மஞ் சள் நிறமான, இரண்டடுக்குகளும், பச்சை வண்ணக் கதவுகளும், செங்குத்தான பச்சை வண்ண மரவோட்டுக் கூரையும்கொண்ட வீட்டைப் பார்த்து, ‘அதுவா கதகதப்பாக இருக்காது?’ என்றாள் ஷுக்.

நான் சிரித்தேன். நாம் தவறான பாதையில் திரும்பிவிட்டோம் என்றேன். இது யாரோ வெள்ளையரின் வீடு.

அது அவ்வளவு அழகாக இருந்ததால், நாங்கள் காரிலிருந்து இறங்கி அதைப் பார்க்கச் சென்றோம்.

என்ன மரங்கள் இவையெல்லாம்? இப்படிப் பூத்திருக்கின்றனவே என்று கேட்டாள் ஷுக்.

தெரியவில்லையே. பீச், ப்ளம், ஆப்பிள், ஒருவேளை செர்ரியாகக்கூட இருக்கலாம். எதுவாயிருந்தாலும் மிக அழகாக இருக்கின்றன.

வீட்டைச் சுற்றியும், அதற்குப் பின்னாலும் எங்கும் பூத்துக்குலுங்கும் மரங்கள். லில்லிகள், ஜான்க்வில்கள் அத்துடன் எல்லாவற்றின் மீதும் படர்ந்து மலர்ந்திருக்கும் ரோஜாக்கள். எந்நேரமும் அந்த சுற்றுவட்டாரத்திலிருக்கும் பறவைகள் இந்த மரங்களின் மீது வந்தமர்ந்து விட்டுத்தான் நகரத்துக்குக் கிளம்பும்போல.

கடைசியில் வெகுநேரத்துக்குப் பின், சரி ரொம்ப அமைதியாக இருக்கிறது, வீட்டில் யாருமில்லைபோல் தெரிகிறது என்றேன்.

ஒருவேளை தேவாலயத்திற்குப் போயிருப்பார்கள். இப்படியொரு பிரகாசமான ஞாயிறில் அங்கேதான் இருப்பார்கள் என்றாள் ஷுக்.

அப்படியென்றால் நாம் இந்த வீட்டில் வசிப்பவர்கள் திரும்பி வருவதற்குள் கிளம்பிவிடுவதே சரி என்றேன். ஆனால் அதைச் சொல்லிக் கொண்டிருக்கும்போதே என் கண்கள் அவற்றுக்குப் பழக்கமான ஒரு அத்திமரத்தில் நிலைகுத்தின. வளைவில் திரும்பி ஒரு கார் வரும் சத்தத்தைக் கேட்க முடிந்தது. அந்தக் காரில் யாரிப்பார்கள் என்று யோசித்தேன். அப்பாவும் அவருக்கு மகள்போலத் தோன்றிய ஒரு சிறு பெண்ணையும் பார்த்தேன்.

அவர் தன் பக்கமாக இறங்கி, மறுபுறம் சென்று அவளுக்காகக் கதவைத் திறந்தார். அவள் இளஞ்சிவப்பில் ஆடையுடுத்தி, இளஞ்சிவப்புத் தொப்பியும் அதே நிறத்தில் ஷூவும் இளஞ்சிவப்பில் ஒரு சிறு கைப்பையும் தொங்க இறங்கினாள்.

எங்கள் லைசென்ஸ் பட்டையைப் பார்த்துவிட்டு அவர்கள் எங்கள் காரை நோக்கி வந்தார்கள். அவள் அவர் கைகளுக்குள் தன் கைகளை நுழைத்திருந்தாள்.

ஷுக் அமர்ந்திருந்த சன்னலுக்கு அருகில் வந்து காலை வணக்கம் என்கிறார் அவர்.

ஷுக் இப்படி ஒருவரை எதிர்பார்த்திருக்கவில்லை என்பது எனக்குத் தெளிவாகத் தெரிந்தது, காலை வணக்கம் என்றாள் அவளும்.

உங்களுக்கு ஏதும் உதவி தேவையா? என்றார் அவர். இன்னும் என்னை அவர் கவனிக்கவில்லை, பார்த்திருந்தாலும் அவருக்கு அடையாளம் தெரியாது.

ஷுக், அடிக்குரலில், இவன்தான் அந்த ஆளா? என்றாள்.

ஆம் என்றேன்.

அவர் நம்ப முடியாத அளவுக்கு இளமையாகத் தோன்றியது எங்கள் இருவருக்கும் அதிர்ச்சியளித்தது. அந்தச் சிறுமியுடன் பார்க்கும்போது அவர் முதியவராகத் தெரிந்தார். ஆனால் வளர்ந்த பிள்ளைகளோ,

வளர்ந்துவிட்ட பேரக்குழந்தைகளோ இருப்பவராக அவரை யோசிக்கவே முடியாத அளவுக்கு இளையவராக இருந்தார். அவர் என்னுடைய தந்தை அல்ல, என் பிள்ளைகளின் தந்தை அவ்வளவே என்று எனக்கு நானே நினைவூட்டிக்கொண்டேன்.

உன்னுடைய அம்மா என்ன செய்தாள்? இவனை யாருடைய தொட்டிலில் இருந்தாவது திருடினாளா என்றால் ஷுக்.

இவர் அப்படியொன்றும் இளைஞரில்லை என்றேன்.

நான் சீலியை அழைத்து வந்திருக்கிறேன் என்றாள் ஷுக். உங்கள் மகள் சீலி. அவள் உங்களைப் பார்த்துச் சில கேள்விகள் கேட்க விரும்பினாள்.

அவர் ஒரு நொடி நிதானித்து யோசித்தார். யாரது அந்த சீலி என்பவர்போல் சீலி? என்றார். இருவரும் உள்ளே முற்றத்துக்கு வாருங்கள். டெய்சி! என்று உடனிருந்த சிறுமியை அழைத்து, நீ போய் ஹெட்டியிடம் இரவுணவை எடுத்து வைக்கச் சொல் என்றார். அவள் அவர் கரத்தை அழுத்திவிட்டு, எம்பி, அவர் தாடையில் முத்தமிட்டாள். அவள் படிகளில் ஏறி முன்புறக் கதவின் வழியாக உள்ளே செல்லும்வரை பார்த்துக்கொண்டிருந்தார். பிறகு எங்களைப் படிகளில் தொடர்ந்து, முற்றத்துக்கு ஏறி, நாற்காலிகளை இழுத்துப்போட உதவிவிட்டுக் கேட்டார். இப்போது சொல்லுங்கள் உங்களுக்கு என்ன வேண்டும்?

இங்கிருந்த குழந்தைகள் எங்கே? என்று கேட்டேன்.

குழந்தைகளா? என்று சிரித்தார். அவர்களுடைய அம்மாவுடன் சென்றுவிட்டார்கள் என்றார். அவள் என்னை விட்டுச் சென்றுவிட்டாள் தெரியுமா? அவளுடைய ஜனங்களிடமே போய்விட்டாள். உனக்குத்தான் மேரி எலெனை நினைவிருக்குமே.

அவள் ஏன் போனாள்?

அவர் இன்னமும் அதிகமாகச் சிரித்தார். என்னோடு பார்க்க அவளுக்கு ரொம்ப வயதாகிவிட்டது, அதனால் இருக்கும்.

அந்தச் சிறுபெண் வெளியில் வந்து அவருடைய இருக்கையின் கைப்பிடியில் அமர்ந்துகொண்டாள். அவர் அவளுடைய கையைத் தடவிக்கொண்டே எங்களிடம் பேசினார்.

இது டெய்சி, என் புது மனைவி.

உன்னைப் பார்த்தால் பதினைந்து வயதுக்குமேல் இருக்கும்போலத் தெரியவில்லையே என்றாள் ஷுக்.

ஆமாம் பதினைந்துக்கு மேல் இல்லைதான் என்றாள் டெய்சி.

உன் வீட்டிலெப்படி இவ்வளவு இளையவளுக்குத் திருமணம் செய்து வைத்தார்கள் என்று எனக்கு ஆச்சர்யமாக இருக்கிறது.

அவள் தோளைக் குலுக்கிக்கொண்டே அப்பாவைப் பார்த்தாள். அவர்கள் இவரிடம் வேலை செய்கிறார்கள். இவருடைய நிலத்தில் வாழ்கிறார்கள்.

நான்தான் அவளுக்கு இப்போது எல்லாம் என்றார்.

எனக்கு வயிற்றைப் பிரட்டி வாந்தி வரும் போலாயிற்று. நெட்டி இப்போது மதபோதகராக ஆப்ரிக்காவில் இருக்கிறாள். நீங்கள் எங்களுடைய நிஜ அப்பா இல்லை என்று அவள் எனக்கு எழுதியிருந்தாள்.

நல்லது. இப்போது உங்களுக்குத் தெரிந்துவிட்டதல்லவா.

டெய்சி என்னைப் பார்த்த பார்வையில் பரிதாபம் இருந்தது. இவர் அப்படித்தான் இந்தமாதிரி விஷயங்களை எல்லாம் சொல்ல மாட்டார். அவருடையதல்லாத இரண்டு சிறுமிகளை அவர் வளர்த்தார் என்று என்னிடம் சொல்லியிருந்தார். உங்களைப் பார்க்கும் வரைக்கும் கூட நான் அதை நம்பவில்லை என்றாள்.

இல்லைதான், அவர் அவர்களிடம் சொல்லவே இல்லை என்றாள் ஷுக்.

என் சர்க்கரைக்கட்டி என்றபடி அவர் தலையின் உச்சியில் முத்தமிட்டாள் டெய்சி. அவர் அவள் கையைத் தடவிக்கொண்டே என்னைப் பார்த்து இளித்தார்.

உன் அப்பாவுக்கு வெள்ளையர்களோடு எப்படி ஒத்துப்போவதென்று தெரியவில்லை. அவர்கள் அவரை அடித்துக்கொன்றார்கள். அது சின்னஞ்சிறுமிகளிடம் சொல்ல முடியாத துயரக்கதை. எந்த மனிதனும் நான் செய்ததைத்தான் செய்திருப்பான்.

இல்லை அப்படிச் சொல்ல முடியாது என்றாள் ஷுக்.

அவர் அவளைப் பார்த்து, பிறகு என்னையும் பார்த்தார். அவளுக்கு எல்லாம் தெரியும் என்பது இப்போது அவருக்குத் தெரிந்துவிட்டது. ஆனால் அதுபற்றியெல்லாம் அவருக்கு ஒரு கவலையுமில்லை.

என்னை எடுத்துக் கொள்ளுங்களேன் என்றார். எனக்கு அவர்கள் எப்படி என்று தெரியும். அவர்களைப் பணத்தால் மட்டுமே வழிக்குக் கொண்டுவர முடியும். நம் மக்களிடம் பிரச்சினை என்னவென்றால், அடிமைத்தளையிலிருந்து வெளியில் வந்ததும் வெள்ளையனுக்கு வேறெதுவும் தர அவர்கள் மறுப்பதுதான். அவனுக்கு நாம் ஏதாவது தந்தே ஆக வேண்டும். பணம், இல்லையென்றால் நிலம். அதுவும் இல்லையென்றால் நம் பெண்கள், அல்லது நம் புட்டத்தையாவது தரவேண்டும். நான் அவன்களுக்குப் பணத்தை தருவதாக ஆசை காட்டினேன். ஒரு விதை விதைக்கும் முன்பே மூன்றில் ஒரு பங்கு இவனுக்கும் அவனுக்கும் என்று தெரியப்படுத்தினேன். கோதுமையின் ஒரு மணியை விதைக்கும் முன்பும் அதேதான். நான் உன் அப்பாவின் பழைய கடையை மீண்டும் திறந்தபோது, அதை நடத்துவதற்காக ஒரு வெள்ளைப் பையனை விலைக்கு வாங்கினேன். அதில் வேடிக்கை என்னவென்றால் நான் அவனை வெள்ளையனின் காசை வைத்தே வாங்கியதுதான்.

இவர் ரொம்ப வேலையாக இருக்கிறார் சீலி. சீக்கிரம் உன் கேள்விகளைக் கேட்டுவிட்டு வா. அவருடைய இரவுணவு ஆறிவிடப் போகிறது என்றாள் ஷுக்.

என் அப்பாவைப் புதைத்தது எங்கே? அதுதான் எனக்குத் தெரிய வேண்டியது.

உன் அம்மாவுக்கு அடுத்து என்றார்.

ஏதாவ்து அடையாளம்?

இதெல்லாம் எல்லாருக்கும் தெரிந்தது தானே என்று என்னை ஒரு பைத்தியக்காரியைப் பார்ப்பதுபோலப் பார்த்தார். அடித்துக் கொல்லப்பட்ட மக்களுக்கு அடையாளம் எல்லாம் வைப்பதில்லை என்றார்.

அம்மாவுக்காவது உண்டா ? என்று கேட்டேன்.

இல்லை.

நாங்கள் வரும்போது பாடியதுபோலவே போகும்போதும் பறவைகள் இனிமையாகப் பாடின.

முக்கிய சாலையில் நாங்கள் திரும்பியதுமே அவற்றின் பாடல் நின்றுவிட்டதுபோலத் தோன்றியது. நாங்கள் கல்லறைத் தோட்டத்துக்குள் நுழைந்தபோது வானம் சாம்பல் பூத்திருந்தது.

நாங்கள் அம்மாவையும் அப்பாவையும் தேடினோம். ஏதாவது ஒரு மரத்துண்டில் சின்ன அடையாளம் இருக்காதா? ஆனால் நாங்கள் பார்த்ததெல்லாம் களைச்செடிகளையும், கல்லறைகளில் வாடிக்கிடந்த, காக்கிள்பர்ஸ் மற்றும் காகிதப்பூக்களையும்தான். யாருடைய குதிரையோ விட்டுச்சென்ற ஒரு லாடத்தை ஷுக் கண்டெடுத்தாள். எங்கள் கால்கள் களைத்து மயக்கம் வரும்வரை அங்கே தேடினோம். நாங்கள் விழத்தெரிந்த இடத்தில் அந்த லாடத்தை ஷுக் செருகினாள்.

நாம் இருவரும்தான் நமக்கினி எல்லாமே என்று சொல்லி, என்னை முத்தமிட்டாள் ஷுக்.

அன்பு சீலி,

கோரின்-சாம்யெலிடம் எல்லாவற்றையும் சொல்லிவிடும் முடிவோடு தான் இன்று நான் கண்விழித்தேன். அவர்கள் குடிசைக்குச் சென்று கோரினின் படுக்கைக்கு அருகில் ஒரு முக்காலியை இட்டு அமர்ந்துகொண்டேன். தான் இருந்த பலகீனமான நிலையில் என்னை நோக்கி சிநேகமற்ற ஒரு பார்வையைத்தான் அவளால் வீச முடிந்தது. என் வரவை அவள் அறவே விரும்பவில்லை என்பதை நான் புரிந்துகொண்டேன்.

உங்களிடமும் சாம்யெலிடமும் எல்லா உண்மைகளையும் சொல்லிவிடத்தான் வந்தேன் கோரின்.

சாம்யெல் எல்லாம் சொல்லிவிட்டார். குழந்தைகள் உன்னுடையவை தானென்றால் நீ ஏன் அதை முன்னமே சொல்லவில்லை?

அவளுடைய வெறுப்பான பேச்சில் வருந்திய சாம்யெல், கண்மணி என்ன இது என்றார்.

இந்தக் கண்மணிக் கொஞ்சல் எல்லாம் வேண்டாம். என்னிடமும் கடவுளிடமும் உண்மையைச் சொல்கிறேனென்று பைபிளின் மீது பொய் சத்தியம் செய்தவள் நெட்டி.

நான் பொய் சொல்லவில்லை கோரின். நீங்கள் என் வயிற்றைப் பரிசோதித்துப் பார்த்தீர்களே என்று நான் கிசுகிசுத்தேன்.

கர்ப்பத்தைப் பற்றியெல்லாம் எனக்கென்ன தெரியும்? ஒருபோதும் அதை நான் அனுபவித்ததே இல்லையே. நானறிந்தவரையில் பெண்களால் எல்லாத் தடயங்களையும் அழித்துவிட முடியும்.

அவர்களால் கர்ப்பத்தழும்புகளை அழிக்க முடியாது. கர்ப்பிணிப்பெண்ணின் வயிறு ஒரு சிறிய பானை அளவுக்கு விரியும் அதனால் உண்டாகும் கர்ப்பக்கோடுகள் பெண்களின் சருமத்தின் ஆழம் வரைக்கும் செல்பவை. இங்குள்ள பெண்களின் வயிற்றை நீங்கள் பார்த்திருக்கிறீர்களே கோரின்.

அவள் முகத்தை சுவற்றின் புறமாக திருப்பிக் கொண்டாள்.

கோரின் நான் சொல்வதைக் கேளுங்கள். நான் குழந்தைகளின் சித்தி, அவர்களின் தாய் என் அக்காள் சீலி.

பிறகு நான் அவர்களுக்கு முழுக்கதையையும் சொன்னேன். கோரின் மட்டும் அதை நம்பவேயில்லை.

நீயும் சாம்யெலும் எத்தனையோ பொய்களைச் சொல்கிறீர்கள், நீங்கள் சொல்லும் எதையும் யாரால் நம்ப முடியும்?

நான் சொன்னதில், உன்னையும் அப்பாவையும் பற்றின பகுதி சாம்யெலை அதிரச்செய்தது. அப்படியும் அவர் கோரினிடம் நீ நெட்டியை நம்பித்தான் ஆகவேண்டும் என்றார்.

கோரின்-சாம்யெலையும் ஒலிவியாவையும் நீ நகரத்தில் சந்தித்ததாய்ச் சொன்னது எனக்கு நினைவு வந்தது. ஒலிவியாவுக்கு உடை தைக்க நீங்கள் துணி வாங்கும்போது என் அக்காளைப் பார்த்தது நினைவில்லையா என்று அந்த நாளை நினைவுபடுத்த எவ்வளவோ முயன்றேன், அவளால் நினைவுகூர முடியவில்லை.

நாளாக ஆக அவள் மேலும் மேலும் பலகீனமாகிக் கொண்டே வருகிறாள். நான் சொல்வதை நம்பி, குழந்தைகளைப் பற்றி கொஞ்சமாவது யோசித்தாலேதவிர அவள் பிழைக்கமாட்டாள்.

சீலி, நம்பிக்கையின்மையைப் போல கொடிய வியாதி எதுவுமில்லை. அது நம்மையும் கொன்று அடுத்தவர்களையும் காயப்படுத்தும்.

எங்களுக்காகப் பிரார்த்தனை செய்,
நெட்டி

அன்புள்ள சீலி,

கடந்த வாரத்தின் ஒவ்வொரு நாளும் கோரினுக்கு நீ அவளைச் சந்தித்த நிகழ்வை நினைவூட்ட முயன்றேன். அவளால் மட்டும் உன் முகத்தை நினைவுபடுத்திக்கொள்ள முடிந்தால் நிச்சயமாக ஒலிவியா (ஆதமும் தான் என்றில்லாவிட்டாலும்) உன் மகள் தான் என்ற நம்புவாள். அவர்கள் ஒலிவியா என்னைப் போலவே இருப்பதாக நினைக்கிறார்கள். ஆனால் அது நான் உன்னைப் போல இருப்பதால் தானே சீலி. ஒலிவியாவுக்கு அச்சுஅசலாய் உன் முகமும் உன்னுடைய கண்களும் தான். கோரினுக்கு இந்த சாயலொற்றுமை தெரியாமல் போனதை என்னால் நம்பவே முடியவில்லை.

நகரத்தின் முக்கிய வீதி நினைவிருக்கிறதா? பலசரக்குக்கடைக்கு எதிரிலிருந்த குதிரைகளைக் கட்டும் கம்பம் நினைவிருக்கிறதா? அந்தக்கடை அப்படியே நிலக்கடலைத் தோலின் வாசத்தோடு இருக்குமே நினைவுவருகிறதா?

இதெல்லாம் தன் நினைவிலிருப்பதாகவும் யாரும் பேசியது நினைவிலில்லையென்றும் கோரின் சொன்னாள்.

அவளுடைய போர்வைகளை நான் நினைத்துக்கொண்டேன். ஒலிங்கா மக்கள் பறவை மற்றும் மிருக உருவங்களால் நிரம்பிய, அழகிய போர்வைகளை நெய்வார்கள். அவற்றைப் பார்த்ததும் கோரினும் குழந்தைகள் மற்றும் தன்னுடைய பழைய ஆடைகளிலிருந்து சதுரத்துண்டுகளைக் கத்தரித்து, போர்வை ஒன்றைத் தைத்தாள்.

நான் அவளுடைய பெட்டியிலிருந்த போர்வைகளை வெளியிலெடுக்கத் தொடங்கினேன்.

நான் இன்னும் சாகவில்லை அதற்குள் என்னுடைய பொருட்களை நீ தொடாதே என்றாள் கோரின்.

நான் ஒவ்வொரு போர்வையாக எடுத்து, வெளிச்சத்தில் வைத்து, அவற்றை ஆராய்ந்தேன். அவர்களிடம் நான்வந்துசேர்ந்த முதல் மாதத்தில் அவளும் ஒலிவியாவும் உடுத்தியிருந்த ஆடைகளை நினைவில் கொணர முயன்றபடியே அவள் தைத்த முதல் போர்வை எதுவாக இருக்குமென்று நினைத்துப்பார்த்தேன்.

நான் தேடியது என் கையில் கிடைத்ததும் ஆஹா என்றபடி அதை அவள் படுக்கையில் விரித்துப் போட்டேன்.

இந்த பூக்களிட்ட சதுரம் நினைவில் வருகிறதா? அப்புறம் இந்தப் பறவை? இந்தத் துணியை நீங்கள் வாங்கியதைக் கொஞ்சம் நினைவுபடுத்திப் பாருங்கள்.

அவள் அந்த உருவங்களை விரல்களால் மெல்ல நீவினாள். அவள் விழிகள் கண்ணீரால் நிறைந்தன.

ஆம்! அவள் அப்படியே ஒலிவியாவைப் போலவே இருந்தாள். குழந்தையை அவள் திரும்பக் கேட்டுவிடுவாளோ என்று நான் அஞ்சினேன். அதனாலேயே அவளை வெகுசீக்கிரமே மறந்துவிட்டேன். நான் ஸ்பெல்மென் கல்லூரியில் பட்டம் பெற்றவள், சாம்யெலின் மனைவி, என்னைப் போய் அந்தக் கடைச்சிப்பந்தி ஒரு சாதாரண நீக்ரோ பெண்ணை நடத்துவதைப் போல நடத்திவிட்டான். என் மனம் புண்பட்டுப் போயிற்று! எனக்குக் கடுஞ்சினமும் உண்டானது! நான் வீடுதிரும்பும் வழியெல்லாம் அதையே தான் நினைத்துக்கொண்டிருந்தேன். சாம்யெலிடமும் அதைப் பற்றித்தான் சொன்னேன். உன் அக்காவை- அவள் பெயரென்ன? சீலியா? -அவளைப் பற்றி நான் சுத்தமாக மறந்துவிட்டேன்.

கோரின் தன் தவறுக்காக மனம்வருந்தி அழத்தொடங்கினாள். நானும் சாம்யெலும் அவள் கைகளைப் பற்றிக்கொண்டோம்.

இல்லை கோரின் நீங்கள் அழாதீர்கள். என் அக்கா உங்களையும் ஒலிவியாவையும் பார்த்து மகிழ்ந்துபோனாள். ஒலிவியா உயிரோடிருப்பதில் அவள் நிம்மதியடைந்தாள். அவளுடைய குழந்தைகள் இருவரும் இறந்துவிட்டார்கள் என்று அவள் அஞ்சியிருந்தாள்.

பாவம் உன் அக்கா! என்றார் சாம்யெல். கோரின் உறங்கும் வரை நாங்களிருவரும் அங்கே அமர்ந்து பேசிக்கொண்டிருந்தோம்.

ஆனால் சீலி, நடு இரவில் விழித்துக்கொண்ட கோரின், சாம்யெலின் புறம் திரும்பி, நான் நம்புகிறேன் என்றாள். பிறகு இறந்து போனாள்.

துயரத்திலிருக்கும் உன் தங்கை,
நெட்டி

பிரிய சீலி,

இந்த காந்தலுக்கு, எப்போதுமான ஈரத்தன்மைக்கு, என் உடைகளிலிருந்து ஆவி கிளப்பும் வெப்பத்துக்கு, கைகளின் அடியிலும் கால்களுக்கு இடையிலுமான கசகசப்புக்குப் பழகிக்கொண்டு விட்டேன் என்று நினைக்கும் நொடியில் இதோ வருகிறாள் என் தோழி. அவளோடே வருகின்றன தசைப்பிடிப்பும், வலியும் வேதனையும்- ஆனால் ஒன்றுமே நடக்காதது போல நான் என் வேலையைப் பார்த்துக்கொண்டிருக்க வேண்டியிருக்கிறது. அல்லாவிட்டால், சாம்யெலுக்கும், குழந்தைகளுக்கும் எனக்கும் தான் சங்கடம். தங்கள் தோழியோடு (மாதவிலக்காக) இருக்கும் பெண்கள் மற்றவர்கள் பார்வையில் கூடப் படக்கூடாது என்று நினைக்கும் இந்த கிராமவாசிகளைப் பற்றியோ கேட்கவே வேண்டாம்.

அவளுடைய அம்மா இறந்ததுமே ஒலிவியாவுக்கும் அவளுடைய தோழி வந்துவிட்டாள். அவளும் டாஷியும் ஒருவரையொருவர் கவனித்துக் கொள்கிறார்கள் என்று நினைக்கிறேன். எந்த சந்தர்ப்பத்திலும் என்னிடம் எதுவுமே சொல்லப்படுவதில்லை, இந்தப் பேச்சை எப்படித் துவங்குவது என்று எனக்குத் தெரிவதுமில்லை. இதைப் பற்றி பேசாமல் இருப்பது தவறு தான். ஆனால் ஒரு ஒலிங்கா சிறுமியிடம் அவளுடைய அந்தரங்க உறுப்புகளைப் பற்றிப் பேசினால் அவளுடைய பெற்றோர் வெகுண்டுவிடுவார்கள். ஒலிவியாவை இங்குள்ளவர்கள் ஒரு வெளியாளாகப் பார்க்காமலிருப்பது மிகவும் முக்கியமாயிற்றே என்று நானும் ஒலிங்கர்களின் பழக்கங்களை ஆனவரையில் பேணிக்கொள்கிறேன். ஆனால், ஒலிங்கர்கள் பெண்மையைக் கொண்டாடச் செய்யும் ஒரு சடங்கு கடும் வலியையும் ஏகப்பட்ட ரத்த இழப்பையும் உள்ளடக்கியது, ஒலிவியா அதைப் பற்றி நினைப்பதைக் கூட தடை செய்ய வேண்டும் என்று நான் நினைக்கிறேன்.

எனக்கு அது முதலில் நிகழ்ந்த போது நான் எப்படி நடுங்கிவிட்டேனென்று உனக்கு நினைவிருக்கிறதா? என்னை நானே கீறிக்கிக் கொண்டேனோ என்று பயந்துபோனேன். நல்லவேளையாக என்னோடு நீ இருந்தாய், நான் நலமாகத் தான் இருக்கிறேன், அஞ்சவேண்டியதில்லை என்று சொல்லித்தந்தாய்.

நாங்கள் கோரினை ஒலிங்கர்களின் முறைப்படியே, மரப்பட்டையால் நெய்த துணியில் சுற்றி, ஒரு மரத்தினடியில் அடக்கம் செய்தோம். அவளுடைய எல்லா இனிமையும், அவ்வளவு ஞானமும், நன்மை செய்வதிலேயே முனைப்பாய் இருந்த அந்த இதயமும் எல்லாம் அவளோடு போயிற்று. அவள் எனக்கு எவ்வளவோ கற்றுத்தந்தாள். நான் அவளை என்றைக்கும் மறக்க மாட்டேன். குழந்தைகள் அவர்களுடைய தாயின் மரணத்தால் இடிந்து போய்விட்டார்கள். அவள் கடும் பிணியுற்றிருந்ததை அவர்கள் அறிவார்கள். ஆனாலும் தங்கள் பெற்றோரோடோ, தங்களோடோ மரணத்தைத் தொடர்புபடுத்தி அவர்கள் பார்த்திருக்கவில்லை. அது ஒரு விநோதமான சவஊர்வலம். நாங்கள் எல்லோரும் வெள்ளங்கி தரித்து, முகங்களில் வெண்பூச்சுபூசிச் சென்றோம். சாம்யெல் கதிகெட்டவரைப் போலக் காணப்பட்டார். திருமணமானதிலிருந்து ஓரிரவு கூட அவர்கள் ஒருவரையொருவர் பிரிந்ததில்லை.

நீ எப்படி இருக்கிறாய் என் அன்புச் சகோதரி? உன்னிடமிருந்து ஒரு வார்த்தை கூட இல்லாமல் வருடங்கள் கடந்துவிட்டன. நம்மிருவருக்கும் பொதுவாக இருக்கும் இந்த வானத்தை அதன் அளப்பரிய பிரதிவிம்பங்களில் ஒன்றாய்த் தோன்றிவிடக் கூடிய உன்னுடைய விழிகளினுள் என்றாவது உற்று நோக்கிவிடும் ஆவலுடன் நான் அடிக்கடி பார்ப்பதுண்டு. உன்னுடைய அன்பான, அகன்ற, தூய, அழகிய விழிகள்.

சீலி! இங்கே எனக்கு வாழ்க்கையென்றால், வேலை, வேலை, வேலை மற்றும் கவலை இதைத் தவிர வேறொன்றும் இல்லை. எனக்கும் சிறுமிப்பிராயம் என்று ஒன்று இருந்ததை நான் மறந்துவிடும் வேகத்தில் அது என்னைக் கடந்து சென்று விட்டது. என்னுடையதென்று எதுவுமே இல்லை. ஓர் ஆணில்லை, பிள்ளைகள் இல்லை, சாம்யெலைத் தவிர நண்பர்கள் இல்லை. அப்படியும் சொல்லிவிட முடியாதில்லையா? எனக்குக் குழந்தைகள் இருக்கிறார்கள், ஆதமும், ஒலிவியாவும். தோழிகள் உண்டு, டாஷியும், காத்தெரினும். எனக்கும் குடும்பம் இருக்கிறது- சிரமகாலத்துக்குள் தள்ளப்பட்டிருக்கும் இந்தக் கிராமம் தான் என் குடும்பம்.

இந்த நிலப்பகுதியைப் பார்வையிடுவதற்கு இப்போது பொறியாளர்கள் வந்துவிட்டார்கள். நேற்று இரண்டு வெள்ளையர்கள் வந்து மணிக்கணக்காய் கிராமத்தினுள்

திரிந்தலைந்தார்கள். இங்குள்ள கிணறுகளைக் கூர்ந்து பார்வையிட்டார்கள். வருடத்தின் இந்த நேரத்தில், வழக்கமாய் காய்த்துக்குலுங்கும் ஏராளமான தோட்டங்கள் நாசமாக்கப்பட்டு விட்டன என்றாலும், அரிதான உணவுப்பொருட்கள் கொஞ்சமே மீதமிருந்தாலும், ஒலிங்கர்களுக்கே உரிய இயல்பான இனிமையுடன் இவர்கள் அந்த இருவருக்கும் உணவு தயாரிக்கப் பறந்தார்கள், அந்த வெள்ளையர்களோ அந்த உணவு கவனிக்கக் கூடிய லாயக்கில்லை என்பது போன்ற பாவனையுடன் உண்டார்கள். தங்கள் வீடுகளை இடித்துத்தள்ளிய இந்த நபர்களால் தங்களுக்கு எந்த நன்மையும் ஏற்படப்போவதில்லை என்பதை ஒலிங்கர்கள் உணர்ந்தே இருக்கிறார்கள், ஆனால் மரபுகளை அவ்வளவு எளிதாக அவர்கள் மாற்றிக் கொள்வதில்லை.

நான் அந்த நபர்களிடம் பேசவில்லை, சாம்யெல் பேசினார். வேலையாட்கள், நிலத்தின் நீளஅகலக் கணக்கு, மழைவளம், மரக்கன்றுகள், இயந்திரங்கள் இன்னும் எதைக்குறித்தெல்லாமோ அவர்கள் பேசியதாக அவர் சொன்னார். ஒருவன் கிராமவாசிகளிடம் கடும் அலட்சியத்துடன் இருந்தான், சும்மா புகைத்துக்கொண்டும், தின்று கொண்டும், தூரத்தில் எங்கோ வெறித்துக்கொண்டும். மற்றவன், இளைஞனாய் இருந்தவன், இவர்களின் மொழியைக் கற்றுக்கொள்ள பேரார்வம் காட்டினான். அது முற்றிலும் அழிந்துவிடும் முன் கற்றுக்கொள்ள வேண்டும் என்றான்.

ஒவ்வொரு வார்த்தையையும் பிடித்துத் தொங்கிக் கொண்டிருுவனிடமும் சரி, சாம்யெலின் தலையைத் தாண்டி வெறித்துக் கொண்டிருந்தவனிடமும் சரி, சாம்யெல் பேசிக்கொண்டிருந்ததை நான் கொஞ்சமும் ரசிக்கவில்லை.

சாம்யெல் கோரினின் எல்லா உடைகளையும் எனக்குக் கொடுத்து விட்டார், அவை எனக்குத் தேவைப்பட்டன என்றாலும், நம் பாணி உடைகள் இந்த சீதோஷண நிலைக்கு உகந்தவை அல்ல. ஆப்ரிக்கர்கள் உடுத்துபவையும் அப்படித்தான். முன்னர் இவர்கள் ரொம்பவும் கொஞ்சமாய், சிறிய ஆடைகளை உடுத்திக் கொண்டிருந்தவர்கள் தான். ஆனால் இப்போது, இங்கிலாந்துப் பெண்மணிகள் அறிமுகம் செய்வித்த, நீண்ட, சிக்கலான, கச்சிதமாய் பொருந்தாத, கொஞ்சமும் வடிவமற்ற மதர் ஹப்பார்ட்

உடைகளை உடுத்துகிறார்கள். அது மிகநீண்டிருப்பதால், அடிக்கடி நெருப்பில் சிக்கிக்கொண்டு ஏராளமான தீக்காயங்களை உண்டாக்குவது. ராட்சதர்களுக்காக வடிவமைக்கப்பட்டதைப் போன்ற இந்த உடையை உடுத்துவதை என்னால் நினைத்துப் பார்க்கக்கூட முடியவில்லை. அதனால் கோரினின் உடைகள் கிடைத்தது பற்றி எனக்கு மகிழ்ச்சி தான் அதேசமயம் அவற்றை உடுத்துவது குறித்து எனக்கு மிகுந்த அச்சமும் இருந்தது. நாங்கள் இருவரும் ஒருவரின் ஆடையை மற்றவர் உடுத்துவதை நிறுத்திக்கொள்ள வேண்டும் என்று அவள் சொன்னது எனக்கு நினைவு வந்தது. அந்த நினைவு எனக்கு மிகுந்த வேதனையைத் தந்தது.

சகோதரி கோரினுக்கு இது உவப்பாக இருக்கும் என்று நீங்கள் நம்புகிறீர்களா என்று நான் சாம்யெலைக் கேட்டேன்.

நிச்சயமாய் என்றார் அவர். அவளுடைய அச்சங்களை அவளுக்கு எதிராய் நாம் பிடித்துக்கொள்ள வேண்டாம் சகோதரி நெட்டி. இறுதியில் அவள் புரிந்துகொண்டாள், நம்பினாள். மன்னிக்க ஏதும் இருந்திருந்தால் அதை மன்னித்தாள்.

நான் அவளிடம் முன்னரே சொல்லியிருக்க வேண்டும் என்றேன்.

அவர் உன்னைப் பற்றி சொல்லச் சொன்னார். எனக்கு வார்த்தைகள் தண்ணீர் ஊற்றுவது போல வந்து கொட்டின. நான் நம்மைப் பற்றி யாரிடமாவது பேச மாட்டேனா என்று ஏங்கியிருந்தேன். நான் உனக்கு கிருஸ்துமஸுக்கும் ஈஸ்டருக்குமாய் எழுதும் கடிதங்களைப் பற்றியும், அவர் மட்டும் ஒரு முறை உன்னைச் சந்தித்திருந்தால் எல்லாம் எவ்வளவு மாறியிருக்கும் என்பதையெல்லாமும் சொன்னேன். அவர், தான் அதில் ஈடுபடத் தயங்கியதற்காக மிகவும் வருத்தப்பட்டார்.

இப்போது நான் புரிந்துகொண்டதை மட்டும் முன்பே புரிந்துகொண்டிருந்தால் எவ்வளவோ நன்றாக இருந்திருக்குமே என்று வருந்தினார்.

ஆனால் அது சாத்தியமில்லையே. ஏராளமான விஷயங்கள் புரியாமல் போவதும், அதனால் உண்டாகும் வருத்தங்களைத் தடுப்பதும் நம் கையிலா இருக்கிறது?

கிருஸ்துமஸ் வாழ்த்துகளும் என் பிரியமும் உனக்கு,
உன் தங்கை நெட்டி

பிரிய நெட்டி,

இனி நான் கடவுளுக்கு கடிதங்கள் எழுதுவதில்லை, உனக்குத் தான் எழுதுகிறேன்.

ஏன் உன் கடவுளுக்கு என்ன ஆனது என்று ஷுக் கேட்கிறாள்.

கடவுளா யாரது?

அவள் திடுக்கிட்டவளாக என்னைப் பார்த்தாள்.

உன்னைப் போன்ற பிசாசுக்கெல்லாம் கடவுளைப் பற்றி என்ன கவலை ஷுக்?

பொறு பொறு, ஒரே ஒரு நிமிடம் இரு. மற்றவர்களைப் போல அலட்டிக்கொள்வதில்லை என்பதால் மட்டும் எனக்குக் கடவுள்நம்பிக்கை இல்லையென்றாகிவிடுமா சீலி?

சரிதான். இதற்கு பதில் சொல். கடவுள் என்ன செய்தார் எனக்கு?

சீலி! அவர் உனக்கு உயிர் கொடுத்தார், உடல்நலனைக் கொடுத்தார், உன்னை உயிராய் நேசிக்கும் ஒரு நல்ல பெண்ணைக் அனுப்பினார்.

ஆமாம், அநியாயமாக அடித்துக்கொல்லப்பட்ட ஒரு தந்தையைக் கொடுத்தார், பைத்தியம் பிடித்த தாயைக் கொடுத்தார், மாற்றாந்தந்தை என்ற பெயரில் ஒரு வெறிநாயைக் கொடுத்தார், அதோடு இனி நான் காணவே முடியாத ஒரு தங்கையைக் கொடுத்தார். கடவுள் என்ற பெயரில் நான் வழிபட்டுக்கொண்டிருந்ததும், கடிதங்கள் எழுதிக்கொண்டிருந்ததும் என்ன இருந்தாலும் ஒரு ஆணுக்குத்தானே. அற்பத்தனமாக, மறதியுள்ளவனாக, அநியாயவானாக எல்லா ஆண்களையும் போல அல்லாமல் அவர் மட்டும் வேறெப்படி இருக்க முடியும்?

மிஸ் சீலி, மெல்லப் பேசு. கடவுளுக்குக் கேட்டுவிடப் போகிறது.

நன்றாகக் கேட்கட்டுமே, அவருக்குக் கேட்கும் என்றால் நான் உரக்கவே பேசுகிறேன். பாவப்பட்ட கறுப்பினப்பெண்களின் முறையீடுகள் மட்டும் அவருக்குக் கேட்டிருந்தால், இந்த உலகமே மாறிப் போயிருந்திருக்குமே. அதில் சந்தேகமே இல்லையே.

அவள் ஆனவரையில் பேசி என்னை தெய்வநிந்தனை செய்யாமல் தடுக்கப் பார்த்தாள். நானோ என் மனம் ஆறும் வரை தெய்வநிந்தனையைத் தொடர்ந்தேன்.

என் வாழ்நாள் முழுவதும் என்னைப் பற்றி அடுத்தவர்கள் என்ன நினைக்கிறார்கள் என்று கவலைப்பட்டதை விட, மனதின் ஆழத்திலிருந்து கடவுளின்பால் அக்கறை கொண்டிருந்தேன். அவருக்கு அஞ்சி நடந்தேன். இப்போது தான் அவர் நம்மைப்பற்றியெல்லாம் நினைப்பதில்லை, சும்மா செவிடாக அங்கே உட்கார்ந்து கொண்டிருப்பதற்காகப் புகழப்பட்டுக்கொண்டிருக்கிறார் என்று தெரிந்து கொண்டேன். ஆனால் கடவுள் இல்லை என்ற முடிவுடன் வாழ்வதும் சுலபமாக இல்லை. அவர் இல்லை என்று தெரிந்தும் கூட அவரை நம்பாமல் இருக்க முயல்வது உளைச்சல் கொடுக்கத்தான் செய்கிறது.

நான் ஒரு பாவி. பிறந்துவிட்டதாலேயே நான் ஒரு பாவியானேன். அதை மறுக்கவில்லை. ஆனால் அங்கே உனக்காக என்ன காத்துக்கொண்டிருக்கிறது என்று தெரிந்த பின் வேறெப்படித்தான் இருக்க முடியும் சொல் சீலி?

பாவிகள் தான் பெரும்பாலான நேரம் மகிழ்ச்சியாக இருக்கிறார்கள்.

சரிதான். ஆனால் அது ஏன் என்று சொல்.

ஏனென்றால் நீங்கள் எல்லா நேரமும் கடவுளைப் பற்றியே கவலைப்பட்டுக் கொண்டிருப்பதில்லை அதனால் தான்.

நீ நினைப்பது போலில்லை சீலி. நாங்கள் கடவுளைப் பற்றி நிறைய யோசிப்போம். நாங்கள் அவரால் நேசிக்கப்படுவதை உணர்ந்து விட்டோமென்றால், எங்களுக்குப் பிடித்த விதங்களில், நாங்கள் அவரை எப்படி மகிழ்விக்க முடியுமோ அப்படி மகிழ்விப்போம்.

நீ கடவுளுக்காக எதுவுமே செய்வதில்லை, தேவாலயத்துக்குப் போவதில்லை, சர்ச் இசைக்குழுவில் பாடுவதில்லை, போதகருக்கு உணவு கொடுப்பதில்லை, ஆனாலும் கடவுள் உன்னை நேசிக்கிறார், இது தான் நீ சொல்ல வருவதா?

எனக்குப் விருப்பமென்றால் நான் அதெல்லாமும் செய்யலாம் சீலி. கடவுள் என்னை நேசிக்க வேண்டுமென்றால், நேசித்தால் இதையெல்லாம் தான்

செய்ய வேண்டுமென்பதில்லையே. கடவுளுக்குப் பிரியமானது என்று நான் நம்பும் வேறு விஷயங்களையும் செய்யலாம்.

அதென்ன கடவுளுக்குப் பிரியமான விஷயங்கள்?

அமைதியில் நிறைந்திருந்து உலகை ரசிக்கலாம், மகிழ்ச்சியாக இருக்கலாம், வாழ்வை அனுபவிக்கலாம்.

இதுதான் கடவுள் மறுப்பு, இதைவிட தெய்வநிந்தனை வேறென்ன இருக்க முடியும்?

உண்மையைச்சொல், நீ எப்போதாவது தேவாலயத்தில் கடவுளைக்கண்டதுண்டா சீலி? நான் பார்த்ததேயில்லை. நான் தேவாலயத்தில் பார்ப்பதெல்லாம், கடவுளை அங்கே கண்டு விடலாம் என்ற நம்பிக்கையோடு வந்திருக்கும் மனிதர்களை மட்டுமே. தேவாலயத்தில் கடவுள் இருக்கிறாரென்றால், அவர் என்னோடு நான் அங்கே அழைத்துச்செல்பவர் தான். எல்லோருக்குமே இது பொருந்தும். நாம் தேவாலயத்துக்குப் போவது கடவுளைப் பகிர்ந்துகொள்ளத்தானே தவிர பார்ப்பதற்கல்ல.

நான் வீங்கிய வயிற்றோடு தடுமாறிக் கொண்டிருந்தபோதும், மிஸ்டர் _____ இன் பிள்ளைகளோடு அல்லாடியபோதும் என்னைப் புறக்கணித்தவர்களுக்கெல்லாம் அவரைப் பகிர்ந்து கொள்ள வேண்டியதும் இல்லை.

ரொம்பச் சரியாய் சொன்னாய் சீலி.

அதிருக்கட்டும், கடவுள் பார்க்க எப்படி இருப்பார் என்று நினைக்கிறாய் சொல்லேன்.

யாருமே என்னிடம் கேட்காததைக் கேட்டு என்னை ஆச்சரியத்துக்குள்ளாக்கிவிட்டாள். இதெல்லாம் எனக்கெப்படித்தெரியும்? எவ்வளவு யோசித்தாலும் சரியான ஒரு முடிவுக்கு வர முடியாமல் வெட்கமாக இருக்கிறது. தெரிந்த வரைக்கும் சொல்லி ஷுக் என்ன நினைக்கிறாள் என்று பார்க்கலாம்.

சரி. அவர் பெரிய உருவத்தினர், வயதானவராக, உயரமாக, வெண்தாடியுடன் வெள்ளையாக இருப்பார். வெண்ணிறத்தில் அங்கியுடுத்தி, வெறுங்காலோடு நடப்பார்.

விழிகள் எப்படி? நீலமா?

ஒரு மாதிரி நீலமும், சாம்பலும் கலந்த நிறம். குளுமையான, பெரிய விழிகள். வெண்ணிற இமைகள்.

ஷுக் சிரித்தாள்.

என்ன சிரிப்பு? இதிலே வேடிக்கையாக என்ன இருக்கிறது? அவர் மிஸ்டர் ____ ஐப் போல இருப்பார் என்று நினைக்கிறாயா?

அவனைப் போல இருந்தாலும் அது அப்படியொன்றும் நல்ல விஷயம் இல்லை. நான் பிரார்த்தனை செய்த போதெல்லாம் என் மனக்கண்களில் கண்டுகொண்டிருந்த கடவுள் நீ சொல்லும் இதே வெள்ளை மனிதன் தான். தேவாலயத்தில் கடவுளைக் காண நினைத்தால் இவரைத்தான் நாம் பார்க்க முடியும். ஏனென்றால் அவர் வசிப்பது அங்கு தான்.

நீ சொல்வது எனக்குப் புரியவில்லை ஷுக். அதெப்படி?

எப்படியென்றால், அந்த நபர் தான் வெள்ளையர்களின் பைபிளில் கடவுளாக இருப்பவர்.

ஷுக் ! கடவுள் அல்லவா பைபிளை எழுதியவர். வெள்ளையர்களுக்கு அதிலென்ன பங்கு?

அவர் ஏன் அவர்களைப் போலவே இருக்கிறார் என்று நீ யோசித்ததில்லையா? இன்னும் கொஞ்சம் பெரிய உருவமாய் இருக்கிறார். ஒரு குவியல் கேசம் அதிகமாய் இருக்கிறது, மற்றபடி அவரும் வெள்ளையர்தான். சரி, அதெப்படி பைபிளும் அவர்கள் செய்யும் எல்லாவற்றையும் போலவே, வெள்ளையர்களின் காரியங்களைப் பற்றியே ஒன்றன் பின் ஒன்றாய்ப் பேசுகிறது? அதில் வரும் கறுப்பர்களுக்கு ஏன் சாபங்கள் மட்டும் தான் கிடைக்கின்றன?

நான் இப்படி யோசித்ததே இல்லை.

நெட்டி சொல்லியிருந்தாள், பைபிளில் எங்கோ, ஏசுவின் கேசம், செம்மறிக்குட்டியின் மயிரைப் போலவே இருப்பதாய் வருகிறது என்று.

கடவுளின் கேசம் சுருட்டையாக இருக்கும் என்று நம் கறுப்பர்கள் கனவிலும் எதிர்பார்த்திருக்க மாட்டார்கள். அதனால், நாம் குறிப்பிடும் சர்ச்சுகளில் ஏதாவது ஒன்றுக்கு அவர் வருகை தருவதாயிருந்தால், யாரும் அதை கவனித்து

விடுவதற்கு முன் அவர் தன் கேசத்தை நேராக்கிக் கொண்டு வந்துவிடுவது நல்லது.

பைபிளைப் படித்தவர்களுக்கு கடவுள் வெள்ளையர் என்ற பிம்பம் தான் தோன்றும். நானும் கடவுள் வெள்ளையர் அதிலும் ஆண் என்றறிந்ததில் மனம் வெறுத்துப்போனேன். அவர் உன் பிரார்த்தனைகளுக்குச் செவிசாய்க்கவில்லை என்று நீ கோபமாக இருக்கிறாய். சட்! கறுப்பர்கள் பேச்சுக்கு எந்த மேயராவது மதிப்பளிக்கிறாரா என்பது சோஃபியாவின் கேள்வி, ஷுக் பெருமூச்செறிந்தாள்.

சோஃபியா சொல்லித்தான் இது தெரியவேண்டுமா என்ன? வெள்ளையர்கள் கறுப்பர்களின் பேச்சைக் கேட்கவே மாட்டார்கள். ஒருவேளை கவனித்தாலும், கறுப்பர்கள் தங்களுக்காக என்ன செய்ய வேண்டுமெனக் கட்டளையிடத் தேவையான அளவுக்குத் தான் கவனிப்பார்கள்.

நான் சொல்ல வரும், நம்பும் விஷயம் என்னவென்றால், கடவுள் உனக்குள்ளும் நம் அனைவருக்குள்ளும் இருக்கிறார். நாம் இந்த உலகத்துக்கு வந்ததே அவரோடு தான். ஆனால் யார் அவரைத் தமக்குள் தேடுகிறார்களோ அவர்களே கண்டடைவார்கள். சிலசமயங்களில் நாம் அதைத் தேடாத போதும், என்ன தேடுகிறோம் என்றறியாத போதும் கூட அது தன்னை வெளிப்படுத்திக்கொள்ளும். பிரச்சினைகளில், துயரங்களில் தான் பெரும்பாலான மக்கள் கடவுளைக் கண்டடைந்துகொள்கிறார்கள்.

என்ன சொன்னாய்? "அது" வா?

ஆம். "அது" தான். கடவுள் அவனோ அவளோ அல்ல. "அது" தான்.

சரி அது பார்க்க எப்படி இருக்கும்?

அது எதைப் போலவும் இருக்காது. அது ஒரு படம் அல்ல காட்டுவதற்கு. மற்றவற்றிலிருந்து வேறுபடுத்தி அதைப் பார்க்க முடியாது, உன்னிடம் இருந்தும் தான். எல்லாமே கடவுள் தான் என்று நான் நம்புகிறேன். இதுவரையில் இருந்த, இப்போதும் இருக்கிற, இனி இருக்கப் போகிற எல்லாமும் தான். அதை நீ உணரும் போது, அதை உணர்ந்து கொண்டதில் மகிழும் போது, நீ அதைக் கண்டடைகிறாய்.

லேசாய் சுளித்த முகத்துடன், இருக்கையில் சாய்ந்தமர்ந்துகொண்டு, முற்றத்துக்கு அப்பால் வெறித்தபடி பேசிய ஷுக், ஒரு பெரிய ரோஜாப் பூவைப் போலத் தோன்றினாள். அவள் நிச்சயம் அழகி தான்.

அந்த வயதான வெள்ளை மனிதனிலிருந்து நான் முதலில் நகர்ந்தது மரங்களுக்கு. பிறகு காற்றுக்கு, பிறகு பறவைகளுக்கு, பிறகு மற்ற மனிதர்களுக்கு. ஒருநாள், தாயில்லாப்பிள்ளை போல துக்கத்தில் அமிழ்ந்தபடி- நான் தாயில்லாதவள் தானே - அமைதியாக அமர்ந்திருந்த போது, அது எனக்குள் வந்தது: இந்தப் பிரபஞ்சமும் நானும் எல்லாமும் ஒன்றுதானெனும் உணர்வு, எதிலிருந்தும் நான் வேறானவளல்ல என்றெனக்குத் தெரிந்தது. ஒரு மரத்தை வெட்டினால், என் கரத்திலிருந்து ரத்தம் பெருகும் என்றறிந்தேன். நான் சிரித்தவாறே அழுதுகொண்டு என் வீட்டைச் சுற்றி ஓடினேன். அது என்னவென்று நான் தெளிவாகப் புரிந்துகொண்டேன். உண்மையில், அது நிகழும் போது நம்மால் அதைப் புரிந்துகொள்ளாமல் தவறவிடவே முடியாது. அது எப்படியிருந்தது தெரியுமா என்றவள், சிரித்துக்கொண்டே என் தொடைகளின் மத்தியில் தேய்க்கத் தொடங்கினாள்.

ஷுக்! என்ன செய்கிறாய்!

பதறாதே. கடவுளுக்கு எல்லா உணர்வுகளும் பிடிக்கும். கடவுளின் படைப்பில் மிகச்சிறப்பானவை அவைதானே. கடவுளும் அவற்றை விரும்புகிறார் என்றறிந்து கொண்டால், நாம் அவற்றை இன்னமும் அனுபவிக்கலாம். ஆசுவாசமாய், வாழ்க்கை போகும் போக்கில் போய், எல்லாவற்றையும் ஆராதிப்பதன் மூலம் கடவுளைத் துதிக்கலாம்.

அது அருவருப்பானது என்று கடவுள் நினைப்பதில்லையா?

கடவுள் தானே அதை உண்டாக்கியது, தான் படைத்ததை அவர் ஏன் வெறுக்கவேண்டும்? உனக்குப் பிடித்தவற்றையும், பிடிக்காத சிலவற்றையும் கூட கடவுள் விரும்புகிறார். ஆனால் மற்ற எல்லாவற்றையும் விட கடவுள் ஆராதிக்கப்படுவதை விரும்புகிறார்.

நீ கடவுளைத் தற்பெருமை கொண்டவர் என்கிறாய்.

இல்லை அப்படிச் சொல்லவில்லை. தற்பெருமை அல்ல, நல்லவற்றை பகிர்ந்து கொள்ள விரும்புவதைச்

அன்புள்ள ஏவாளுக்கு | **239**

சொல்கிறேன். நான் என்ன நினைக்கிறேன் தெரியுமா? ஒரு வயலில் பயிர்களுக்கிடையில், அரிதான, ஊதாப்பூக்கள் மலர்ந்திருக்கும்போது நீ அவற்றைக் கவனிக்காமல் கடந்து செல்வது கடவுளை எரிச்சலுக்குள்ளாக்கும்.

ஓ! அது கோபமடைந்தால் என்ன செய்யும்?

அது எதையாவது செய்யும். நாம் நினைக்கிறோம், கடவுளை மகிழ்விப்பது ஆராதனை தான் என்று. ஆனால் ஒரு முட்டாளுக்குக் கூட புரியும்படியாக அது எப்போதும் நம்மைத் திருப்பி மகிழ்விக்க முயற்சிக்கிறதே.

அப்படியா?

உண்மைதான். சின்னச் சின்ன மகிழ்ச்சிகளை, எதிர்பாராத வேளைகளில் நம் மீது அது பொழியவில்லையா?

பைபிள் சொல்வது போல அது நேசிக்கப்பட விரும்புகிறது என்று தான் நீயும் சொல்கிறாய் இல்லையா?

ஆமாம் சீலி. எல்லாமே நேசிக்கப்படுவதைத் தான் விரும்புகிறது. நாம் பாடுவது, ஆடுவது, முகங்களை அஷ்டகோணலாக்குவது, மலர்க்கொத்துக்களைத் தருவது எல்லாமே நேசிக்கப்படுவதற்குத் தானே. நீ கவனித்திருக்கிறாயா, மரங்கள் கூட நம்மைப் போலவே நாம் கவனம் பெறுவதற்காகச் செய்யும் அத்தனையையும் செய்கின்றன. நடப்பதைத் தவிர.

நாங்கள் கடவுளைப் பற்றிப் பேசிக்கொண்டே இருந்தோம், ஆனாலும் என் மண்டைக்குள்ளிருந்து அந்த வயதான வெள்ளை மனிதனை விரட்ட முயன்று கொண்டு நான் இன்னமும் நிலையில்லாமல் தான் இருக்கிறேன். நான் அந்த நபரைப் பற்றின நினைப்பில் மும்முரமாய் இருந்ததில், கடவுள் உண்டாக்கிய எதையுமே கவனிக்காமல் விட்டுவிட்டேன். சோளத்தாளை (அது எப்படி அதை உண்டாக்கியது?), ஊதாநிறத்தை (அது எங்கிருந்து வந்தது?). சிறிய காட்டுப்பூக்களை. எதையுமே நான் கவனிக்காமல் இருந்துவிட்டேன்.

இப்போது என் கண்கள் திறந்துகொண்டதில் ஒரு முட்டாளைப் போல உணர்கிறேன். முற்றத்தில் இருக்கும் புதர்க்காட்டின் சிறிய முள்ளைப் போல, மிஸ்டர் ____ யின் பொல்லாத்தனத்தைப் போல, உணர்ந்து, சுருங்குகிறேன். ஷுக் சொல்வதைப் போல, அற்புதங்களை இனம்கண்டுகொள்ள வேண்டுமென்றால்,

விழிக்கோளத்திலிருந்து அந்த வெள்ளை மனிதனை முதலில் அகற்றியாக வேண்டும்.

மனிதன் எல்லாவற்றையும் கெடுத்துவிட்டான் என்றாள் ஷுக். நம் சோளக்குருணை டப்பாவிலிருந்து, வானொலிக்குள், நம் மண்டைக்குள் எங்கும் நீக்கற அவன் இருக்கிறான். எங்கெங்கும் இருப்பதாக நம்மை நம்ப வைக்க முயல்கிறான். சீக்கிரமே அவன் எங்கும் இருப்பதாக நம்பி நாம் அவனைக் கடவுள் என்கிறோம். ஆனால் அது அவனல்ல. நீ பிரார்த்தனை செய்ய முயலும் போதெல்லாம் மறுமுனையிலிருந்து அவன் எழுவான், அவனை ஒழிந்து போகச் சொல்லிவிடு. மலர்களை, காற்றை, நீரை, ஒரு பாறையை உன் மனதின்கண்ணில் பார்.

அது மிகக்கடினமாகயிருக்கிறது. அவன் அங்கே காலம்காலமாய் இருந்துவிட்டதால், நகர மறுக்கிறான். மின்னலை, வெள்ளத்தை, பூகம்பங்களைக் காட்டி அச்சுறுத்துகிறான். நான் போராடுகிறேன், தொழுவதே இல்லை. எப்போதாவது பிரார்த்தனை செய்ய முயற்சிசெய்யும் போது, ஒரு பாறையை என் மனக்கண்ணில் கண்டுவிடப் போராடுகிறேன்.

ஆமென்

அன்பு நெட்டி,

இப்போதெல்லாம் நான் கடவுளுக்கு எழுதுவதற்குப் பதிலாக உனக்கு எழுதுவதாகச் சொன்னதும் ஷுக் சிரித்தாள். நெட்டிக்கு இவர்களையெல்லாம் தெரியாதே என்றாள். அவள் சொல்வது தான் வேடிக்கையாக இருக்கிறது. முன்பு நான் எழுதிக்கொண்டிருந்த கடவுளுக்கு மட்டும் எங்களையெல்லாம் தெரிந்ததா என்ன?

மேயரின் பணிப்பெண்ணாக, அந்த வெள்ளைப் பெண்ணின் பைகளைச் சுமந்தவளாய் அன்று நகரில் நீ பார்த்தது சோஃபியாவை. சோஃபியா மிஸ்டர் ____ இன் மகன் ஹார்ப்போவின் மனைவி. மேயரின் மனைவியிடம் கடுமையாகப் பேசியதற்காகவும், மேயரை பதிலுக்குத் தாக்கியதற்காகவும் போலிஸ் அவளைச் சிறையில் அடைத்தது. முதலில் அவள் சிறைச்சலவைக் கூடத்தில் துணிகளைத் துவைத்துக்கொண்டு வேலைப்பளுவால் செத்துக்கொண்டிருந்தாள். நாங்கள் அவளை மேயரின் வீட்டுக்குப் பணிப்பெண்ணாய் அனுப்பினோம். அவள் அந்த வீட்டின் நிலவறையில் உறங்க வேண்டியிருந்தது, ஆனால் சிறையை விட அது பரவாயில்லை. அங்கு ஈக்கள் இருந்தன ஆனால் எலிகள் இல்லை.

அவர்கள் அவளைப் பதினொன்றரை வருடங்கள் வைத்திருந்து விட்டு, நன்னடத்தைக்காக ஆறு மாதங்கள் முன்னதாகவே அவள் குடும்பத்தைச் சேர்ந்து கொள்ள அனுப்பி வைத்தார்கள். அவளுடைய மூத்த குழந்தைகள் திருமணமாகிப் போய்விட்டார்கள், அவளுடைய இளைய குழந்தைகள் அவளை அடையாளம் தெரியாமல் அவள் மீது எரிச்சலடைகிறார்கள். அவள் கிறுக்குத்தனமாக நடந்துகொள்வதாகவும், கிழவியாக இருப்பதாகவும், அவள் வளர்க்கும் வெள்ளைச் சிறுமிக்கு அதீத செல்லம் கொடுப்பதாகவும் நினைக்கிறார்கள்.

நாங்கள் அனைவரும் நேற்றிரவு ஒடிசாவின் வீட்டில் இரவுணவு உண்டோம். சோஃபியாவின் அக்கா ஒடிசாவும் அவள் கணவன் ஜாக்கும் தான் குழந்தைகளை வளர்த்தார்கள். ஹார்ப்போவின் காதலி ஸ்க்வீக்கும், ஹார்ப்போவும் அங்கு இருந்தார்கள்.

சோஃபியா அவ்வளவு பெரிய மேசையில் இடமில்லாதது போல அமர்ந்திருந்தாள். குழந்தைகள் அவள் அங்கிருந்ததை அலட்சியம் செய்து அவளைத்

தாண்டிப் போய் வந்து கொண்டிருந்தார்கள். ஹார்ப்போவும் ஸ்க்வீக்கும் ஏதோ திருமணமாகி வெகுகாலமான தம்பதியைப் போல் நடந்துகொண்டனர். குழந்தைகள் ஒடிசாவை அம்மா என்றழைத்தனர். ஸ்க்வீக்கை சின்னம்மா என்றழைத்தனர். சோஃபியாவை மிஸ் என்றனர். சோஃபியாவிடம் கவனம் செலுத்திய ஒரே நபர் ஹார்ப்போ-ஸ்க்வீக்கின் மகள் சுசீக்யூ தான். அவள் சோஃபியாவுக்கு நேரெதிரில் அமர்ந்து, கண்களைச் சுருக்கிக்கொண்டு அவளைப் பார்த்தாள்.

உணவு முடிந்ததுமே, ஷுக் இருக்கையைப் பின்னால் தள்ளி, ஒரு சிகரெட்டைப் பற்ற வைத்தாள். உங்கள் எல்லோரிடமும் சொல்லிவிட இது தான் சமயம் என்றாள்.

எதைச் சொல்ல? ஹார்ப்போ கேட்டான்.

நாங்கள் கிளம்புகிறோம்.

அப்படியா என்ற ஹார்ப்போ காபிக்காக சுற்றிலும் தேடினான். பிறகு க்ரேடியைப் பார்த்தான்.

நாங்கள் கிளம்புகிறோம் என்றாள் ஷுக் மறுபடி. மிஸ்டர் ____ அதிர்ச்சியடைந்தவராய்த் தெரிந்தார். கிளம்புவதாக ஷுக் எப்போது சொன்னாலும் அப்படித்தான் துணுக்குறுவார். ஒன்றுமே சொல்லப்படவில்லை எனும் பாவனையோடு குனிந்து தன் வயிற்றைத் தடவினார், அவள் தலையைத்தாண்டி வேறெங்கோ பார்த்தார்.

க்ரேடி சொன்னான், இந்த உலகத்துக்கு உப்பைப் போல எவ்வளவு நல்ல மனிதர்கள். இவர்களைப்போலெல்லாம் பார்க்கவே முடியாது என்பதுதான் உண்மை. ஆனால் என்ன செய்வது விடைபெற வேண்டிய வேளை வந்துவிட்டதே.

ஸ்க்வீக் அமைதியாக, அவள் தாடை தட்டோடு ஒட்டிக்கொண்டது போல இருந்தாள். நானும் அமைதியாக, விஷயம் வெடிக்க இருக்கும் தருணத்துக்காகக் காத்திருந்தேன்.

சீலி எங்களோடு வருகிறாள் என்றாள் ஷுக்.

மிஸ்டர்____ இன் தலை சுழன்று பின் நேரானது. என்ன சொன்னாய்?

சீலி என்னோடு மெம்ஃபிஸுக்கு வருகிறாள்.

என்ன? அது என் பிணத்தின் மீது தான் நடக்கும்.

உனக்கு அது தான் திருப்தியளிக்கும் என்றால் நான் என்ன செய்ய முடியும் என்றாள் ஷுக் கொஞ்சம் கூட அலட்டிக்கொள்ளாமல்.

மிஸ்டர் ____ இருக்கையிலிருந்து எழுந்தார், ஷுக்கைப் பார்த்தார், மறுபடி பொத்தென அதில் விழுந்தார். என்னிடம் கேட்டார், ஒருவழியாக நீ இப்போது தான் சந்தோஷமாக இருக்கிறாய் என்று நினைத்தேன். இப்போது என்ன வந்தது புதிதாய்?

என்ன வந்துவிட்டதா? உன்னைப் போன்ற கீழ்த்தரமான நாயை விட்டு நீங்கி பிரபஞ்சத்துக்குள் நுழைய வேண்டிய நேரம் வந்து விட்டது. உன் பிணத்தின் மீது ஏறிச்செல்ல வேண்டிவந்தால் அது இன்னமும் பொருத்தம் தான்.

என்ன சொன்னாய் ? எங்கே திரும்பச்சொல் என்றார் திடுக்கிட்டவராய்.

மேசையைச் சுற்றி அமர்ந்திருந்த ஜனங்களின் திறந்த வாய் மூடவில்லை.

நீ என் தங்கை நெட்டியை என்னிடமிருந்து பிரித்தாய். இந்த உலகத்தில் என்னை நேசித்த ஒரே ஜீவன் அவள் தான்.

மிஸ்டர் ____ ஏதோ இயந்திரம் சப்தமிடுவதைப் போல ஆஆஆனாலானால் என்று உளறினார்.

உனக்குத் தெரியுமா? நெட்டியும் என் குழந்தைகளும் சீக்கிரமே ஊருக்கு வருகிறார்கள். அவள் வந்ததும் நாங்கள் எல்லோரும் சேர்ந்து உன் புட்டத்தைச் சாட்டையால் விளாசுவோம்.

என்னது? நெட்டியும் உன் குழந்தைகளுமா! சரிதான் இவளுக்குப் பைத்தியம் பிடித்துவிட்டது.

ஏன்? எனக்கும் குழந்தைகள் இருக்கிறார்கள். ஆப்ரிக்காவில் நல்ல பள்ளியில் படிக்கிறார்கள், ஏராளமான தூய காற்றும், உடற்பயிற்சியுமாய் வளர்கிறார்கள்.

நீ சரிசெய்ய முயன்றுகூடப் பார்க்காத இந்த முட்டாள்களை விட அருமையான பிள்ளைகள்.

போதும் போதும் நிறுத்துங்கள் என்றான் ஹார்ப்போ.

என்னடா சனியனே, நான் எதற்கு நிறுத்த வேண்டும்? நீ மட்டும் சோஃபியாவை அடக்கியாள முயலாமல்

இருந்திருந்தால் அவள் அந்த வெள்ளையர்களிடம் பிடிபட்டிருக்கவே மாட்டாள், இப்படி சீரழிந்திருக்க வேண்டியதில்லை. நீயெல்லாம் பேசுகிறாய்.

நான் பேசுவதில் அதிர்ச்சியடைந்திருந்த சோஃபியா, வாயிலிருந்த உணவை பத்து நிமிடமாய் மெல்லாமல் அப்படியே குதப்பிக்கொண்டிருந்தாள்.

அநாவசியமாய் பேச வேண்டாம் என்றான் ஹார்ப்போ.

ஏன் அதில் உண்மை இருக்கும் போது ஏன் பேசக்கூடாது என்றாள் சோஃபியா.

எல்லோரும் அவள் அங்கிருப்பதை அப்போது தான் உணர்ந்தது போல அவளை வெறித்துப் பார்த்தார்கள். பிணக்குழிக்குள்ளிருந்து கிளம்பியது போல அவள் குரல் எல்லோரையும் அதிரவைத்தது.

செத்த குதிரையின் சாணிக்கு ஒப்பான உங்கள் அப்பனும், கெட்டு குட்டிச்சுவராயிருந்த பிள்ளைகளுமாய்ச் சேர்ந்து என் வாழ்க்கையை நரகமாக்கினீர்கள்.

மிஸ்டர் ____ ஆவேசத்துடன் என்னை அறைவதற்காக கையை நீட்ட, நான் அதில் என் மடக்குக் கத்தியால் குத்தினேன்.

தேவடியாளா நீ? குடும்பம் இல்லாதவளா? மெம்ஃபிஸுக்கு இப்படி ஓடிப்போனால் ஜனங்கள் என்ன பேசுவார்கள் என்றலறினார்.

ஆல்பர்ட் உனக்கெல்லாம் அறிவிருக்கிறதா இல்லையா? ஜனங்கள் எப்போதும் ஏதாவது இழவைப் பேசிக்கொண்டுதானிருப்பார்கள். அதற்காகவெல்லாம் எவளும் எதற்காகக் கவலைப்பட வேண்டும்?

ஷுக்கின் கேள்விக்கு மிகக் தீவிரமாக விளக்கம் கொடுக்க முனைந்தான் க்ரேடி. ஜனங்கள் அப்படிப் பேசினால் அந்தப் பெண்ணுக்கு எந்த ஆணும் கிடைக்க மாட்டான் ஷுக், அதற்காகத்தான்.

உள்ளார்ந்த சிரிப்பில் குலுங்கியபடி ஷுக் என்னைப்பார்க்க, நானும் அடக்கமாட்டாமல் சிரித்தேன். ஸ்க்வீக்கும் சிரிக்கத்தொடங்க, சோஃபியா சேர்ந்துகொண்டாள். விழுந்துவிழுந்து பெண்கள் எல்லோரும் சிரித்து கெக்கலிகொட்டினோம்.

இன்னமும் சிரித்துக்கொண்டே, பிரமாதமான விளக்கம் இல்லையா என்றாள் ஷுக். ஆமாம் பின்னே என்று மேசையத்தட்டிபடி கண்களில் வழிந்த நீரைத்துடைத்துக்கொண்டே சிரித்தேன்.

வாயை மூடு ஸ்க்வீக், ஆண்களைப் பார்த்து பெண்கள் சிரிப்பது அதிர்ஷ்டக்கேடு என்றான் ஹார்ப்போ.

சரிதான் என்றவள், நேராய் உட்கார்ந்து மூச்சை இழுத்துப் பிடித்து, முகத்தை இறுக்கமாக்கிக் கொள்ள முயன்றாள்.

பிறகு அவன் சோஃபியாவைப் பார்த்தான். இன்னமும் உரக்க சிரித்த அவள், என்னுடைய எல்லா அதிர்ஷ்டக்கேடும் முன்னமேயே நடந்து முடிந்துவிட்டது. இனி வாழ்நாள் முழுக்க நான் ஆண்களைப் பார்த்து சிரிக்கலாம் என்றாள்.

மேரி ஆக்னஸை அடித்து, பல்லை உடைத்த அன்று அவளைப் பார்த்த அதே பார்வையை அப்போதும் பார்த்தான் ஹார்ப்போ. மேசையைத் தாண்டி அச்சத்தின் ஒரு பொறி படர்ந்து பறந்தது.

இந்த கிறுக்கியிடம் போய் நான் ஆறு குழந்தைகளைப் பெற்றிருக்கிறேன் என்று முணுமுணுத்தான்.

ஆறில்லை ஐந்து என்றாள் சோஃபியா.

அசந்து போனான் ஹார்ப்போ. மறுவார்த்தை பேசக்கூட அவனுக்குத்தெம்பில்லை.

தன் குழந்தைகளில் கடைக்குட்டியைப் பார்த்தான். சிடுசிடுப்பான, சட்டென்று கோபம் கொள்ளும், கடுஞ் சேட்டைக்காரியான அவள் இந்த உலகில் வாழ்ந்தே தான் தீருவேன் என்ற அதீத பிடிவாதம் கொண்டவள். மற்ற எல்லாக் குழந்தைகளையும் விட அவன் அவளைத்தான் அதிகமாக நேசித்தான். அவள் ஹென்ரியெட்டா.

ஹென்ரியெட்டா என்றழைத்தான் ஹார்ப்போ.

என்ன்ன்ன்ன்ன என்றாள் வானொலியில் பேசுபவளின் பாணியில்.

சோஃபியாவின் பேச்சில் குழம்பியிருந்த அவனுக்கு நா வறண்டிருந்தது. எனக்கு ஒரு கோப்பை குளிர்ந்த நீர் கொண்டு வா.

அவள் அசையவில்லை.

தயவுசெய்து ஒரு கோப்பை குளிர்நீர் கொண்டு வா என்றான்.

அவள் எழுந்தாள், அவனுக்குத் தண்ணீர் கொண்டு வந்து அவன் தட்டின் அருகில் வைத்தாள், அவன் கன்னத்தில் முத்தினாள். பாவம் அப்பா என்று சொல்லிவிட்டு அமர்ந்து கொண்டாள்.

என்னுடைய பணத்தில் ஒரு பென்னி கூட உனக்குக் கிடைக்காது என்றார் மிஸ்டர் ____. ஒரு காசின் துகள் கூட கிடைக்காது.

சீ உன்னுடைய காசு யாருக்கு வேண்டும்? உன்னைப் போன்ற பாவியிடம் எனக்கு எந்தத் தேவையுமில்லையே. என்னை மணந்துகொள்ளும்படிக் கூட நான் உன்னைக் கேட்டதில்லையே.

பொறுங்கள் பொறுமை அவசியம். சீலி மட்டும் எல்லாச்சுமையையும் தாங்க வேண்டியதில்லை. இன்னொருவரும் எங்களோடு வருகிறார் என்று இடையில் புகுந்தாள் ஷுக்.

எல்லோரும் சோஃபியாவை நோக்கி பார்வையைத் திருப்பினார்கள். அவள் ஒருத்தி தான் தனக்கான இடமில்லாமல் தவிப்பவள், வெளியாள்.

அது நானில்லை என்றாள் அவள். இந்த எண்ணத்தோடு என்னைப் பார்த்ததற்கே உங்களையெல்லாம் கொன்று போடுவேன் என்றது அவள் பார்வை. அவள் ஒரு பிஸ்கெட்டை எடுத்துக்கொண்டு, தன் இருக்கையில் இன்னம் நல்லபடியாக ஆழ்ந்து அமர்ந்தாள். இப்படி கனத்த, நரைத்த, ஒற்றை முறைக்கும் கண்ணுள்ள ஒருத்தியைப் பார்க்கும்போதே அவளிடம் எதுவும் கேட்க யாருக்கும் துணிச்சல் வராது.

ஆனாலும் அவள் தெளிவுபடுத்துவதற்காக அழகாக, சுருக்கமாகச் சொன்னாள், நான் என் வீட்டிற்கு வந்து சேர்ந்துவிட்டேன் அவ்வளவு தான்.

அவள் சகோதரி ஒடிசா அவளை அணைத்துக் கொண்டாள். ஜாக்கும் நெருங்கி அமர்ந்து

அதிலென்ன சந்தேகம் சோஃபியா என்றான்.

அம்மா அழுகிறாளா சோஃபியாவின் ஒரு குழந்தை கேட்டது.

மிஸ் சோஃபியாவும் தான் என்றது இன்னொன்று.

தான் செய்யும் எல்லாக் காரியங்களையும் வேகமாக முடிப்பதைப் போலவே சோஃபியா சட்டென்று அழுகையை நிறுத்தினாள்.

யார் தான் அது என்றாள்.

ஒருவரும் பேசவில்லை. அடுப்பில் கரி அணைந்து தணிவதும், அவை ஒன்றின் மேல் ஒன்று விழுவதும் கூட கேட்கும் அளவுக்கு அங்கே அமைதி நிலவியது.

ஒருவழியாக, ஸ்க்வீக் தன் முகத்தில் வந்து விழுந்த கூந்தல் கற்றைக்குள்ளிருந்து எல்லோரையும் பார்த்துவிட்டு, நான், நான் தான் வடக்கே போகிறேன் என்றாள்.

என்னது? என்ன சொன்னாய் நீ? எங்கே போகிறாய் என்ன? அதிர்ச்சியில் ஹார்ப்போ உளறியது யாருக்குமே புரியவில்லை.

எனக்கு பாட வேண்டும் என்றாள் ஸ்க்வீக்.

என்னது பாடப்போகிறாயா?

ஜொலெந்தா பிறந்ததிலிருந்தே நான் மேடைகளில் பாடுவதில்லை. நான் மறுபடி பாடப் போகிறேன்.

அவள் பெயர் ஜொலெந்தா. அவளை அவர்கள் சுசீக்யூ என்று அழைத்தார்கள்.

ஜொலெந்தா பிறந்ததிலிருந்து நீ மேடைகளில் பாடவேண்டிய அவசியம் இருக்கவில்லை ஸ்க்வீக். தேவையான எல்லாவற்றையும் நான் உனக்கு செய்கிறேன்.

நான் பாட விரும்புகிறேன்.

இதோ பார் ஸ்க்வீக், இப்பொழுது சொல்கிறேன், நீ மெம்ஃபிஸுக்குப் போக முடியாது. அவ்வளவு தான்.

என் பெயர் மேரி ஆக்னஸ்.

ஸ்க்வீக் என்றால் என்ன மேரி ஆக்னஸ் என்றாலென்ன? என்ன வித்தியாசம் வந்துவிட்டது?

நிறைய வித்தியாசம் வந்துவிட்டது. நான் மேரி ஆக்னஸாக இருந்தபோது என் விருப்பப்படி பாட முடிந்தது.

அந்நேரம் பார்த்து கதவை யாரோ மெதுவாக தட்டினார்கள்.

ஒடிசாவும் ஜாக்கும் ஒருவரையொருவர் பார்த்துக் கொண்டனர். உள்ளே வாருங்கள் என்றான் ஜாக்.

மெல்லிய, குட்டி, வெள்ளைப்பெண்ணொருத்தி கதவின் இடைவெளிக்குள்ளாகத் தன்னைத் திணித்துக் கொண்டு உள்ளே நுழைந்தாள்.

மன்னியுங்கள் நீங்கள் இரவுணவு உண்ணும் நேரத்தில் தொல்லை செய்துவிட்டேன் என்றாள்.

அது பரவாயில்லை நாங்கள் உண்டு முடித்து விட்டோம். நீயும் அமர்ந்து உண்ணலாமே உணவு நிறைய இருக்கிறது. வேண்டுமானால் முற்றத்தில் அமர்ந்து உண்ண உனக்கு ஏதாவது கொண்டு வரட்டுமா என்றாள் ஒடிசா.

ஷுக் தலையில் அடித்துக்கொண்டாள், அடக்கடவுளே நல்ல நேரம் பார்த்து வந்தாள்.

இது எலெனார் ஜேன், இவர்கள் வீட்டில் தான் சோஃபியா வேலை பார்த்தாள்.

நன்றி ஒடிசா, எனக்குப் பசியில்லை, நான் சோஃபியாவைப் பார்க்கத்தான் வந்தேன் என்றவள் சுற்றிலும் பார்வையை ஓடவிட்டு சோஃபியாவைக் கண்ட பிறகு தான் நிம்மதிப் பெருமூச்சு விட்டாள்.

சோஃபியா முற்றத்துக்கு கொஞ்சம் வந்து என்னுடன் பேச முடியுமா?

சோஃபியா மேசையிலிருந்து எழுந்து முற்றத்துக்கு அவளுடன் சென்றாள். சில நிமிடங்களில் மிஸ் எலெனார் விசும்புவதும், பிறகு குரலெடுத்து அழுவதும் கேட்டது.

அவளுக்கு என்னவாம் இப்போது? என்றார் மிஸ்டர் _____.

வழக்கமான வானொலிபாணியிலேயே ஹென்ரியெட்டா சொன்னாள் பிரச்சினைகள்ள்ள்ள்...

இவளால் எப்போதும் சோஃபியாவுக்குத் தொல்லைதான். சதா அவள் பின்னாலேயே அலைகிறாள். ஒடிசா அலுத்துக்கொண்டாள்.

அந்தக் குடும்பமே குடிகாரக்குடும்பம். அவர்கள் மகனைக் கல்லூரியில் சேர்த்தார்கள் அவன் அங்கு ஒழுங்காய் இல்லை. குடிப்பதும், சகோதரியை துன்புறுத்துவதும், பெண்களைத் துரத்துவதும், கறுப்பர்களிடம் பிரச்சினை

பண்ணுவதுமாய் இருக்கிறான். அதோடு மட்டும் நின்றுவிடவுமில்லை.

இது பத்தாதா? என்றாள் ஷுக். பாவம் சோஃபியா.

சீக்கிரமே சோஃபியா உள்ளே வந்தாள்.

என்ன விஷயம் என்றாள் ஒடிசா.

அங்கே வழக்கம்போல ரொம்பப் பிரச்சினை.

நீ அங்கே போகவேண்டுமா?

ஆமாம், இதோ கிளம்புகிறேன். குழந்தைகள் உறங்கச் செல்லும் முன் வந்துவிடுவேன்.

ஹென்ரியெட்டா, தனக்கு வயிறுவலி என்று அங்கிருந்து அகன்றாள்.

ஸ்க்வீக்-ஹார்ப்போவின் மகள், சோஃபியாவின் அருகில் வந்து அவளை ஏறிட்டுப் பார்த்தாள். நீங்கள் போக வேண்டுமா மிஸ் சோஃபியா?

ஆமாம் என்று சொல்லி அவளை இழுத்து மடியில் வைத்துக்கொண்டாள். சோஃபியா பரோலில் வந்திருக்கிறேன். நல்லவிதமாக நடந்து கொள்ள வேண்டுமே.

சுசீக்யூ அவள் தலையை சோஃபியாவின் மார்பில் சாய்த்தாள். ஷுக் பேசியதைக் கேட்டுக்கொண்டிருந்ததில், தானும், பாவம் சோஃபியா என்றாள்.

மேரி ஆக்னஸ் ஹனி, சுசீக்யூ சோஃபியாவிடம் எப்படி ஒட்டுகிறாள் பார் என்றான் ஹார்ப்போ.

ஆம் நல்லதை இனம் கண்டுகொள்ள குழந்தைகளுக்குத் தெரியும் என்றாள் ஸ்க்வீக்.

அவளும் சோஃபியாவும் ஒருவரையொருவர் பார்த்துப் புன்னகைத்துக்கொண்டனர்.

நீ போய்ப் பாடு ஸ்க்வீக். நீ திரும்பி வரும்வரை நான் இந்த குட்டியைப் பார்த்துக்கொள்கிறேன்.

உண்மையாகவா?

நிச்சயமாக.

தயவு செய்து ஹார்ப்போவையும் பார்த்துக் கொள்ளுங்கள் மேம்.

ஆமென்

பிரிய நெட்டி,

உனக்குத்தான் தெரியுமே நம்முடன் ஒரு ஆண் இருக்கிறானென்றால் கூடவே தொல்லையும் இருக்குமென்று. மெம்ஃபிஸுக்குப் போகும் பயணத்தில் காரின் எல்லாப் பக்கங்களிலும் க்ரேடி இருந்தது போல எனக்கு பிரமை ஏற்பட்டது. நாங்கள் எப்படி மாறி உட்கார முயன்றாலும் அவன் ஸ்க்வீக்கின் அருகில் அமரத்தலைப்பட்டான்.

நானும் ஷுக்கும் உறங்கிக்கொண்டிருந்தோம். அவன் வண்டியை ஓட்டிவாறே வடக்கு மெம்ஃபிஸின் டென்னிஸியைப் பற்றி ஸ்க்வீக்குக்குச் சொல்லிக் கொண்டிருந்தான். க்ளப்புகள், ஆடைகள், நாற்பத்தியொன்பது வகையான பீர்கள் என்று அவன் பிதற்றிக்கொண்டே வந்ததில் எனக்கு அரைத்தூக்கம் கூட தூங்க முடியவில்லை. குடிப்பதைப் பற்றி அவன் ஏராளமாகப் பேசப்பேச நானே ஏகமாய்க்குடித்துவிட்டது போல எனக்கு சிறுநீர்முட்டிக்கொண்டு வந்தது. புதர்களடர்ந்த சாலையைத்தேடிப் போய் நாங்கள் எங்களை ஆசுவாசப்படுத்திக் கொண்டோம்.

நான் போவதைப் பற்றி கவலையேபடாதது போல மிஸ்டர் ____ நடந்து கொண்டார்.

உன்னைப் போன்ற ஒருத்திக்கு வடக்கில் இடமே இல்லை. ஷுக் திறமைசாலி, அவள் பாடுவாள், துணிச்சல்காரி, அவளால் யாரிடமென்றாலும் பேசமுடியும், அதற்கான தோற்றம் அவளுக்கு இருக்கிறது. அவள் நிமிர்ந்து நின்றால் ஜனங்களால் அவளைத்தவிர வேறு எதையுமே பார்க்க முடியாது. உன்னிடம் என்ன இருக்கிறது? நீ குரூபி, தொத்தலானவள், வேடிக்கையான உடலமைப்புக் கொண்டவள், வாயைத்திறக்கவே பயந்துசாவாய். மெம்ஃபிஸில் நீ செய்ய லாயக்கான ஒரே வேலை ஷுக்குக்கு வேலைக்காரியாக இருப்பது தான். அவளுடைய மூத்திரச்சட்டியை வேண்டுமானால் நீ கழுவலாம், அவளுக்குச் சமைத்துப் போடலாம். அப்படியொன்றும் நீ நல்ல சமையல்காரியும் இல்லை. என்றைக்கு என் முதல் மனைவி செத்தாளோ அன்றே இந்த வீட்டின் சுத்தமும் போயிற்று. அங்கே உன்னைப் போன்ற ஒருத்தியை கல்யாணம் பண்ணிக்கொள்ளும் அளவுக்குக் கிறுக்குப் பிடித்தோ, பிற்போக்காகவோ

எவனும் இருக்கமாட்டான். என்ன செய்யப் போகிறாய்? யாருடைய வயலிலாவது கூலி வேலை செய்வாயா? ஒருவேளை நல்லமனம் கொண்ட யாராவது ரயில் பாதை இடும் வேலையை உனக்குக் கொடுக்கலாம். நீ இங்குதான் திரும்ப வந்தாகவேண்டும்.

வேறெதாவது கடிதங்கள் வந்ததா?

என்ன?

ஏன் நான் கேட்டது உன் காதில் விழவில்லையா என்ன? நெட்டியிடமிருந்து வேறெதாவது கடிதங்கள் வந்ததா?

அப்படி ஒரு வேளை வந்தாலும், நான் உன்னிடம் அவற்றைக்கொடுக்க மாட்டேன். நீங்கள் அவளும் ஒரே மாதிரிதான். ஓர் ஆண்மகன் உங்களிடம் நல்லவிதமாய் நடந்து கொண்டால், அவன் முகரையில் அறைபவர்கள்.

நான் உன்னைச் சபிக்கிறேன்.

என்ன, என்ன சொன்னாய்?

நீ எனக்குச் செய்த பாவத்துக்குப் பிராயச்சித்தம் செய்யும் வரை நீ தொடும் எதுவுமே விளங்காது.

ஏய் (சிரிப்பு) நீ உன்னைப் பற்றி என்ன நினைத்துக் கொண்டிருக்கிறாய்? நீயொரு கறுப்பி, பிச்சைக்காரி, குரூபி, பெண். சனியனே, நீயே ஒரு சூனியம், நீயெல்லாம் சபித்து ஒரு இழவும் நடக்காது.

சுற்றி நின்ற மரங்கள் எனக்கு ஆணையிட்டதுபோல நான் ஆவேசம் கொண்டேன். அவற்றிலிருந்தே எனக்கான வார்த்தைகள் என்னிடம் வந்தன. எனக்கு நீ நியாயம் செய்யும்வரை உன்னுடைய ஒரு எண்ணமும் ஈடேறாது.

அடடா! இப்படிப்பட்ட வேடிக்கையை யாராவது பார்த்திருப்பார்களா? உன் புட்டத்தை சாட்டையால் விளாசி பழுக்கச் செய்யாமல் விட்டது என் தவறுதான்.

நீ என்னை அடித்த ஒவ்வொரு அடியும் பல்கிப்பெருகி உனக்குத்துன்பம் தரும். மரியாதையாக வாயை மூடிக்கொள்வது உனக்கு நல்லது. நான் பேசுவதெல்லாம் என்னிடமிருந்து வருவதாய்த் தெரியவில்லை, நான் வாயைத் திறப்பதும் காற்று அதனுள் வேகமாய்ப் புகுந்து வார்த்தைகளாய் உருமாறிக் கொள்வதுமாய் இருந்தது.

சீ வேலைகளை வாங்கிக்கொண்டு, உன்னைப் பூட்டி வைத்திருந்தேனென்றால் இந்தக் கருமமெல்லாம் நடக்குமா?

பார், எனக்காகத் திட்டமிடும் சிறையில் நீ புழுபுழுத்துச்சாவாய்.

ஷுக் எங்களிடையே வந்தாள், சீலி என்றாள். மிஸ்டர் ____ இடம் திரும்பி, நிறுத்து ஆல்பர்ட், இன்னொரு வார்த்தை பேசாதே. நீ உனக்கு தான் சிரமத்தை அதிகமாக்கிக் கொள்கிறாய்.

நான் அவளை என்ன செய்கிறேன் பார் என்று என்னிடம் பாய்ந்தார் மிஸ்டர்____.

முற்றத்து தூசி ஒரு பிசாசாய் உருவெடுத்து என் வாயை நிறைத்து, தானே பேசிற்று, நீ எனக்கு எதைச் செய்தாலும், அது ஏற்கெனவே உனக்காகச் செய்யப்பட்டு விட்டது.

ஷுக் என்னைச் சுயாதீனம் வரவதற்காக உலுக்கி, சீலி என்றாள். தன்னிலைக்குத் திரும்பினேன்.

எல்லாவற்றையும் கேட்டுக்கொண்டிருக்கும் பிரபஞ்சமே இதையும் கேள், நான் ஒரு பிச்சைக்காரி, கறுப்பி, குரூபி, சமைக்கத்தெரியாதவள். ஆனால் நான் உன்னிடம் வந்துவிட்டேன்.

ஆமென் என்றாள் ஷுக். ஆமென். ஆமென்.

அன்பு நெட்டி,

மெம்ஃபிஸ் வாழ்க்கை எப்படி இருக்கிறது என்று உனக்குச் சொல்ல வேண்டும். ஷுக்கின் வீடு இளஞ்சிவப்பாகவும் பெரியதாகவும் ஒரு மாட்டுக்கொட்டகையைப் போலவும் இருக்கிறது. ஒரே வித்தியாசம் என்னவென்றால், வைக்கோல் போர்கள் இருக்கவேண்டிய இடங்களில் படுக்கையறைகளும், கழிவறைகளும் இருக்கின்றன. அவளுடைய இசைக்குழு பயிற்சி செய்யும் ஒரு பெரிய நடன அரங்கத்தையும் அவள் கட்டியிருக்கிறாள். வீட்டைச்சுற்றி நிறைய இடம் இருக்கிறது. அதில் ஏகப்பட்ட சிலைகள், நினைவுச்சின்னங்கள், நீரூற்றுகள் இருக்கின்றன. நான் இதுவரையிலும் கேட்டறியாத, இனி ஒரு போதும் பார்க்கப்போவதுமில்லாத மனிதர்களின் சிலைகளை வைத்திருக்கிறாள். எங்கே பார்த்தாலும் ஏராளமான யானைகளும் ஆமைகளின் உருவங்களும். பெரியவை, சிறியவை, நீரூற்றில் சில, மரங்களின் கீழேயும். வீட்டில் எங்கு பார்த்தாலும் யானைகளும் ஆமைகளும் தான். திரைசீலைகளில் யானைகள், படுக்கைவிரிப்புகளில் ஆமைகள்.

தோட்டமும், ஓடைக்கு அருகில் உள்ள புதர்களும் நன்கு தெரியும்படியான பெரிய படுக்கையறையை எனக்குத் தந்தாள் ஷுக்.

நீ அதிகாலைச் சூரியனைப் பார்த்துப் பழகியவள் இல்லையா என்றாள்.

என் அறையைத்தாண்டியதும் அவளுடைய அறை, அது நிழலில் உள்ளது. அவள் இரவு நெடுநேரம் விழித்திருந்து பயிற்சி செய்வாள், தாமதமாக உறங்கச்செல்வாள், காலை எழுவதும் தாமதமாகத்தான். அவளுடைய அறையின் மரசாமான்களில் யானை, ஆமை உருவங்கள் கிடையாது, ஆனால் அறையைச் சுற்றிலும் சிலைகள் உண்டு. அவள் சாட்டினும், பட்டும் அணிந்து உறங்கினாள், அவளுடைய படுக்கைவிரிப்புகளும் சாட்டின் மற்றும் பட்டினாலானவை. அதுமட்டுமல்லாமல் அவளுடைய படுக்கை வட்டவடிவிலானது!

எனக்கு வட்டவடிவில் வீடு கட்டிக்கொள்ளத்தான் ஆசை. ஆனால், அது பழையபாணி என்று எல்லோரும் சொன்னார்கள். வட்டமான வீட்டில் சன்னல்கள் வைக்க

முடியாது என்கிறார்கள். ஆனால் நான் சில மாதிரிகள் வரைந்திருக்கிறேன் என்று என்னிடம் அவற்றைக் காட்டினாள்.

அது ஒரு பெரிய, இளஞ்சிவப்புநிற, வட்டமான வீடு. பார்ப்பதற்கு ஏதோ பழத்தை நினைவுபடுத்தியது. அதில் நிறைய சன்னகளும் கதவுகளும் இருந்தன. வீட்டைச் சுற்றிலும் ஏராளமான மரங்கள் இருந்தன.

இதை எதால் கட்டுவது?

மண்ணால். சிமெண்ட்டுக்கலவை என்றாலும் சரிதான். நான் எப்படி யோசித்து வைத்திருக்கிறேனென்றால், ஒவ்வொரு பகுதிக்கும் அதற்கான வார்ப்பு அச்சை தயார் செய்து கொள்ள வேண்டும். அந்த அச்சில் சிமெண்ட்டுக் கலவையை ஊற்றிவிடுவது, அச்சுக்களைத் தட்டி எடுத்துவிட்டு, பாகங்களை ஒட்டிவிட்டால், நம் வீடு தயாராகிவிடும்.

எனக்கு இந்த வீடே ரொம்பப் பிடித்திருக்கிறது. நீ வரைந்திருக்கும் இது மிகவும் சிறியதாக இருக்கிறது.

இது மோசமாக இல்லை தான், ஆனால் எனக்கென்னவோ ஒரு சதுரத்துக்குள் வாழ்வது விநோதமாகத் தோன்றுகிறது. நான் சதுரமாக இருந்தால், அப்படித்தோன்றாதோ என்னவோ.

நாங்களிருவரும் வீடுகளைப் பற்றி நிறைய பேசினோம். அவற்றை கட்டுவது எப்படி, என்ன மாதிரியான மரங்களைப் பயன்படுத்துகிறார்கள் என்றெல்லாம். வீட்டைச் சுற்றி, வெளியில் உள்ள இடத்தை எப்படி உபயோகமானதாக ஆக்கிக்கொள்ளலாம் என்றும். அவள் வரைந்திருந்த வீட்டைச் சுற்றி, மரத்தாலான பாவாடை வடிவிலான சுவர் ஒன்றை நான் மெத்தையில் அமர்ந்துகொண்டு வரைந்தேன். வீட்டுக்குள்ளேயே இருந்து சலித்துப் போனால், நாம் இதில் அமர்ந்துகொள்ளலாம்.

இங்கு நாம் ஒரு மழைத்தட்டி வைக்கலாம். அவள் பென்சிலை எடுத்து மரச்சுவருக்கு மேலே ஒரு மழைத்திரை வரைந்தாள்.

இங்கெல்லாம் பூந்தொட்டிகள்.

அவற்றில் ஜெரெனியப் பூக்கள் வளர்க்கலாம் என்றேன்.

இங்கே சில யானை உருவங்கள்.

இங்கு ஒன்றிரண்டு ஆமைகள் என்றேன்.

இங்கேதான் நீயும் இருப்பாய் என்று நமக்கெப்படித் தெரியும் என்று கேட்டாள்.

எனக்குத்தெரியும்! என்றேன்.

நாங்கள் முழுதுமாக வரைந்து முடித்த பிறகு பார்த்தால், அந்த வீடு ஒன்று பறக்கும் அல்லது நீந்தும் என்று தோன்றியது.

ஷுக் மட்டும் சமைத்தாளென்றால் அவளை மிஞ்ச யாராலுமே முடியாது.

அவள் அதிகாலையில் எழுந்து கடைத்தெருவுக்குப் போவாள். புத்தம் புதியவற்றை மட்டும் வாங்கி வருவாள். வீட்டின் பின்கட்டில் அமர்ந்துகொண்டு ஏதோ ராகத்தை முணுமுணுத்தபடி, பட்டாணிகளின் தோலை உரிப்பாள், கீரையை ஆய்ந்தெடுப்பாள், மீன்களைச் சுத்தம் செய்வாள். அப்புறம் ஒரே நேரத்தில் எல்லாப் பானைகளையும் அடுப்பில் ஏற்றி, வானொலியையும் உரக்கப் பாடவைப்பாள். ஒரு மணிக்குள் எல்லாம் தயாராகிவிடும், உண்பதற்காக எங்களை மேசைக்கு அழைப்பாள். பன்றியின் தொடை, கீரை, அதோடு கோழிக்கறியும், சோளரொட்டியும். பன்றியின் குடல்கறியும், தட்டைப் பயிறும், உப்புக்கண்டமும். உப்பிலிட்ட வெண்டைக்காய் அதோடு தர்பூசணித் துண்டங்கள். கேரமல் கேக்கும், ப்ளாக்பெரி பணியாரமும்.

நன்கு புடைக்கத்தின்றுவிட்டு நாங்கள் வைனும் பீரும் அருந்துவோம்.

அடுத்து உண்டஉணவெல்லாம் கொஞ்சமாவது நிலைகொள்ள, இசை கேட்டபடி நானும் ஷுக்கும் அவள் அறையில் சென்று படுக்கையில் விழுந்துகிடப்போம். அவளுடைய அறை குளிராகவும் இருட்டாகவுமிருக்கும். அந்தமெத்தை மென்மையானது, அருமையானது. நாங்கள் அதில் தழுவிக்கொண்டு கிடப்போம். சிலசமயங்களில் ஷுக் செய்தித்தாளை உரக்க வாசிப்பாள். செய்தியோ எப்போதும் பைத்தியக்காரத்தனமாகத் தான் இருக்கும். மக்கள் சண்டையிட்டுக் கொண்டும், ஒருவரையொருவர் குற்றஞ்சாட்டிக் கொண்டும் தான் இருக்கிறார்கள். யாருக்கும் சமாதானமோ அமைதியோ தேவையில்லை.

இந்த ஜனங்களெல்லாம் கிறுக்குப்பிடித்த மூட்டைப்பூச்சிகள். இவ்வளவு பைத்தியக்காரத்தனமான எதுவுமே நிலைக்காது. காலங்காலமாக அங்கு வாழும் ஒரு இந்தியப்பழங்குடியை வெள்ளம் அடித்துச்செல்லப்போவது குறித்து கவலையேயில்லாமல் இங்கே ஒரு அணையைக் கட்டுகிறார்கள் பார். வரிசையாகப் பெண்களைக் கொலை செய்த ஒருவனைப் பற்றி சினிமா எடுக்கிறார்கள். கொலைகாரனாக நடிக்கும் அதே நபர் தான் பாதிரியாகவும் நடிக்கிறான். இங்கே பார், எப்படிப்பட்ட ஷூக்கள், இவற்றை அணிந்துகொண்டு ஒரு மைல் நடந்தோமென்றால், வீட்டுக்கு நொண்டிக்கொண்டே போகவேண்டியது தான். அந்தச் சீனத் தம்பதியை அடித்தே கொன்றானே, அவனை இதுவரையிலும் இவர்கள் தண்டிக்கவே இல்லை. என்னமோ போ.

சில நல்ல விஷயங்களும் நடக்கின்றனவே என்றேன்.

உண்மைதான் என்றபடி பக்கங்களைத் திருப்பினாள் ஷூக். திரு மற்றும் திருமதி ஹாமில்டன் ஹஃப்ஃபில்மேயர் தம்பதியர் தங்கள் மகள் ஜூன்சூ வின் திருமணச் செய்தியை மிக்க மகிழ்ச்சியுடன் அறிவிக்கிறார்கள். எண்டோவர் ரோடைச் சேர்ந்த மோரிஸ்கள், சமயவட்டத்தலைவர் ஆட்சிக்குட்பட்ட தேவாலயத்துக்கு ஒரு பேரணியைத் தலைமை தாங்கி நடத்திச் செல்கிறார்கள். திருமதி ஹெர்பெட் எடென்ஃபெய்ல், நோய்வாய்ப்பட்டிருக்கும் தன்னுடைய தாயாரான, முன்னாள் திருமதி ஜியஃப்ரே ஹூட் எனும் அடிரண்டாக்ஸைக் காண சென்ற வாரம் வந்திருந்தார்.

இந்த முகங்கள் எல்லாம் மகிழ்ச்சிகரமாகக் காணப்படுகின்றன. நல்ல பெரிய, கொழுத்த முகங்கள். தெளிவான, களங்கமில்லாத கண்கள். முதற்பக்கச் செய்திகளில் உள்ள கயவர்களை அறியாதவர்கள் போலக் காணப்பட்டாலும் இவர்கள் எல்லாம் ஒரே மாதிரியானவர்கள் தான் என்றாள் ஷூக்.

சீக்கிரமே விமரிசையான இரவுணவைச் சமைத்துவிட்டு, வீட்டைச் சுத்தமாக்க என்னவெல்லாம் செய்யவேண்டுமெனப் பட்டியல் ஒன்றைத் தயாரித்துவிட்டு, அவள் பயிற்சி செய்யப் போனாள். அவ்வளவுதான், இனி அவள் என்ன உண்கிறாள் என்று அவளுக்கே தெரியாது, எங்கு உறங்கப்போகிறாள் என்றும் கவலைப்படமாட்டாள். சிலவாரங்கள், எங்கெல்லாமோ

பாடி, பயணம் செய்துவிட்டு, வீடு திரும்பும் போது, வீங்கிய மங்கலானவிழிகளும், நாறும்மூச்சும், எக்கச்சக்கமாக அதிகரித்துவிட்ட எடையும், ஒரு மாதிரி பிசுபிசுப்பாகவும் வந்து சேருவாள். எங்குமே நிறுத்திக் குளிக்க முடியவில்லை, முக்கியமாகக் கூந்தலைக் கழுவவே இல்லை என்பாள்.

நானும் உன்னுடன் வருகிறேனே. உன் ஆடைகளைத் தேய்த்துக்கொடுப்பேன், உன் கூந்தலைச் சீராக்க உதவுவேன். ஹார்ப்போவின் இசைக்கூடத்தில் நீ பாடின போது எப்படி இருந்தோம் அதே போல இருக்கலாமே என்பேன்.

அதெல்லாம் ஒன்றும் வேண்டாம் . அந்நியர்களின், அதிலும் பெரும்பாலானவர்கள் வெள்ளையர்கள், அவர்களின் முன் சலிப்பற்றவள் போல நடிக்க என்னால் முடியும், நீ இருந்தால் உன் முன்னால் எனக்கு நடிக்க வராது.

அதுவுமில்லாமல், நீ என்னுடைய வேலைக்காரி அல்ல. மெம்பிஸுக்கு நான் உன்னை வேலைசெய்யவா அழைத்துவந்தேன்? உன்னை நேசிப்பதற்கும், உன்னுடைய கால்களில் நீ நிற்க உதவுவதற்கும் தானே இங்கு கூட்டி வந்தேன்.

இப்போது அவள் பயணம் போய் இரண்டு வாரங்கள் ஆகிவிட்டது. வீட்டில் நானும் க்ரேடியும் ஸ்க்வீக்கும் எங்களுடைய காரியங்களைப் பார்த்துக்கொண்டு திரிகிறோம். ஸ்க்வீக் ஏராளமான க்ளப்புகளுக்குச் சென்று வருகிறாள், க்ரேடி தான் அவளை அழைத்துச் செல்கிறான். அதோடு அவன் வீட்டின் பின்கட்டில் கொஞ்சம் பயிர்களை விளைத்தும் இருக்கிறான்.

நான் உணவுமேசையில் அமர்ந்துகொண்டு காற்சட்டைகளைத் தைத்துக்குவிக்கிறேன். வானத்தின் கீழே உள்ள எல்லா நிறங்களிலும் வகைகளிலும் இப்போது நான் காற்சட்டைகள் தைத்துவிட்டேன். இங்கு வருவதற்கு முன் அங்கே வீட்டில் தைக்க ஆரம்பித்தது தான், அதற்குபின் என்னால் நிறுத்தவே முடியவில்லை. நான் துணியை மாற்றினேன், அச்சை மாற்றினேன், இடுப்பளவை மாற்றினேன், ஜேபியை மாற்றினேன். விளிம்புகளை மடித்து வெவ்வேறு மாதிரிகளில் தைத்தேன், கால்களின் அளவை மாற்றித்தைத்தேன். எக்கச்சக்கமான காற்சட்டைகளைத் தைத்ததில், ஷுக் என்னைக் கேலி

செய்யத்துவங்கினாள். இப்படியொன்றை ஆரம்பித்து வைக்கிறேன் என்று எனக்குத் தெரியாமல் போயிற்றே என்று சிரித்தாள். எல்லா நாற்காலிகளின் மீதும், கோப்பைகள் தட்டுகளை அடுக்கும் அலமாரிகளின் மீதும், எங்கும் காற்சட்டைகள் தொங்கின. செய்தித்தாள்களில் தயாரித்த வரைமாதிரிகளும், துண்டுத்துணிகளும் மேசை மீதும், தரையெங்கும் இரைந்துகிடந்தன. ஷுக் வீடுதிரும்பியதும், இந்தக் களேபரத்தின் மீதே கால்களைப் பதித்து என்னிடம் வந்து என்னை முத்தமிடுவாள். மறுபடி வெளியில் போவதற்கு முன், இந்த வாரம் உனக்கு எவ்வளவு பணம் தேவைப்படும் என்று கேட்பாள்.

ஒருவழியாக நான் கச்சிதமான அளவிலான அருமையான ஒரு காற்சட்டையைத் தைத்துமுடித்தேன். அது நிச்சயமாக என் ஷுகருக்காகத்தான். அடர்நீல ஜெர்சித்துணியில், சின்னச்சின்ன சிகப்புப் பட்டைகளுடனானது. அதில் விசேஷமான அம்சம் என்னவென்றால் அது அணிவதற்கு வசதியானது. ஷுக் பயணங்களில் இருக்கும் போது கண்டதையும் உண்பவள், குடிப்பவள், அதன் காரணமாக அவள் வயிறு ஊதிக்கொள்ளும் போது இந்த காற்சட்டை அதற்கேற்ற மாதிரி விரிந்து கொடுக்கும் தன்மை வாய்ந்தது. அவளுடைய ஆடைகளை அவள் பைகளில் மடித்துவைக்க வேண்டியிருப்பதால் அவற்றில் சுருக்கம் விழாதிருக்க அவள் சிரமப்பட வேண்டியிருக்கிறது. இந்த காற்சட்டையோ மென்மையானது, சுருக்கம் விழாத தன்மையிலானது. மேலும் அதில் இருந்த குட்டிக்குட்டி உருவங்கள் அதை எப்போதும் பளிச்சென்றும் புதிது போலவும் தோன்றச்செய்தன. அவளுடைய கணுக்கால்களை அது இளகுவாகக் கவ்வியது, அவள் அதை அணிந்துகொண்டு பாடலாம், நீளுடைகளை அணிந்துகொள்ளும் வேளைகளிலும் அவற்றினுள் இதை அணியலாம். இதெல்லாவற்றுக்கும் மேலாக ஷுக் அதை அணிந்திருக்கும்போது, பார்ப்பவர்களின் கண்கள் தெரித்துவிழும் அளவுக்கு கவர்ச்சியாகத் தோன்றினாள்.

மிஸ் சீலி, நீ தவற விட்டுவிடக்கூடாத ஒரு அற்புதம், என்றாள் ஷுக்.

நான் தலையைக் கவிழ்த்துக்கொண்டேன். வீட்டில் இருந்த அத்தனைக் கண்ணாடிகளிலும் அவள் தன்னைப் பார்த்துக்கொண்டாள். எந்த கோணத்தில் பார்த்தாலும் அவள் அருமையாக இருந்தாள்.

க்ரேடியிடமும் ஸ்க்வீக்கிடமும் அவள் அந்த காற்சட்டையைப் பற்றி பீற்றத்தொடங்கியதில் வெட்கமடைந்து, சும்மாவே இருக்க முடியாதில்லையா ஏதாவது செய்து தானே ஆக வேண்டும் என்றேன் நான். நானும் சுயமாகச் சம்பாதிக்க வேண்டுமென்று யோசித்துக்கொண்டிருந்த போதே, இன்னொரு ஜதை காற்சட்டைகளைத் தைக்க ஆரம்பித்துவிட்டேன்.

அதற்குள் ஸ்க்வீக் தனக்குத் தோதான ஒன்றை எடுத்துக்கொண்டாள். மிஸ் சீலி நான் இதை அணிந்துகொள்ளலாமா?

அந்த காற்சட்டை அஸ்தமனச்சூரியனின் நிறத்திலானது. ஆரஞ்சில் ஆங்காங்கே சாம்பல் வண்ணப் பொட்டுக்கள். அதை அணிந்து கொண்டு அட்டகாசமாக இருந்த அவளை, க்ரேடி தின்றுவிடுபவைப் போலப் பார்த்தான்.

எங்குபார்த்தாலும் தொங்கிக்கொண்டிருந்த துண்டுத்துணிகளை ஷுக் தொட்டுப்பார்த்தாள். அவையெல்லாமே மென்மையான, துவளும்படியான, அருமையான துணிகள். வெளிச்சத்தை உள் வாங்கி, பிரதிபலித்துப் பளபளத்தன. நாம் ஆரம்பித்த அந்த ராணுவத் துணியிலிருந்து நீ வெகு தூரம் வந்துவிட்டாய் சீலி. ஜாக்குக்கு நன்றி சொல்லி, அவனுக்காக நீ ஒன்றைத் தைக்க வேண்டும், என்றாள்.

அப்படி ஏன் தான் அவள் சொன்னாளோ! அடுத்தவாரம், நான் துணிவாங்குவதற்காக ஷுக்கின் காசைச் செலவு செய்துகொண்டு, கடைகளில் அலைந்துகொண்டிருந்தேன். தோட்டத்தில் அமர்ந்தபடி, ஜாக்குக்கு எந்தமாதிரியான காற்சட்டை பிரியமானதாயிருக்கும் என்று யோசித்துக் கொண்டிருந்தேன். ஜாக் உயரமானவன், அன்பானவன், யாரையும் எப்போதும் கடிந்துகொள்ளமாட்டான். குழந்தைகளென்றால் அவனுக்குக் கொள்ளைப் பிரியம். அவனுடைய மனைவி ஒடிசாவை மதிப்பவன், அவளுடைய சகோதரிகளையும் தான். அவள் என்ன செய்யவேண்டுமென்றாலும் உடனிருப்பான். ரொம்பவும் பேச மாட்டான். அதுதான் முக்கியமான விஷயம். அவன் ஒரு முறை என்னைத் தொட்டது என் நினைவில் வந்தது. அவனுடைய விரல்களுக்குக் கண் இருக்குமோ என்று எண்ண வைத்த தொடுகை. என்னுடைய கையை, தோள்களின் அருகில் லேசாகத் தொட்டான் அவ்வளவு தான், ஏனோ அவனுக்கு என்னை வெகுகாலமாகத் தெரியும் என்று எனக்குத் தோன்றியது.

நான் ஜாக்குக்கு காற்சட்டை தைக்க ஆரம்பித்தேன். அதில் ஒட்டக உருவம் இருக்க வேண்டும். மென்மையாகவும் உறுதியாகவும் இருக்கவேண்டும். பெரிய அளவிலான ஜேபிகள் இருக்க வேண்டும், கோலிகுண்டுகள், நாணயங்கள், கூழாங்கற்கள், கயிறுகள் போன்ற குழந்தைகளின் பொருட்களை அவற்றில் அவன் எப்போதும் வைத்துக்கொள்ளலாம். அவை அடிக்கடித் துவைக்க ஏதுவானவையாகவும், கணுக்காலை,ஷுக்கின் காற்சட்டையை விட இறுக்கமாகக் கவ்வக் கூடியவையாக இருக்க வேண்டும், அப்போது தான் ஏதாவதொரு குழந்தை எங்காவது விழநேர்ந்தால், அவன் வேகமாக ஓடிச்சென்று அதைத் தூக்க முடியும். மேலும் கணப்படுப்பின் முன், ஓய்வாக அமர்ந்தபடி ஒடிசாவை அணைத்துக்கொண்டு கிடக்கவும், இன்னும் ..

நான் கற்பனைகளில் ஆழ்ந்தபடி ஜாக்குக்கான காற்சட்டையைத் தைத்து முடித்தேன். அதை அவனுக்கு அனுப்பியும் வைத்தேன்.

ஒடிசாவுக்கும் காற்சட்டை வேண்டும் என்பது தான் என் காதில் விழுந்த அடுத்த செய்தி.

பிறகு ஷுக் அவளுக்காகத் தைத்த முதல் காற்சட்டையைப் போலவே இன்னும் இரண்டு வேண்டும் என்றாள். அடுத்து அவளுடைய குழுவில் இருக்கும் எல்லோரும் காற்சட்டைகள் தைக்கக் கேட்டார்கள். சீக்கிரமே ஷுக் பாடச்சென்ற இடங்களில் இருந்தெல்லாம் ஆர்டர்கள் குவியத்துவங்கின. நான் மலைத்துப்போனேன்.

ஒருநாள் ஷுக் வீட்டுக்குத் திரும்பியதும், நான் தைப்பதை மிகவும் விரும்புகிறேன், ஆனால் வெளியில் போய், ஒரு தொழிலாகச் செய்ய நினைக்கிறேன். இப்படியே தொடர்வது என்னவோ என் கையைக் கட்டிப்போடுவது போல இருக்கிறது என்றேன்.

சிரித்தவள், சீலி, நீ உன் பிழைப்புக்கான வழியைக் கண்டுகொண்டாய். பிரமாதம், உன்னைப் பார்த்து பெருமிதம் கொள்கிறேன் என்றாள். நாம் பத்திரிக்கைகளில் விளம்பரம் செய்வோம், உன் தயாரிப்புகளின் விலையை நன்றாக ஏற்றுவோம். நாம் உணவருந்தும் இந்த அறையையே உன் தொழிற்சாலையாக அமைத்துக்கொள். துணிகளை வெட்டவும், தைக்கவும் பெண்களை அமர்த்தலாம். நீ ஓய்வாக அமர்ந்து மாதிரிகளை மட்டும் வரைந்து கொடு.

நெட்டி, நான் உனக்கு வெக்கையில் அணியத்தோதான காற்சட்டைகளைத் தைக்கிறேன். மென்மையான, வெண்ணிறத்திலான, மெல்லிய காற்சட்டைகள். உனக்கு இனி நீளங்கிகள் அணிய வேண்டியிருக்காது, வியர்வைக் கசகசப்புமிருக்காது. நான் அவற்றை என் கைகளாலேயே தைக்கப் போகிறேன். நான் இடும் ஒவ்வொரு தையலும் ஒரு முத்தம்.

ஆமென்,

உன் சகோதரி, சீலி

ஃபோக்ஸ்பாண்ட்ஸ் அன்லிமிடெட்

ஷுகர் ஏவேரி ட்ரைவ்

மெம்ஃபிஸ், டென்னிஸீ

அன்பு நெட்டி,

நீ உயிரோடு இருக்கிறாய், சீக்கிரமே நம் பிள்ளைகளோடு வீடு திரும்புகிறாய். நான் காதல், பணம், நண்பர்கள், நேரம் எல்லாவற்றையும் அடைந்துவிட்டேன். இதைவிட சந்தோஷமாக எப்போதும் இருந்ததில்லை.

ஜெரீனும், டார்லினும் இரட்டையர்கள் எனக்கு வியாபாரத்தில் உதவுகிறார்கள். அவர்கள் திருமணமே செய்து கொள்ளவில்லை. இருவருக்கும் தையலில் மிகுந்த ஈடுபாடு. அதோடு டார்லின் எனக்கு நாசுக்காகப் பேசக் கற்றுத்தருகிறாள். "நாங்கள்" என்று சொல்வது அவ்வளவு சரியில்லை, அது அரதப்பழசுகளின் பேச்சு. எல்லோரும் "நாம்" என்று சொல்லும் இடங்களில் நீங்கள் "எங்கள்" என்பீர்கள், ஜனங்கள் உங்களை கூமுட்டைகள் என்று நினைப்பார்கள். கறுப்பர்களும் உங்களை நாட்டுப்புறம் என்பார்கள். வெள்ளையர்களுக்கோ இதெல்லாம் நல்ல வேடிக்கையாக இருக்கும் என்கிறாள்.

அப்படித்தான் இருக்கட்டுமே அதனாலென்ன? நான் மகிழ்ச்சியாக இருக்கிறேன் என்பேன்.

நாசுக்காகப் பேசப்பழகினால், இன்னமும் மகிழ்ச்சியாக இருப்பாய் என்கிறாள். உன்னைப் பார்ப்பதைவிடவும் மகிழ்ச்சியான விஷயம் வேறென்ன இருக்கமுடியும் நெட்டி?

நான் வழக்கமான பாணியில் பேசும்போதெல்லாம் அவள் என்னைத்திருத்த முயன்று கொண்டே இருப்பதில், ஒருகட்டத்தில் எனக்கு யோசிக்கவே முடியாது போலாகிவிட்டது. பேச ஆரம்பிக்கும் முன்பே, சிந்தனையிலேயே என் மூளை குழம்பி, அப்படியே படுத்துவிடுகிறது.

இப்படியெல்லாம் சிரமப்பட்டுப் பேசக் கற்றுக்கொள்ள வேண்டுமா என்ன?

நிச்சயமாகக் கற்றுக்கொள்ளத்தான் வேண்டுமென்றவள், எனக்கு ஒரு கட்டு புத்தகங்களைக் கொண்டுவந்தாள். வெள்ளையர்களுக்கு இந்தப் புத்தகங்கள் மீது ரொம்ப கிறுக்கு, ஆப்பிள்களைப் பற்றியும் நாய்களைப் பற்றியும் பேசித்தீர்க்கிறார்கள்.

நாய்களைப் பற்றியெல்லாம் நானேன் கவலைப்படவேண்டும்?

டார்லீனோ தன் முயற்சியைக் கைவிடுபவளில்லை. நீ மட்டும் அறிவாளியாகிவிட்டால் ஷுக் எங்குபோனாலும் உன்னை உடன் அழைத்துச்செல்ல வெட்கப்படவேண்டாமே.

அவள் எதற்குமே வெட்கப்படுபவளில்லையே என்ற உண்மையை நம்ப டார்லீன் தயாராகயில்லை. சீலி செல்லமே நீ கற்பனை செய்து பாரேன், ஷுக் திடீரென்று வீடு திரும்புகிறாள், நீயோ பிரமாதமாகப் பேசப்பழகிவிட்டாய், ஷுக் எவ்வளவு மகிழ்ந்துபோவாள்?

அவள் சைகை பாஷையில் பேசினாலும் எனக்கு மகிழ்ச்சி தான் என்று ஒரே போடாகப்போட்டுவிட்டாள் ஷுக். ஒரு கோப்பை அருமையான மூலிகைத் தேநீர் தயார்செய்து கொண்டு, கூந்தலுக்குச் சூடாக்கிய தைலம் தேய்க்கவேண்டுமென்று சொல்ல ஆரம்பித்தாள்.

நானும் எப்போதாவது ஆப்பிள்களையும் நாய்களையும் பற்றி யோசிக்கிறேன். மனதுக்குத் தொடர்பற்ற வகையில் பேச முட்டாள்களுக்குத் தான் முடியும் என்று நான் திடமாகயிருப்பதால், டார்லீன் கவலைப்படுகிறாள். பாவம் அவள் இனிமையானவள், அருமையாகத் தைப்பவள், அவளோடு வம்பளந்துகொண்டே வேலை செய்வது நன்றாகத்தான் இருக்கிறது.

இப்போது நான் சோஃபியாவுக்காக ஒரு காற்சட்டை தயார் செய்து கொண்டிருக்கிறேன். அதன் ஒரு கால் ஊதாநிறம் ஒன்னொன்று சிகப்பு. அதை அணிந்து கொண்டு சோஃபியா நிலவுக்கு மேலாக குதிப்பது போல கற்பனை செய்கிறேன்.

ஆமென்,
உன் சகோதரி,
சீலி

அன்பு நெட்டி,

ஹார்ப்போ-சோஃபியா வீட்டை நோக்கி நடந்த போது, பழைய நினைவுகள் கிளர்ந்தன. ஆனால் இசைக்கூடத்துக்குக் கீழே அந்த வீடு புதியதாகவும் முன்பை விட மிகப் பெரியதாகவும் இருந்தது. நானும் பழைய சீலியில்லையே, உணர்வதிலும், உடுத்துவதிலும் வித்தியாசம் இருக்கத்தான் செய்கிறது. நீலநிறக் காற்சட்டையும், வெண்ணிறப் பட்டுச்சட்டையும், சிறிய சிகப்புத் தட்டைச் செருப்புகளும் அணிந்து, கூந்தலில் ஒரு மலரைச் செருகி, மிகக்கண்ணியமாகத் தோன்றினேன். மிஸ்டர் ____ இன் வீட்டைக் கடந்த போது, வாசலில் அமர்ந்திருந்த அவருக்கு என்னை அடையாளமே தெரியவில்லை.

கதவைத்தட்ட கையை உயர்த்திய அதே நிமிடம் நாற்காலியோ என்னவோ விழுந்து நொறுங்கும் ஓசை கேட்டது. பிறகு விவாதம் செய்யும் சப்தம்.

பிணப்பேழையைப் பெண்கள் தூக்கி எங்கேயாவது கேள்விப்பட்டிருக்கிறோமா? அதைச் சொல்லவந்தால் நீ புரிந்துகொள்ளவே மாட்டாயா என்று கத்தினான் ஹார்ப்போ.

அதைத்தான் நீயே சொல்லிவிட்டாயே. போதும் மெல்லப் பேசு என்றாள் சோஃபியா.

அவள் உன்னைப் பெற்றவள் தான், ஆனாலும்..

உன்னால் எங்களுக்கு உதவமுடியுமா முடியாதா?

அடுப்படியில் நின்று சமைக்கவேண்டியவர்கள் போல இருக்கும் பெண்கள், பிணப்பேழையைச் சுமப்பது பார்க்க நன்றாகயிருக்காது சோஃபியா, புரிந்துகொள்.

மறுபக்கத்தில் சுமக்கயிருக்கும் எங்கள் சகோதரர்கள் மூன்று பேர், வயல்வேலை செய்பவர்கள் போல உனக்குத்தெரிவார்கள் இல்லையா?

இம்மாதிரியான காரியங்களை எல்லாம் ஆண்கள் மட்டுமே செய்யப்பார்த்துப் பழகிவிட்டார்கள் மக்கள். பெண்கள் பலவீனர்கள். பெண்களை பலகீனமானவர்கள் என்றே மக்கள் நினைக்கிறார்கள், சொல்கிறார்கள். இம்மாதிரி சமாச்சாரங்களில் அவர்கள் அமைதியாக இருந்துகொள்ள வேண்டும். நீ வேண்டியமட்டும்

அழுதுகொள். ஆண்களின் பொறுப்புகளைக் கைப்பற்ற நினைக்காதே.

பொறுப்பைக் கைப்பற்றுகிறேனா? என் தாய் அந்தபெண்மணி இறந்துவிட்டாள். நான் அழுவேன் அமைதியடைந்தபின் பிணப்பேழையையும் தூக்குவேன். அதற்குப் பிறகான ஒன்றுகூடலுக்கு உணவை ஏற்பாடுசெய்யவும், நாற்காலிகளை இடவும் நீ உதவினாலும் இல்லையென்றாலும் திட்டமிட்டபடியே எல்லாம் நடக்கும்.

சிறிதுநேரம் கனத்த அமைதி நிலவியது. பிறகு ஹார்ப்போ மிகவும் மென்மையாகப் பேசினான். நீ ஏன் இப்படி இருக்கிறாய்? நீ நினைத்த மாதிரியே தான் எல்லாம் நடக்க வேண்டும் என்று எண்ணுகிறாயே? நீ சிறையிலிருந்தபோது உன் தாயிடம் கூட நான் இதைப்பற்றிக் கேட்டேன்.

அவள் என்ன சொன்னாள்?

அவரவர் வழி அவரவருக்கு உசத்தி என்பாள் சோஃபியா. அதுவுமில்லாமல் அவள் எப்போதும் சரியாகத்தான் யோசிப்பாள் என்றாள்.

சோஃபியா சிரித்தாள்.

சந்தர்ப்பம் சரியில்லையென்றாலும் வேறு வழியில்லாமல் கதவைத்தட்டினேன்.

ஓ மிஸ் சீலி என்று கூவினபடி திரையை அகற்றினாள் சோஃபியா. நீங்கள் எவ்வளவு அழகாக இருக்கிறீர்கள். இவரைப் பாரேன் ஹார்ப்போ பிரமாதமாக இருக்கிறார் இல்லையா.

என்னை முன்னெப்போதும் பார்த்தறியாதவன் போல ஹார்ப்போ வெறித்துப் பார்த்தான்.

சோஃபியா என்னைக் கட்டியணைத்துத் தாடையில் முத்தமிட்டாள். மிஸ் ஷுக் எங்கே?

அவள் பயணத்திலிருக்கிறாள், உன் தாய் இறந்த செய்தி கேட்டு அவள் மிகவும் வருந்தினாள்.

அம்மா தைரியமாகப்போராடினாள். அவளுக்கொரு குறையுமில்லை ஜெயம் தான்.

நீ எப்படி இருக்கிறாய் ஹார்ப்போ. இன்னமும் தின்னமுடியாதபடி திணித்துக் கொண்டுதானிருக்கிறாயா?

அவனும் சோஃபியாவும் சிரித்தார்கள்.

மேரி ஆக்னஸுக்கு வரமுடியாது என்று நினைக்கிறேன். அவள் ஒரு மாதம் முன்பு தான் இங்கு வந்திருந்தாள். நீங்கள் அவளையும் சுசீக்யூவையும் அண்மையில் பார்த்திருக்க வேண்டுமே.

இல்லை. ஒரு வழியாக இப்போது தான் அவளுக்கு நிலையாக வேலை கிடைத்திருக்கிறது. இரண்டு மூன்று கிளப்புகளில் பாடுகிறாள். ஜனங்களுக்கு அவளை ரொம்பப் பிடித்துப்போய்விட்டது.

சுசீக்யூ அவளுடைய அம்மாவைக் குறித்து ரொம்பவும் பெருமைப்படுகிறாள். அவளுடைய நறுமணத்தைலம், ஆடைகள் எல்லாவற்றையும் அவள் விரும்புகிறாள். அம்மாவுடைய தொப்பிகளையும், ஷூக்களையும் அணிந்து கொள்ள அவளுக்கு ரொம்ப விருப்பம்.

எப்படிப் படிக்கிறாள்?

பள்ளியில் படுசமர்த்து அவள். அவளுடைய அம்மா அவளை விட்டுப் போய்விட்ட கோபத்திலிருந்து மீண்டு, நான்தான் ஹென்ரியெட்டாவின் உண்மையான அம்மா என்று தெரிந்து கொண்டதில் அவள் சரியாகிவிட்டாள். அவளுக்கு ஹென்ரியெட்டா மீது கொள்ளைப் பிரியம்.

ஹென்ரியெட்டா எப்படி இருக்கிறாள்?

பயங்கரமானவள் அவள். அந்த சிறிய முகம் எப்போதும் புயல் மையம் கொண்டது போலவே இருக்கும். வளரவளர சரியாகி விடுவாள் என்று நம்புகிறேன். அவளுடைய அப்பாவுக்கு இனிமையைக் கற்றுக் கொள்ள நாற்பது வருடங்களாயிற்றே. அவருடைய அம்மாவிடமே அவர் மோசமாகத்தான் நடந்துகொள்வார்.

அவரை அடிக்கடி பார்ப்பீர்களா?

மேரி ஆக்னஸை எத்தனை முறை பார்ப்போமோ அதே எண்ணிக்கையில் தான் என்றாள் சோஃபியா.

மேரி ஆக்னஸ் முன்பு போலில்லை என்றான் ஹார்ப்போ.

நீ என்ன சொல்கிறாய்?

எனக்கு ஒன்றுமே புரியவில்லை. அவள் மனம் நிலைகொள்ளாமல் தடுமாறுகிறாள். குடிகாரியைப் போல

பேசுகிறாள். எந்தப் பக்கம் திரும்பினாலும் அங்கு க்ரேடி இருக்க வேண்டும் அவளுக்கு.

அவர்கள் இருவரும் நிறைய ரீஃபெர் புகைக்கிறார்கள் என்றேன்.

ரீஃபரா? அதென்ன?

நம்மை மகிழ்ச்சியிலாழ்த்தும் ஒன்று. கற்பனை பிம்பங்களைக் கண்ணெதிரில் காட்டக்கூடியது. ஆழ்மனதின் காதலை வெளியில் கொண்டுவரும். ஆனால், அதிகம் புகைத்தால் மூளையை மந்தமாக்கும். குழப்பமுண்டாக்கும். துணைக்கு யாரையாவது பிடித்துக்கொள்ளாமல் நடக்க முடியாமல் செய்யும். க்ரேடி அவன் வீட்டின் புழக்கடையில் அதை விளைவிக்கிறான்.

இப்படி ஒரு விஷயத்தை நான் கேள்விப் பட்டதேயில்லையே என்றாள் சோஃபியா. அது மண்ணில் விளைவதா?

ஆமாம் ஒரு களை போல வளரும். க்ரேடி பாதி ஏக்கர் முழுக்க அதை விளைக்கிறான்.

அது எவ்வளவு உயரம் வளரும் என்றான் ஹார்ப்போ.

பெரிதாக வளரும். என் தலைக்கு மேலாக உயரும் அளவுக்கு. புதராக மண்டும்.

அதன் எந்தப் பாகத்தை புகைப்பார்கள்?

இலையைத்தான்.

அவன் அத்தனையையும் தானே புகைக்கிறானா?

இல்லையில்லை! நான் சிரித்தேன். பெரும்பகுதியை அவன் விற்றுவிடுவான்.

நீங்கள் அதைச் சுவைத்ததுண்டா?

ஆம், புகைத்திருக்கிறேன். அவன் அவற்றைக் கொண்டு சிகெரெட் தயார் செய்வான். ஒரு டைமுக்கு* அவற்றை விற்பான். ஆனால் அதைப் புகைத்தால் நம் வாய் நாற்றமெடுக்கும். நீங்கள் ஒருமுறை புகைத்துப் பார்க்க விரும்புகிறீர்களா?

இல்லை. அது நம்மை கிறுக்காக்குமென்றால் வேண்டாம். முட்டாள்கள்தான் கிறுக்குத்தனமாய் நடப்பார்கள் என்றாள் சோஃபியா.

அது விஸ்கியைப் போன்றது தான். நாம் அதை நம் கட்டுப்பாட்டில் வைக்க வேண்டும். எப்போதாவது குடிப்பதால் எந்த பிரச்சினையும் இல்லையே. ஆனால் பாட்டிலில்லாமல் நம்மால் ஒன்றுமே முடியாது எனும் போது தான் பிரச்சினை ஆரம்பிக்கிறது இல்லையா.

நீங்கள் நிறைய புகைப்பீர்களா மிஸ் சீலி என்றான் ஹார்ப்போ.

நானென்ன முட்டாளைப் போலத்தெரிகிறேனா உனக்கு? கடவுளிடம் பேசவேண்டுமென்றால், காதல் புரியவேண்டுமென்றால் மட்டும் புகைப்பேன். நான் ரீஃபெர் புகைத்தாலும் புகைக்காவிட்டாலும் இப்போதெல்லாம் நானும் கடவுளும் அருமையாகக் காதல் செய்கிறோம்.

மிஸ் சீலி! சோஃபியா அதிர்ந்தாள்.

பெண்ணே, நான் ஆசிர்வதிக்கப்பட்டவள் என்றேன். நான் என்ன சொன்னேனென்று கடவுளுக்குத்தான் புரியும்.

விளக்குகளை ஏற்றிவைத்துக் கொண்டு நாங்கள் உணவுமேசையைச் சுற்றி அமர்ந்தோம். அதைப் புகைக்க அவர்களுக்குச் சொல்லித்தந்தேன். ஹார்ப்போவுக்கு கழுத்து நெறிபட்ட உணர்வு. சோஃபியாவுக்கோ மூச்சடைத்தது.

சிறிது நேரம் சென்றதுமே, அதென்ன வேடிக்கையான ராகம்? நான் கேட்டதேயில்லையே என்றாள் சோஃபியா.

என்னது ராகமா? என்றான் ஹார்ப்போ.

ஆம். கவனித்துக்கேள் என்றாள் அவள்.

நாங்கள் மிகஅமைதியாயிருந்து கவனித்தோம். ஆமாம் ம்ம்ம்ம்மென்று ஏதோ ஓசை கேட்டது.

அதெங்கிருந்து வருகிறது என்றாள் சோஃபியா. எழுந்து கதவருகில் சென்று பார்த்தாள். அங்கு ஒன்றுமே இல்லை. ஓசை பலக்கக் கேட்க ஆரம்பித்தது.

ஹார்ப்போ சன்னலில் எட்டிப்பார்த்தான். இங்கே ஒன்றுமில்லையே என்றான்.

அது என்னவென்று எனக்குத் தெரியுமென்றேன்.

என்ன அது? சொல்லுங்கள்?

அதுவா? அது தான் எல்லாமே என்றேன்.

உண்மைதான். நீங்கள் சொல்வது ரொம்பச் சரி. இப்போது புரிகிறது என்றார்கள் இருவரும்.

★ ★ ★

இதோ வந்துவிட்டார்களே அமேசான் சகோதரிகள் என்றான் ஹார்ப்போ சவஅடக்கத்தின் போது.

அவளுடைய சகோதரர்களும் தான் இருக்கிறார்கள். அவர்களை என்ன சொல்லி அழைப்பார்கள்?

எனக்குத் தெரியாது. அந்த மூவரும் தங்கள் சகோதரிகளுக்கு எப்போதும் துணையாய் நிற்பார்கள். என்ன செய்தாலும் அவர்களைப் பிரிக்க முடியாது. பாவம் அவர்களின் மனைவியர், என்ன அவஸ்தையோ அந்தப்பெண்களுக்கு.

அவர்கள் அனைவரும் தேவாலயம் குலுங்க தடித்தடியாக உள்ளே நுழைந்தார்கள். சோஃபியாவின் தாயை அங்கே போதனை மேடைக்கெதிரில் கிடத்தினார்கள்.

ஜனங்கள் அழுதுகொண்டும், விசிறிக்கொண்டும், பிள்ளைகளின் மேல் ஒரு கண் வைத்துக்கொண்டும் இருந்தார்களே தவிர யாரும் சோஃபியாவையும் அவள் சகோதரிகளையும் வெறிக்கவில்லை.

இதெல்லாம் இப்படி நடப்பது தான் வழக்கம் என்பது போலிருந்தார்கள். இந்த ஜனங்களை நான் மிகவும் நேசிக்கிறேன்.

ஆமென்

★டைம் – dime அமெரிக்க டாலரின் பத்தில் ஒரு பங்கு

அன்பு நெட்டி,

மிஸ்டர் ____ ஐப் பார்த்ததும் நான் முதலில் கவனித்த விஷயம் அவர் எவ்வளவு சுத்தமாய் இருந்தார் என்பதுதான். அவர் சருமம் பளபளத்தது. அவர் கேசம் படிய வாரப்பட்டிருந்தது.

பிணப்பேழையின் அருகில் சென்று சோஃபியாவின் தாயின் உடலைப் பார்த்துவிட்டு, அவளிடம் ஏதோ கிசுகிசுத்தபடி அவள் தோளைத் தட்டினார். இருக்கைக்குத் திரும்பும் வழியில் என்னைப் பார்த்தார். நான் என்னுடைய கைவிசிறியை உயர்த்தி, பார்வையை வேறு புறமாய்த் திருப்பினேன்.

இதை நீங்கள் நம்பவே மாட்டீர்கள் மிஸ் சீலி மிஸ்டர் ____ மதத்தின் பால் நாட்டம் கொண்டவரைப் போலவே நடந்துகொள்கிறார் என்றாள் சோஃபியா.

பெரிய பிசாசு அது. சும்மா அப்படி முயற்சி செய்வது போலக் காட்டிக்கொள்ளத்தான் அதனால் முடியும் என்றேன்.

அவர் தேவாலயத்துக்கு வருவதில்லை. ஆனால் முன்புபோல யாரையும் சட்டென்று விமர்சனம் செய்வதில்லை. அதோடு கடுமையாக உழைக்கவும் செய்கிறார்.

என்னது மிஸ்டர் ____ ஆவது உழைப்பதாவது?

உண்மையாகவே சூரியோதயத்திலிருந்து சூரியன் மறையும்வரை வயலில் வேலை செய்கிறார். வீட்டை ஒரு பெண் வைத்துக்கொள்வதைப் போல சுத்தமாக வைத்துக்கொள்கிறார்.

சமைக்கிறார், அதோடு மட்டுமா சமைத்த பாத்திரங்களைக் கழுவியும் வைக்கிறார் என்றான் ஹார்ப்போ.

இதெல்லாம் நடக்கிறகாரியமேயில்லை. நீங்கள் இருவரும் இன்னமும் போதை மயக்கத்திலேயே இருக்கிறீர்கள்.

ஆனால் அவர் அதிகம் பேசுவதுமில்லை, ஜனங்களோடு சேர்ந்திருப்பதுமில்லை என்றாள் சோஃபியா.

இப்போது புரிகிறது. இதெல்லாம் பைத்தியம் பிடித்துவிட்டதற்கான அறிகுறிகள் என்று

சொல்லிமுடிக்கிறேன், மிஸ்டர் ____ எழுந்து வந்தார்.

எப்படி இருக்கிறாய் சீலி?

நலமாக இருக்கிறேன் என்றபோது அவர் விழிகளுக்குள் அவருக்கு என் மீதிருந்த பயத்தைப் பார்த்தேன். அடடா, இதைப்பார்க்க எவ்வளவு நன்றாக இருக்கிறது. நான் அவரிடம் எப்படி உணர்ந்தேனோ அதே போல அவரும் அஞ்சும் நேரம் வந்துவிட்டதே.

இம்முறை உன்னோடு ஷுக் வரவில்லையா?

இல்லை. அவளுக்கு வேலை இருக்கிறது. அவள் சோஃபியாவின் அம்மாவின் மறைவுகுறித்து மிகவும் வருந்தினாள்.

எல்லோருக்குமே வருத்தம் தான். சோஃபியாவைப் போன்ற ஒருத்தியை இந்த உலகுக்குக் கொண்டு வந்த பெண் சாதாரணமானவள் இல்லையே.

நான் அமைதியாக நின்றேன்.

அவளை அவர்கள் நல்லவிதமாக அடக்கம் செய்தார்கள்.

அது உண்மை தான்.

அதுமட்டுமா? பன்னிரெண்டு பிள்ளைகளைப் பெற்றவள், அவர்கள் எல்லாம் பல்கிப்பெருகி, எத்தனை பேரக்குழந்தைகள். அவர்கள் குடும்பம் மட்டுமே இந்த தேவாலயம் நிறையப் போதுமானதாக இருந்ததே.

உண்மை தான்.

நீ இங்கு எவ்வளவு நாட்கள் இருப்பாய்?

ஒரு வாரம் போல இருக்கலாம்.

உனக்குத் தெரியுமல்லவா ஹார்ப்போ -சோஃபியாவின் மகள் உடல்நலமில்லாமல் இருப்பது?

அப்படியா? எனக்குத்தெரியாதே. ஹென்ரியெட்டாவை கூட்டத்தில் காட்டி, அதோ அங்கே இருக்கிறாளே, பார்க்க நலமாகத் தான் தெரிகிறாள் என்றேன்.

பார்வைக்கு ஒன்றும் தெரியவில்லைதான். ஆனால் அவளுக்கு ரத்தத்தில் ஏதோ வியாதி இருக்கிறது.

அவளுடைய நரம்புகளில் அவ்வப்போது ரத்தம் கட்டிக்கொண்டு அவளை கடுமையாக பாதிக்கிறது. அவள் பிழைப்பது சிரமம்தான்.

ஐயோ கடவுளே, இதென்ன கொடுமை.

சோஃபியா மிகவும் சிரமப்படுகிறாள். அவளுடைய தாயும் இதோ இறந்துவிட்டாள். அவள் வளர்த்துக்கொண்டிருக்கும் அந்த வெள்ளைச் சிறுமிக்கும் ஆதரவு தர வேண்டியிருக்கிறது. அவளுக்கும் நல்ல உடல்நலனில்லை. அதுவுமில்லாமல் ஹென்ரியெட்டா பொல்லாத பிடிவாதக்காரி, அவளுக்கு உடல் நலமாய் இருந்தாலும் இல்லாவிட்டாலும் அவளை வளர்ப்பது ரொம்ப கஷ்டம்.

சோஃபியா பாடு கஷ்டம்தான்.

நெட்டியின் ஒரு கடிதத்தில் ஆப்ரிக்காவில் குழந்தைகளுக்கு உண்டாகும் ஒரு வியாதி குறித்து அவள் எழுதியிருந்தது நினைவு வந்தது. ரத்தம் உறைந்துபோவதைப் பற்றி குறிப்பிட்டிருந்தாள். ஆப்பிரிக்க மக்கள் அதற்கு என்ன மருத்துவம் செய்வார்கள் என்று அவள் சொன்னதை நினைவுகூர முயற்சி செய்தேன். மிஸ்டர் ____ உடன் பேசிய திடுக்கத்தில் எனக்கு எதுவுமே நினைவு வரவில்லை. அடுத்து என்ன பேசுவதென்பதும் தெரியவில்லை.

மிஸ்டர் ____ அவருடைய வீட்டின் மீது பார்வையைத் தேக்கிக்கொண்டு காத்திருந்தார்.

நான் ஏதும் பேசாமல் நிற்கவும், மாலைவணக்கம் சொல்லிவிட்டு நடந்தார்.

நான் அங்கிருந்து போனபிறகு மிஸ்டர் ____ ஒரு பன்றியைப் போல வாழ்ந்ததாகச் சொன்னாள் சோஃபியா. வீட்டை மூடியே வைத்திருந்ததில் அது துர்நாற்றம் வீசத்துவங்கியிருந்தது. ஹார்ப்போ விடாப்பிடியாக உள்ளே நுழையும் வரை வேறு யாரையும் அவர் உள்ளே அனுமதிக்கவுமில்லை. வீட்டைச் சுத்தம் செய்து, உணவும் கொண்டுவந்தவன், அவனுடைய அப்பாவைக் குளிப்பாட்டவும் வேண்டியிருந்தது. அதில் எதையுமே தடுக்கயியலாத அளவுக்கு அவர் பலகீனமாகவும் சுவாதீனமற்றும் இருந்திருக்கிறார்.

அவருக்கு உறக்கமும் வரவில்லை. இரவில், கதவுக்கு வெளியில் நின்று வவ்வால்கள் கத்துவதாக,

புகைபோக்கியில் இருந்து அவை இரைச்சலிடுவதாக அவர் கற்பனை செய்தார். எல்லாவற்றிலும் மோசம் அவர் தன் இதயத்துடிப்பையே கேட்டு நடுங்கியது தான். பகல்வெளிச்சத்தில் இயல்பாகத்துடித்த அது, இரவானால் கிறுக்கு பிடித்ததைப்போல, முரசொலிப்பதைப் போல, அந்த அறையே நடுங்கும் அளவுக்கு சப்தமெழுப்பியது.

பல இரவுகள் ஹார்ப்போ அவருக்குத் துணையாக உறங்கினான். மிஸ்டர் ____ படுக்கையின் ஒரு மூலையில் சுருண்டிருக்க, அவருடைய விழிகள், அறையின் சாமான்கள் அவரை நோக்கி நகர்ந்துவருமோவெனும் அச்சத்தில், அவற்றின்மீது ஒட்டியிருக்கும். ஓரிரவு நான் ஹார்ப்போவிடம் ஏதோ சொல்வதற்காகப் போன போது இருவரும் ஆழ்ந்த உறக்கத்தில் இருந்ததையும் ஹார்ப்போ தன் கரங்களுக்குள் அவனுடைய அப்பாவை அணைத்திருந்ததையும் பார்த்தேன். ஹார்ப்போ எவ்வளவு தடித்தவனென்றும், மிஸ்டர் ____க்கு எவ்வளவு சிறிய உருவம் என்பதும் தான் உங்களுக்குத் தெரியுமே.

அந்த நாளிலிருந்து எனக்குள் ஹார்ப்போவிடம் ஏதோ ஒன்று மீண்டும் மலர்ந்தது. சீக்கிரமே நாங்கள் எங்கள் புதிய வீட்டைக் கட்ட ஆரம்பித்தோம். ஆனால் இதெல்லாம் எளிதாக நடந்துவிட்டது என்று நான் சொல்லாவே மாட்டேன். அப்படிப் புளுகினால் கடவுள் கூட என்னை மன்னிக்க மாட்டார் என்று சிரித்தாள் சோஃபியா.

அவர் மீண்டும் எப்படித்தான் நலம்பெற்றார்?

அதையேன் கேட்கிறீர்கள். மீதமிருந்த உங்கள் தங்கையின் கடிதங்களையெல்லாம், அவர் உங்களுக்கு அனுப்பிவிடும்படி செய்தான் ஹார்ப்போ. அன்றிலிருந்து அவர் சிறிதுசிறிதாக நலம் பெற ஆரம்பித்தார். தன்மனமே தன்னைச்சுடுமே? குரூரம் கொல்லக் கூடியதல்லவா? என்றாள்.

ஆமென்

பிரிய சீலி,

இந்நேரமெல்லாம் நான் வீட்டில் இருப்பேன் என்று கனவு கண்டிருந்தேன். உன் முகத்தை உற்றுப்பார்த்து, சீலி இது நிஜமாய் நீ தானா? என்று கேட்டிருப்பேன். வருடங்கள் உன்னுடைய எடையில், சுருக்கங்களில், நீ கூந்தலை வாரும் விதத்தில் என்னவெல்லாம் மாற்றங்களைக் கொடுத்திருக்கும் என்று கற்பனை செய்கிறேன். ஒல்லியாய், உறுதியாய் இருந்த நானும் பருத்திருக்கிறேன். என்னுடைய கேசம் கொஞ்சம் நரைத்திருக்கிறது.

ஆனால் பருத்த, நரைத்த என்னை நேசிப்பதாக சாம்யெல் கூறுகிறார்.

உனக்கு ஆச்சரியமாய் இருக்கிறதா?

இங்கிலாந்தில், தேவாலயங்களிலிருந்தும், சமயப்பரப்பு ஸ்தாபனங்களின் கூட்டமைப்பிலிருந்தும், ஒலிங்காவுக்காக நிதி திரட்டப் போயிருந்த நாங்கள், கடந்த இலையுதிர்காலத்தில் திருமணம் செய்து கொண்டோம்.

இயன்றவரையில் ஒலிங்காமக்கள், சாலை இடப்படுவதையும், அதற்காக வந்த வெள்ளையர்களையும் அலட்சியம் செய்யவே முயன்றார்கள். ஆனால் ஒருகட்டத்தில் நிலைமை மோசமானது, சாலையிட வந்தவர்கள் முதலில் செய்த காரியம் ஒலிங்கா மக்கள் இடம்பெயர வேண்டும் என்று அறிவித்தது தான். ரப்பர்த் தோட்டங்களின் தலைமையிடமாக ஒலிங்கா கிராமம் இருந்த தளத்தைத்தான் அவர்கள் தேர்வு செய்திருந்தார்கள். பல மைல்களுக்கிடையில் அங்கு தான் நன்னீர் எல்லாக்காலத்திலும் கிடைக்கும்.

வெறிபிடித்தவர்களாகப் போராடிய ஒலிங்கர்களும் அவர்களின் மதப்பிரசாரகர்களும், வருடத்தில் ஆறு மாதங்களுக்கு நீரே கிடைக்காத ஒரு வரண்ட பூமிக்கு விரட்டப்பட்டார்கள். அப்படிப்பட்ட நிலையில் அந்த தோட்டப்பணியாளர்களிடம் இருந்தே மக்கள் நீரை விலைக்கு வாங்க வேண்டியதாயிற்று. மழைக்காலங்களில் அங்கே இருக்கும் ஆற்றில் பள்ளம் பறித்து அருகிலிருக்கும் பாறைகளைக் கொண்டு நீர்தேக்கங்களைச் செய்துகொள்வார்கள். அதுவரையில்

அந்த கட்டுமானப்பணியாளர்கள் கொண்டு வந்திருந்த எண்ணெய் உருளைகளில் நீரைச்சேமித்து வைத்தார்கள்.

ஆனால் நடந்தவற்றிலேயே ஆகக் கொடுமையான விஷயம் ரூஃப்லீஃப் எனப்படும், ஒலிங்கர்கள் கடவுளாக வழிபடும், தங்கள் குடிசைகளுக்கு மேற்கூரையாக அவர்கள் சாற்றிக்கொள்ளும் கூரையிலைகளைப் பற்றியது தான். இந்த வரண்ட நிலத்தில் கட்டுமானர்கள் பணியாட்களுக்கான அடுக்குக்குடியிருப்புகளை ஆண்களுக்கும் பெண்களுக்கும் தனித்தனியே எழுப்பினர். ஒலிங்கர்கள் தங்களுடைய கடவுளான கூரையிலையைத் தவிர வேறெதாலும் மூடப்பட்ட வசிப்பிடங்களில் தங்க திட்டவட்டமாக மறுத்துவிட்டதால், அந்தக் குடியிருப்புகள் மேற்கூரை இல்லாமலே விடப்பட்டன. பிறகு அவர்கள், ஒலிங்காவிலும் அதன் சுற்றுவட்டாரத்திலும் மைல் கணக்கிலான நிலத்தை உழுது, கடைசித் துளிர் கூரையிலையையும் விட்டுவிடாமல் தோண்டி எடுத்தனர்.

வாரக்கணக்கில், தாங்கவியலாத கடும்வெய்யிலில் காலம் தள்ளிய பிறகு, பெரிய சரக்குந்து ஒன்று எங்கள் வளைக்குள் புகும் பேரோசையில், எங்கள் அதிகாலை விடிந்தது. அந்த வண்டி வளைதகட்டுச் சுமையோடு வந்தது.

சீலி, நாங்கள் அந்த வளைதகட்டையும் விலை கொடுத்து வாங்க வேண்டியிருந்தது. ஒலிங்கா மக்களிடம் இருந்த கொஞ்சநஞ்ச பணமும், நானும் சாம்யெலும் குழந்தைகளின் படிப்புக்காகவென சேர்த்திருந்த எல்லாப் பணமும் அதில் செலவழிந்தது. கோரின் இறந்ததிலிருந்து ஒவ்வொரு வருடமும் ஊருக்குத் திரும்பி விடலாம் என்று நாங்கள் திட்டமிடுவதும், ஒலிங்கா மக்களின் ஏதாவதொரு பிரச்சினைக்காக மேலும் மேலும் அவர்களுடன் அதில் ஈடுபடுவதுமே எங்களுக்கு வழக்கமாகிவிட்டது.

அந்த வளைதகட்டை விடவும் ஈனமானது எதுவுமே இல்லை சீலி. அந்த சில்லிட்டிருந்த, கடினமான, பளபளத்த, அசிங்கமான உலோகத்தைக் கூரையாக இட அவர்கள் போராடிக்கொண்டிருந்தபோது, பெண்கள் எழுப்பிய துயரக்குலவையொலி, காதைச்செவிடாக்கும்படி அந்தச் சுற்றுவட்டாரத்தின் மலைக்குகைகளில் எல்லாம் பட்டு எதிரொலித்தது. அந்த நாளில் தான் ஒலிங்கர்கள் தங்களுடைய தற்காலிக தோல்வியை ஒப்புக்கொண்டார்கள்.

எங்களோடு நெருக்கமாகயிருந்த பலரும் - அடர்ந்த காட்டுக்குள் வசிக்கும், வெள்ளையர்களுக்குக் கீழே வேலை செய்ய மறுக்கும், அவர்கள் தங்களை ஆட்சி புரிவதை எதிர்க்கும் - ம்பெலெஸ் எனப்படும் காட்டுமனிதர்களைச் சேர்ந்துகொள்ள ஓடிப்போய்விட்டார்கள்.

நாங்களும் எங்கள் கடவுளும் கொஞ்சமும் சக்தியற்றவர்கள் என்பதைக் கண்கூடாகக் காணும் மீதமிருக்கும் ஒலிங்கர்கள் எங்களிடமிருந்து தங்கள் பிள்ளைகளுக்குப் கல்வி கற்பிப்பதைத் தவிர வேறெதையும் எதிர்பார்ப்பதில்லை. ஆனால் நானும் சாம்யெலும் கடைசியாகச் செய்யப்பட்ட இந்த அக்கிரமத்துக்கு எதிராகவாவது ஏதாவது செய்தேயாக வேண்டும் என்று முடிவு செய்தோம்.

அதனால் நாங்கள், குழந்தைகளுடன் இங்கிலாந்துக்குக் கிளம்பினோம்.

அது ஓர் அற்புதமான கடற்பயணம் சீலி, நாங்கள் கிட்டத்தட்ட உலகின் மற்ற பகுதிகளைப் பற்றியும், கப்பல்கள், நிலக்கரிநெருப்பு, தெருவிளக்குகள், புல்லரிசிக்கூழ் பற்றியெல்லாம் மறந்தே போயிருந்தோமென்பதால் மட்டுமல்ல, நாங்கள் பலவருடங்களுக்கு முன்பு கேள்விப்பட்டிருந்த வெள்ளைப்பெண் மதப்பிரசாரகர் எங்களுடன் அதே கப்பலில் பயணம் செய்தார் என்பதாலும் தான். அவர் மதப்பிரச்சாரப் பணியிலிருந்து ஓய்வுபெற்று இங்கிலாந்தில் வாழ, தன்னுடைய பேரக்குழந்தை என்று அறிமுகம் செய்த ஒரு சிறிய ஆப்பிரிக்கப் பையனுடன் பயணம் செய்தார்.

வயதான ஒரு வெள்ளைப் பெண்மணி துணைக்கு ஒரு கறுப்புச் சிறுவனோடு பயணம் செய்வதைக் கவனிக்காமல் இருப்பது சாத்தியமேயில்லையே. கப்பல் நங்கூரமிடப்பட்டு நின்றிருந்தது. ஒவ்வொரு நாளும் அந்தப் பெண்மணியும் சிறுவனும் கப்பலின் மேற்தளத்தில் குழுமியிருந்த வெள்ளையர்களைக் கடக்கும் போதெல்லாம் வெள்ளைக்குழுக்கள் பேச்சற்று அமைதியானார்கள்.

கலகலப்பான, கெச்சலான, நீலவிழிகளையுடைய பெண் அவர். வெள்ளியும், காய்ந்த புல்லின் நிறமும் கலந்த கூந்தல் அவருக்கு. தாடை சிறியதாக இருந்ததாலோ

என்னவோ அவர் பேசும் சப்தம் கொப்பளிப்பது போலவே எங்களுக்குக் கேட்கும்.

நாங்கள் ஓரிரவு ஒரே மேசையில் உணவருந்த நேர்ந்த போது, நான் அறுபத்தி ஐந்து வயதை எட்டிப் பிடித்துக்கொண்டிருக்கிறேன். வெப்பமண்டலங்களில்தான் என் வாழ்வின் பெரும்பகுதியைக் கழித்தேன். ஆனால் பாருங்கள், ஒரு பெரிய போர் வரப் போகிறது. நான் இங்கிலாந்திலிருந்து கிளம்பிய போது துவங்கியதை விடப் பெரிய ஒன்று. அது இங்கிலாந்தைக் கடுமையாக பாதிக்கும். ஆனால், நாங்கள் பிழைத்துக்கொள்வோம் என்று நம்புகிறேன். நான் கடந்த போரைத் தவற விட்டுவிட்டேன். இந்தப் போரின் போது அங்கே இருப்பேன் என்றார்.

சாம்யெலும் நானும் போர்களைப் பற்றி நினைத்துக்கூடப் பார்த்ததில்லை.

என்ன அப்படிச்சொல்லிவிட்டீர்கள்? போருக்கான எல்லா அடையாளங்களும் ஆப்ரிக்காவெங்கும் தெரிகிறதே? இந்தியாவில் கூட இருக்கும் என்று எதிர்பார்க்கிறேன். முதலில் தங்கள் பொருட்களை வைப்பதற்கான சாலைகளை இடுவது. பிறகு கப்பல் கட்டுவதற்கும், படைத்தலைவனின் தளவாடங்களை அமைப்பதற்கும் மரங்களையெல்லாம் வெட்டித்தள்ளுவது. பிறகு உங்கள் நிலத்தில் நீங்கள் உண்ண முடியாத எதையோ பயிரிடுவது. பிறகு அதில் வேலை செய்ய உங்களைக் கட்டாயப்படுத்துவது. அப்படித்தான் ஆப்ரிக்கா எங்கும் நடக்கிறது. பர்மாவிலும் கூட அப்படித்தானென்று நினைக்கிறேன்.

அதனால் நானும் ஹரால்டும் அங்கிருந்து வெளியேற முடிவு செய்துவிட்டோம் என்றவர், இல்லையா ஹாரி என்றபடி சிறுவனுக்கு ஒரு பிஸ்கெட்டைக் கொடுத்தார். குழந்தை ஏதும் பேசவில்லை, ஏதோ யோசித்தபடி பிஸ்கெட்டை மென்றது. ஆடமும் ஒலிவியாவும் சிறுவனை உயிர்காப்புப் படகுகளைப் பார்க்க அழைத்துச் சென்றார்கள்.

டோரிஸின் கதை- அந்தப் பெண்மணியின் பெயர் டோரிஸ் பெய்ன்ஸ் - சுவாரஸ்யமான ஒன்று. ஆனால் நான் அதை விலாவாரியாகச் சொல்லி உனக்கு சலிப்பேற்படுத்த விரும்பவில்லை, ஏனென்றால் இறுதியில் எங்களுக்கே சலிப்பாகிவிட்டது.

அவர் இங்கிலாந்தில் பெரும் செல்வந்தர்களுக்குப் பிறந்தவர். அவருடைய அப்பா ஏதோ ஒரு லார்ட் என்றழைக்கப்பட்டவர். அவர்கள் எப்போதும் அலுப்புண்டாக்கும் விருந்துகளைக் கொடுத்துக்கொண்டோ, அவற்றுக்குப் போய்க்கொண்டோ இருந்தார்கள். இவருக்கோ புத்தகங்கள் எழுத விருப்பம். அவருடைய குடும்பம் அந்த விருப்பத்தைக் கடுமையாக எதிர்த்தார்கள். அவர் திருமணம் செய்து கொள்ள வேண்டும் என்று எதிர்பார்த்தார்கள்.

நானாவது திருமணம் செய்து கொள்வதாவது! சீச்சீ என்றார் அவர். (உண்மையில் மிகவும் விநோதமான கொள்கைகளைக் கொண்டவர்)

என்னை ஒப்புக்கொள்ள வைக்க உங்களால் கற்பனை செய்து பார்க்க முடியாத எதையெல்லாமோ செய்தார்கள். என்னுடைய பத்தொன்பது, இருபது வயதில் நான் பார்த்த பால்குடிமாறாத இளைஞர்களின் எண்ணிக்கையை என் வாழ்நாள் முழுவதிலும் கூட நான் பார்த்ததில்லை. ஒவ்வொருத்தனும் அவனுக்கு முன்பு வந்தவனை விடவும் சலிப்பூட்டுபவனாக இருந்தான். மேல்தட்டைச் சேர்ந்த ஆங்கிலேய ஆண்களை விடவும் சலிப்பூட்டும் எதுவும் இருக்க முடியுமா என்ன? எனக்கு அவர்களைப் பார்த்ததும் கருமம் பிடித்த காளான்கள் தான் நினைவுக்கு வந்தன.

கப்பல் தலைவன் எங்களோடே அவருக்கும் நிரந்தரமாக ஒரு மேசையை ஒதுக்கித்தந்து விட்டார். இரவுணவுகளின் போது அவர் முடிவே இல்லாமல் வளவளத்தார். தான் வாழும் மாளிகையை விட ஒரு கன்னிமாடம் மேலாக இருக்கும் என்று நினைத்துக்கொண்டே குளியல்தொட்டியில் கிடந்தபடி, வழக்கமான ஒரு அலுப்பூட்டும் சந்திப்புக்கான தயாரிப்பில் இருந்த போது தான் ஒரு மதப்பிரசாரகராகும் எண்ணம் அவருக்கு உதித்ததாம். ஒரு கன்னியாஸ்த்ரீ தனக்குத் தானே எசமானியாக முடியாது. கடவுள் அல்லவா அவருக்கு எசமான். பிறகு கன்னித்தாய். கன்னி மாடத்தலைவி. இன்னவும் பிறவும். ஆனால் ஒரு மதப்பிரசாரகரானால் அவர் சிந்திக்கலாம், எழுதலாம், தனக்குத்தானே எசமானியாக இருக்கலாம். இந்தியாவின் அடர்ந்த காடுகளுக்குள், தனிமையில் இருப்பதைக் கற்பனை செய்தவர், பேரின்பம் என்றால் அதுதான் என்று முடிவுசெய்தார்.

அதனால் அவர் புறச்சமயத்தின்பால் தீவிர ஈடுபாட்டை வளர்த்துக்கொண்டார். அவருடைய பெற்றோரை

ஏமாற்றினார். வெகு சீக்கிரத்தில் பிறமொழிகளைக் கற்றுக்கொண்ட அவரில் மிகத்திருப்தியுற்று அவரை ஆப்ரிக்காவுக்கு(அவருடைய துரஅதிர்ஷ்டம்!) அனுப்பிய சமயப்பிரச்சார மடத்தையும் ஏமாற்றினார், அங்கு வானத்தின் கீழே உள்ள அவ்வளவையும் குறித்து நாவல்கள் எழுதினார்.

ஜேரட் ஹன்ட் என்பது என் (ஆண்பாற்) புனைப்பெயர் என்றார். இங்கிலாத்திலும் அமெரிக்காவிலும் கூட நான் திடீரென்று புகழ்பெற்றுவிட்டேன். பணமும், புகழும் அடைந்தேன். தனித்தலைபவன், பிறழ்வு மனமும் பெரும்பாலான நேரத்தை வேட்டையாடிக் கழிப்பவனும் என்று எல்லோரும் என்னைப் பற்றி நினைத்தார்கள்.

ஒரு மாலை, எங்களைத் திடீரென்று கேட்டார். நான் அந்த புறச்சமயத்தவருக்கு எந்தக் கவனமும் கொடுக்கவில்லை என்று நினைக்கிறீர்கள் அல்லவா? அவர்களிடம் எந்தத் தவறும் இருப்பதாக நான் நினைக்கவில்லை. அவர்கள் மிக நன்றாக வாழ்வதாகத் தான் எனக்குத் தோன்றியது. நான் உண்மையில் அவர்களுக்குப் பலவிதங்களில் உதவினேன். அவர்களுடைய கலாச்சாரம், பழக்கவழக்கங்கள், அவர்களின் தேவைகள் இம்மாதிரியான விஷயங்களை எல்லாம் அவர்கள் சார்பில் பக்கம்பக்கமாக எழுதினேன். பணம் கிடைக்கும் போது தான் நல்ல எழுத்துக்கு எவ்வளவு மதிப்புண்டு என்று உங்களுக்குப் புரியும். என்ன இருந்தாலும் நான் ஒரு எழுத்தாளர் இல்லையா? அவர்களுடைய மொழியைப் பிழையில்லாமல் பேசக்கற்றுக் கொண்டேன், சமயப்பிரசாரமடத்தின் தலைமையகத்திலிருந்து அனாவசியமாகத் தலையீடு செய்தவர்களின் வாயை அடைக்க முழுமையான அறிக்கைகள் எழுதி எறிந்தேன். மதப்பிரசாரசங்கங்கள் மற்றும் பணக்கார, பழைய குடும்பநண்பர்கள் உதவும் முன்பே, என் குடும்பத்தின் பணக்கிடங்கிலிருந்து மில்லியன் பவுண்டுகளை அவர்களுக்காக நான் செலவு செய்தேன். ஒரு மருத்துவமனை, இலக்கணப் பள்ளி, கல்லூரி எல்லாம் கட்டினேன். ஒரு நீச்சல் குளமும்- அது மட்டும் தான் எனக்கு நானே அனுமதித்துக்கொண்ட ஒரு ஆடம்பர வசதி- ஏனென்றால் ஆற்றில் குளிக்கும் போது அட்டைகள் தாக்கும் அபாயம் உண்டு.

நாங்கள் இங்கிலாந்தை அடைய பாதித் தொலைவில் இருந்தநிலையில், ஒரு காலையுணவின் போது

சொன்னார், எனக்குக் கிடைத்த மனச்சாந்தியை நீங்கள் நம்பவே மாட்டீர்கள். அங்கு சென்ற ஒரு வருடத்துக்குள் எனக்கும் அந்த புறச்சமயத்தினருக்கும் கடிகாரத்தின் பொறியையொத்த ஒரு இசைவு வந்துவிட்டது. நான் முதலிலேயே அவர்களிடம் சொல்லிவிட்டேன், உங்களுடைய ஆன்மஎழுச்சியைப் பற்றியெல்லாம் எனக்கு ஒரு கவலையும் இல்லை, நான் இங்கு வந்தது புத்தகங்கள் எழுதத்தான், என்னைத் தொல்லை செய்யாமல் இருப்பதைத் தான் உங்களிடமிருந்து எதிர்பார்க்கிறேன், அதற்கான விலையையும் மிக நல்ல விதமாகவே நான் உங்களுக்குத் தந்துவிடுவேன் என்று.

அந்த கிராமத்தலைவன், கட்டுக்கொள்ளாத மகிழ்ச்சியுடன், வேறெப்படிப் பாராட்டுவது என்று தெரியாமல் தான் என்று நினைக்கிறேன், எனக்கு இரண்டு மனைவிகளைத் தந்தான்! அவர்கள் என்னை ஒரு பெண்ணென்று நம்பவேயில்லை. நான் ஆணா பெண்ணா அல்லது வேறு ஏதுமா என்ற கேள்வி அவர்கள் மனங்களில் எப்போதும் இருந்தது. எப்படியோ, நான் அந்த இரு இளம்பெண்களுக்கும் என்னால் இயன்ற அளவுக்குச் சிறப்பாகக் கல்வி கற்பித்தேன். மருத்துவமும், விவசாயமும் படிக்க இங்கிலாத்துக்கு அனுப்பினேன். அவர்கள் வீடு திரும்பிய போது வரவேற்று, அங்கு எப்போதும் வந்து போய்க்கொண்டிருந்த இரண்டு இளைஞர்களுக்கு மணம் செய்து கொடுத்தேன், பிறகு என்னுடைய வாழ்வின் மிக மகிழ்ச்சியான பருவத்தை, அவர்களுடைய குழந்தைகளின் பாட்டியாகத் துவங்கினேன் என்று முகமலர்ந்து பேசினார். இதை நான் கண்டிப்பாக சொல்லியே ஆக வேண்டும் நான் ஒரு அருமையான பாட்டி. பிள்ளைவளர்ப்பை நான் ஆக்வீன்களிடம் இருந்து தான் கற்றுக் கொண்டேன். அவர்கள் குழந்தைகளை ஒரு போதும் அடிப்பதில்லை. குடிசையின் வேறொரு பகுதியில் வைத்து பூட்டுவதில்லை. என்ன ஒன்று, சனியன்! பருவ வயதின் போது பெண்பிள்ளைகளின் உறுப்பைச்சிதைக்கும் பழக்கத்தை இன்னமும் வைத்திருக்கிறார்கள், ஆனால் மருத்துவம் படித்திருக்கும் ஹாரியின் அம்மா அதையெல்லாம் மாற்றப் போகிறாள், இல்லையா ஹாரி?

நான் இங்கிலாந்து சென்றதும் அந்த இழவெடுத்தவர்களின் ஆக்ரமிப்பைத் தடை செய்வேன். அந்த நாசமாய்ப்போகும் சாலைகளையும், சனியன் பிடித்த ரப்பர் காடுகளையும், வெய்யிலில் கறுத்துப்

போய் அப்படியும் அலுப்பூட்டும் கருமம்பிடித்த அந்த ஆங்கிலேயேப் பொறியாளர்களையும், பயிரிடுபவர்களையும் என்ன செய்வது என்று ஆக்வீன்களுக்குச் சொல்லித்தருவேன். நான் செல்வாக்கு நிறைந்த பெண், அந்த ஆக்வீன் கிராமமே என்னுடையது தான்.

இதெல்லாவற்றையும் நாங்கள் மரியாதையாகவும் அமைதியாகவும் கேட்டுக்கொண்டிருந்தோம். குழந்தைகளுக்கு அந்தச் சிறுவன் ஹெரால்டை மிகவும் பிடித்துப் போயிற்று, எங்களோடு இருந்த போது அவன் ஒரு வார்த்தை கூடப் பேசவில்லையென்றாலும். அவனுக்கு அவனுடைய பாட்டியை மிகவும் பிடிக்கும் என்று தெரிந்தது, ஆனாலும் அந்தப் பெண்மணியின் வளவளக்கும் தன்மையால், அவனிடம் ஒரு அடக்கமான, மற்றவர்களின் பேச்சைக் கவனித்துக்கேட்கும், அமைதி வந்துவிட்டிருந்தது.

குழந்தைகளை வெகுவாக நேசிக்கும், எந்தக் குழந்தையையும் அரை மணி நேரத்தில் தன் வசப்படுத்திவிடக்கூடிய ஆதம் சொன்னான், அவன் எங்களுடன் இருக்கும் போது வேறு மாதிரி இருக்கிறான் என்று. ஆதம் நையாண்டி, கோமாளித்தனம் எல்லாம் செய்வான், பாடுவான், விளையாட்டுக்காட்டுவான். மேலும் பெரும்பாலான நேரங்களில் அவனுடைய புன்னகை மிகப்பிரகாசமானது. அவனுக்கு, ஆரோக்கியமான ஆப்பிரிக்கப் பற்கள்.

அவனுடைய பிரகாசமான புன்னகை குறித்து எழுதும் போது தான் உணர்கிறேன், அவன் இந்தப் பயணத்தின்போது வழக்கம்போலில்லாமல் வாட்டம் கொண்டிருக்கிறான். ஆர்வமாகவும், உற்சாகமாகவும் இருக்கிறான், ஆனால் சிறுவன் ஹெரால்டோடு இருக்கும் போது தவிர மற்ற சமயங்களில் எப்போதும் போல பிரகாசமாக இல்லை.

அவனுக்கென்னவாயிற்று என்று ஒலிவியாவைத்தான் கேட்க வேண்டும். இங்கிலாந்துக்குப் போகிறோமென்பதில் அவள் புளகாங்கிதமடைந்திருக்கிறாள். அவளுடைய அம்மா அவளுக்கு இங்கிலாந்து கிராமங்களின் வேயப்பட்ட கூரையுடைய வீடுகளைப் பற்றியும், அவை தனக்கு ஒலிங்காவின் கூரையிலைக் குடிசைகளை நினைவுபடுத்தியதையும் குறித்து சொல்லியிருந்தாள். மேலும் அவை எங்கள் வீட்டைப் போல உருண்டையாக

இல்லாமல் எங்கள் தேவாலயம் மற்றும் பள்ளியைப் போல சதுரமானவை என்றும் கூறியிருந்திருக்கிறாள். சதுரமான வீடுகள் விநோதமானவை என்று ஒலிவியா நினைக்கிறாள்.

நாங்கள் இங்கிலாந்தை அடைந்ததும், எங்கள் தேவாலயத்தின் ஆங்கிலப்பிரிவின் பிஷப்பிடம், ஒலிங்கர்களின் துயரக்கதையைச் சொன்னோம். இளைஞராகவும், கண்ணாடி அணிந்தும் இருந்த அவர், சாம்யெல் கொண்டு வந்திருந்த வருடாந்திர அறிக்கையைப் பார்வையிட்டுக்கொண்டே இருந்தார். ஒலிங்காவைப் பற்றி ஒரு வார்த்தை கூடப் பேசாமல், கோரின் இறந்து எவ்வளவு காலம் ஆகிற்று என்பது குறித்தும் அவள் இறந்த உடனேயே நான் ஏன் அமெரிக்காவுக்குத் திரும்பிவிடவில்லை என்றும் விசாரித்தார்.

அவர் என்ன சொல்ல வருகிறார் என்றெனக்குக் கொஞ்சம் கூடப் புரியவில்லை.

பார்க்கிறவர்கள் என்ன நினைப்பார்கள் மிஸ் என்றார் அவர். அடுத்தவர்களுக்கு என்ன தோன்றும்? அந்த பழங்குடியினர் என்ன நினைப்பார்கள்?

எதைப் பற்றி? என்றேன் நான்.

அடடா? என்ன இது புரியாதது போலவே பேசுகிறீர்களே?

நாங்கள் அண்ணனும் தங்கையுமாகத் தான் பழகுகிறோம் என்றார் சாம்யெல்.

அந்த பிஷப் கள்ளத்தனமாய் இளித்தார்! ஆமாம் உண்மையில் அப்படி இளித்தார்.

என் முகம் சூடாகியதை நான் உணர்ந்தேன்.

என்ன சொல்ல? பிறகு அங்கே நடந்ததையெல்லாம் சொல்லி உன்னை வேதனைப்படுத்த நான் விரும்பவில்லை. சில பேர் குரூரசிந்தனையுள்ளவர்கள், அந்த பிஷப் அவர்களில் ஒருவர். சாம்யெலும் நானும் ஒலிங்கர்களின் பிரச்சினைகளைப் பற்றி மேலும் ஒரு வார்த்தை கூடப் பேசாமல் கிளம்பினோம்.

சாம்யெல் கோபமாயிருந்தார், நான் பயந்து போயிருந்தேன். ஆப்ரிக்காவிலேயே வாழ நினைத்தால், நாங்கள் செய்ய வேண்டிய ஒரே விஷயம் ம்பெலெஸ்களைச் சேர்ந்துகொள்வது தான் என்றும்

ஒலிங்கர்கள் எல்லோரையும் அதையே செய்யத் தூண்டியாக வேண்டும் என்றும் சாம்யெல் சொன்னார்.

ஒருவேளை அவர்களுக்கு அதில் பிரியமில்லை என்றால்? அடர்ந்த காட்டுக்குள் போக முடியாத அளவுக்கு வயது முதிர்ந்தவர்களும், நோயாளிகளும், சிறிய குழந்தைகள் உள்ள பெண்களும் இருக்கிறார்கள். மட்டுமல்லாமல், வெள்ளையர்களுக்காக உழைத்தால் மிதிவண்டிகளும், ஆங்கிலேயரின் ஆடைகளும், கண்ணாடிகளும், பளபளப்பான சமைக்கும் பானைகளும் கிடைக்கும் என்று ஆசைப்படும் இளைஞர்கள் இருக்கிறார்களே என்றேன்.

பொருட்கள்! இழவெடுத்த பொருட்கள்! என்றார் சாம்யெல் கடும்வெறுப்புடன்.

என்ன செய்வது, நாம் எப்படியும் இங்கு ஒரு மாதம் இருந்து தான் ஆகவேண்டும், அதை எப்படி நல்லவிதமாகக் கழிக்கலாமென்று பார்ப்போம் என்றேன்.

எங்களிடமிருந்த பணத்தில் பெரும்பகுதியை தகரக்கூரைக்காக செலவு செய்துவிட்டதால், இங்கிலாந்தில் அந்த ஒரு மாதத்தை ஏழைகளாகத் தான் கழிக்க வேண்டியிருந்தது. ஆனால் அது எங்களுக்கு இன்பமான காலமாக அமைந்தது. நாங்கள் கோரின் இல்லாமலும் ஒரு குடும்பமாய் உணரத்துவங்கினோம். அதோடு சாலைகளில் நாங்கள் சந்தித்த மக்கள் - ஒருவேளை அவர்கள் எங்களிடம் பேசினால் - குழந்தைகள் இருவரும் எங்கள் இருவரையும் போலவே இருந்தார்கள் என்று மிகக்கனிவுடன் சொல்லத்தவறவே இல்லை. குழந்தைகள் அதை இயல்பாக ஏற்றுக்கொண்டார்கள். அதோடு நானும் அவர்களுடைய தந்தையும் அமைதியான, மோனத்தனிமையில் எங்களுக்கு மிகுந்த இன்பம் தந்த எளிமையான உரையாடல்களில் ஈடுபட வாய்ப்பளித்து, அவர்களுக்கு ஆர்வமூட்டும் இடங்களைப் பார்க்கத் தாங்கள் இருவருமாகவே போய் வந்தார்கள்.

சாம்யெல், வடக்கில், நியூயார்க்கில் தான் பிறந்தார், வளர்ந்தார், கல்வி கற்றார். மதப்பிரச்சாரகரான அவருடைய அத்தையின் மூலம் அவருக்குக் கோரினும், கோரினின் அத்தையும், பெல்ஜியன் காங்கோவில் அறிமுகமானார்கள். சாம்யெல் அடிக்கடி தன் சித்தியான ஆல்தியாவுடன் கோரினின் சித்தி தியடோசியா வசித்த இடத்துக்குச் சென்று வந்தார்.

அந்த இரண்டு பெண்மணிகளும் சேர்ந்து அடைந்த அனுபவங்கள் பிரமாதனமானவை என்றார் சாம்யெல் சிரித்தபடி. அவர்கள் சிங்கங்களால் தாக்கப்பட்டிருக்கிறார்கள், மழை வெள்ளங்களில் சிக்கியிருக்கிறார்கள், யானைகளால் துரத்தப்பட்டிருக்கிறார்கள், பழங்குடிகளால் "போருக்கு" அழைக்கப்பட்டிருக்கிறார்கள். அவர்கள் சொன்ன கதைகள் நம்ப முடியாத அளவுக்குச் சிறப்பானவை. மிகச்சிறப்பாக, சொகுசாக உடுத்திக்கொண்டு, பிரமாதமாக உறையிடப்பட்ட குதிரைமென்மயிரால் செய்த சோஃபாவில் சாய்ந்தபடி, தேநீர் வேளைகளின் போது தங்கள் சாகசக் கதைகளைச் சொல்வார்கள்.

அப்போது கோரினும் நானும் பதின்வயதினர், எங்கள் சித்திகள் சொல்லும் கதைகளை *"ஊஞ்சற் படுக்கையில் மூன்று மாதங்கள் அல்லது இருண்ட கண்டத்தின் நலிவுற்ற இடுப்பு அல்லது ஆப்ரிக்காவின் வரைபடம்"*, *"புனித வரிகளின் மீதான பழங்குடியின வெறுப்புக்கு ஒரு கையேடு"* என்றெல்லாம் வேடிக்கையான தலைப்புகளைக் கொண்ட, சித்திரக்கதைகளாக மாற்ற முனைவோம்.

நாங்கள் அவர்களைக் கேலி செய்தோமே தவிர அவர்களின் சாகசக்கதைகளும் அவற்றை அவர்கள் சொல்லும் விதமும் எங்கள் மனதில் மிகுந்த தாக்கத்தை உண்டு பண்ணியது. அவர்கள் மிக நிதானமானாவர்களாக இருந்தார்கள், ரொம்பவும் சொகுசாகத் தெரிந்தார்கள், தங்கள் கரங்களால் அவர்கள் காட்டுக்குள் ஒரு பள்ளிக்கூடத்தைக் கட்டினார்கள் என்பதையோ, பாம்புகளுடன் சண்டைகளிட்டார்கள் என்பதையோ நம்பவே முடியாது. அவர்களுடன் விரோதம் பாராட்டிய ஆப்ரிக்கர்கள் சிலர், இவர்களின் உடைகளில் இறக்கைகள் போல ஏதோ இருப்பதால் இவர்களால் பறக்க முடியும் என்று நினைத்ததையும் தான்.

காடா? கோரின் என்னைப் பார்த்துக் கனைத்துச் சிரிப்பாள் அல்லாவிட்டால் நான் அவளைப் பார்த்து சிரிப்பேன். தேநீரை அருந்திக்கொண்டே நாங்கள் அமைதியான ஒரு மயக்கத்தில், அச்சத்தில் ஆழ்ந்து போவோம். எங்களுக்கு அவர்கள் மிகவும் வேடிக்கையாகத் தோன்றினார்கள் என்பதை அவர்கள் அறியாததே மிகுந்த கேலிக்குரியதாக இருந்தது. அதோடு மட்டும் அல்லாமல் அந்தக் காலத்தில் ஆப்பிரிக்கர்களைப் பற்றிப் பரவலாக நிலவி வந்த கருத்துகளும் எங்களுக்கு அவர்கள்

பேச்சை அவ்வளவு நகைப்புக்குரிய விஷயமாக்கியது. ஆப்ரிக்கர்கள் காட்டுமிராண்டிகள் மட்டும் அல்ல அவர்கள் குழப்பமிக்க, திறனற்ற, துப்புகெட்ட, மடத்தனமான காட்டுமிராண்டிகள், சொல்லப்போனால் இங்குள்ள அவர்களுடைய துப்புகெட்ட சகோதரர்களைப் போலவே தான். ஆனால், நாங்கள் அக்கறையுடன் என்று சொல்ல முடியாவிட்டாலும், கவனத்துடன் இந்த வெளிப்படையான ஒற்றுமையைப் பற்றிப் பேசுவதைத் தவிர்த்தோம்.

கோரினுடைய தாயார், குடும்பத்துக்காகவே தன்னை அர்ப்பணித்துக்கொண்ட ஒரு இல்லத்தரசி. அதனால் அவருக்குத் தன்னுடைய சாகசப்பிரியமுள்ள தங்கையின் மீது வாஞ்சையில்லை. ஆனால் அவரைக் கோரின் சந்திப்பதை அவர் தடுக்கவும் இல்லை. கோரினுக்குத் தகுந்த வயது வந்ததும் அவர் கோரினை ஸ்பெல்மன் செமினரிக்கு அனுப்பினார், அங்கேதான் சித்தி தியடோசியாவும் படித்தார். அது மிக சுவாரஸ்யமான இடம். நியூ இங்கிலாந்தைச் சேர்ந்த, எப்போதும் ஒரே மாதிரி உடுத்தும், இரு வெள்ளை மதப்பிரசாரகர்களால் அது துவங்கப்பட்டது. ஒரு தேவாலயத்தின் நிலவறையில் துவங்கப்பட்ட அந்தக் கல்லூரி சீக்கிரமே இராணுவத் தளவாடத்துக்கு இடம் மாற்றப்பட்டது. காலப்போக்கில், அந்த இரண்டு பெண்மணிகளுக்கும் அமெரிக்காவின் பெரும் பணக்காரர்களிடமிருந்து ஏராளமான நன்கொடை கிடைத்தது, அதனால் அந்த இடம் கட்டடங்கள், மரங்கள் என்று வளர்ந்தது. பெண்பிள்ளைகளுக்கு அங்கே அனைத்தும் கற்றுத்தரப்பட்டது: படிக்க, எழுத, கணிதம், தையல், சமைக்க, சுத்தம் செய்ய. எல்லாவற்றுக்கும் மேலாக கடவுளுக்கு சேவை செய்யவும், கறுப்பர்கள் இனத்துக்காக உழைக்கவும் கற்றுத்தந்தார்கள். அவர்களின் தாரக மந்திரம், "நம் முழு பள்ளியும் ஏசுவுக்காக" என்பதே. ஆனால் நான் எப்போதும் நினைப்பேன் அவர்களின் தாரக மந்திரம் "நம் இனம் இந்த உலகம் முழுவதையும் அளக்கும்" என்பதாக இருக்க வேண்டுமென்று. ஏனென்றால் ஸ்பெல்மன் செமினரியில் படிப்பை முடித்த அடுத்த கணமே அந்தப் இளம்பெண்கள் இந்த உலகின் எந்த மூலைக்கும் தங்கள் இனத்துக்கு சேவை செய்யக் கிளம்பத்தயாரானார்கள். அது உண்மையிலே ஆச்சரியமான ஒன்று. இந்த கண்ணியமிக்க, பணிவான இளம்பெண்களில் சிலர் செமினரிக்கு போனதைத் தவிர, தங்கள் ஊரின் நகரங்களைத் தாண்டி வேறெங்கும் சென்றறியாதவர்கள்.

ஆனாலும் இந்தியா, ஆஃப்ரிகா, கிழக்காசியா எங்கென்றாலும் யோசிக்காமல் கிளம்பினார்கள். அது ஃபிலடெல்ஃபியாவாக இருந்தாலும் சரி, நியூயார்க் ஆனாலும் தான்.

அந்த பள்ளியைத்துவக்க அறுபது வருடங்களுக்கு முன்பு, ஜார்ஜியாவில் வாழ்ந்து வந்த சிரோக்கி இந்தியர்கள், ஒக்லஹாமாவின் மீள்குடியேற்ற முகாம்களுக்குத் தங்கள் வீடுகளைத் துறந்து, பனியின் ஊடாக நடந்து செல்ல கட்டாயப்படுத்தப்பட்டார்கள். மூன்றில் ஒரு பகுதியினர் வழியிலேயே இறந்து போனார்கள். பெரும்பாலானவர்கள் ஜார்ஜியாவை விட்டுப் போக மறுத்தனர். அவர்கள் கறுப்பர்களாக மறைந்துகொண்டார்கள். காலப்போக்கில் எங்களுடன் ஒன்றாய்க் கலந்துவிட்டார்கள். இப்படிப்பட்ட கலப்பின மக்கள் பலர் ஸ்பெல்மனில் இருந்தார்கள். சிலருக்குத் தாங்கள் யார் என்று தெரியும், பலருக்கு நினைவில்லை. ஒருவேளை தங்கள் பூர்வீகத்தைப் பற்றி அவர்கள் யோசித்தாலும் (இந்தியர்களைப் பற்றி நினைப்பதற்கு வாய்ப்பில்லை ஏனென்றால் அவர்களில் யாருமே அங்கு இல்லை) அவர்கள் மஞ்சளாகவும், செம்பழுப்பாகவும், தங்கள் கூந்தல் அலைஅலையாய் இருப்பதும் தங்கள் வெள்ளை முன்னோர்களால் தான் என்று நினைக்கிறார்களே தவிர இந்தியர்களாய் இருக்கக் கூடும் என்று யோசிப்பதில்லை .

கோரின் கூட இப்படி நினைத்தாள். ஆனால் நான் அவளது இந்தியத்தன்மையை எப்போதும் உணர்ந்திருக்கிறேன். அவள் அமைதியானவள். மிக ஆழமாகச் சிந்திப்பவள். தன்னைச் சுற்றியுள்ளவர்களுக்கு தன் மீது மதிப்பில்லை என்பதை உணரும் போது மின்னல் போல, ஆச்சரியமேற்படுத்தும் வேகத்தில் தன் தடத்தைக் கூட அங்கிருந்து துடைத்துகொண்டு நகர்ந்துவிடுவாள்.

நாங்கள் இங்கிலாந்தில் இருந்தபோது கோரினைப் பற்றி எளிதாகப்பேச சாம்யெலுக்குத் திடம் வந்திருந்தது. எனக்கும் அதையெல்லாம் இயல்பாகக் கேட்க முடிந்தது.

இதெல்லாம் உண்மையாக நடந்துகொண்டிருப்பதை என்னால் நம்பவே முடியவில்லை. என்னைப்பார், வயதேறிக் கொண்டிருக்கும் ஒருவன் நான். மக்களுக்கு உதவ வேண்டுமெனும் என் கனவு வெறும் கனவாகவே நின்றுவிட்டது. இப்போது மட்டும் நானும் கோரினும் குழந்தைகளாக இருந்தால் எங்கள்

கதைக்கு “இருபது வருடங்களாய் முட்டாளாய் இருந்த மேற்கின் மனிதன் அல்லது வாய் மற்றும் கூரையிலை நோய்”, “வெப்பமண்டலத்தில் வெட்டிவேலை, ஆய்வுக்கட்டுரை” என்றெல்லாம் தலைப்பிட்டு சித்திரக்கதைகளாக்கி இருப்போம். நாங்கள் படுகேவலமாகத் தோற்றுவிட்டோம். சித்தி ஆல்தியா மற்றும் தியடோசியாவைப் போலவே கோமாளிகளாகி விட்டோம். இதையெல்லாம் முன்பே அறிந்திருந்ததால் தான் கோரினின் வியாதி முற்றிவிட்டது. அவள் என்னை விடவும் கூர்மையான உள்ளுணர்வு படைத்தவள். மனிதர்களைத் தெளிவாகப் புரிந்துகொள்ளும் சக்தியை இறைவன் அவளுக்குக் கொடுத்திருந்தான். ஒலிங்கர்கள் நம் மீது மிகுந்த கசப்புணர்வு கொண்டிருக்கிறார்கள் என்று சொல்லிக்கொண்டேயிருந்தாள். எனக்குத்தான் அது புரியவில்லை. அவள் சொன்னது எவ்வளவு உண்மை என்று இப்போதுதான் உணர்கிறேன்.

ஐயோ சாம்யெல், உண்மையில் அது கசப்புணர்வு இல்லை. வெறும் அலட்சியம் தான். அவர்கள் என்ன நினைக்கிறார்கள் என்று பெரிதாக அலட்டிக்கொள்ளாமல் இருப்பது தான் நமக்கு நல்லது என்றேன் நான்.

எனக்கும் கோரினுக்கும் திருமணம் ஆவதற்கு முன்பு, சித்தி தியடோசியா வீட்டில் ஒரு கேளிக்கை விருந்து, ஒவ்வொரு வியாழனன்றும் அது நடக்கும். அவள் கருத்தார்ந்த இளைஞர்கள் அன்று கருதிய ஏராளமானவர்களை அழைத்திருந்தாள். அவர்களில் ஒருவன் ஹார்வர்டில் பட்டம்பெற்ற எட்வர்ட். அவனுடைய குடும்பப்பெயர் ட்யூபாய்ஸ் என்று நினைவு. ஆன்ட் தியடோசியா அவளுடைய ஆப்பிரிக்க அனுபவக்கதைகளில் ஒன்றைச் சொல்லிக்கொண்டிருந்தாள். பெல்ஜியத்தின் மன்னர் லியபோல்ட் அவளுக்குப் பரிசளித்த பதக்கத்தைப் பற்றி பேசிக்கொண்டிருந்த சமயம். எட்வர்ட்டோ இல்லை அவன் பெயர் பில்லோ என்னவோ, அவன் கொஞ்சமும் பொறுமையற்றவன். பொறுமையின்மையை அவன் கண்களில், உடல் மொழியில் பார்க்கலாம். அவனால் ஒரு நிமிடம் கூட அசையாமல் இருக்க முடியாது. மன்னரின் ராஜ்ஜியத்தில், ஒரு முன்மாதிரி மதப்பிரசாரகராகத் திகழ்ந்தமையைப் பாராட்டி அவளுக்கு அந்த பதக்கத்தைப் பரிசளித்ததில் அவளுக்கு ஏற்பட்ட ஆச்சரியத்தையும் ஆனந்தத்தையும் சித்தி பகிர்ந்துகொண்டிருந்தாள். ட்யூபாய்ஸின் பாதமோ,

தரையில் கட்டுப்படுத்தவியலாத வேகத்துடன் தாளமிட்டுக்கொண்டிருந்தது. நானும் கோரினும் திகிலோடு ஒருவரையொருவர் பார்த்துக்கொண்டோம். இவன் நிச்சயமாக இந்தக் கதையை முன்பே கேட்டிருக்கிறான், இன்னொருமுறை அதைக் கேட்க அவன் கொஞ்சமும் தயாராயில்லை என்பது தெரிந்தது.

சித்தி தியடோசியா, தன்னுடைய கதையைச் சொல்லி முடித்து, அந்த பெருமை மிகுந்த பதக்கத்தை அறையிலிருந்த எல்லோருக்கும் காட்டியதும், ட்யூபாய்ஸ் எழுந்தான். மன்னர் லியபோல்ட் தன்னுடைய ராஜ்ஜியதிலிருந்த ரப்பர் தோட்டங்களில், தங்களுடைய பங்கு வேலையை சரிவரச் செய்து முடிக்காதவர்கள் என்று கண்காணிகளால் குற்றஞ்சாட்டப்பட்ட தொழிலாளிகளின் கரங்களை வெட்டியவர் என்பது உங்களுக்குத் தெரியாதா மேடம் என்று கேட்டான். இது பெருமைகொள்ளத்தக்க பதக்கமல்ல, ஆயிரக்கணக்கான ஆப்பிரிக்க மக்களை கடுமையாக வேலை வாங்கி, கொடூரமாக நடத்தி, அவர்களைத் தடம் தெரியாமல் கொன்றொழித்த ஒரு கொடுங்கோலனின் குற்றச்செயலில் உங்களுக்குத் தெரியாமலேயே நீங்கள் கொண்ட பங்கின் துயரச்சின்னம் இது என்றான்.

அவ்வளவுதான் அமைதி, ஒரு தொற்றுநோயைப் போலக் கூட்டத்தைத் தாக்கியது. பாவம் சித்தி தியடோசியாவின் நிலைமை சகிக்கமுடியவில்லை.

நம் எல்லோருக்குள்ளும் நான் செய்யும் காரியங்களுக்கான பதக்கத்தை எதிர்பார்க்கும் ஏதோ ஒன்று இருக்கிறது. அதற்கு பாராட்டு வேண்டியிருக்கிறது. மேலும் ஆப்ரிக்கர்கள் சர்வநிச்சயமாக பதக்கங்களைத் தருவதில்லை. அவர்களுக்கு மதப்பிரச்சார்கர்கள் இருப்பதும் ஒன்று தான் இல்லாததும் ஒன்று தான்.

இவ்வளவு கசப்பு வேண்டாமே சாம்யெல்.

கசப்பில்லாமல் வேறெப்படி?

ஆப்பிரிக்கர்களா நம்மை அங்கு வரும்படி அழைத்தார்கள்? அவர்கள் நம்மை வரவேற்கவில்லை என்று வருத்தப்படுவதில் அர்த்தமில்லையே.

வரவேற்பா? அவர்கள் கண்களுக்கு நாம் இருப்பதே தெரிவதில்லையே. அவர்கள் அடிமைகளாக விற்ற

சகோதர, சகோதரியர் தான் நாம் என்ற நினைப்பு கூட அவர்களுக்கில்லையே.

என்ன ஆயிற்று உங்களுக்கு? ஏனிவ்வளவு துயரம் சாம்யெல்?

ஆனால் சீலி, அவர் அழத்தொடங்கிவிட்டார். இல்லை நெட்டி, உனக்குப் புரியவில்லையா? அவர்கள் நம்மை வெறுக்கிறார்களென்பது தான் என் மனதை உடைக்கிறது. நாம் அவர்களை நேசிக்கிறோம். நம் அன்பை எப்படியெல்லாமோ காட்டிவிடத்துடிக்கிறோம். அவர்களோ நம்மை முழுக்க நிராகரிக்கிறார்கள். நாம் எப்படியெல்லாம் துன்பப்பட்டோம் என்பதைக் கேட்கக்கூட அவர்கள் தயாராயில்லை. அப்படியேகேட்டாலும், எங்கள் மொழியை நீங்கள் ஏன் பேசுவதில்லை? பழைய வழக்கங்கள் ஏன் உங்கள் நினைவிலில்லை? அமெரிக்காவில் எல்லோருமே மோட்டார்கார்கள் வைத்திருக்கிறார்கள் எனும்போது நீங்கள் ஏன் அங்கு மகிழ்ச்சியாக இல்லை என்றெல்லாம் முட்டாள்த்தனமாகக் கேட்கிறார்களே.

அவரைச்சுற்றி என் கரங்களை இட்டுத் தழுவித்தான் அவரை ஆறுதல்படுத்த வேண்டும் எனும்படியான தருணம். நானும் அதைத்தான் செய்தேன் சீலி. அதோடு என் நெஞ்சத்தின் ஆழத்தில் புதைத்து வைத்திருந்த வார்த்தைகளும் என் உதடுகளின் வழியே நழுவிவிட்டன. அன்பே, கண்மணியென்றெல்லாம் நான் என்னை மறந்து அவரைக் கொஞ்சினேன். அக்கறையும், அதீத அன்பும் கட்டுக்கடங்காமல் எங்களை உணர்ச்சிவசப்படச்செய்துவிட்டது.

கூச்சமற்ற இந்த என் நடவடிக்கையால், நீ அதிர்ச்சியோ, கோபமோ அடையக்கூடாது என்று நான் உன்னை வேண்டிக்கொள்கிறேன். அதிலும் அந்தச் செய்கையால் நான் அடைந்த பேரின்பத்தை உன்னிடம் என்னால் எப்படி மறைக்க முடியும். சாம்யெலின் அணைப்பில் நான் என்னை மறந்தேன் சீலி.

நான் அவரை வெகுகாலமாக நேசித்துவந்திருந்தேன் என்று நீ யூகித்திருக்கலாம், அது உண்மையாக இருந்தாலும் கூட, நான் அதை இவ்வளவு காலமாக உணர்ந்திருக்கவில்லை. அவரை ஒரு சகோதரனாக, நண்பராக நான் விரும்பினேன், மதித்தேன், ஆனால் சீலி, இப்போது அவருடைய ஆண்மையையும் நேசிக்கிறேன்.

அவருடைய நடையை, உருவத்தை, அவருடைய மணத்தை, அவருடைய கேசத்தின் தன்மையை. அவருடைய உள்ளங்கையின் வெதுவெதுப்பை, அவருடைய உதடுகளின் இளஞ்சிவப்பை. நான் அவருடைய பெரிய மூக்கை, அவர் புருவங்களை, பாதங்களை எல்லாவற்றையும் விரும்புகிறேன். அவர் ஆன்மாவின் அழகையும், அதன் மென்மையையும் துல்லியமாய்க் காட்டும் அவருடைய அன்பார்ந்த விழிகளை நான் உளமார நேசிக்கிறேன் சீலி.

எங்களில் தெரிந்த மாற்றத்தைக் குழந்தைகள் உடனேயே கண்டுகொண்டார்கள். காதலின் உவகை எங்களில் ஒளிர்ந்தது என்று நினைக்கிறேன் என் அன்பே.

நாங்கள் ஒருவரையொருவர் வெகுவாக நேசிக்கிறோம், திருமணம் செய்துகொள்ளப் போகிறோம் என்று, என்னை அணைத்தபடியே, பிள்ளைகளிடம் அறிவித்தார் சாம்யெல்.

ஆனால் அதற்குமுன் உங்களிடம் என் வாழ்க்கையைப்பற்றி, கோரினைப் பற்றி மேலும் இன்னொருநபரைப் பற்றியும் நான் பேசவேண்டும் என்றார். அப்போதுதான் நாங்கள் அவர்களிடம் உன்னைப் பற்றி சொன்னோம் சீலி. கோரின் அவர்களை எவ்வளவு நேசித்தாள் என்பதையும். நான் அவர்களுடைய சொந்த சித்தி என்பதையும்.

அப்படியென்றால் அந்தப் பெண், உங்கள் சகோதரி, அவர் எங்கிருக்கிறார் என்று கேட்டாள் ஒலிவியா.

என்னால் இயன்றவரை, உனக்கும் மிஸ்டர் ____க்கும் நடந்த திருமணத்தைப் பற்றி நான் அவர்களுக்குச் சொன்னேன்.

ஆதம் அதிர்ந்துபோனான். அவன் கூருணர்வாளன். சொல்லாமல் விட்டதையும் புரிந்துகொள்ளக் கூடியவன்.

நாம் கூடிய விரைவில் அமெரிக்காவுக்குத் திரும்பிச் சென்று அவரைப் பார்ப்போம் என்று சாம்யெல் அவனுக்கு நம்பிக்கையேற்படும் விதமாக உறுதியளித்தார்.

லண்டனின் தேவாலயம் ஒன்றில், எளிய முறையில் நாங்கள் திருமணம் செய்துகொண்டோம். குழந்தைகள் எங்களுக்கு ஆதரவாக உடனிருந்தார்கள். அன்றிரவு, திருமணவிருந்துக்குப்பின், அனைவரும் படுக்கைக்குத்தயாராகும் சமயத்தில் தான் தன்னுடைய சகோதரனின் கவலை என்னவென்று என்னிடம்

தெரிவித்தாள் ஒலிவியா. அவன் டாஷியை நினைத்து ஏங்குகிறான்.

அதே சமயம் அவன் அவள் மீது கடுங்கோபமும் கொண்டிருக்கிறான் ஏனென்றால், அவள் தன் முகத்தில் அவர்கள் வழக்கப்படி வடு உண்டாக்கிக் கொள்ள திட்டமிட்டிருந்தாள். எனக்கு இது முன்பே தெரியாமல் போயிற்று. நாங்கள் தடுத்து நிறுத்தியாக வேண்டும் என்று திட்டமிட்டிருந்த சடங்குகளில் முக்கியமான ஒன்று இளம்பெண்களின் முகங்களில் கீறி அவர்கள் இனக்குறிகளை இடும் பழக்கம்.

என்னதான் வெள்ளையன் தங்களை நிர்மூலமாக்கிவிட்டாலும், தங்களுடைய பழைய வழக்கங்களை அவனால் மாற்ற முடியாது என்று காட்டுவதற்கான ஒரு வாய்ப்பாக, ஒலிங்கர்கள் இதைப் பார்த்தார்கள். டாஷிக்கு அதில் விருப்பமில்லை என்றாலும் தன்னுடைய இனக்குழுவின் மகிழ்ச்சிக்காக சம்மதித்துவிட்டாள். உறுப்புச்சிதைப்பு சடங்குக்கும் அவள் ஒப்புதல் அளித்துவிட்டாளாம்.

ஐயோ அது ஆபத்தான விஷயமாயிற்றே, ஒருவேளை அவளுக்கு ஏதும் தொற்று அண்டிவிட்டால் என்ன செய்வது என்று பதறினேன்.

ஆமாம் தொற்று அண்ட வாய்ப்பிருக்கிறது. அமெரிக்காவிலோ ஐரோப்பாவிலோ யாரும் தங்கள் உறுப்புக்களை இப்படி வெட்டிப் போட்டுக்கொள்வதில்லை என்று அவளிடம் சொல்லியிருக்கிறேன். அதுமட்டுமல்லாமல் அப்படியே அவளுக்கு அதைச் செய்திருந்தாலும் அவளுடைய பதினொன்றாம் வயதிலேயே செய்திருக்க வேண்டும். இப்போது அவள் அந்த சடங்கு செய்வதற்கான வயதைக் கடந்துவிட்டாள் என்றாள் ஒலிவியா.

சில ஆண்கள் இன்னமும் விருத்தசேதனம் செய்துகொள்கிறார்கள். ஆனால், அது தோலின் ஒரு பகுதியை நீக்குவது மட்டுமே.

ஐரோப்பாவிலும் அமெரிக்காவிலும் பெண்ணுறுப்புச் சிதைப்பு சடங்கு செய்வதில்லை என்பதில் டாஷிக்கு மிகுந்த மகிழ்ச்சி, அதனாலேயே அவளுக்கு அந்த இடங்கள் மேலும் மதிப்புமிக்கவையாகத் தோன்றுகின்றன என்றாள் ஒலிவியா.

அப்படியா.

ஆமாம். அவளுக்கும் ஆதமுக்கும் கடுமையான சண்டை நடந்தது. முன்பெப்போதும் நடக்காத அளவுக்குக் கடுமையானது. அவளை சும்மா சீண்டிக்கொண்டும், கூரையிலைக் குச்சிகளை அவள் கூந்தலில் வைத்துக்கட்ட முயன்றுகொண்டும், கிராமமெங்கும் அவளைத் துரத்திக்கொண்டும் போகும் சாதாரண சண்டையில்லை. அவளை அறைந்துவிடும் அளவுக்கு ஆதம் அவள் மீது கடுங்கோபம் கொண்டிருந்தான் என்றாள் ஒலிவியா.

அவளை அடிக்காதவரைக்கும் அவன் தப்பித்தான். அடித்திருந்தால், விரிப்புகள் நெய்யும் தறியில், அவன் தலையை மோதச்செய்து அவள் அதை உடைத்திருப்பாள் என்றேன்.

வீட்டுக்குத் திரும்பிப் போவதில் எனக்கும் மிகுந்த மகிழ்ச்சி, ஆதம் மட்டுமே டாஷியை எண்ணி ஏங்கவில்லை என்ற ஒலிவியா எனக்கும் அவளுடைய அப்பாவுக்கும் நல்லிரவு சொல்லி முத்தமிட்டாள். ஆதமும் எங்களுக்கு முத்தமிட்டான்.

நெட்டிம்மா, என்றபடி படுக்கையில் என்னருகில் அமர்ந்த அவன் கேட்டான், நமக்கு யார் மீதாவது காதல் உண்டாகிவிட்டால் அதை எப்படித் தெரிந்துகொள்வது?

சிலசமயம் அது நமக்கே வெளிப்படையாகத் தெரிவதில்லை ஆதம் என்று பதிலளித்தேன்.

அவன் அழகான வாலிபன் சீலி. உயரமானவன். அகன்ற தோள்களையுடையவன். அவனுடைய குரல் ஆழ்ந்தும், சிந்தனையார்ந்ததாகவும் இருக்கும். அவன் கவிதைகள் எழுதுவதை நான் உனக்குச் சொல்லியிருக்கிறேனா? பாடவும் செய்வான். ஒரு மகனாக உன்னை மிகப்பெருமிதம் கொள்ளச் செய்வான் சீலி.

உன் அன்புத்தங்கை,
நெட்டி

பின்குறிப்பு: உன் சகோதரர் சாம்யெல் தன் அன்பை உனக்குத் தெரிவிக்கிறார்.

பேரன்புக்குரிய சீலி,

நாங்கள் வீடு திரும்பியதில் இங்கு எல்லோரும் மகிழ்ச்சியடைந்தார்கள். தேவாலயம் மற்றும் மதஸ்தாபனதில் எங்கள் முறையீடு ஏற்கப்படவில்லையென்பதை நாங்கள் தெரிவித்ததும் அவர்கள் கடும் ஏமாற்றமடைந்தார்கள். தங்கள் முகத்திலிருந்த வியர்வையோடு, புன்னகையையும் சேர்த்துத் துடைத்தெறிந்துவிட்டு மனமுடைந்து தங்கள் குடியிருப்புகளுக்குத் திரும்பினார்கள். நாங்கள் எங்கள் கட்டிடத்துக்குத் திரும்பி - அது தேவாலயம், வீடு மற்றும் பள்ளியாகச் செயல்பட்டு வந்த ஒன்று - எங்கள் பயணப்பைகளை வைத்தோம்.

குழந்தைகள் - குழந்தைகள் என்று இனியும் அழைக்க முடியாது என்று உணர்கிறேன், அவர்கள் வளர்ந்துவிட்டனர் - டாஷியைத் தேடிச் சென்று, ஒரு மணிநேரம் கழித்து மௌனமாக வந்தார்கள். அவர்களால் அவளைப் பற்றிய தடயத்தைக் கூடக் கண்டுபிடிக்க முடியவில்லை. அவளுடைய தாய் காத்தெரின், வளவுக்கு அப்பால் வெகுதொலைவில் ரப்பர் மரங்களை நட்டுக்கொண்டிருக்கிறாள் என்று கேள்விப்பட்டிருக்கிறார்கள். ஆனால் டாஷியை மட்டும் யாருமே பார்த்திருக்கவில்லை.

ஒலிவியா மிகுந்த ஏமாற்றத்திலிருந்தாள். ஆதம் கவலைப்படவில்லையென்று காட்டிக்கொள்ள முனைந்தான், அவன் சிந்தனாவசமாக நகங்களைச் சுற்றியிருந்த தோலைக் கடித்துத் துப்பிக்கொண்டிருந்ததை நான் கவனித்தேன்.

டாஷி வேண்டுமென்றே தான் ஒளிந்து கொள்கிறாளென்பது இரண்டுநாட்கள் கழித்து தெளிவாயிற்று. நாங்கள் இங்கில்லாத போது, அவளுக்கு, முகத்தில் தழும்புண்டாக்கும் சடங்கும், பெண்ணுறுப்புச்சிதைவுச் சடங்கும் செய்யப்பட்டதாக அவளுடைய தோழிகள் தெரிவித்தனர். ஆதம் இந்த செய்தியைக் கேட்டு உறைந்து போனான். ஒலிவியாவோ துயருற்றவளாக இன்னமும் தீவிரமாக அவளைத் தேடத்தலைப்பட்டாள்.

டாஷியைக் காண ஞாயிற்றுக்கிழமை வரை காத்திருக்க வேண்டியதாயிற்று. அவள் கணிசமாக் எடை குறைந்தும், ஜீவனற்றும், ஒளியிழந்த விழிகளோடும், களைப்பாகவும் காணப்பட்டாள். அவளுடைய முகம், ஒவ்வொரு கன்னத்திலும் இடப்பட்டிருந்த கீறல்களினால் வீங்கியிருந்தது. ஆதமின் கைகளில் அவளுடைய கரத்தை வைக்க அவள் முயன்ற போது அவன் அதைத்தடுத்தான். வெற்றுப்பார்வையோடு அவளுடைய காயங்களை நோக்கிவிட்டு அங்கிருந்து அகன்றான்.

அவளும் ஒலிவியாவும் கட்டித்தழுவினர். அது ஒரு அமைதியான, துன்பகரமான தழுவல். எப்போதுமான காட்டுக்கூச்சலும், கெக்கலிச்சிரிப்பும் அதிலில்லை.

துரதிர்ஷ்டவசமாக டாஷி, அந்தத்தழும்புகளினால் வெட்கம்கொண்டு தன் முகத்தை நிமிர்த்தக் கூட மறுத்தாள். அவற்றினால் வலியும் குறையவில்லை போல அவை சிவந்து கனன்றுகொண்டிருந்தன.

இந்தக் கிராமவாசிகள் தங்கள் இனக்குழுவின் அடையாளத்தைத் தங்கள் இளம்பெண்களின் ஏன் ஆண்களின் முகங்களிலும் கீறுவதைக் காலம்காலமாக செய்து வந்திருக்கிறார்கள். குழந்தைகளோ இப்படித் தழும்புண்டாக்குவதை தங்கள் மூதாதையர்களிடம் இருந்து வந்திருக்கும் பிற்போக்குத்தனமாக நினைத்து பலசமயங்களில் எதிர்க்கின்றனர். அதனால் இப்படிக்காயம் ஏற்படுத்துவது, மிகுந்த அச்சுறுத்தும்படியான நிலைமைகளில், கட்டாயப்படுத்தித்தான் செய்யப்படுகிறது. நாங்கள் கிருமிநாசினிகளும், பஞ்சும், குழந்தைகள் அழுது, தங்களை ஆற்றிக்கொள்ள இடமும் கொடுப்பதுண்டு.

நாளாகஆக ஆதம் ஊருக்குத் திரும்பிவிட வேண்டும் என்று கட்டாயப்படுத்துகிறான். அவனால் இப்படி வாழ நேர்ந்ததைப் பொறுத்துக்கொள்ள முடியவில்லை. எங்களைச் சுற்றி இப்போது மரங்களே இல்லை. பெரிய பெரிய கற்களும், சிறிய பாறைகளும் தான் இருக்கின்றன. அதோடு அவனுடைய தோழர்கள் ஒவ்வொருவராக ஓடிப்போய்க்கொண்டிருக்கிறார்கள். ஆனால் அவனுடைய வேதனையின் உண்மையான காரணமாக நான் நினைப்பது, டாஷியின் மீதான அவனுடைய உணர்வுப் போராட்டமும், தான் செய்த மிகப் பெரிய தவறை எண்ணி அவள் வருந்துவதையும் தான்.

சாம்யெலும் நானும் உண்மையாகவே மிக மகிழ்ச்சியாக இருக்கிறோம் சீலி. இதற்காகக் கடவுளுக்கு மிகுந்த நன்றிக்கடன் பட்டிருக்கிறோம். மிகச்சிறிய குழந்தைகளுக்கான பள்ளியை இன்னமும் நடத்திக்கொண்டிருக்கிறோம், எட்டு மற்றும் அதற்கு மேற்பட்ட வயதுடைய பிள்ளைகள் ஏற்கனவே வயல்களில் வேலை செய்ய ஆரம்பித்துவிட்டார்கள். அவர்களுடைய அடுக்குக் குடியிருப்புகளுக்கான வாடகை, நிலவரி, மற்றும் நீர், விறகு அதோடு உணவுக்கான பொருளை ஈட்ட எல்லோரும் உழைக்க வேண்டியுதுள்ளது. அதனால் இளையோருக்கு, நாங்கள் குழந்தைகளைப் பார்த்துக்கொள்ளவும், வயது முதிர்ந்தோர் மற்றும் நோயாளிகளைப் பராமரிக்கவும், பிரசவிக்கும் தாய்மாரை கவனித்துக்கொள்ளவும் பயிற்சிதருகிறோம். எங்களின் நாட்கள் மிக நீளமாக இருக்கின்றன. இங்கிலாந்தில் நாங்கள் தங்கியிருந்த சிறிய பொழுது, ஒரு கனவு போலத் தோன்றுகிறது. ஆனால் வாழ்க்கை எனக்குப் பிரகாசமாக தெரிகிறது. ஏனென்றால், எல்லாவற்றையும் பகிர்ந்து கொள்ள மிக அன்பான ஓர் உயிர் எனக்காக இருக்கிறது.

உன் தங்கை,
நெட்டி

பேரன்புக்குரிய நெட்டிக்கு,

நாம் அப்பா என்றறிந்திருந்த மனிதன் இறந்துவிட்டான்.

அதெப்படி இன்னமும் அவனை அப்பா என்றே சொல்கிறாய் என்று ஷுக் என்னைக் கேட்டாள்.

இப்போது அவரை அல்பான்ஸோ என்று அழைக்க வேண்டிய காலம் கடந்து விட்டது. அம்மாவும் அவரைப் பெயர் சொல்லி அழைத்தாய் நினைவில்லை. அவள் எப்போதுமே உங்கள் அப்பா என்று தான் சொல்லுவாள், நாம் அப்படி உறுதியாக நம்ப வேண்டும் என்பதற்காய் இருந்திருக்கும். எப்படியோ, அவருடைய குட்டி மனைவி டெய்ஸி என்னை ஒரு நடுஇரவில் தொலைபேசியில் அழைத்தாள்.

மிஸ் சீலி, நான் துக்கச்செய்தி சொல்லயிருக்கிறேன். அல்பான்ஸோ இறந்துவிட்டார்.

யார் அது என்றேன்.

அல்பான்ஸோ, உங்கள் மாற்றாந்தந்தை.

எப்படி இறந்தார்? என் கற்பனை தறிகெட்டோடியது, கொலை செய்யப்பட்டு, வண்டியால் முட்டித்தள்ளப்பட்டு, மின்னல் தாக்கி, நெடுநாள் வியாதி என்றெல்லாம். ஆனால் அவள், அவர் உறக்கத்தில் இறந்துவிட்டார் என்றாள். சரியாய்ச் சொல்லப் போனால் உறக்கத்தில் அல்ல, நாங்கள் படுக்கையில் மகிழ்ச்சியாய் இருந்தோம், அப்போது.

ஓ, உங்களுக்கு என் ஆழ்ந்த இரங்கல்.

நன்றி மேடம். இந்த வீடு எனக்குத்தான் என்று நினைத்திருந்தேன், ஆனால் இது உங்களுக்கும் உங்கள் சகோதரி நெட்டிக்கும் சொந்தமானதாம்.

என்ன சொல்கிறாய்?

உங்கள் மாற்றாந்தந்தை இறந்து ஒரு வாரம் கழிந்ததும், நாங்கள் அவருடைய உயில் வாசிக்கப்படுவதற்காக நகரத்துக்குச் சென்றிருந்தோம். அங்கு நான் அப்படியே அதிர்ச்சியில் உறைந்துவிட்டேன். உங்களைப் பெற்ற தந்தைதான் இந்த நிலம், வீடு மற்றும் கடைக்கு உரிமையாளராம். அவர் அவற்றை உங்கள் அம்மாவுக்கு விட்டுச்சென்றிருந்தார். உங்கள் தாயார் இறந்த பின் அவையெல்லாம் உங்களுக்கும் உங்கள் தங்கை நெட்டிக்கும்

அன்புள்ள ஏவாளுக்கு

சொந்தமாகிவிட்டது. அல்பான்ஸோ இதை ஏன் உங்களிடம் சொல்லவேயில்லை என்று எனக்குத் தெரியவில்லை.

அதனாலென்ன. அவரிடமிருந்து வரும் எதுவும் எனக்கு வேண்டாம்.

டெய்சி மூச்சைப் பிடித்துக்கொள்வது எனக்குக் கேட்டது. அப்படியென்றால் உங்கள் தங்கை நெட்டி, அவரும் உங்களைப் போலவே நினைப்பாரா என்ன?

அப்போது தான் நான் சட்டென்று விழித்துக் கொண்டேன். அதே நேரம் ஷுக் உறக்கத்திலிருந்து உருண்டு யாரது என்று கேட்டாள், எனக்குக் கொஞ்சம் சிந்தனை தெளியத் தொடங்கியது.

முட்டாளா நீ என்றபடி என் கால்களில் சுரண்டினாள் ஷுக். உனக்குச் சொந்தமாக இப்போது ஒரு வீடிருக்கிறது. உன் அப்பாவும் அம்மாவும் அதை உனக்காக விட்டுச்சென்றிருக்கிறார்கள். அந்த நாற்றம்பிடித்த நாய் உன் மாற்றாந்தந்தையுடையது அல்லவே அது. அவன் தான் தொலைந்துவிட்டானே.

ஆனால், எனக்கென்று ஒரு வீடு இருந்ததேயில்லையே. என்னுடையதே ஆன ஒரு வீடு என்னும் நினைப்பே எனக்கு அச்சம் தருவதாக இருந்தது. அதோடு இப்போது எனக்குக் கிடைத்திருக்கும் இந்த வீடு, ஷுக்கின் வீட்டை விடப் பெரியது, அதைச்சுற்றி இன்னமும் அதிக இடம் உள்ளது. அதையொட்டி ஒரு கடையும் உண்டு.

ஆ கடவுளே, எனக்கும் நெட்டிக்கும் ஒரு துணிக்கடை சொந்தம். நாங்கள் அதில் என்ன வியாபாரம் செய்வோம்?

காற்சட்டைகள் விற்கலாமே என்றாள் ஷுக்!

தொலைபேசியை வைத்துவிட்டு, சொத்தைப் பார்வையிடுவதற்காக நாங்கள் பயணமானோம்.

ஊருக்கு ஒரு மைல் முன்னாலிருந்த, கறுப்பர்களின் கல்லறைத்தோட்டத்தின் நுழைவாயிலுக்கு வந்து சேர்ந்தோம். ஷுக் ஆழ்ந்த உறக்கத்திலிருந்தாள். எனக்கோ உள்ளே போக வேண்டும் என்று தோன்றியது. சிறிது தொலைவிலேயே வானளாவிய கட்டிடங்களின் மாதிரித்தோற்றத்தில் ஒரு கல்லறையைப்பார்த்தேன். கண்டிப்பாக இதில் தான் அல்பான்ஸோவின் பெயர் இருக்கும். அதில் அவன்பெயரைத் தவிர இன்னமும் ஏராளமாய் ஏதோதோ இருந்தது. இதிலும் அதிலும்

உறுப்பினர்,முன்னனி தொழிலதிபர் மற்றும் விவசாயி, நேர்மையான கணவர் மற்றும் தந்தை, ஏழை எளியவர்களிடம் இரக்கமுள்ளவர்! இறந்து இரண்டு வாரங்களாகியும் அந்தக் கல்லறையில் மலர்கள் புதிதாய் இருந்தன.

ஷுக் காரில் இருந்து இறங்கி என்னருகில் வந்து நின்றாள்.

நீட்டி நெளித்து கொட்டாவி விட்டாள். தேவடியாப்பயல் இன்னமும் செத்துத்தானே கிடக்கிறான் என்றாள்.

டெய்சி எங்களைப் பார்த்ததில் மகிழ்ச்சி அடைந்தவள் போல காட்டிக்கொள்ள முயன்று, தோற்றாள். அவளுக்கு இரண்டு குழந்தைகள் இருந்தார்கள், அவளைப்பார்க்கும் போது மறுபடி கர்ப்பமாக இருக்கிறாளென்று தோன்றியது. அவளிடம் நல்ல உடைகள், கார் எல்லாம் இருந்தன. அதோடு அல்பான்ஸோ அவனுடைய எல்லாப் பணத்தையும் அவளுக்காக விட்டுச்சென்றிந்தான். மேலும் அவனோடு அவள் வாழ்ந்துகொண்டிருந்தபோதே தன் பிறந்தவீட்டினரை அவள் கைதூக்கி விட்டாள் என்றும் தெரிந்தது.

சமையலறையில் நின்றிருந்தபோது டெய்ஸி சொன்னாள். சீலி உன் நினைவிலிருக்கும் அந்தப் பழைய வீடு அக்குசுக்காகி விட்டது, இதை அல்பான்ஸோதான் கட்டினார். அவர் அட்லாண்டாவைச் சேர்ந்த கட்டிடக்கலை நிபுணரை வரவழைத்து இதை வடிவமைத்தார். இதன் தரைச்சில்லுகள் நியூயார்க்கிலிருந்து வந்தன. அவர் எல்லா இடங்களிலும் டைல்களை ஒட்டியிருந்தார். அடுப்படியில், குளியலறையில், பின்முகப்பில். கணப்படுப்பைச் சுற்றியும், நுழைவாயிலிலும். இந்த வீடு இந்த மனையோடு சேர்ந்தது தான். மரச்சாமான்களை மட்டும் நான் எடுத்துக்கொண்டேன், ஏனென்றால் அதெல்லாம் அல்பான்ஸோ எனக்காக ஆசையாக வாங்கியது.

தாராளமாக எடுத்துக்கொள் என்றேன். ஒரு வீட்டை சொந்தமாக்கிக் கொண்ட அதிர்ச்சியிருந்து இன்னமும் நான் மீளவில்லை, கல்லாய்ச்சமைந்தேன். என் கையில் சாவியைக் கொடுத்துவிட்டு டெய்சி கிளம்பியதும், ஒரு அறையிலிருந்து மற்றொன்றுக்கு பைத்தியம் பிடித்தார் போல ஓடினேன். இதைப் பார் ஷுக், அதைப் பாரேன்

என்று மகிழ்ச்சியாய்த்திரிந்த என்னைப் பார்த்துச் சிரித்தாள் ஷுக். சந்தர்ப்பம் வாய்த்தபோதெல்லாம் என்னை அணைத்துக்கொண்டாள்.

உனக்கு எல்லாமே நல்லபடியாக நடக்கத் தொடங்கிவிட்டது மிஸ் சீலி என்றாள். நீ இருக்குமிடத்தை இறைவன் அறிந்துகொண்டான்.

பிறகு அவள் பையிலிருந்து சிடார் மரத்துண்டுகளை எடுத்துக் கொளுத்தினாள், அவற்றில் ஒன்றை என்னிடமும் கொடுத்தாள். நாங்கள் வீட்டிலிருந்து தீவினைகள் நீங்கி, எல்லாம் நலமாய் நடக்க வேண்டி, உச்சிப்பரணையிலிருந்து நிலவறை வரைக்கும் அவற்றின் புகையைப் பரப்பினோம்.

ஓ நெட்டி, நமக்குச்சொந்தமாய் ஒரு வீடிருக்கிறது. நீயும் நானும் நம் குழந்தைகளும் உன் கணவரும் ஷுக்கும் எல்லோரும் குடும்பமாய் வாழும் அளவுக்குப் பெரிய வீடு. இப்போது நீ ஊருக்கு வரலாம் உன்னை வரவேற்று இடமளிக்க உனக்கு ஒரு வீடு இருக்கிறது!

உன் அன்புச் சகோதரி,
சீலி

அன்பு நெட்டி,

என் இதயம் உடைந்துவிட்டது.

ஷுக் வேறு யாரையோ விரும்புகிறாள்.

ஒருவேளை நான் கடந்த கோடையின் போது மெம்பிஸிலேயே இருந்திருந்தால் இப்படி நடந்திருக்காது. நீ சீக்கிரமே வந்துவிடுவாய் என்றால் வீடு தயாராக இருக்கவேண்டுமே என்று நான் கோடை முழுக்க நம் வீட்டைச் சரிசெய்துகொண்டிருந்தேன். வீடு இப்போது மிக அழகாகவும் வசதியாகவும் இருக்கிறது. மேலும் அங்கு தங்கி அதைப்பராமரிக்க ஒரு அருமையான பெண்மணியையும் கண்டுபிடித்து விட்டேன். பிறகு நான் ஷுக்கிடம் வந்தேன்.

மிஸ் சீலி, நீ வீடுதிரும்பியதைக் கொண்டாட சீன உணவு உண்ணப்போவோமா என்று ஷுக் கேட்டாள்.

எனக்கோ சீன உணவுகளென்றால் ரொம்பவும் விருப்பம். நாங்கள் உணவுவிடுதிக்குப் போனோம். அவள் அதீத படபடப்பில் இருந்ததை நான் முதலில் கவனிக்கவில்லை. கோபமாக இருக்கும் போது கூட மிடுக்காக இருக்கும் ஷுக், சாப்ஸ்டிக்குகளை சரியாகப் பயன்படுத்த முடியாமல் தவித்ததையும், தண்ணீர் குவளையைத் தவற விட்டதையும் கவனித்தேன். கடைசியில் தான் அவளுடைய முட்டைச்சுருள் அவிழ்ந்துகொண்டது.

என்னைப் பார்த்ததில் தான் மகிழ்ச்சியில் பரபரப்படைந்துவிட்டாள் என்று நினைத்தேன். அதனால் நான் அவளுக்காக சிரத்தையுடன் அலங்கரித்துக் கொண்டு அழகாகக் காட்சியளிக்க முயன்றேன். வான்டன் சூப்பையும் ஃப்ரைட் ரைசையும் விழுங்கிவைத்தேன்.

கடைசியாக அதிர்ஷ்ட பிஸ்கெட்டுகள் வந்தன. அழகான அதிர்ஷ்ட பிஸ்கெட்டுகளென்றால் எனக்கு ரொம்பப் பிரியம். என்னுடைய அதிர்ஷ்டசீட்டை உடனே படித்தேன். நீங்கள் நீங்களாய் இருப்பதால் உங்கள் வருங்காலம் ஒளிமயமாகவும் மகிழ்ச்சிகரமாகவும் தெரிகிறது என்றது.

நான் சிரித்துக்கொண்டு அதை ஷுக்கிடம் கொடுத்தேன். அவள் அதைப் பார்த்து புன்னகைத்தாள்.

நான் உலகையே வென்றுவிட்ட அமைதியோடு இருந்தேன்.

அதில் என்ன இருக்குமோ என்று அஞ்சுகிறவள் போல ஷுக் அவளுடைய சீட்டை மிகமெதுவாக இழுத்தாள்.

அதைப்படித்துக்கொண்டிருந்தவளிடம் கேட்டேன். என்ன சொல்கிறது உன் சீட்டு?

குனிந்து அதை மீண்டும் பார்த்தாள் நிமிர்ந்தாள். நான் ஒரு பத்தொன்பது வயதுப் பையனுக்குத் தகுதியானவள் என்கிறது.

எங்கே நான் பார்க்கிறேன் என்று சிரித்தவள், அதை உரக்க வாசித்தேன். “சூடு கண்ட பூனை அதை மறப்பதில்லை”

நான் உன்னிடம் ஒரு விஷயம் சொல்ல முயற்சி செய்கிறேன் என்றாள் ஷுக்.

எதைச் சொல்ல முயற்சி செய்கிறாய்?

நான் காதல்பரவசத்தில் மந்தமாய் இருந்தேன் அதுமட்டுமல்லாமல் பையன்களைப் பற்றி யோசித்து நெடுங்காலமாயிற்று ஆண்களைப் பற்றியோ நான் நினைத்தே இல்லை.

சென்ற வருடம், என் இசைக்குழுவில் ஒரு புதியவனை வேலைக்குச் சேர்த்தேன். அவனுக்கு ஃப்ளூட்டைத்தவிர வேறெதையும் வாசிக்கத் தெரியவில்லையென்பதால் அவனை மறுத்துவிடலாமென்றுதான் முதலில் நினைத்தேன். அதுவுமில்லாமல் ப்ளூஸ் ஃப்ளூட் பற்றியெல்லாம் நான் அறிந்ததில்லை. அந்த எண்ணமே முட்டாள்த்தனமாக இருந்தது. ஆனால், ப்ளூஸ் இசைக்கு இன்றியமையாதது அந்தக்குழலிசை தான் என்று ஜெர்மைன் இசைத்தபோது உணர்ந்துகொண்டேன்.

ஜெர்மைனா?

ஆம், ஜெர்மைன். இப்படி ஓர் ஆள்மயக்கி பேரை அவனுக்கு யார் வைத்தார்கள் என்று தெரியவில்லை. ஆனால் அது அவனுக்கு மிகவும் பொறுத்தமானது சீலி.

அவ்வளவுதான் அவனைப் பற்றின எல்லா விஷயங்களையும் கேட்க நான் துடித்துக் கொண்டிருப்பதைப் போல அந்தநொடியிலிருந்து அவனைப்பற்றி ஷுக் பிதற்ற ஆரம்பித்தாள்.

அவன் சிறியவன், அழகன், அவன் பின்புறங்கள் அவ்வளவு அழகு சீலி. சரியான பன்ட்டு* அவன். என்னிடம் எல்லாவற்றையும் சொல்லிப் பழகிப் போனதால், அவள் படபடவென்று பொரிய ஆரம்பித்தாள், காதல்வயத்தில் பேசப்பேச இன்னமும் கிளர்ச்சியடைந்தாள். அவனுடைய சீரான, ஆடும் பாதங்களில் துவங்கி அவனுடைய தேன்நிறத்து சுருண்டகேசத்தில் அவள் முடித்தபோது நான் என்னைக்குறித்து மிகக்கேவலமாக உணர்ந்தேன்.

நிறுத்து, வாயை மூடு ஷுக். நீ என்னைக் கொல்கிறாய்.

பாதி ஆராதனையில் அவள் நிறுத்தினாள். அவள் விழிகள் கண்ணீரால் நிறைந்தன, அவள் முகம் வாடியது. கடவுளே, சீலி. என்னை மன்னித்துவிடு. நான் யாரிடமாவது இதையெல்லாம் பகிர்ந்து கொள்ள துடித்துக்கொண்டிருந்தேன். உன்னிடம் மட்டும்தானே எல்லாவற்றையும் பகிர்ந்துகொள்ள முடியும்.

வார்த்தைகள் மட்டும் கொல்லும் என்றால், நான் இந்நேரம் ஆம்புலன்ஸில் இருக்க வேண்டியவள்.

அவள் முகத்தைக் கைகளால் மூடிக்கொண்டு அழ ஆரம்பித்தாள். சீலி இப்போதும் நான் உன்னை நேசிக்கிறேன்.

வெறுமையாக உணர்ந்துகொண்டு நான் அவளைப் பார்த்தேன். என்னுடைய வான்டன்சூப் உறைந்துபோனது போல இருந்தது.

நீ ஏன் இவ்வளவு சஞ்சலமடைகிறாய்? என்றாள் வீடு திரும்பிக்கொண்டிருந்த போது. க்ரேடியைப் பற்றி நீ அலட்டிக்கொள்ளவே இல்லையே. அவனை நான் திருமணம் செய்திருந்தேனே.

க்ரேடி உன் விழிகளில் இப்படி ஒளி ஏற்றியதே இல்லையே என்று நினைத்தேன். ஆனால் சொல்லவில்லை. மனதளவில் மிகுந்ததூரத்தில் இருப்பதாக உணர்ந்தேன்.

க்ரேடி ரொம்ப மந்தமானவன். ஏசுவே! பெண்களையும் கஞ்சாவையும் தவிர அவனுக்கு ஒன்றுமே தெரியாது, ஆனாலும் அவன் என் கணவனாக இருந்தான்.

நான் அமைதியாக இருந்தேன்.

அவள் சிரிக்க முயற்சி செய்தாள். மேரி ஆக்னஸை அவனுக்குப் பிடித்துப் போனதில் எனக்குத் தலைகால் புரியாத சந்தோஷம். படுக்கையில் எப்படி நடந்து கொள்ள வேண்டுமென்று அவனுக்கு ஒரு மரச்சாமான்கடைக்காரன் தான் சொல்லித்தர வேண்டும்.

நான் பேசாமல், அசைவில்லாமல், குளிர்ந்து போயிருந்தேன். சூனியம் அண்மையில் தான் இருக்கிறது.

நீ கவனித்தாயா அவர்கள் பனாமாவுக்குக் கிளம்பிப் போன போது நான் துளி கண்ணீர் கூட சிந்தவில்லை. அவர்கள் பனாமாவில் எப்படி இருப்பார்கள் என்று நினைத்தாலே வேடிக்கையாக இருக்கிறது.

பாவம் மேரி ஆக்னஸ் என்று நினைத்தேன். யார் தான் நினைத்திருக்க முடியும் மந்தமானகிழட்டு க்ரேடி பனாமாவில் ஒரு கஞ்சா தோட்டம் வளர்ப்பான் என்று.

அவர்கள் கொழுத்தபணம் பண்ணிக் கொண்டிருக்கிறார்கள் சீலி. அங்கிருக்கும் எல்லோரையும் விட மேரி ஆக்னஸ் பிரமாதமாக உடுத்திக்கொள்கிறாள் என்று அவள் எழுதும் கடிதங்களிலிருந்து தெரிகிறது. அவளுடைய பாடல்களில் நினைவிருக்கக் கூடிய துணுக்குகளையாவது அவளைப் பாட க்ரேடி அனுமதித்தானே. ஆனால் உண்மையில் பனாமா தானே அவள் சொன்னது? அது எங்கிருக்கிறது? க்யூபாவுக்கு அருகிலா? நாம் க்யூபாவுக்குப் போக வேண்டும் மிஸ் சீலி. அங்கே சூதாட்டமும் நிறைய நல்ல சமாச்சாரங்களும் உண்டு தெரியுமா? அங்கு ஒரே குடும்பத்தில் மேரி ஆக்னஸைப் போன்ற தோற்றத்துடனும், நம்மைப்போல சரியான கறுப்பாகவும் மக்கள் இருப்பார்கள். எங்கள் பாட்டி இன்னார், அதனால் நாங்கள் வெள்ளையர்கள் தான் என்றும் சிலர் சொல்லிக்கொள்வார்கள்.

நான் எதுவும் சொல்லவில்லை. பேசவே வேண்டிய தேவையே இல்லாமல் நான் செத்துப்போய்விடவேண்டும் என்று பிரார்த்தித்தேன்,

சரி விஷயத்துக்கு வருகிறேன், என்றாள் ஷுக். இது நீ உன் வீட்டிற்குப்போயிருந்தபோது தான் துவங்கியது. நான் நீயில்லாமல் ஏங்கினேன் சீலி. நான் அதீத காம உணர்வு கொண்ட பெண் என்று உனக்குத் தெரியுமே.

நான் வரைமாதிரிகள் செய்ய வைத்திருந்த ஒரு துண்டுச்சீட்டை எடுத்து வந்தேன். அதில் அவளுக்கு ஒரு செய்தி எழுதினேன். வாயை மூடு.

பொறு சீலி, நான் உனக்குப் புரியவைக்க வேண்டும். எனக்கு வயதாகிறது, பருத்துவிட்டேன், உன்னைத்தவிர வேறு யாருமே நான் அழகாக இருப்பதாக நினைப்பதில்லை அல்லது, நான் அப்படித்தான் உணர்கிறேன். அவனுக்கு பத்தொன்பது வயது தானாகிறது. இன்னமும் அவன் குழந்தைதான். இது எத்தனை நாட்கள் நீடிக்குமென்று நினைக்கிறாய்?

அவன் ஒரு ஆண். நான் காகிதத்தில் எழுதினேன்.

உண்மை. அவன் ஆண் தான். நீ ஆண்களைப் பற்றி எப்படி உணர்கிறாய் என்பதை நானறிவேன். ஆனால் நான் அப்படி நினைப்பதில்லை. அவர்களைப் பெரிதாய்ப் பொருட்படுத்தும் அளவுக்கு நான் முட்டாளில்லை, அதே சமயம் ஆண்களில் சிலர் ஏராளமான இன்பம் தரக்கூடியவர்களாகவும் இருக்கிறார்கள்.

என்னை விட்டுவிடு என்று எழுதினேன்.

சீலி, நான் கேட்பதெல்லாம் வெறும் ஆறு மாதங்கள். இந்தத் தொடர்பு ஆறு மாதங்கள் மட்டுமே நீடிக்கும். இது எனக்குத் தேவைப்படுகிறது சீலி. இந்தக்காதலை மறுக்க முடியாத அளவுக்கு நான் பலகீனமாகயிருக்கிறேன். நீ எனக்கு ஆறு மாதங்கள் கொடுத்தால் நான் நம் வாழ்க்கையை முன்பைப் போலவே மாற்றிவிட முயற்சிப்பேன்.

நடக்கிற காரியமில்லை என்று எழுதினேன்.

சீலி, நீ என்னை நேசிக்கிறாயா என்றபடி மண்டியிட்டவளின் கண்ணீர் தரையெங்கும் சிதறியது.

என் இதயம் நம்ப முடியாத அளவுக்கு வேதனைப்பட்டது. இவ்வளவு வலியிலும் அது இன்னமும் எப்படித்துடிக்கிறது? ஆனாலும் நான் ஒரு மனுஷிதானே. நான் உன்னை நேசிக்கிறேன் என்றேன். என்ன நடந்தாலும், நீ என்ன செய்தாலும் நான் உன்னை நேசிப்பேன் என்றேன்.

அவள் கேவியழுதாள். என் இருக்கையின் மீது அவள் தலையை சாய்த்துக்கொண்டு, நன்றி என்றாள்.

ஆனால் நான் இங்கு தங்க முடியாது ஷுக்.

சீலி நீ என்னை விட்டு எப்படிபோகமுடியும்? நீ என் தோழியல்லவா. நான் இந்தச் சிறுவனை நேசிக்கிறேனென்றாலும் அவனுக்கு என் வயதில் மூன்றில் ஒரு பங்கு தான், நிறத்திலும் மூன்றில் ஒரு பங்கு. அவள் மறுபடி சிரிக்க முயன்றாள். உனக்கே தெரியும் நான் உன்னை இப்படி வருந்தச்செய்வதை விட பயங்கரமாக அவன் என்னைக் காயப்படுத்தத் தான் போகிறான். அதை நினைத்து நான் இப்போதே மிகவும் அஞ்சுகிறேன். நீயும் தயவு செய்து என்னை விட்டுப் போய் விடாதே.

அப்போது அழைப்புமணி ஒலித்தது. ஷுக் முகத்தைத் துடைத்துக்கொண்டு கதவைத்திறக்கச் சென்றாள், வருவது யாரென்று பார்த்துவிட்டு, அங்கேயே நின்றாள். சீக்கிரமே ஒரு கார் வெளியில் சென்றது எனக்குக் கேட்டது. நான் படுக்கைக்குச் சென்றேன். அன்றுமுதல் உறக்கம் எனக்கு அந்நியமாகிற்று.

எனக்காகப் பிரார்த்தனை செய்,
உன் சகோதரி சீலி

★ பின்புறம் பெருத்தவன்.

அன்பு நெட்டி,

என்னை உயிரோடு வைத்திருக்கும் ஒரே விஷயம் ஹென்ரியெட்டா உயிருக்குப் போராடுவதைப் பார்ப்பதுதான். அடேங்கப்பா அவளைப் போன்ற போராளியை நான் பார்த்ததேயில்லை. அவளுக்கு அந்தத்தாக்குதல் ஏற்படும் ஒவ்வொரு முறையும் அவள் இறந்து போனவர்களைக் கூட எழுப்பிவிடும் குரலில் அலறுவாள். நீ ஆப்ரிக்கர்கள் செய்வதாகச் சொன்னபடி நாங்கள் அவளைத் தினமும் சேனைக்கிழங்கை உண்ண வைக்கிறோம். எங்கள் துரதிர்ஷ்டம் அவள் சேனைக்கிழங்கை வெறுக்கிறாள், அதை வெளிப்படுத்துவதில் கொஞ்சமும் நாசுக்குமில்லை. சுற்றுவட்டாரத்தில் இருக்கும் எல்லோரும் சேனைக்கிழங்கின் சுவை தெரியாமல் சமைத்த பதார்த்தங்களைச் செய்து கொண்டுவருகிறார்கள். முட்டை சேர்த்த சேனை, சேனையில் இனிப்பு ப்ரெட், இறைச்சியோடு சமைத்த சேனை, அதோடு சூப்பும். கடவுளே, எதிலிருந்து வேண்டுமானால் சூப் செய்யலாம் ஆனால், சேனைக்கிழங்கு சூப்பை விட செருப்புத்தோலில் செய்தது நிச்சயம் சுவையாக இருக்கும். அவளோ அதை உண்பதாக பாவனை செய்துவிட்டு, பெரும்பகுதியை சன்னல் வழியே வீசுகிறாள். முழுமூன்று மாதங்கள் சேனைக்கிழங்கு உண்ண வேண்டியிருக்காது, அந்த நாள் சீக்கிரம் வந்துவிடும் என்று நாங்கள் சமாதானம் செய்வோம். அந்த நாள் எப்போதுமே வரப்போவதில்லை என்று தான் தனக்குத் தோன்றுகிறது என்கிறாள். அவளுடைய மூட்டுக்கள் எல்லாம் வீங்கியிருக்கின்றன, உடல் எரிந்துவிடுமோ என்று அஞ்சும் அளவுக்கு அவளுக்கு ஜுரம் கொளுத்துகிறது. அந்நேரங்களில் தன் தலை முழுக்க சிறிய வெள்ளை மனிதர்கள் சுத்தியல் கொண்டு அடிப்பது போல இருப்பதாகச்சொல்கிறாள்.

சிலசமயம் ஹென்ரியட்டாவைச் சந்திக்க வரும் மிஸ்டர் ____ ஐ நான் பார்ப்பதுண்டு. பீநட்பட்டரில் செய்த சேனைப் பதார்த்தம் போன்ற விபரீதமான குறிப்புகளைக் கற்பனை செய்து அவற்றை அவளுக்காகச் செய்தும் வந்தார். நாங்கள் கணப்படுப்பைச் சுற்றி அமர்ந்து ஹார்ப்போ-சோஃபியாவோடு சீட்டு விளையாடுவோம், சுசீக்யூவும் ஹென்ரியட்டாவும்

வானொலி கேட்டுக்கொண்டிருப்பார்கள். சில நேரங்களில் என்னை அவருடைய காரில் என் வீட்டில் விடுவார். அவர் இன்னமும் அவருடைய அதே சிறிய வீட்டில் தான் வசிக்கிறார். அதில் வெகுநீண்ட காலமாய் வாழ்ந்துவிட்டதால் அது அவரைப் போலவே தோற்றம் கொண்டிருந்தது. வாசலில் சுவர்ப்புறமாகத் திருப்பி வைக்கப்பட்ட இரண்டு நாற்காலிகள் எப்போதும் இருக்கும். கம்பிவளைவில் பூந்தொட்டிகள் இருக்கும். அவற்றுக்கு இப்போது புதிதாக வெள்ளை வர்ணம் பூசி வைத்திருக்கிறார். சமீபகாலமாக தனக்குப் பிடிக்கும் என்பதற்காக அவர் எதை சேகரிக்கிறார் தெரியுமா? ஓடுகளை. எல்லா வகையான ஓடுகளையும். ஆமையினது, நத்தையின் ஓடு, மேலும் கடலிலிருந்து கிடைக்கும் எல்லாவகை ஓடுகளையும்.

சொல்லப்போனால் இதைக் காரணம் காட்டித்தான் அவர் என்னை மறுபடி தன் வீட்டுக்குள் அழைத்துப் போனார். காதுக்கருகில் கொண்டு செல்லும்போது கடலலையின் இரைச்சலை ஒலிக்கும் ஒரு புதிய சங்கைப் பற்றி அவர் சோஃபியாவிடம் சொல்லிக்கொண்டிருந்தார். நாங்கள் அதைப் பார்க்கப் போனோம். அது பெரியதாக, எடைமிக்கதாக, கோழிக்குஞ்சினைப் போலப் புள்ளிகள் உடையதாக, காதின் அருகில் கொண்டு சென்றால் அலைகளின் இரைச்சலைப் போலவோ அல்லது காதில் ஏதோ மோதுவதைப் போலவோ ஒலிப்பதாக இருந்தது. நாங்கள் யாருமே கடலைப் பார்த்ததில்லை. ஆனால், மிஸ்டர் ____ அதைப் பற்றி புத்தகங்களில் படித்திருந்தார். அவர் புத்தகங்கள் மூலமாக சங்குகளை தருவித்திருந்தார், வீடு முழுக்க அவற்றால் நிரம்பியிருந்தது.

அவர் நாங்கள் அவற்றைப் பார்த்துக்கொண்டிருக்கும் அவை அப்போது தான் கிடைத்தன என்பது போல ஏந்திக்கொண்டாரே தவிர அவை குறித்து அதிகம் பேசவில்லை.

வெகுகாலத்துக்கு முன்பு நாங்கள் முதன்முதலில் சந்தித்தசமயம் ஷுக் ஒரு பெரிய, வெண்மையான, விசிறி போன்ற கடல்சங்கை வைத்திருந்தாள். இப்போதும் அவளுக்கு சங்குகள் மீது விருப்பமா என்று கேட்டார்.

இல்லை அவளுடைய தற்போதைய ஆர்வம் யானைகள் மீதுதான் என்றேன்.

அவர் சிறிது நேரம் கழித்து, அந்த சங்குகளை எல்லாம் அவற்றின் இடத்தில் வைத்தார். பிறகு என்னைக் கேட்டார். உனக்கு ரொம்பப் பிடித்தது என்ன?

எனக்குப் பறவைகள் என்றால் பிரியம்.

பொருத்தம் தான். நீயே எனக்கு ஒரு பறவையைத்தான் நினைவுபடுத்துவாய். என்னோடு வாழவந்த காலத்தில், எலும்பும்தோலுமாய், சின்னஞ்சிறியதாய் உனக்கு ஏதாவது துன்பமென்றால் பறந்துவிடுவாய் போலவே தோன்றுவாய்.

அது உண்மையானதைத்தான் நீங்கள் பார்த்தீர்களே.

ஆம் பார்த்தேன். அதைத் தடுக்கத்துணியாத அளவுக்கு முட்டாளாகவும் இருந்தேன்.

அந்தக்கால கட்டத்தையும் நாம் வாழ்ந்து கடந்தோமே.

இன்னமும் கணவன் மனைவி தானே.

இல்லையே. நாம் எப்போதுமே கணவன் மனைவியாக இருந்ததில்லை.

நீ மெம்ஃபிசுக்குப் போனதிலிருந்து பிரமாதமாக இருக்கிறாய்.

உண்மைதான். ஷுக் என்னை நன்றாக கவனித்துக்கொண்டாள்.

அங்கு செலவுகளுக்கு என்ன செய்தாய்?

காற்சட்டைகள் தைத்தேன்.

வீட்டில் எல்லோரும் நீ தயாரிக்கும் காற்சட்டைகளை உடுத்தியிருப்பதைப் பார்க்கிறேன். நீ அதைத் தொழிலாகவே செய்கிறாயா?

தொழிலாகத்தான். உங்களைக் கொல்ல வேண்டும் என்ற வெறியை மடைமாற்றுவதற்காக இங்கிருக்கும் போதே நான் தைக்க ஆரம்பித்துவிட்டேன்.

அவர் தரையைப் பார்த்தார்.

ஷுக் தான் என்னைக் காற்சட்டைகள் தைக்கச் சொல்லி ஊக்கம் கொடுத்தாள் என்றவள், ஒரு முட்டாளைப் போல அழத்துவங்கினேன்.

சீலி, உண்மையைச் சொல். நான் ஒரு ஆண் என்பதால் தான் உனக்கு என்னைப் பிடிக்கவில்லையா?

நான் மூக்கைச்சிந்தினேன். காற்சட்டைகளைக் கழற்றிவிட்டால், எல்லா ஆண்களும் தவளைகள்தான். எப்படித்தான் அவர்களை முத்தமிட்டாலும் அவர்கள் தவளைகளாகவே தான் இருப்பார்கள் என்றேன்.

ஓ !

வீடு வந்து சேர்ந்தபோது மிகுந்ததுயரத்தை உணர்ந்தேன். கர்ப்பிணிப் பெண்களுக்காக வடிவமைத்திருந்த காற்சட்டைகளை தைக்க முயன்றேன், ஆனால், யாரோ ஒருத்தி கர்ப்பமாகக் கூடும் எனும் நினைப்பே என்னை அழவைத்தது. மேற்கொண்டு ஒன்றும் செய்ய இயலாமல் உறங்கச்சென்றேன்.

உன் சகோதரி,
சீலி

பிரிய நெட்டி,

இத்தனைக்காலத்தில், மிஸ்டர் ____ நேரடியாக என் கையில் கொடுத்த ஒரே கடிதம், ஐக்கிய அமெரிக்க நாடுகளின் பாதுகாப்புத்துறையிலிருந்து வந்த தந்தி தான். நீயும் உன் கணவரும் குழந்தைகளும் ஆப்ரிக்காவிலிருந்து கிளம்பியிருந்த கப்பல், கிப்ரல்ட்டா என்றழைக்கப்படும் துறைமுகத்தைத் தாண்டும்போது, ஜெர்மன் வெடிகுண்டுத்தாக்குதலால் கவிழ்ந்துவிட்டதாக அந்த தந்தி சொல்கிறது. நீங்கள் எல்லோருமே மூழ்கியிருக்கலாம் என்று அஞ்சப்படுகிறதாம். அதே நாளில், இத்தனை வருடங்களாக நான் உனக்கு எழுதிய கடிதங்களெல்லாம் பிரிக்கப்படாமலேயே திரும்ப வந்து சேர்ந்தன.

இந்தப் பெரியவீட்டில் தன்னந்தனியாக உட்கார்ந்துகொண்டு நான் எதையாவது தைத்துவிடப் பார்க்கிறேன். தைப்பதால் மட்டும் என்ன நன்மை ஏற்பட்டுவிடப்போகிறது? எதனாலும் தான் என்ன நன்மையாகப்போகிறது? உயிரோடிருப்பதே சகிக்கமுடியாத துன்பமென்று தோன்றத்துவங்குகிறது.

உன் சகோதரி,
சீலி

பேரன்புமிக்க சீலி,

டாஷியும் அவளது அம்மாவும் ம்பெலெஸ்களைச் சேர்ந்துகொள்ள இங்கிருந்து ஓடிவிட்டார்கள். ம்பெலெஸ்கள் என்று உண்மையயாகாவே ஒரு கூட்டம் இருக்கிறதா என்றே தெரியவில்லை என்று சாம்யெலும் நானும் குழந்தைகளும் நேற்று தான் பேசிக்கொண்டிருந்தோம். நாங்கள் அறிந்ததெல்லாம் அவர்களை காட்டுக்குள் வெகுதூரத்தில் இருக்கிறார்கள், நாடி வருபவர்களை வரவேற்கிறார்கள், வெள்ளையனின் தோட்டங்களை நாசம் செய்வதும், அவனை இந்த கண்டத்தைவிட்டே துரத்துவதும் தான் அவர்களுடைய குறிக்கோள்.

ஆதமும் ஒலிவியாவும் டாஷியை மிகவும் நேசிப்பதாலும், ம்பெலெஸ்களை நாடிச்சென்றவர்கள் திரும்ப வந்ததில்லை என்பதாலும், ஏக்கத்தில் மனமுடைந்து போயிருக்கிறார்கள். இங்கு மலேரியா தாக்கி பலரும் நோயுற்று இருப்பதால், அவர்கள் இருவரையும் வியாதியஸ்தர்களைக் கவனித்துக்கொள்வதில் மும்முரமாக வைத்திருக்கிறோம். ரப்பர்தோட்டமிடுபவர்கள், சேனைத்தோட்டங்களை நாசம் செய்து, டப்பாக்களில் அடைக்கப்பட்டு வரும் உணவுகளையும் மாவுப்பொருட்களையும் இவர்களுக்குப் பழக்கமுயன்றதில், ஒலிங்கர்கள் தங்களுடைய இயல்பான நோயெதிர்ப்பு சக்தியை இழந்துவிட்டார்கள். ஆயிரக்கணக்கான வருடங்களாக மலேரியாவையும் கொடுமையான ரத்தக்கோளாறுகளையும் எதிர்கொள்ள ஒலிங்கர்கள் சேனையையே உண்டுவந்திருந்தார்கள், இப்போதோ போதுமான அளவு கிழங்குகள் இல்லை. ரப்பர்தோட்டக்காரர்களுக்கு இதைப்பற்றியெல்லாம் தெரியாது. மக்கள் அதிரவைக்கும் வேகத்தில் நோய்வாய்ப்படுகிறார்கள், இறந்தும் போகிறார்கள்.

உண்மையைச்சொல்ல வேண்டுமென்றால் நான் எங்கள் உடல்நலனைப்பற்றி மிகவும் கவலைகொள்கிறேன், முக்கியமாகக் குழந்தைகள் நலன் குறித்து. நாங்கள் இங்கு வந்த முதல் சில வருடங்களிலேயே பலமுறை மலேரியாத்தாக்குதலுக்கு ஆளாகிவிட்டதால் எதிர்ப்புசக்தி வலுப்பெற்றிருக்கும் அதனால் கவலை வேண்டாம் என்கிறார் சாம்யெல்.

நீ எப்படி இருக்கிறாய் என்னருமை சகோதரி? நாமிருவரும் ஒரு வார்த்தையைக் கூடப்பரிமாறிக்கொள்ளாமல் முப்பது

வருடங்கள் ஓடிவிட்டன. நீ இறந்து போயிருக்கலாம் என்றும் அஞ்சுகிறேன். நாங்கள் ஊர் திரும்பவேண்டிய நேரம் நெருங்கநெருங்க ஆடமும் ஒலிவியாவும் உன்னைப்பற்றி கேள்வி கேட்டுக்கொண்டே இருக்கின்றனர். அவற்றில் சிலவற்றுக்குத்தான் என்னால் பதில் சொல்லமுடியும். டாஷியைப் பார்த்தால் உன் நினைவு வருவதாக நான் சொல்வதுண்டு. பிள்ளைகளைப் பொறுத்தவரை டாஷியைவிட அருமையாக யாருமே இல்லையென்பதால் அவர்கள் மகிழ்ச்சிப்பெருமிதம் கொள்கிறார்கள். பிள்ளைகள்பல பெற்றிருப்பாய், மிஸ்டர் ____ இன் கொடுமைகளுக்கு ஆளாகியிருப்பாய், இன்னமும் டாஷியின் குணங்களான நேர்மையையும், தூய உள்ளத்தையும் நீ தக்கவைத்துக்கொண்டிருப்பாயா என்று நான் யோசிப்பதுண்டு. நான் குழந்தைகளிடத்தில் இதையெல்லாம் சொல்வதில்லை, என்னுயிர்த் துணைவர் சாம்யெலிடம் தான் பகிர்ந்துகொள்வேன். கவலைப்படாமல், கடவுளிடமும் என் சகோதரியின் ஆன்மாவின் உறுதியிலும் நம்பிக்கை வைக்குமாறு சாம்யெல் அறிவுறுத்துகிறார்.

ஆப்ரிக்காவில் இத்தனை வருடங்கள் வாழ்ந்ததில், கடவுள் குறித்த எங்கள் எண்ணங்கள் அகவயமாக மாறியிருக்கின்றன. அவர் உருவமற்ற ஓர் மெய்ப்பொருள், ஆன்மா என்று தெளிந்திருக்கிறோம். பலரும் அவருக்கு ஒரு உருவம் இருக்க வேண்டும் என்றெதிர்பார்க்கிறார்கள். கூரையிலை போலவோ, ஏசுகிருத்து போலவோ இருக்க வேண்டுமென்று. ஆனால், கடவுள் இப்படித்தான் இருக்கவேண்டும் என்ற கட்டுக்குள்ளிருந்து வெளிவந்திருப்பது பெரிய விடுதலை உணர்வைத்தருகிறது.

நாங்கள் அமெரிக்காவுக்குத் திரும்பியதும் நாம் இதைப்பற்றி நிறைய பேசவேண்டும் சீலி. நம்சமயக்குழுவிலேயே, உருவங்களை வழிபடாத, ஒவ்வொருவரின் ஆன்மாவும் நேரடியாக இறைவனை நாடுவதை ஊக்குவிக்கும், அதுசாத்தியம்தான் என்பதற்கு நம்பிக்கையாளர்களாக நாம் உறுதிகொடுக்கும் தேவாலயத்தை உருவாக்க வேண்டும்.

மேலும் நாங்கள் ஏழைகளாகத்தான் இருப்போம் சீலி, ஒரு வீட்டைச் சொந்தமாக்கிக்கொள்ளக் கூட எங்களுக்கு வெகுகாலம் பிடிக்கும்.

ஊரிலிருந்து வரும் பத்திரிக்கைகள், மாதாந்திரிகள் தவிர குழந்தைகளின் ஆப்பிரிக்க விளையாட்டுகள் தான் இங்கே பொழுதுபோக்கு. ஷேக்ஸ்பியரின்

நாடகங்களிலிருந்து சில பகுதிகளை குழந்தைகளுக்குச் சொல்லித்தந்து ஒத்திகைகள் நடத்துவோம். ஹாம்லெட்டாக "இருப்பதா இல்லாமல் போவதா" வின் வசனங்களைப் பேசி, ஆதம் பிரமாதப்படுத்துவான். குழந்தைகளுக்கு என்னவெல்லாம் கற்றுத்தரப்பட வேண்டுமென்பதில் கோரின் திட்டவட்டமான கொள்கைகள் வைத்திருந்தாள். பத்திரிக்கைகளில் சிறப்பான புத்தகம் என்று பேசப்படும் எல்லாப் புத்தகங்களும் பிள்ளைகளின் நூலகத்தில் இடம்பெறச் செய்தாள். ஆப்பிரிக்கக் குணமான கருத்துச்சுதந்திரமும், வெளிப்படைத்தன்மையும், அதீதத்தன்னுணர்வும் மிக்க நம் பிள்ளைகள், நிறைய தெரிந்துகொண்டிருக்கிறார்கள். பத்திரிக்கைகள் மூலம் அறிமுகமிருப்பதால், அமெரிக்க சமூகத்தைப் பார்த்து மிரண்டுவிட மாட்டார்கள் என்று நினைக்கிறேன். கறுப்பர்களை அவர்கள் வெறுப்பதையும் அறிகிறார்கள், அதைத்தான் எப்படி எடுத்துக்கொள்வார்கள் என்று கவலைப்படுகிறேன். இங்கே சுதந்திரமாக வளர்ந்துவிட்டு, அமெரிக்கர்களின் பகையுணர்வை எப்படிச்சமாளிப்பார்கள்? இங்கு வளர்ந்தவர்களாய்த்தோன்றும் அமெரிக்காவில் மிகவும் சிறியவர்களாக, அறியாப்பிள்ளைகளாகத் தோன்றுவார்கள் என்றஞ்சுகிறேன். இங்கே நாங்கள் எதிர்கொள்ளும் சிக்கல்களில் மோசமானது, இந்த மக்களின் புறக்கணிப்பும், இவர்களோடு ஒன்ற இயலாமல் போவதும் தான்- டாஷியையும் காத்தெரினையும் தவிர- ஏனென்றால், ஒலிங்கர்கள் நன்றாக அறிகிறார்கள் அவர்களின் நிரந்தரவசிப்பிடமான இங்கிருந்து, என்றைக்கானாலும் நாங்கள் கிளம்பிவிடப்போகிறவர்கள் என்று. அதேசமயம் நிறபேதத்துக்கும் இந்த மனவேறுபாடுகளுக்கும் சம்பந்தம் இல்லை. அதோடு -

அன்பு சீலி,

நான் நேற்றிரவு பாதியிலேயே கடிதத்தை நிறுத்த வேண்டியதாகிவிட்டது. ஆதமைக்காணவில்லை என்று ஒலிவியா அந்நேரத்தில் வந்து சொன்னாள். அவன் டாஷியைத்தேடித்தான் சென்றிருக்கவேண்டும்.

அவன் நல்லபடியாக இருக்க வேண்டுமென்று பிரார்த்தனை செய்துகொள்

உன் தங்கை,
நெட்டி

பேரன்பு நெட்டி,

ஷுக் என்னை என்றுமே நேசித்ததில்லை என்று சிலசமயம் நான் நினைப்பதுண்டு. கண்ணாடியின் முன்பு நிர்வாணமாக நின்று என்னை நானே பார்த்துக்கொள்கிறேன். அவள் நேசிக்க என்ன இருக்கிறது? என் கூந்தல் குட்டையாகச் சுருண்டிருக்கிறது, ஒரு முறை ஷுக் அது இருக்கிறபடியே அவளுக்குப் பிடித்திருக்கிறது என்று சொன்னதிலிருந்து நான் அதை நேராக்கிக் கொள்வதில்லை. என் தோலோ அடர்கறுப்பு. மூக்கு சும்மா ஒரு மூக்கு அவ்வளவுதான். உதடுகள் வெறும் உதடுகள். என் உடல், வயதின் மாற்றங்களைச் சந்திக்கும் ஒரு சராசரிப் பெண்ணின் சாதாரண உடல். இதில் நேசிப்பதற்கு விசேஷமாக எதுவுமே இல்லை. தேன் நிறத்துச் சுருள் கேசமில்லை, கவர்ச்சியில்லை. இளமையாகவும் புத்தம்புதியதாகவும் எதுவுமே இல்லை. ஆனாலும் என் இதயம் இளமையாக, புதியதாக இருக்கிறது, அதில் ரத்தம் மலர்வதுபோல உணர்கிறேன்.

கண்ணாடியின் முன் நின்று நிறைய பேசிக்கொள்கிறேன். சீலி, மகிழ்ச்சி என்பது உன் விஷயத்தில் தற்செயல் மட்டுமே. ஷுக்கின் வருகைக்குமுன் மகிழ்ச்சி என்ற ஒன்றை நீ அனுபவித்ததேயில்லை என்பதால், உனக்கான நேரம் வந்துவிட்டது என்றும் அது நீடித்திருக்கப் போகிறது என்றும் நினைத்து விட்டாய். உன்னோடு அத்தனை மரங்களும் இருந்தன, இந்த பூமியும் இருந்தது, நட்சத்திரங்களும் கூடத்தான். ஆனால் இப்போது பார், ஷுக் உன்னைப் பிரிந்ததும் மகிழ்ச்சியும் நீங்கிவிட்டது.

அடிக்கடி எனக்கு ஷுக்கிடமிருந்து தபாலட்டைகள் வரும். அவளும் ஜெர்மைனும் கலிஃபோர்னியாவில் நியூயார்க்கில் இருப்பதாக; பனாமாவுக்குப் போய் க்ரேடி, மேரி ஆக்னஸைப் பார்த்ததாகச் சொல்பவை.

மிஸ்டர் ____ ஒருவர்தான் என் உணர்வுகளைப் புரிந்து கொள்கிறார். எனக்குத் தெரியும் நான் நெட்டியை விட்டு உன்னைப் பிரித்ததால் நீ என்னை வெறுக்கிறாய். அதிலும் இப்போது அவள் இறந்தும் போய்விட்டாள் என்றார்.

ஆனால், நான் அவரை வெறுக்கவில்லை நெட்டி. நீ இறந்துவிட்டதாகவும் நம்பவில்லை. உன்னை இன்னமும் நான் உணர முடிகிறபோது, நீ எப்படி இறந்திருக்க

முடியும்? ஒருவேளை இப்படிக் கடித வடிவில் நேரடியாக தொடர்புகொள்ள முடியாதபடி, கடவுளைப்போல வேறு உருவத்தில் இருக்கிறாயோ? ஆனால் என்னைப் பொறுத்தவரையில் நீ சாகவில்லை நெட்டி. நீ எப்போதுமே சாகமாட்டாய். சிலசமயங்களில் என்னிடம் பேசிப்பேசிக் களைத்துப்போனால் நான் உன்னிடம் பேசத் துவங்குவேன். நம் பிள்ளைகளைகளிடமும்தான்.

எனக்குக் குழந்தைகள் இருக்கிறார்கள் என்பதை மிஸ்டர் ____ ஆல் இன்னமும் நம்ப முடியவில்லை. அவர்கள் எங்கிருந்து கிடைத்தார்கள் உனக்கு? என்று கேட்டார்.

என் மாற்றாந்தந்தையால், என்றேன்.

அவர் தெரிந்தேதான் உன்னை நாசம் செய்தாரா?

ஆமாம்.

மிஸ்டர் ____ நம்பமுடியாமல் தலையை ஆட்டிக்கொண்டார்.

அவர் எனக்குச் செய்த எல்லாக் கொடுமைகளுக்குப் பிறகும் நான் அவரை ஏன் வெறுக்கவில்லை என்று நீ ஆச்சரியப்படுவாய். இரண்டு காரணங்கள். ஒன்று அவர் ஷுக்கை நேசிக்கிறார். இரண்டாவது, ஷுக் அவரை ஒரு காலத்தில் நேசித்தாள். மேலும் அவர் தன்னைத் திருத்திக்கொள்ள முயற்சிப்பதாகவும் தோன்றுகிறது. அவர் உழைக்கிறார்; தான் அசுத்தமாக்கிய இடத்தைச் சுத்தம் செய்கிறார்; இறைவனின் படைப்பை ஆராதிக்கிறார் போன்ற காரணங்களுக்காக மட்டுமில்லை. இப்போதெல்லாம் நான் பேசும்போது அவர் கவனிக்கிறார். ஒரு முறை நாங்கள் பேசிக்கொண்டிருந்தபோது, திடீரென்று சொன்னார், “சீலி இந்த உலக வாழ்வில் முதன்முறையாகத் திருப்தியாக இருக்கிறேன். இயல்பான மனிதனாக இப்போதுதான் உணர்கிறேன். ஒரு புது அனுபவமாக இருக்கிறது” என்றார்.

சோஃபியாவும் ஹார்ப்போவும் என்னை யாராவது ஒரு ஆணுடன் சேர்த்து வைத்துவிட வேண்டும் என்ற முயற்சியில் இருக்கிறார்கள். நான் ஷுக்கை நேசிப்பது அவர்களுக்குத் தெரியும். ஆனால் பெண்களுக்குள் காதல் உண்டாவது ஒரு விபத்துப்போலத் தற்செயல் என்று நினைக்கிறார்கள். ஒவ்வொரு முறை நான் ஹார்ப்போவின் வீட்டுக்குப் போகும்போதும் யாராவது

ஒரு விற்பனையாளனோ, காப்புறுதியாளனோ என் முகத்துக்கு நேராக இளித்துக்கொண்டு நிற்பான். என்னை அவனிடமிருந்து காப்பாற்ற மிஸ்டர் ____ வரவேண்டியிருக்கும். அவர் அந்த மனிதனிடம், இந்தப் பெண்மணி என் மனைவி என்று சொல்லுவார். அவ்வளவுதான், அவன் காணாமல் போவான்.

நாங்கள் ஒன்றாக அமர்ந்து, குளிர்பானங்கள் அருந்தியபடியே ஷுக் எங்களுடன் இருந்த நாட்களைப் பற்றிப் பேசுவோம். அவள் இங்கு உடல்நலமில்லாமல் வந்ததை, அவள் பாடிய கோணல் பாடல்களை, ஹார்ப்போவின் இசைக்கூடத்தில் கழித்த அருமையான மாலைகளைப் பற்றி.

நீ அப்போதே அருமையாகத் தைத்தாய். ஷுக் அணிந்துகொண்டிருந்த அழகான, சிறிய உடைகள் எனக்கு நினைவில் உள்ளன.

ஆமாம், அவளுக்கு அவை அருமையாகப் பொருந்தும்.

மேரி ஆக்னஸின் பல்லை சோஃபியா உடைத்தாளே அந்த இரவு நினைவில் இருக்கிறதா?

அதை யாரால் மறக்க முடியும்.

நாங்கள் சோஃபியாவைப் பற்றிச் சிரித்துப் பேச முடிவதில்லை. அவளுடைய பிரச்சினைகள் இன்னும் தீரவில்லை. இன்னமும் அந்த மிஸ் எலெனார் ஜேனின் குடும்பத்தால் அவளுக்குத் தொல்லைதான்.

அந்தப் பெண் என்னை எதற்கெல்லாம் ஆளாக்கினாள் என்று உங்களுக்குத் தெரியுமா என்பாள் சோஃபியா. அவள் வீட்டில் பிரச்சினை அல்லது நல்ல விஷயம் எதுவாக இருந்தாலும் எனக்குத் தொல்லைதான். அவள் கணவனை முதலில் சந்தித்தபோது என்னிடமே ஓடிவந்தாள். 'ஓ.. சோஃபியா நீ ஸ்டான்லி எர்லைச் சந்திக்க வேண்டுமே' என்றாள். நான் பதில் சொல்வதற்குள் ஸ்டான்லி எர்ல் வீட்டின் முன்னறையில் நிற்கிறான்.

நீ எப்படி இருக்கிறாய் சோஃபியா என்று இளித்துக்கொண்டே கையை நீட்டினான். மிஸ் எலெனார் ஜேன் உன்னைப் பற்றி நிறைய சொல்லி இருக்கிறாள்.

என்னை அவர்கள் வீட்டின் நிலவறையில் உறங்கச் செய்ததை எல்லாம் சொல்லி இருக்கிறாளா என்று கேட்க நினைத்தேன். ஆனால் கேட்கவில்லை. நான்

மரியாதையாகவும் இனிமையாகவும் நடந்து கொள்ள முயன்றேன். பின்னறையில் ஹென்ரியெட்டா வானொலியை பயங்கர சப்தமாக வைத்திருந்தாள். நான் பேசுவது அவர்களுக்குப் புரிய, அலற வேண்டியிருந்தது. அவர்களோ சுவரில் மாட்டியிருந்த என் பிள்ளைகளின் புகைப்படங்களைப் பார்த்து, இராணுவச் சீருடையில் அவர்கள் எவ்வளவு அருமையாக இருக்கிறார்கள் என்று சொல்லிக்கொண்டிருந்தார்கள்.

அவர்கள் எங்கே சண்டையிட்டுக் கொண்டிருக்கிறார்கள் என்பது ஸ்டான்லி எர்லுக்குத் தெரிய வேண்டியிருந்தது.

அவர்கள் இங்கே தான் ஜார்ஜியாவில் பணியில் இருக்கிறார்கள். கூடிய சீக்கிரமே கடல்கடந்து போக வேண்டியிருக்கும்.

ஃப்ரான்ஸிலா, ஜெர்மனியிலா இல்லை பசிஃபிக்கிலா? எந்தப் பகுதியில் பணிசெய்யப் போகிறார்கள்?

அதெல்லாம் எங்கு இருக்கிறது என்பதே எனக்குத் தெரியாது என்றேன். அவனுக்கு போருக்குப் போக விருப்பம். ஆனால், வீட்டில் இருந்து அப்பாவின் பஞ்சு மில்லை நடத்தியாக வேண்டியிருக்கிறது என்றான்.

ஐரோப்பாவில் போரிட்டாலும் இராணுவத்தினர் உடை உடுத்தித்தானே ஆக வேண்டும். அவர்கள் ஆப்ரிக்காவில் ஏன் போரிடவில்லை, சுத்த மோசம், என்றான். அவன் சிரிக்க, மிஸ் எலெனார் ஜேன் புன்னகைத்தாள். ஹென்ரியெட்டா சப்தத்தை எவ்வளவுக்குக் கூட்டி வைக்க முடியுமோ அவ்வளவுக்குத் திருகினாள். அதில் வெள்ளையர்களின் இசை பரிதாபமாக ஒலித்தது. ஸ்டான்லி எர்ல் தன் விரல்களில் சொடுக்குப் போட்டுக்கொண்டும், பெரிய பாதங்களால் தாளம் இட்டுக்கொண்டும் இருந்தான். அவனுக்கு மிக நீண்ட மண்டை, தலைமுடியைக் குட்டையாய் வெட்டியிருந்தான், பார்க்கக் குஞ்சம் வைத்ததுபோல இருந்தது. அவன் இமைக்கவே மாட்டான்போல. கண்களோ பளீரென்ற நீல நிறம். கடவுளே என்று நினைத்துக்கொண்டேன்.

சோஃபியாதான் என்னை வளர்த்தாள் என்றாள் மிஸ் எலெனார் ஜேன். அவள் இல்லாவிட்டால் நான் என்ன ஆகியிருப்பேனோ தெரியவில்லை.

உண்மையில் இங்குள்ள எல்லோருமே கறுப்பர்களால்தான் வளர்க்கப்பட்டிருக்கிறோம்.

அதனாலேயே நாம் இத்தனை அருமையானவர்களாக இருக்கிறோம் என்றான் ஸ்டான்லி எர்ல். என்னைப் பார்த்துக் கண்களைச் சிமிட்டியவன், எலெனார் ஜேனிடம், நல்லது சர்க்கரைக்கட்டி, நாம் கிளம்பலாமே என்றான்.

அவள் ஊசியால் குத்தப்பட்டவளைப்போலத் துள்ளி எழுந்தாள். ஹென்ரியெட்டா எப்படி இருக்கிறாள் என்று கேட்டபடியே என்னருகில் வந்தவள் சேனைக்கிழங்கில் ஒரு பதார்த்தம் கொண்டு வந்திருக்கிறேன், அவளால் அது சேனைதான் என்று கண்டுபிடிக்கவே முடியாது என்று கிசுகிசுத்தாள். காரிலிருந்து அதைக் கொண்டு வந்து தந்தாள்.

மிஸ் எலெனார் வருகையினால் நிகழும் ஒரே நல்ல விஷயம் அவள் ஹென்ரியெட்டாவுக்காக தயாரித்துக் கொண்டு வரும் உணவுகள். அவை சேனைக்கிழங்குதான் என்று அவளால் கண்டுகொள்ள முடியாதபடிக்குச் சமைக்கப்பட்டிருந்தன. அந்த உணவை யார் சமைத்தது என்று ஒருபோதும் ஹென்ரியெட்டாவிடம் நான் சொன்னதில்லை. சொன்னால், அவள் அதை உடனே சன்னல் வழியாக வெளியே எறிவாள் அல்லது வயிற்றைப் புரட்டிவிட்டதுபோல வாந்தி எடுப்பாள் என்றாள் சோஃபியா.

சோஃபியா-எலெனார் நட்பு ஒருநாள் முறிந்து போனது. எலெனாரை வெகுவாக வெறுத்த ஹென்ரியெட்டா அதற்குக் காரணமில்லை, எலெனாரும் அவள் மகன் ரெனால்ட்ஸ் ஸ்டான்லி எர்லும்தான் அதற்குக் காரணம். அவன் வெள்ளையாக, குண்டாக, மண்டையில் முடியில்லாமல் இருந்தான், பார்க்கும்போது கப்பற்படையில் பணிசெய்யப் போவான் என்று தோன்றியது.

இவன்தான் எவ்வளவு இனிமையாக இருக்கிறான். அப்பா இவனை ரொம்பவும் நேசிக்கிறார். தன்னைப் போலவே இருக்கும், தன் பெயரையே கொண்டிருக்கும் இந்தப் பேரன் மீது அவருக்குக் கொள்ளைப் பிரியம் என்றாள் எலெனார்.

சோஃபியா பதில் சொல்லாமல், சுசீக்யூ மற்றும் ஹென்ரியெட்டாவின் ஆடைகளை இஸ்திரி செய்துகொண்டிருந்தாள்.

அதுமட்டுமில்லை, இவன் ரொம்ப சமர்த்தும்கூட. இவனைப்போன்ற புத்திசாலிக் குழந்தையை அப்பா

பார்த்ததேயில்லையாம். ஸ்டான்லி எர்லின் அம்மா சொல்கிறார் ஸ்டான்லி, இவன் வயதில் இருந்ததை விடவும் இவன் மிகபுத்திசாலியாக இருக்கிறானாம்.

அதற்கும் சோஃபியா எதுவும் சொல்லவில்லை. எலெனார் அதைக் கவனித்துவிட்டாள்.

உனக்குத்தான் தெரியுமே நெட்டி, இந்த வெள்ளைக்கார ஜனங்களுக்கு வேண்டியது ஒரு ஆசீர்வாதம்தான் என்றாலும் உன்னைக் கொன்றாவது வாயிலிருந்து பிடுங்குவார்களே..

காலையிலிருந்து சோஃபியா ரொம்பவும் அமைதியாக இருக்கிறாள் என்று ரெனால்ட்ஸிடம் சொல்வதுபோல சொல்லிக்கொண்டாள் எலெனார். அவனோ விரியத்திறந்த விழிகளால் அவளை வெறித்துப்பார்த்தான்.

இவன் ரொம்ப அழகாக இருப்பதாக நீயும் நினைக்கிறாய் அல்லவா சோஃபியா, எலெனார் விடாமல் கேட்டாள்.

அவன் நிச்சயமாக குண்டாக இருக்கிறான், தேய்த்துக்கொண்டிருந்த ஆடையைத் திருப்பியவாறே சொன்னாள் சோஃபியா.

அதோடு அழகாகவும்தானே என்றாள் எலெனார்.

நல்ல கொழுகொழுவென்று இருக்கிறான், உயரமாகவும்.

அதோடு அழகாகவும், புத்திசாலியாகவும் என்றபடி அவனைத்தூக்கித் தலையில் முத்தமிட்டாள் எலெனார். தலையைத்தேய்த்துக்கொண்டு ஈஈஈ என்று ஓசையெழுப்பினான் அவன்.

நீ பார்த்ததிலேயே இவன் தானே அதிபுத்திசாலிக் குழந்தை, சொல்லு சோஃபியா என்றாள் எலெனார்.

அவனுக்கு நல்ல பெரிய மண்டை. தலையின் அளவு ரொம்ப முக்கியம் என்று சிலர் சொல்வதுண்டு. இவனுக்கு அவ்வளவாக முடியும் இல்லை. வெயில் காலத்தில் குளுகுளுவென்றிருக்கப் போகிறான். சொல்லிவிட்டு, தேய்த்த ஆடையை மடித்து நாற்காலியில் போட்டாள்.

இனிய, அழகான, புத்திசாலியான, அறியாக்குழந்தை. நீ அவனை எக்கச்சக்கமாக நேசிக்கிறாய்தானே சோஃபியா என்று நேரடியாகக் கேட்டுவிட்டாள் எலெனார்.

சோஃபியா பொறுமையிழந்தாள். தன் கையிலிருந்த இஸ்திரிப் பெட்டியைக் கீழே வைத்தாள். இதையெல்லாம் கவனிக்காததுபோல நானும் ஹென்ரியெட்டாவும் அறையின் ஒரு மூலையில் பிட்டிபாட்டி விளையாடிக் கொண்டிருந்தோம். ஹென்ரியெட்டா எலெனார் என்ற ஒரு ஜீவன் அங்கிருப்பதே தெரியாதவள்போல இருந்தாள். ஆனால் சோஃபியா இஸ்திரிப்பெட்டியைக் கீழே வைத்த சப்தம் எங்கள் இருவருக்கும் நன்றாகவே கேட்டது. அந்த சப்தத்தில் ஏராளமான பழைய சங்கதிகளும், புதிய விஷயங்களும் ஒலித்தன.

இல்லை மேம். நான் ரெனால்ட்ஸ் ஸ்டான்லி எர்லை நேசிக்கவில்லை. இதைத்தானே அவன் பிறந்ததிலிருந்து நீங்கள் தெரிந்துகொள்ள ஆசைப்படுகிறீர்கள். இதோ, இப்போது தெரிந்து கொண்டீர்களா, நான் அவனை நேசிக்கவில்லை.

நானும் ஹென்ரியெட்டாவும் நிமிர்ந்து பார்த்தோம். எலெனார் அவனைச் சட்டென்று தரையில் விட்டதில், அவன் கீழே கிடந்த பொருட்களையெல்லாம் உருட்டித் தள்ளினான். சோஃபியா தேய்த்து வைத்திருந்த துணி அடுக்கினருகில் சென்று அவற்றை இழுத்துத் தலையில் போட்டுக் கொண்டான். சோஃபியா அந்தத் துணிகளை எடுத்துச் சீராக்கியபடி, இஸ்திரிப்பெட்டியோடு மேசையினருகில் நின்றாள். சோஃபியா எப்படிப்பட்டவளென்றால், அவள் கையில் எது இருந்தாலும் அது ஒரு ஆயுதம்போலவே காட்சியளிக்கும்.

எலெனார் அழத் தொடங்கினாள். அவளுக்கு எப்போதுமே சோஃபியா மீது பிரியம் இருந்தது. அவள் மட்டும் இல்லையென்றால், சோஃபியாவும் அந்த மேயரின் வீட்டில் உயிரோடு இருந்திருக்கவே முடியாது. ஆனால் அதற்காக என்ன செய்ய முடியும்? அவள் எலெனாரின் வீட்டில் இருக்க நினைத்ததுமில்லை, தன் குழந்தைகளைப் பிரிவதைப் பற்றி யோசித்ததும் இல்லையே.

இப்போது அழுவதில் ஒரு அர்த்தமும் இல்லை மிஸ் எலெனார் ஜேன். இது சிரிப்பதற்கான நேரம். அவனைப் பாருங்கள் என்று சொல்லிச் சிரித்தாள் சோஃபியா. இன்னமும் நடக்கக்கூட இல்லை, அதற்குள் என் வீட்டை அலங்கோலமாக்குகிறான். நானா அவனை வரச் சொன்னேன்? அவன் இனியவனா இல்லையா என்பதைப் பற்றியெல்லாம் எனக்கென்ன கவலை?

நான் என்ன நினைத்தாலும் வளர்ந்தபின் அவன் என்னை நடத்தப்போவதில் மாற்றம் ஏதும் வந்துவிடப்போகிறதா என்ன?

அவன் என் அப்பாவைப் போலவே இருப்பதால் தான் உனக்கு அவனைப் பிடிக்கவில்லை, என்றாள் மிஸ் எலெனார் ஜேன்.

என்ன? உன் அப்பாவைப்போல இருப்பதால் எனக்கு அவனைப் பிடிக்கவில்லையா. அவனைப் பற்றி எனக்கு ஒரு உணர்வுமே இல்லை. அவனை நான் நேசிக்கவும் இல்லை, வெறுக்கவும் இல்லை. நான் விரும்புவதெல்லாம் அவன் எந்நேரமும் என் வீடெங்கும் ஓடிப் பொருட்களை உருட்டாமல் இருக்க வேண்டுமென்பதுதான்.

எந்நேரமும்! எந்நேரமுமா? சோஃபியா, அவன் சின்னஞ்சிறுகுழந்தை. இன்னமும் அவனுக்கு ஒரு வயதுகூட நிறையவில்லை. இங்கே அவன் ஐந்து ஆறு முறைதானே வந்திருக்கிறான்.

எனக்கென்னவோ காலகாலமாய் அவன் இங்கே வருவதாகத்தான் தோன்றுகிறது.

எனக்குப் புரியவேயில்லை. எல்லாக் கருப்பினப் பெண்களும் குழந்தைகளை நேசிக்கிறார்கள். நீ பேசுவது எனக்கு இயற்கைக்கு மாறாகப்படுகிறது.

எனக்குக் குழந்தைகளென்றால் பிரியம்தான். ஆனால் கறுப்பினப்பெண்கள் எல்லோரும் உன் குழந்தையை நேசிப்பதாகச் சொல்கிறார்கள் என்றால், அது பொய். அவர்கள் ரெனால்ட்ஸ் ஸ்டான்லியை நான் விரும்பும் அளவு மட்டுமே விரும்புகிறார்கள். நீ அவர்களைத் திரும்பத்திரும்பக் கேட்டால், வேறென்னதான் சொல்வார்கள் என்று நினைக்கிறாய்? சில கறுப்பர்கள், வெள்ளையர்களிடம் இருக்கும் பயத்தில் பஞ்சடிக்கும் இயந்திரத்தைக்கூட நேசிப்பதாகச் சொல்வார்கள்.

இவன் ஒரு குழந்தைதானே என்றாள் மிஸ் எலெனார் ஜேன்,

அப்படிச்சொல்வதால் மட்டும் பிரச்சினை ஒரு முடிவுக்கு வந்துவிடும் என்பது போல.

உனக்கு என்னதான் வேண்டும்? எனக்கு உன்னிடம் ஓர் ஒட்டுதல் இருந்தது உண்மைதான், ஏனென்றால்

உன் வீட்டில் நீ மட்டும் தான் என்னிடம் கொஞ்சம் மனுஷத்தனமாக நடந்து கொண்டாய். அதேபோல உன் வீட்டாரைவிடவும் உன்னிடம் இரக்கம் காட்டியதும் நான் மட்டுமே. இரக்கத்தை மட்டும் தான் என்னால் உனக்குத்தர முடியும். உன் உறவினர்கள் என்னிடம் எப்படி நடந்துகொண்டார்களோ, எதை எனக்குத் தந்தார்களோ அதைத் தவிர அவர்களுக்குத் தர என்னிடம் வேறெதுவும் கிடையாது.

இந்நேரத்துக்குள் ரெனால்ட்ஸ் ஸ்டான்லி ஹென்ரியெட்டாவின் காலைக் கடிக்கத் துவங்கிவிட்டான். ஹென்ரியெட்டா சன்னல்சட்டத்தில் இருந்த ஒரு பிஸ்கெட்டை எட்டியெடுத்து அவனுக்குக் கொடுத்தாள்.

நீ ஒருத்திதான் என்னை நேசித்ததாக நினைத்தேன் சோஃபியா. அம்மாவுக்குத் தம்பியைத்தான் பிடிக்கும், ஏனென்றால் அப்பா அவனைத்தான் விரும்பினார்.

இப்போது உனக்கு என்ன குறை. உன்னை நேசிக்க உன் கணவன் இருக்கிறானே.

அவர் பஞ்சடிக்கும் இயந்திரத்தைத்தவிர வேறெதையும் நேசிப்பதாக எனக்குத் தெரியவில்லை. இரவு பத்துமணியானாலும் அவர் அங்கேயே வேலையாய்த்தான் இருக்கிறார். ஓய்வு நேரத்தில் நண்பர்களோடு போக்கர் விளையாடப் போய்விடுகிறார். நான் அவரைப் பார்ப்பதைவிட என் தம்பி தான் அவரை அதிகம் பார்க்கிறான்.

நீ அவனை விட்டுவிலகிவிடவேண்டும் என்று நினைக்கிறேன் எலெனார். அட்லாண்டாவில் இருக்கும் உன் உறவினரோடு போய் இரு. ஒரு வேலை தேடிக் கொள்.

இதென்ன காட்டுத்தனமான அறிவுரை என்ற திடுக்கம் அவள் முகத்தில் தெரிந்தது. ஆனால், அது தன் காதில் விழவேயில்லை என்பதுபோலத், தன் கூந்தலை அள்ளிக்கட்டினாள் மிஸ் எலெனார் ஜேன்.

எனக்கு ஏற்கெனவே ஏகப்பட்ட பிரச்சினைகள் இருக்கின்றன, ரெனால்ட்ஸ் ஸ்டான்லி வளர்ந்தபின் அவனும் எனக்குப் பிரச்சினை உண்டாக்குவான் என்று நினைக்கிறேன் என்றாள் சோஃபியா.

அவன் ஒருநாளும் அப்படிச் செய்ய மாட்டான். நான் அவனுடைய தாய், வெள்ளையர் அல்லாதவர்களிடம்

மரியாதைக்குறைவாக நடக்க நான் அவனை விடமாட்டேன்.

நீயும் உன் படையுமா? அவன் கற்றுக்கொள்ளும் முதல் வார்த்தைகூட உன்னிடமிருந்து இருக்காது என்றாள் சோஃபியா.

நான் என் குழந்தையை நேசிக்கமாட்டேன் என்று சொல்கிறாயா சோஃபியா?

இல்லை, நான் அப்படிச் சொல்லவில்லை. என்னால் உன் குழந்தையை நேசிக்க முடியாது என்றுதான் சொல்கிறேன். நீ அவனை எவ்வளவு வேண்டுமானாலும் நேசித்துக்கொள். அதன் பலாபலன்களை அனுபவிக்கவும் தயாராகிக் கொள். அப்படித்தான் கருப்பர்களாகிய நாங்கள் வாழ்கிறோம்.

இதற்குள் குட்டி ரெனால்ட்ஸ் ஹென்ரியெட்டாவின் மீது ஏறி அவள் முகத்தை நக்கவும் சப்பவும் தொடங்கிவிட்டான். முத்தமிட முயன்றான். எந்த நிமிடமும் அவள் அவனைத் தள்ளிவிட்டு விடுவாள் என்று நான் பயந்தேன். ஆனால் அவன் அவளை பரிசோதித்துக் கொண்டிருந்தபோது, அவள் அசையாமல் அப்படியே கிடந்தாள். அடிக்கடி அவன் அவளுடைய விழிகளுக்குள் உற்றுப் பார்த்தான். பிறகு தொம்மென்று அவள் மார்பின் மீது உட்கார்ந்து சிரித்தான். அவளுடைய விளையாட்டுச்சீட்டுகளில் ஒன்றையெடுத்து, அவளுக்குத் தின்னக் கொடுத்தான்.

சோஃபியா ஹென்ரியெட்டாவின் மீதிருந்து அவனைத் தூக்கினாள்.

அவன் எனக்குத் தொல்லை தரவில்லை, கிச்சுகிச்சு மூட்டினான் அவ்வளவுதான் என்றாள் ஹென்ரியெட்டா.

அவன் என்னைத் தொல்லை செய்கிறான் என்றாள் சோஃபியா.

சரிதான் என்றபடி குழந்தையைத் தூக்கிக்கொண்ட மிஸ் எலெனார் ஜேன், போவதற்கு வேறு இடங்களே இல்லாதவள்போல மிகுந்த துக்கத்துடன், நாம் இங்கு வரவேற்கப்படவில்லை என்று அவனிடம் சொன்னாள்.

எனக்காக நீ செய்த எல்லாவற்றுக்கும் மிக்க நன்றி என்றாள் சோஃபியா. அதைச் சொன்னபோது அவளும் மகிழ்ச்சியாக இருப்பதாகத் தோன்றவில்லை, அவள்

கண்களிலும் கொஞ்சம் கண்ணீர் நின்றது. மிஸ் எலெனாரும் ரெனால்ட்ஸ் ஸ்டான்லியும் போன பிறகு அவள் சொன்னாள்,

இப்படிப்பட்ட சம்பவங்களே இந்த உலகத்தை உருவாக்கியது நாமில்லை என்று என்னை நம்ப வைக்கிறது. நம் கறுப்பு ஜனங்கள் நாங்கள் எல்லோரையும் நேசிக்கிறோம் என்று சொல்வதைப் பார்க்கும்போது, தாங்கள் பேசுவதை உணராமல் உளறுகிறார்கள் என்றுதான் தோன்றுகிறது.

வேறு புதுச்செய்தி சொல்கிறேன் நெட்டி,

உன் சகோதரிக்கு தற்கொலை செய்துகொள்ளும் அளவுக்கு தைரியமில்லை. பெரும்பாலான நேரங்களில் கடுந்துயரத்தில் உழல்கிறேன், ஆனால் இதை விடவும் மோசமான தருணங்களை என் வாழ்வில் பார்த்திருக்கிறேனே? எனக்கு நெட்டி என்ற அருமையான தங்கை இருந்தாள், ஷுக் என்ற அருமையான தோழி இருந்தாள். கவிதைகள் எழுதக்கூடிய, பாடக்கூடிய அருமையான என் குழந்தைகள் ஆப்ரிக்காவில் வளர்கிறார்கள்.

முதல் இரண்டு மாதங்கள் நரகவேதனை. இப்போதோ ஷுக் சென்று ஆறு மாதங்களாகிவிட்டன. அவள் திரும்பவருவதாய்த்தெரியவில்லை. உனதல்லாத எதையும் நீ விரும்பாதே என்று நான் என் இதயத்துக்குச் சொல்லிக்கொடுக்க முயற்சிசெய்கிறேன்.

என் வாழ்வின் மிக மகிழ்ச்சியான காலங்களை ஷுக் எனக்குத்தந்திருக்கிறாள். இப்போது அவளும் தன் புதிய வாழ்வில் புதிய விஷயங்களைக் கற்றுக்கொள்கிறாள். அவளும் ஜெர்மைனும் அவளுடைய பிள்ளைகளில் ஒருவனின் வீட்டில் இருக்கிறார்கள்.

அன்புள்ள சீலி, நானும் ஜெர்மைனும் அரிஸோனாவின் டஸ்கனில், என்னுடைய பிள்ளைகளில் ஒருவன் வாழும் இடத்தில் இருக்கிறோம். மற்ற இரு பிள்ளைகளும் உயிரோடுதான் இருக்கிறார்கள். ஆனால் அவர்கள் என்னைப் பார்க்க விரும்பவில்லை. நான் மிகத்தீயவள் என்று யாரோ அவர்களிடம் சொல்லியிருக்கிறார்கள். இந்தப் பிள்ளையோ, நான் எப்படிப்பட்டவளாக இருந்தாலும் என்னைப் பார்க்க விரும்பியிருக்கிறான். அவன் சிறிய, மண்ணால் செய்யப்பட்டது போன்ற, அடோப் என்றழைக்கப்படும் ஒரு வீட்டில் வசிக்கிறான்,

அது போன்ற வீடுகள் என்றால் எனக்கு எவ்வளவு பிரியம் என்று தான் உனக்குத்தெரியுமே, அதனால் நான் சொந்த வீட்டில் இருப்பது போலவே உணர்கிறேன். இந்திய ரிசர்வேஷனில் வேலை செய்வதோடு அவன் ஒரு பள்ளியில் ஆசிரியராகவும் பணிபுரிகிறான். அவனை இங்கே கறுப்புவெள்ளையன் என்று அழைக்கிறார்கள். அதற்கான ஒரு வார்த்தையும் அவர்களிடத்தில் உண்டு, அது அவனுக்கு மிகுந்த சங்கடத்தைத் தருகிறது. அவர்களிடம் தான் அப்படி அழைக்கப்படுவதை விரும்பவில்லை என்று தெரியப்படுத்தினாலும், அவர்கள் அதை லட்சியம் செய்வதில்லை. அவர்களைப்பொறுத்தவரையில் *இந்தியரல்லாத யாரும் பொருட்படுத்தத்தக்கவர்கள் அல்லர். அவனுடைய மனம் புண்படுவதைப் பார்க்க எனக்கும் வருத்தமாகயிருக்கிறது. ஆனால், வாழ்க்கையென்றால் எல்லாம் தான் இருக்கும்.

என்னுடைய குழந்தைகளைத் தேடவேண்டும் என்ற எண்ணத்தை எனக்குள் விதைத்தது ஜெர்மைன் தான். நான் அவனுக்கு உடுத்திப்பார்த்து மகிழ்வதையும், அவனுடைய கேசத்தை அளைந்து விளையாடுவதையும் கவனித்துவிட்டு அவன் இப்படி ஒரு யோசனையைச் சொன்னான். என் பிள்ளைகள் எப்படி இருக்கிறார்கள் என்று தெரிந்து கொண்டால் நான் அமைதியாக வாழ்வேன் என்று தான் அவன் இப்படி யோசித்திருக்கிறான், குரூர எண்ணம் ஏதுமில்லை.

ஜேம்ஸ் எனும் என் மகனோடு தான் நாங்கள் தங்கியிருக்கிறோம். அவனுடைய மனைவியின் பெயர் கொரா மே. அவர்களுக்கு டேவிஸ், கேன்ட்ரெல் என்று இரண்டு குழந்தைகள். தன்னுடைய அம்மா (என் அம்மா)விடம் ஏதோ விநோதம் இருப்பதாக அவன் நினைத்தானாம். ஏனென்றால் அவளும் அப்பாவும் ரொம்பவும் வயதானவர்களாகவும், கண்டிப்பானவர்களாகவும் இருந்தார்கள். ஆனாலும் அவர்களிடமிருந்து அவனுக்கு ஏராளமான அன்பு கிடைத்ததாக அவன் சொன்னான்.

உண்மைதான் மகனே, அவர்களிடம் நிறைய அன்பிருந்தது. ஆனால் எனக்கு அன்போடு கொஞ்சம் புரிதலும் தேவைப்பட்டது என்றேன்.

அவர்கள் இறந்து பத்து வருடங்கள் போல ஆகிவிட்டது. எங்களை அவர்களால் இயன்றவரையில் படிக்கவைத்தார்கள் என்றான்.

எனக்குத்தெரியும் நான் ரொம்பக் கடினமானவள், என் அப்பா அம்மாவைப் பற்றி நினைப்பதேயில்லை என்று நீ நினைக்கிறாய். ஆனால், அப்பா அம்மா இறந்துவிட்டார்கள் என்பதையும், என் குழந்தைகள் நல்லவிதமாக வாழ்கிறார்கள் என்பதையும் தெரிந்துகொண்ட பிறகு, நான் அவர்கள் குறித்து நிறைய யோசிக்கிறேன். ஊர் திரும்பியதும் அவர்களின் கல்லறையில் மலர்க்கொத்துக்களை வைக்க வேண்டும்.

இப்படி எழுதினாள் ஷுக்.

அவள் ஒவ்வொரு வாரமும் எனக்குக் கடிதங்கள் எழுதினாள். நீளமான, செய்தி நிரம்பிய கடிதங்கள். அவள் மறந்துவிட்டதாக நினைத்த எல்லாவற்றையும் எனக்கு எழுதினாள். அதோடு, அந்தப் பாலைவனத்தையும், மலைகளையும், அந்த இந்தியர்களைப் பற்றியும். நானும் அவளோடு பயணம் செய்திருக்கலாமே என்று ஏங்கினேன். ஆனால், அவளுக்காவது அது வாய்த்ததே என்று கடவுளுக்கு நன்றி சொன்னேன். சிலநேரங்களில் அவள் மீது எனக்குக் கடுங்கோபம் ஏற்படும். அவள் தலையிலுள்ள மயிரையெல்லாம் ஆய்ந்துவிடவேண்டும் போல எரிச்சல் உண்டாகும். உடனேயே, அவள் விருப்பப்படி வாழ அவளுக்கு உரிமை உண்டு என்பதை நினைவுபடுத்திக்கொள்வேன். அவளுக்குப் பிடித்தமான துணையோடு இந்த உலகத்தைச் சுற்றிவர அவளுக்கு உரிமை உண்டு. நான் அவளை நேசிப்பதாலேயே அவளுடைய உரிமைகளைப் பறித்துவிட முடியாது.

எனக்கு வருத்தம் உண்டாக்கும் ஒரே விஷயம், அவள் ஊர் திரும்புவதைப் பற்றி எதுவுமே சொல்லாமலிருப்பதுதான். நான் அவளைப் பிரிந்து ஏங்குகிறேன். அவளுடைய அண்மைக்காக எவ்வளவு ஏங்குகிறேனென்றால், அவள் அந்த ஜெர்மனை இழுத்துக்கொண்டு இங்கு வருவாளென்றாலும் கூட அவர்கள் இருவரையும் வரவேற்கவும், அந்த முயற்சியில் ஈடுபட்டு செத்துப்போகவும் கூட தயாராக இருந்தேன். யாரை நேசிக்கவேண்டும் என்று அவளுக்குச் சொல்லித்தர நான் யார்? என்னுடைய பணி அவளை ஆழமாகவும் உண்மையாகவும் நேசிப்பது மட்டும்தான்.

மிஸ்டர் ____ என்னிடம் ஒருநாள் கேட்டார். ஷுக்கிடம் நீ பெரிதும் விரும்புவது என்ன என்று. அவருக்கு அவளுடைய ஒயிலானபாவனை பிடிக்குமாம். உண்மையைச் சொல்லவேண்டுமென்றால் அவள் பல

ஆண்களை விட மிகுந்த ஆண்மை நிறைந்தவள் என்றார். அதாவது அவள் நேர்மையானவள், வளைந்துகொடுக்க மாட்டாள். அவள் மனதில் பட்டதை அப்படியே பேசுவாள், அடுத்தவர்கள் என்ன நினைத்தாலும், தனக்குப் பிடித்ததைச் செய்வாள். ஷுக்கும் சோஃபியாவைப் போலவே சண்டைபோடக்கூடியவள். என்ன நடந்தாலும் தனக்கான வாழ்க்கையை வாழ்ந்துவிடவேண்டும் என்பதில் தீர்மானமாய் இருப்பவள் என்றார்.

இதெல்லாம் ஆண்களின் குணங்கள் என்று மிஸ்டர் ____ நினைக்கிறார். ஆனால், நீங்களோ ஹார்ப்போவோ அப்படியில்லையே என்றேன் நான். ஷுக் நடந்துகொள்ளும் விதம் பெண்மையாகத்தான் எனக்குத்தோன்றுகிறது. அதிலும் அவளும் சோஃபியாவும் ஒரே மாதிரியான குணங்களையுடையவர்கள் எனும்போது.

சோஃபியாவும் ஷுக்கும் ஆண்களைப் போன்றவர்கள் அல்லதான். ஆனால், அவர்கள் பெண்களைப் போலவும் இல்லையே என்றார்.

அதாவது அவர்கள் உங்களைப்போலவும் இல்லை, என்னைப் போலவும் இல்லை, அப்படித்தானே.

அவர்கள் சுயாதீனமானவர்கள். அது வித்தியாசமானது தான்.

எனக்கு ஷுக்கிடம் மிகவும் பிடித்தது, அவள் கடந்துவந்த பாதைதான். அவளுடைய கண்களுக்குள் உற்றுநோக்கும்போது, அவள் எங்கிருந்தாளோ அங்கு முழுதாக இருந்தாளென்பதையும், எதைப்பாத்தாளோ அதைத்தன் இதயத்தால் பார்த்திருக்கிறாள் என்பதையும், என்ன செய்தாலும் முழுமனதோடு செய்திருக்கிறாள் என்பதையும் தெரிந்துகொள்ளலாம்.

நீ சொல்வது உண்மைதான் என்றார் மிஸ்டர் ____.

அவளுடைய வழியில் யாரும் குறுக்கிட்டால், அவள் அவர்கள் முகத்திற்கு நேராக ஒழிந்து போ என்று சொல்லிவிடுவாள்.

ஆமென் என்றார் அவர். அதற்குப்பின் அவர் பேசியது எனக்கு மிகுந்த ஆச்சரியத்தை கொடுத்தது. அவர் இவ்வளவு ஆழமாகவும் நல்லறிவோடும் யோசிப்பாரா என்று என்னை நினைக்கவைத்தது. மனிதர்களின் உடல்தேவைகளைப் பொறுத்தமட்டில் எல்லோரும் என்ன நினைக்கிறார்களோ அது தான் என் நினைப்பும். ஆனால்,

காதல் விஷயத்தில் எனக்குத் தீர்மானமான கருத்துண்டு. நான் நேசித்திருக்கிறேன், நேசிக்கப்பட்டிருக்கிறேன். மற்றவர்களுக்குப் பிடிக்கவில்லை, அவர்கள் முக்கிமுனகுகிறார்கள் என்பதற்காகவெல்லாம் காதலைத் தடுத்துநிறுத்த முடியாது என்று எனக்குப் புரியவைத்ததற்காக கடவுளுக்கு நன்றி. நீ ஷுக்கை நேசிப்பதை என்னால் புரிந்துகொள்ளமுடிகிறது. நான் அவளைக் காலமெல்லாம் நேசித்துவந்திருக்கிறேன்.

திடீரென்று என்ன ஆயிற்று உங்களுக்கு? நலமாக இருக்கிறீர்கள் தானே?

எனக்கொன்றும் ஆகவில்லை. அனுபவம் பேசுகிறது அவ்வளவுதான். எல்லோருக்கும் அனுபவப்பாடங்களை வாழ்க்கை நடத்தத்தான் செய்கிறது, என்ன, கொஞ்சம் முன்னே பின்னே ஆகலாம். நீ ஷுக்காக இல்லாமல் நீயாய் இருந்தகாரணத்தால் தான் நான் உன்னை அடித்தேன் என்று ஷுக்கிடம் ஒப்புக்கொண்ட போதே எனக்கான பாடம் தொடங்கிவிட்டது.

நான் தான் அதை அவளிடம் சொன்னேன்.

அது எனக்குத் தெரியும். நான் உன்னைக் குறைசொல்ல மாட்டேன். ஒரு கழுதை கூட தான் எப்படி நடத்தப்படுகிறது என்பதை தன் கூட்டத்திடம் சொல்லத்தான் செய்யும். ஆனால், தன் காதலன் அவன் மனைவியை தானாய் இல்லாமல் அவளாய் இருப்பதற்காக அடிக்கிறான் என்பதை விரும்பும் பெண்கள் இருக்கத்தான் செய்கிறார்கள். ஆன்னி ஜூலியா விஷயத்தில், ஷுக்கும் அப்படித்தான் இருந்தாள். நாங்கள் இருவரும், என் முதல்மனைவியின் விஷயத்தில் மட்டரகமாக நடந்துகொண்டோம். ஆனால், அவள் அதையெல்லாம் யாரிடமும் சொல்லவில்லை. அவளுக்குச் சொல்லிக்கொள்ள யாருமே இல்லை. எனக்கு அவளைத்திருமணம் செய்துகொடுத்த பிறகு, அவளுடைய குடும்பத்தார்கள், அவளை ஏதோ கிணற்றில் தள்ளிவிட்டதைப் போல இருந்துகொண்டார்கள், அவள் இந்த பூமியிலேயே இல்லை என்பதுபோல. எனக்கு அவளைப் பிடிக்கவில்லை. எனக்கு ஷுக் தான் தேவைப்பட்டாள். ஆனால், என் அப்பா தான் எனக்கு எசமானர். எனக்கு யாரை மனைவியாக்க வேண்டுமென அவர் நினைத்தாரோ அவளே என் மனைவியானாள்.

ஆனால், ஷுக் உனக்காகப் பேசினாள் சீலி. ஆல்பர்ட், நான் நேசிக்கும் ஒருத்தியை நீ மிகமோசமாக நடத்துகிறாய், அதனால் உன் விஷயத்தில், இனி நான் உனக்கு இல்லை என்றாள். என்னால் அதை நம்பவே முடியவில்லை. ஏனென்றால் எப்போதுமே எங்களுக்கிடையே காதலும் காமமும் சதா கொப்பளித்துக்கொண்டே இருக்கும். மன்னிக்க வேண்டும் சீலி. ஆனால், அதுதான் உண்மை. அதனால் நான் அவள் சொன்னதை விளையாட்டாக எண்ணி, சிரித்துக்கடக்க முயன்றேன். அவளோ தான் சொன்னதைச் செய்தேவிட்டாள்.

நான் அவளைச் சீண்டினேன். அந்த கிழட்டுமுட்டாள் சீலியை நீ நேசிக்கவே முடியாது, அவள் குரூபியாகவும், தொத்தலாகவும் இருக்கிறாள், உன் பக்கத்தில் நிற்கக்கூட அவளுக்குத் தகுதியில்லை. படுக்கையிலும் அவள் துப்புகெட்டவள் என்றேன்.

நான் அவளிடம் ஏன் அப்படிச்சொன்னேன் என்று நொந்துகொள்ளும்படி அவள் எனக்கு பதில்கொடுத்தாள். ஒரு முயலைப் போல அவள் மீது ஏறி, நீ வெறும் சுயமைதுனம் செய்துவந்திருக்கிறாய் உன்னோடெல்லாம் உறவுகொள்வதற்கு துப்பு எதற்கு? அதுமட்டுமல்லாமல் நீ சுத்தமாகவும் இருக்கமாட்டாய் என்று சீலி சொல்லியிருக்கிறாள் என்று கூறிவிட்டு அவள் மூக்கைச்சுளித்துக்கொண்டாள்.

எனக்கு உன்னைக் கொல்லவேண்டும் போல ஆத்திரம் வந்தது. பலமுறை உன்னை அறையவும் செய்தேன். நீயும் ஷுக்கும் எப்படி அவ்வளவு ஒட்டிக்கொண்டீர்கள் என்று எனக்குப் புரியவேயில்லை, அது என்னைக் கடுமையாக குழம்பச்செய்தது. அவள் உன்னிடம் குரூரமாகவும் மோசமாகவும் நடந்துகொண்டதை என்னால் புரிந்துகொள்ள முடிந்தது. ஆனால், விரைவிலேயே ஒருவரின் கூந்தலை அடுத்தவர் வாரிக்கொண்டிருந்ததைப் பார்த்ததும் மிகுந்த கவலை கொள்ளத்துவங்கினேன்.

அவளுக்கு இன்னமும் உங்கள் மீது பிரியம் இருக்கிறது.

இப்போது என்னை அவள் ஒரு சகோதரனைப் போலத்தான் பார்க்கிறாள்.

அது ஒன்றும் அவ்வளவு மோசமான விஷயமில்லையே. அவளுடைய சகோதரர்கள் அவளை நேசிப்பதில்லையா?

அவர்கள் கோமாளிகள். நான் முன்பு செய்த கோமாளித்தனத்தையெல்லாம் இன்னமும் செய்பவர்கள்.

மேன்மையடைய வேண்டுமென்றால், எங்கிருந்தாவது துவங்கித்தானே ஆகவேண்டும். நம்மால் நம்மைத்தான் மாற்றிக்கொள்ள முடியும்.

ஷுக் உன்னைப் பிரிந்ததற்காக நான் மிகவும் வருந்துகிறேன் சீலி, அவள் என்னைப் பிரிந்தபோது எப்படி உணர்ந்தேன் என்பதை நான் இன்னமும் மறக்கவில்லை.

பிறகு அந்த கிழட்டுபிசாசு என்னைச் சுற்றித் தன் கரங்களை இட்டுக்கொண்டு என்னோடு அந்த முற்றத்தின் அமைதியில் மௌனமாக நின்றது. சிறிதுநேரம் கழித்து நானும் என் விறைப்பான கழுத்தைச் வளைத்து அதன் தோளில் சாய்ந்துகொண்டேன். இதோ இரண்டு கிழட்டு முட்டாள்கள் இந்த நட்சத்திரங்களின் கீழே காதல் தோல்வியால் ஒன்றுபட்டு நிற்கிறோம் என்று நினைத்துக்கொண்டேன்.

என் குழந்தைகளைப் பற்றியும் அடிக்கடி கேட்பார்.

அவர்கள் இருவரும் நீளங்கிகள் உடுத்துவதாக நீ சொன்னதை அவரிடம் சொன்னேன். ஒருமுறை அவர் என்னைக்காண வந்தபோது நான் தைத்துக்கொண்டிருந்தேன். நீ தைக்கும் இந்த காற்சட்டைகளில் அப்படி என்ன விசேஷம் என்று கேட்டார்.

இவற்றை யார் வேண்டுமானாலும் அணிந்து கொள்ளலாம் என்றேன்.

ஆண்களும் பெண்களும் ஒரேமாதிரி உடுத்திக்கொள்ளக்கூடாது, ஆண்கள் மட்டும் தான் காற்சட்டைகள் அணிந்துகொள்ளலாம்.

அப்படியா? அதை நீங்களே ஆப்ரிக்காவில் இருக்கும் ஆண்களிடம் சொல்லிவிடுங்கள்.

என்னது புரியவில்லையே? என்றார். முதன்முறையாக அப்போதுதான் ஆப்பிரிக்கர்களைப் பற்றி அவர் யோசிக்கிறார்.

ஆப்பிரிக்க மக்கள், அங்குநிலவும் கடும் வெய்யிலுக்குப் பொருத்தமான உடைகளை உடுத்தத்தான் நினைக்கிறார்கள். மதப்பிரச்சாரகர்களைப் பொறுத்தவரையில் உடைகளைப் பற்றின கொள்கைகளே

வேறு. ஆனால் தன்னியல்பாக, ஆப்ரிக்கர்கள், ஒன்று மிகவும் குறைவாக உடுத்திக்கொள்வார்கள், அல்லது ஏராளமாக. ஆனால் ஆண், பெண் இருபாலருக்கும் நல்ல உடைகள் என்றால் மிகவும் பிரியம்தான்.

அங்கி என்று சொன்னாயே சற்றுமுன்.

அங்கிதான், நீளமான உடைகள். காற்சட்டைகள் அல்ல.

ஆச்சரியமாகத்தான் இருக்கிறது.

அது மட்டுமில்லை. ஆப்ரிக்காவில் ஆண்களும் தைப்பார்களாம்.

நிஜம் தானா ?

உண்மையாகத்தான். இங்குள்ள ஆண்களைப் போல அவர்கள் பிற்போக்குத்தனம் கொண்டவர்கள் இல்லை.

நான் சிறுவனாகயிருந்த போது, அம்மா எப்போதும் தைத்துக்கொண்டுதானிருப்பாள். நானும் அவளோடு சேர்ந்து தைப்பேன். எல்லோரும் என்னைப் பார்த்துச் சிரிப்பார்கள். ஆனாலும் எனக்குத் தைக்க பிடித்திருந்தது.

இப்போதுகூட நீங்கள் தைக்கலாமே, இங்கே யாரும் உங்களைப் பார்த்து சிரிக்கப் போவதில்லை. இதோ இந்த பாக்கெட்டுகளை தைக்க எனக்கு உதவுங்கள்.

எனக்கு தைக்கத்தெரியாதே.

நான் கற்றுத்தருகிறேன். நான் அவருக்குக் கற்றுத்தந்தேன்.

இப்போதெல்லாம் நாங்கள் ஒன்றாக அமர்ந்து, தைத்துக்கொண்டு, பேசிக்கொண்டும், பைப் புகைத்துக்கொண்டும் இருக்கிறோம்.

உங்களுக்குத் தெரியுமா? ஆப்ரிக்காவில், நெட்டியும் குழந்தைகளும் இருக்கிறார்களே, அங்கே வெள்ளையர்கள் கருப்பர்களிடமிருந்து தோன்றினார்கள் என்பதுதான் அந்த ஜனங்களின் நம்பிக்கை.

தைத்துக்கொண்டிருந்ததில் இருந்த கவனம் மாறாமல், ஆச்சரியமாய் இருக்கிறதே என்னும் தொனியில் வாய்ப்பே இல்லை என்றார்.

அங்கு போனதுமே ஆதமுக்கு அவர்கள் வேறேதோ பெயர் வைத்தார்களாம். நெட்டியும் அவளோடு சென்றவர்களும் அங்கு போவதற்கு முன்பு, அங்கிருந்த

மதப்பிரச்சாரகர்கள், ஆதம் யார் என்பதைப்பற்றி வெள்ளையர்களின் கோணத்தில் ஒரு கதையைச் சொல்லியிருக்கிறார்கள். ஆனால் ஆப்பிரிக்கர்களிடத்தில் ஆதமைப்பற்றி முற்றிலும் வேறு கண்ணோட்டத்திலான கதை இருந்திருக்கிறது. அதுவும் பல தலைமுறைகளாகச் சொல்லப்பட்டுவரும் கதை.

ஓ அவர்களைப் பொறுத்தவரையிலும் ஆதம் என்பது யாராம்? மிஸ்டர் ____ கேட்டார்.

முதல் வெள்ளை மனிதன் ஆதம். அவனே முதல் மனிதன் இல்லை. அவர்களைப் பொறுத்தமட்டில் ஆதிமனிதன் யார் என்றெல்லாம் யாருக்குமே தெரிந்திருக்க வாய்ப்பில்லை. முதலில் வெள்ளையாய்ப் பிறந்ததால் அவனை எல்லோரும் கவனித்தார்கள் அவ்வளவுதான்.

மிஸ்டர் ____ முகத்தைச் சுளித்தார். நான் வைத்திருந்த வேறுநிற நூலைப் பார்த்தார். அவருடைய ஊசியில் நூலை நுழைத்து விரலைச் சூப்பி, முடிச்சிட்டார்.

ஆதமுக்கு முன் பிறந்த எல்லோருமே கறுப்பர்கள் என்பது அவர்கள் நம்பிக்கை. திடீரென்று ஒருத்திக்கு நிறமற்ற ஒரு குழந்தை பிறந்தது. அவளையும் அந்தக் குழந்தையையும் அவர்கள் உடனே கொன்றார்கள். அவள் தின்ற ஏதோ ஒவ்வாப் பொருளின் காரணமாகத்தான் குழந்தை அப்படிப் பிறந்தது என்று முதலில் நினைத்தனர். சீக்கிரமே இன்னொருத்திக்கும் அதேபோன்று ஒரு குழந்தை பிறந்தது, அப்புறம் இரட்டைக்குழந்தைகள் பிறக்க ஆரம்பித்தன. அப்படிப் பிறந்த வெள்ளைக் குழந்தைகளையும், இரட்டைக் குழந்தைகளையும் அவர்கள் கொல்லத் தொடங்கினர். ஆதம் வெள்ளையாய்ப் பிறந்த முதல் மனிதன்கூட இல்லை. வெள்ளையாய்ப் பிறந்து கொல்லப்படாமல் தப்பித்த முதல் மனிதன்.

மிஸ்டர் ____ என்னை யோசனையாய்ப் பார்த்தார். உண்மையில், அவர் அப்படி ஒன்றும் மோசமான உருவம் கொண்டவர் இல்லை. அதுவும் இப்போதெல்லாம் அவர் முகத்தில் ஏராளமான உணர்வுகள் ஒளிந்துகொண்டிருப்பதுபோல் தோன்றுகிறது.

இன்றுவரை நம்மிடையே *அல்பினோக்கள் பிறக்கிறார்கள் இல்லையா? ஆனால் நம்மவர்களில் எவனாவது அங்கே கசமுசா செய்திருந்தாலே ஒழிய வெள்ளையர்களுக்குக் கறுப்பாகக் குழந்தைகள் பிறப்பதில்லையே. ஆப்ரிக்காவில் குழந்தைகள் இப்படி

வெள்ளையாகப் பிறக்க ஆரம்பித்த ஆதிக்காலத்தில் வெள்ளையர் எவரும் அங்கு போனதே கிடையாதே.

இந்தச் சூழலில்தான் ஒலிங்கா மக்கள், ஆதம் - ஏவாளைத் தன் சூழ்ச்சியால் பாம்பு வீழ்த்தியதையும், கடவுள் அவர்கள் இருவரையும் ஈடன் தோட்டத்தைவிட்டு விரட்டியதையும் வெள்ளை மதப்பிரச்சாரகர்கள் சொல்லக் கேட்டனர். வெள்ளையாய்ப் பிறந்த ஒலிங்கா குழந்தைகளைக் கிராமத்தை விட்டு விரட்டியபின்னர், அவர்களைப் பற்றி நினைத்துக்கூடப் பார்த்ததில்லை என்பதால் அவர்கள் இந்தக் கதையை வெகு ஆர்வமாகக் கேட்டார்கள். ஏனென்றால், கண்கள் காணாத தொலைவை அவர்கள் மனம் எட்டுவதில்லை என்று ஆப்பிரிக்கர்களைப் பற்றிச் சொல்வாள் நெட்டி. மற்றொன்று அவர்களைப்போல் இல்லாமல் வேறுபடும் எதையும் அவர்கள் விரும்புவதில்லை. எல்லோரும் ஒன்றேபோல் இருப்பதையே அவர்கள் விரும்புவர். அதனால் வெள்ளையர்கள் அவர்களிடையே நீடித்திருப்பதற்கு வாய்ப்பேயில்லை. நெட்டி சொல்வதைப் பார்த்தால் வெள்ளையாய்ப் பிறந்த ஒலிங்கா குழந்தைகளை அவர்கள் விரட்டியதற்குக் காரணம் அவர்களின் தோற்றம். நம்மைப்போல, அடிமையானவர்களை, அவர்கள் விரட்டியடித்தற்குக் காரணம், நாம் (முன்னோர்கள்) அவர்களைப்போல அல்லாமல் வித்தியாசமான பழக்கங்களைக் கொண்டிருந்ததுதான். நாம் என்ன செய்திருந்தாலும் அவர்களுக்கு அது சரியில்லை என்று தோன்றியிருக்கும். நீக்ரோக்களைப் பற்றித் தெரியாதா என்ன? யாராவது அவனுக்கு சரிதவறு சொல்லித்தர முடியுமா? அவனை ஆள முயற்சி செய்ய முடியுமா? ஒவ்வொரு நீக்ரோவும் தன் மண்டைக்குள் ஒரு ராஜாங்கத்தை அல்லவா நடத்திக்கொண்டிருக்கிறான்.

அப்புறம் கேளுங்கள், அந்த பிரச்சாரகர்கள், ஆதம் - ஏவாள் இருவரும் நிர்வாணமாக இருந்ததைச் சொன்னபோது, ஒலிங்கா மக்கள் விழுந்துவிழுந்து சிரித்தார்களாம். பிரச்சாரகர்கள், அவர்கள் உடை உடுத்திக்கொள்ள வேண்டும் என்பதற்கு இதைக் காரணம் காட்டியதுதான் நகைப்புக்குக் காரணம். ஆதமும் ஏவாளும் நிர்வாணமாக இருந்ததால் நாங்கள்தான் அவர்களைக் கிராமத்திலிருந்து விரட்டினோம் என்றார்களாம். நிர்வாணத்தைக் குறிக்கும் அவர்களின் சொல், வெள்ளை. தாங்கள் நிறத்தால் போர்த்தப்பட்டிருப்பதால் தாங்கள் நிர்வாணிகள் அல்ல என்பது அவர்கள் வாதம்.

வெள்ளையர்களைப் பார்க்கும் யாரும் அவர்கள் நிர்வாணமாக இருப்பதைச் சொல்லி விடலாம், ஆனால் நாங்கள் ஒரு போதும் நிர்வாணிகள் ஆக மாட்டோம் ஏனென்றால் எங்களில் வெள்ளையர்கள் இல்லை என்று சொல்லியிருக்கிறார்கள்.

ஆனால் அவர்கள் நம்பிக்கை தவறானது என்றார் மிஸ்டர் ____.

நீங்கள் சொல்வது சரிதான். ஆதமும் ஏவாளும் அதை நிரூபித்துவிட்டார்களே. இந்த ஒலிங்கா ஜனங்கள் தங்களுடைய குழந்தைகளையே அல்லவா, அவர்கள் கொஞ்சம் வித்தியாசமாகப் பிறந்ததற்காகத் தூக்கி எறிந்திருக்கிறார்கள்.

இப்போதும் அவர்கள் அதேமாதிரி கிறுக்குத் தனங்களைச் செய்யக்கூடியவர்களாகவே இருப்பார்கள் என்றார் மிஸ்டர் ____.

நெட்டி சொல்வதைப் பார்த்தால் இந்த ஆப்ரிக்கர்கள் கொஞ்சம் கரடுமுரடானவர்கள் தான். பைபிள் வாசகம் ஒன்று கூட பழம் மரத்திலிருந்து வெகுதூரத்தில் விழுவதில்லை என்பது போல ஏதோ சொல்கிறதே. அது இருக்கட்டும், அவர்கள் யாரைப் பாம்பு என்று சொல்கிறார்கள்? சொல்லுங்கள் பார்க்கலாம்.

இதிலென்ன சந்தேகம் நம்மைத்தான் என்றார்.

சரியாய்ச் சொன்னீர்கள். வெள்ளைமக்கள் தங்கள் முன்னோரின் மீது பழிவெறி கொண்டிருக்கிறார்களாம். தாங்களை வேண்டாமெனத் தூக்கி எறிந்ததாலும், நிர்வாணமாக இருப்பதாகச் சொல்லியதாலும் கடுங்கோபம் கொண்டு, நம்மை எங்கு பார்த்தாலும், பாம்பைக் கண்டால் எப்படிக் கொல்வார்களோ அப்படிக் கொல்லத் துடித்தார்களாம்.

நீ இதை நம்புகிறாயா என்று கேட்டார் மிஸ்டர் ____.

இது ஒலிங்கா மக்கள் சொல்லும் கதை. வெள்ளைக்குழந்தைகள் பிறப்பதற்கு முன்பான வரலாறு தங்களுக்குத் தெரியும் என்று சொல்வதைப்போலவே, அவர்களில் பிழைத்துக்கொண்ட மூத்தவர்கள் அங்கிருந்து வெளியேற்றப்பட்ட பிறகு என்ன நடக்கும் என்ற வருங்காலத்தையும் அறிந்திருந்தார்கள். தாங்கள் வேண்டப்படாதவர்களாகிவிட்ட கோபத்தில் அந்தக் குழந்தைகள் அடித்துக்கொண்டு சாவார்கள். *நிறப்பட்ட

அன்புள்ள ஏவாளுக்கு | 335

மக்கள் சிலரையும் கொல்வார்கள். உண்மையைச் சொல்ல வேண்டுமென்றால், பூமியில் வெள்ளையர்கள் ஏராளமான மக்களையும் நிறப்பட்டவர்களையும் கொன்று குவிப்பதால், கறுப்பர்களை அவர்கள் வெறுப்பதுபோல எல்லோரும் அவர்களை வெறுப்பார்கள். அவர்கள் புதிய உலகின் பாம்புகளாவார்கள். எங்கேயாவது வெள்ளையர்கள் தென்பட்டால், வெள்ளை அல்லாதவர்களால் அவர்கள் உடனே நசுக்கிக் கொல்லப்படுவார்கள், நம்மை அவர்கள் நசுக்குவதைப் போலவே. பூமியில், இப்படியே காலாகாலத்திற்கும் ஒரு சுழற்சியில் நிகழ்ந்துகொண்டிருக்கும் என்று ஒலிங்கர்கள் நம்புகிறார்கள். மேலும் ஒவ்வொரு பத்துலட்சம் வருடங்களுக்கும் உலகத்தில் ஏதோ நிகழ்ந்து, மக்களின் தோற்றத்தில் மாற்றங்கள் உண்டாகுமாம். இரட்டைத்தலைகளோடு மனிதர்கள் பிறக்கலாம், ஒரு தலை உள்ளவர்கள் எல்லோரும் அவர்களை வேறெங்காவது விரட்டிவிடலாம். இப்படியான எண்ணங்களை மறுக்கிறவர்களும் அவர்களில் உண்டு. வெள்ளையர்களில் மூத்து முதிர்ந்தவர்கள் அனைவரும் இந்த உலகில் இருந்து நீங்கிய பிறகு, பாம்பாக யாரையும் கருதாமல் இருப்பதற்கான வழி, அனைவருமே கடவுளின் குழந்தைகள் என்றோ, ஒரு தாய் மக்கள் என்றோ நம்புவதுதான், அவர்கள் எப்படிப்பட்ட தோற்றம் கொண்டிருந்தாலும் சரிதான் என்று அந்தக்குழுவினர் நம்புகிறார்கள். அப்படியான சூழலில் பாம்புக்கு என்ன வேலை சொல்லுங்கள் பார்ப்போம்?

தெரியவில்லையே என்றார் அவர்.

ஒலிங்கர்கள் பாம்பை வழிபடுகிறார்கள். யாருக்குத் தெரியும், அது நமக்கு ஏதோ ஒருவகையில் சொந்தமாக இருக்கலாம். அதுமட்டுமல்லாமல், பாம்புகள்தான் தாங்கள் பார்த்ததிலேயே அதிபுத்திசாலியான, சுத்தபத்தமான, அழகான தோற்றம் கொண்டவை என்பார்களாம்.

அடேங்கப்பா, அந்த ஜனங்களுக்கு உட்கார்ந்து யோசிக்க ஏராளமான நேரம் இருக்கும்போல என்றார் மிஸ்டர் ___.

அவர்கள் தீவிரசிந்தனையாளர்கள் என்பாள் நெட்டி. ஆனால் அவர்கள் சிந்தனையெல்லாம் ஆயிரம் ஆண்டுக்கணக்கிலேயே இருப்பதால், நிகழ்காலத்தைப்

பற்றி யோசிப்பதில் சிக்கலுண்டாக்கிக் கொள்வார்கள் என்பாள்.

சரி ஆதமுக்கு அவர்கள் என்ன பெயர்தான் வைத்தார்கள்?

ஒமாடாங்கு என்று வைத்தார்களாம். உடுத்தியிருப்பவன் என்று அர்த்தம். கடவுளின் படைப்பில் உருவாகி, தான் ஆண்மகன் என்று அறிந்துகொண்ட, முதல் ஆணின் பெயராம் அது. அவனுக்கு முன்பு தோன்றிய ஆண்கள் பலரும் தான் ஆண் என்பதையே அறிந்திருக்கவில்லையாம். சில ஆண்கள் இப்போதும் அப்படித்தானே, எதையுமே அறிந்துகொள்ள அவர்களுக்கு வெகுகாலம் பிடிக்கிறதல்லவா?

உண்மைதான். நீ இவ்வளவு சிறப்பான துணை என்பதை நான் தெரிந்துகொள்ள வெகுகாலம் எடுத்துக்கொண்டேன் என்று சொல்லிச் சிரித்தார்.

அவர் ஒருபோதும் ஷுக் ஆக முடியாது, ஆனால் இயல்பாகப் பேசிப்பழகக் கூடிய ஒருதுணையாக எனக்கு அவர் ஆனார்.

அன்று கிடைத்த தந்தியில் நீ மூழ்கிப் போனதாகச் செய்தியிருந்தாலும், இன்னமும் உன் கடிதங்கள் எனக்குக் கிடைத்துக்கொண்டுதானிருக்கின்றன நெட்டி.

உன் அக்கா,
சீலி

★ஐரோப்பாவிலிருந்து அமெரிக்காவில் வந்தேறிய வெள்ளையர்கள், பூர்வக்குடி அமெரிக்கர்களை இந்தியர்கள் என்றழைக்கிறார்கள்.

★அல்பினோ – பாண்டுநோய் எனப்படும் நிறமிக்குறைபாடு

அன்பு சீலி,

இரண்டரை மாதங்களுக்குப் பிறகு ஆதமும் டாஷியும் திரும்பிவந்தார்கள். டாஷியும் அவளுடைய தாயும், எங்கள் வளைவைச்சார்ந்த இன்னும்சிலரும், அந்த ஆங்கிலேய சமயப்பரப்பாளப் பெண்மணி வாழ்ந்துவந்த கிராமத்தை நெருங்கிய போது ஆதம் அவர்களை எட்டிப்பிடித்திருக்கிறான். ஆனால் டாஷியோ அவளுடைய தாய் காதரினுமோ திரும்பி வருவதைப் பற்றிப் பேசக்கூடத்தயாராக இல்லை. அதனால் ஆதம் தானும் அவர்களோடு ம்பெல்ஸ்களின் கூடாரத்துக்குப் போனான்.

அது அசாதரணமான ஒரு இடம் என்கிறான் ஆதம்.

உனக்குத்தெரியுமா சீலி ஆப்ரிக்காவில் மிகப்பிரமாண்டமான பள்ளம் ஒன்று இருக்கிறது, அதை தி க்ரேட் ரிஃப்ட் பள்ளத்தாக்கு என்று அழைக்கிறார்கள். அது நாங்கள் வாழும் கண்டத்தின் மறுபுறத்தில் இருக்கிறது. ஆதமைப் பொறுத்தவரை, நாங்கள் வாழும் பக்கத்திலும் சிறிய பிளவொன்று இருக்கிறதாம். அது பல்லாயிரம் ஏக்கர் பரப்பளவிலும், தி க்ரேட் ரிஃப்ட்டை விடவும் மில்லியன் ஏக்கர் கணக்கில் அதிக ஆழமாக இருப்பதாகவும் சொல்கிறான். அது பூமியின் அதிஆழத்தில் அமைந்திருப்பதால், வானில் இருந்து மட்டுமே அதைத்தெளிவாகப் பார்க்க இயலும் என்றும் அப்போதும் அது ஏராளமான மரங்கள் அடர்ந்த ஒரு கணவாய் போலத்தான் தோன்றும் என்றும் சொல்கிறான். இந்த மரங்களடர்ந்த கணவாயில் ஏராளமான ஆப்பிரிக்கப் பழங்குடியினங்களைச்சேர்ந்த, ஆயிரக்கணக்கானவர்கள் இருக்கிறார்களாம். அலபாமாவைச் சேர்ந்த கறுப்பர் ஒருவரும் இருக்கிறார் என்று ஆதம் சத்தியம் செய்கிறான். அங்கு வயல்கள், பள்ளிகள், ஒருமருத்துவமனை, ஒரு கோவில் எல்லாமே இருக்கின்றனவாம். மேலும் அங்கு வெள்ளையரின் தோட்டங்களை நாசம்செய்யும் நோக்கத்துடன் ஆண் மற்றும் பெண் போராளிகளும் உள்ளனராம்.

ஆதமையும் டாஷியையும் நான் நன்கறிவதால் சொல்கிறேன், இதையெல்லாம் அவர்கள் நேரில் பார்த்தபோது உணர்ந்ததைவிட அங்கிருந்து வந்த பிறகான நினைவாடலில் தான் மிகுந்த பரவசத்தை உணர்கிறார்கள்.

மேலும் இருவரின் மனங்களும் ஒன்றிலிருந்து ஒன்று மீளமுடியாமல் கட்டுண்டு கிடக்கின்றன.

இருவரும் தள்ளாடியபடி எங்கள் வளவுக்குள் வந்து சேர்ந்ததை நீ பார்த்திருக்க வேண்டும். பன்றிகளைப் போல அசுத்தமாகவும் நாறிக்கொண்டும், தூக்கக் கலக்கத்தோடும் கொஞ்சமும் தெம்பில்லாமல், தலைமயிர் காட்டுத்தனமாகக் கலைந்தும். கடவுளே! ஆனால் அப்போதும் விவாதம் பண்ணிக் கொண்டிருந்தார்கள்.

உன்னோடு நான் கிளம்பிவந்துவிட்டதாலேயே உன்னைத் திருமணம் செய்துகொள்ள சம்மதித்துவிட்டேன் என்று நினைக்காதே என்றாள் டாஷி.

ஆதம், கொட்டாவியினூடாகவே, கடுஞ்சினத்துடன் சொன்னான். நீ எனக்கு சம்மதம் சொல்லிவிட்டாய், உன் தாய்க்கும் வாக்குக் கொடுத்துவிட்டாய். நானும் அவளுக்கு வாக்களித்திருக்கிறேன்.

அமெரிக்காவில் யாருக்கும் என்னைப் பிடிக்கப் போவதில்லை.

எனக்குப் பிடிக்கும்.

ஒலிவியா ஓடோடி வந்து டாஷியைக் கட்டியணைத்துக்கொண்டாள். பரபரப்பாக அவர்களின் உணவுக்கும், குளியலுக்கும் ஏற்பாடுகள் செய்தாள்.

ஆதமும் டாஷியும் நாளின் பெரும்பகுதியை உறங்கிக் கழித்தபின், இரவில் நாங்கள் கலந்துரையாடக்கூடினோம். எங்களில் நிறையபேர் ம்பெலெஸ்களைச் சேர்ந்து கொள்ள ஓடிவிட்டதால், தோட்டங்களில் வேலை செய்ய வடக்கிலிருந்து முஸ்லிம் தொழிலாளர்களை அழைத்துவர ஆரம்பித்துவிட்டார்கள். இங்கிருந்து போக வேண்டிய நேரம் வந்துவிட்டது, அதனால் இன்னும் சில வாரங்களில் ஊருக்குத் திரும்பிவிடலாம் என்று பிள்ளைகளுக்குத் தெரிவித்தோம்.

ஆதம், டாஷியை மணந்து கொள்ள விருப்பம் தெரிவித்தான்.

டாஷி மறுப்பு தெரிவித்தாள்.

அவளுக்கே உரிய நேர்மையுடன் அதற்கான காரணங்களையும் சொன்னாள். முக்கிய காரணமாக

அவள் நினைத்தது அவளுடைய கன்னங்களிலிருக்கும் தழும்புகளைத் தான். அமெரிக்கர்கள் அதைப் பார்த்தால், அவளையும், அவளுக்கும் ஆதமுக்கும் பிறக்க இருக்கும் குழந்தைகளையும் காட்டுமிராண்டிகளாகக் கருதி, ஒதுக்கி வைப்பார்கள். மேலும் ஊரிலிருந்து எங்களுக்கு வரும் பாத்திரிக்கைகளைப் படித்ததிலிருந்து கறுப்பர்களுக்கே கூட தன்னைப் போன்ற கடுங்கறுப்பர்களைப் பிடிப்பதில்லையென்றும், முக்கியமாக இப்படிப்பட்ட கரிய பெண்களை அவர்கள் ரசிப்பதில்லை என்றும் தான் தெரிந்து கொண்டதாகச் சொன்னாள். அவர்கள் தங்கள் முகங்களை வெளுக்கச் செய்துகொள்கிறார்கள், தங்கள் கூந்தலை நேராக்கிக்கொள்கிறார்கள், அம்மணமாக்கிக் கொள்ள முயற்சி செய்கிறார்கள் என்றாள்.

ஆதம் அதுபோன்ற ஒரு பெண்ணுக்காகத் தன்னை விட்டுவிட்டால், நாடற்ற, மக்களற்ற, தாயற்ற, கணவனற்ற, சகோதரனற்ற ஒருபயங்கரமான நிலை தனக்கு ஏற்பட்டுவிடும் என்று தான் அஞ்சுவதாகச் சொன்னாள்.

எது எப்படியிருந்தாலும் உனக்கு ஒரு சகோதரி இருப்பாள் என்றாள் ஒலிவியா.

அந்தத் தழும்புகளைப் பார்த்த முதன்முறை தான் நடந்துகொண்ட விதத்துக்காகவும் உறுப்புச்சிதைவு சடங்குக்கு ஒப்புக்கொண்டதற்காக அவளை கடிந்துகொண்டதற்கும் தன்னை மன்னிக்கச்சொல்லி ஆதம் வேண்டினான். டாஷியைத் தான் நேசிப்பதாகவும், அமெரிக்காவில் அவளுக்கு நாடும், மக்களும், பெற்றோரும், சகோதரியும், கணவனும், சகோதரனும், காதலனும் எல்லோரும் இருப்பார்கள் என்றான். அமெரிக்காவில் அவளுக்கு எது நடந்தாலும் அது அவனையும் அவனைச் சார்ந்தவர்களையும் சேர்ந்ததே என்றான்.

பிறகு என்ன நடந்தது தெரியுமா சீலி?

அடுத்த நாளே நம் பிள்ளை டாஷியின் கன்னங்களில் இருப்பதைப் போன்ற தழும்புகளைப் போலவே தன் கன்னங்களிலும் உண்டாக்கிக்கொண்டு வந்தான்.

டாஷியும் ஆதம்ஒமடாங்குவும், மிகமகிழ்ச்சியாக இருக்கிறார்கள் சீலி. ஆனந்தமாக இருக்கிறார்கள்.

சாம்யெல் அவர்களுக்குத் திருமணம் செய்து வைத்தார். அந்த வளவில் இருந்த எல்லோரும் வந்திருந்து அவர்களின்

மகிழ்ச்சிக்கும் என்றென்றைக்குமான கூரையிலைச் செல்வத்துக்குமாக வாழ்த்தினார்கள். ஒலிவியா மணப்பெண்ணுக்குத் தோழியாக நின்றாள், ஆதமின் நண்பர், ம்பெலெஸை போய் அடையக்கூடிய வயதைக் கடந்துவிட்ட ஒருவர், ஆதமுடன் நின்றார். திருமணம் முடிந்த உடன் நாங்கள் அந்த வளவை விட்டு நீங்கினோம். ஒரு லாரியில் பயணம் செய்து, கடலோடு இணைக்கும் ஓடையைக் கடக்கும் படகை அடைந்தோம்.

இன்னும் சில வாரங்களில் நாங்கள் வீட்டை வந்தடைவோம்.

உன் அன்புத்தங்கை,
நெட்டி

அன்பு நெட்டி,

மிஸ்டர் ____ ஷூக்குடன் நெடுநேரம் தொலைபேசியில் பேசுகிறார். என் தங்கையும் அவள் குடும்பமும் காணாமல் போனதைக் கேட்டதுமே ஷூக்கும் ஜெர்மைனும் செய்தியைத் தெரிந்துகொள்ள அரசுத்துறை அலுவலகத்துக்குப் படையெடுத்திருக்கிறார்கள், உண்மையைத் தெரிந்துகொள்ள முடியாமல் நான் தவித்துக்கொண்டிருக்கும் நினைப்பே தன்னைக் கொல்கிறதென்று ஷூக் சொல்லியிருக்கிறாள். அரசுத்துறை அலுவலகத்திலும் பாதுகாப்புத்துறை அலுவலகத்திலும் பெரிதாக ஒன்றும் தெரிந்துகொள்ள முடியவில்லை. இது பெரிய போர், என்னவெல்லாமோ நடந்துகொண்டிருக்கிறது, ஒரேயொரு கப்பல் காணாமல் போனதைப்பற்றி அலட்டிக்கொள்ள எதுவுமில்லை என்றிருப்பார்கள். அத்துடன் கறுப்பர்கள் அவர்கள் கண்களுக்கு மனிதர்களாகத் தெரிவதேயில்லையே.

அவர்கள் அப்படித்தான். அவர்களுக்கு தெரிந்ததில்லை, இனி எப்போதும் தெரியப் போவதுமில்லை. ஆனால் நீ வீட்டை நோக்கி வந்துகொண்டிருக்கிறாய் என்பது எனக்குத் தெரியும். நீ வந்து சேர்வதற்குள் எனக்குத் தொண்ணூறு வயதானாலும் ஆகிவிடலாம். இப்படி நினைக்கும்போதே இன்னும் சில நாட்களில் உன் முகத்தைப் பார்ப்பேன் என்றும் தோன்றுகிறது.

நம் கடையில் கணக்கெழுத சோஃபியாவை அமர்த்தியிருக்கிறேன். வெள்ளையன் அல்பான்ஸோவும் அங்கிருக்கிறான். கருப்பர்களைக் கவனித்துக் கொள்வதற்காகத்தான் சோஃபியாவைச் சேர்த்தேன். பொதுவாக கடைகளில் அவர்களை யாரும் கவனித்துக்கொள்வதோ, அவர்களிடம் மரியாதையாக நடந்துகொள்வதோ இல்லையே. சோஃபியா பொருட்களை விற்பதிலும் கெட்டிக்காரி, நீங்கள் வாங்கினாலும் வாங்காவிட்டாலும் எனக்கொரு கவலையும் இல்லை என்பதுபோல நடந்து கொள்வாள். ஒருவேளை நீங்கள் ஏதாவது வாங்குவது என்று முடிவு செய்தால், ஒன்றிரண்டு இனிமையான வார்த்தைகளை உங்களுடன் பரிமாறிக் கொள்வாள். அந்த வெள்ளையனையும் அவள் பயமுறுத்தி வைத்திருந்தாள். அவன் கறுப்பினப் பெண்களை ஆன்ட்டி என்றே அழைப்பான். சோஃபியாவை அவன் ஆன்ட்டி என்றதும்,

அவள் சட்டென்று ‘எந்தக் கறுப்பனை உன் அம்மாவின் தங்கை மணந்து கொண்டாள்’ என்று கேட்டு விட்டாள்.

சோஃபியா வேலைக்கு வருவதில் உனக்கு எதுவும் ஆட்சேபணை இருக்கிறதா என்று ஹார்ப்போவைக் கேட்டேன்.

எனக்கென்ன பிரச்சனை, அவளுக்கு அதில் மகிழ்ச்சி என்று தெரிகிறது. வீட்டில் எல்லாவற்றையும் நான் பார்த்துக் கொள்வேன். ஹென்ரியெட்டாவுக்கு உடல்நலமில்லாமல் போனாலோ, அவளுக்கு விசேஷமாக எதுவும் உண்ண வேண்டியிருந்தாலோ, எனக்கு உதவி செய்ய சோஃபியா ஒரு ஏற்பாடு செய்திருக்கிறாளே என்றான்.

மிஸ் எலெனார் ஜேன் ஹென்ரியெட்டாவை கவனித்துக் கொள்ளப் போகிறாள். ஒரு நாள்விட்டு ஒரு நாள் அவளுக்குப் பிடித்த உணவுகளைச் சமைத்துத் தருவதாக வாக்களித்திருக்கிறாள். உங்களுக்குத்தான் தெரியுமே.. இந்த வெள்ளைக்காரர்கள் அடுப்படியில் ஏதேதோ இயந்திரங்களை வைத்திருக்கிறார்கள். நீங்கள் நம்பவே மாட்டீர்கள். அவள் அதையெல்லாம் உபயோகப்படுத்தி சேனைக்கிழங்கிலிருந்து என்னவெல்லாம் செய்கிறாள் தெரியுமா? சென்ற வாரம் சேனைக்கிழங்கு ஐஸ்க்ரீம் செய்து வந்தாள் என்றாள் சோஃபியா.

ஆச்சரியமாக இருக்கிறதே. நீங்கள் இருவரும் முறித்துக்கொண்டு விட்டீர்கள் என்றல்லவா நினைத்தேன்.

நான் எப்படி அவர்களுக்கு வேலைக்காரியாக வந்ததெப்படி என்று அவளுடைய அம்மாவிடம் அவளுக்கு இப்போதுதான் கேட்கத் தோன்றியிருக்கிறது.

இது நிலைக்கும் என்று எனக்குத் தோன்றவில்லை என்றான் ஹார்ப்போ. அவர்கள் எப்படிப்பட்டவர்கள் என்று நமக்குத் தெரியுமே.

அவளுடைய வீட்டினருக்குத் தெரியுமா?

அவர்களுக்குத் தெரியும். அவர்கள் அதை எப்படி எடுத்துக் கொள்வார்கள் என்று நமக்குத் தெரியாதா? ஒரு வெள்ளைப் பெண் நீக்ரோவிடம் பணிபுரிவதை எங்காவது கேள்விப்பட்டதுண்டா என்று பொருமுகிறார்கள். சோஃபியாவைப் போன்ற ஒருத்தி இப்படிக் குப்பையைப்போல நடத்தப்பட்டதை மட்டும் யாராவது

கேள்விப்பட்டதுண்டா என்று அவள் அவர்களிடம் சொல்லியிருக்கிறாள்.

ரெனால்ட்ஸ் ஸ்டான்லியை அவளோடு அழைத்து வருகிறாளா?

ஹென்ரியெட்டா அவன் வருவதில் தனக்கு ஆட்சேபணை இல்லை என்று சொல்லிவிட்டாள்.

நீ வேண்டுமானால் பார், எனக்கு நன்றாகத் தெரியும், அவள் குடும்பத்து ஆண்கள், அவள் உனக்கு உதவுவதை எதிர்த்தால், அவள் நிச்சயமாக வரமாட்டாள் என்றான் ஹார்ப்போ.

வராவிட்டாலென்ன மோசம்? எனக்கு நற்கதி கிடைக்கவா அவள் வேலைக்கு வருகிறாள்? நியாயத் தீர்ப்புநாளை அவளும் எதிர்நோக்கித்தான் ஆக வேண்டும் என்பதை உணராவிட்டால், அவள் வாழ்வதில்தான் என்ன அர்த்தம்?

சரிதான். உனக்குத் துணையாக நான் எப்போதும் இருக்கிறேன், நீ நியாயமாகத்தான் முடிவெடுப்பாய் என்பதையும் உணர்கிறேன் என்றவன், அவளுடைய மூக்கில் தையலிடப்பட்ட இடத்தில் முத்தமிட்டான். சோஃபியா தலையை ஆட்டிக்கொண்டாள். வாழ்க்கை எல்லோருக்கும் எதையாவது கற்றுத் தருகிறது என்றாள். அவர்கள் சிரித்துக்கொண்டார்கள்.

கற்றுக்கொள்வதைப் பற்றிப்பேசும்போது: நாங்கள் வாசலில் அமர்ந்து தைத்துக்கொண்டிருந்த ஒரு சமயம், மிஸ்டர் ____ சொன்னார், நான் இங்கே அமர்ந்து கம்பிப்பிடிகளுக்கு அப்பால் வெறித்துப்பார்த்துக் கொண்டிருக்கும் நேரத்தில் தான் எல்லாவற்றையும் புரிந்து கொள்ள ஆரம்பித்தேன்.

என்னையும் என் வாழ்வையும் குறித்து ஏதேனும் சொல்லவேண்டுமென்றால் பேரவலம் என்பதைத்தவிர வேறு வார்த்தையில்லை. பெரும்பாலான நேரங்களில் இப்படி மோசமாக உணரச்செய்யும் வாழ்க்கையை எதற்காக வாழவேண்டும்? ஷுக் ஏவரியைத் தவிர வேறெதையும் நான் வேண்டியதில்லை. அவள் நாடியதும் என்னை மட்டும்தான். ஆனால், நாங்கள் ஒருவரையொருவர் அடைய முடியவில்லை. எனக்கு ஆன்னி ஜூலியாவும், நீயும், உருப்படாத பிள்ளைகளும்

வாய்த்தார்கள். அவளுக்கு க்ரேடி, இன்னமும் யாரெல்லாமோ, யாருக்குத் தெரியும். ஆனாலும் அவள் என்னைவிடச் சிறப்பானவளாக உயர்ந்துவிட்டாள். பலரும் அவளை நேசிக்கிறார்கள், என்னை, ஷுக்கைத் தவிர யாருமே நேசித்ததில்லை.

யாராலும் ஷுக்கை நேசிக்காமல் இருக்கமுடியாது என்றேன். அவளுக்குத் தன்னை நேசிப்பவர்களிடம் அன்பு செலுத்தத் தெரியும்.

நீ என்னை விட்டுச்சென்ற பிறகு நான் இந்தப் பிள்ளைகளை வழிக்குக் கொண்டு வர முயன்றேன். ஆனால் அதற்குள் காலம் கடந்து விட்டது. என்னோடு இரண்டு வாரம் தங்கியிருந்த பப், இருந்த பணத்தையெல்லாம் திருடினான், குடித்துவிட்டு முன்வாசலில் கிடந்தான். என் பெண்களோ கடவுளிடமிருந்து விலகி, ஆண்களுடன் வெகு தூரம் போய் விட்டார்கள். வருந்திக்கொண்டிருந்த என் இதயத்தை உடைக்கும்படியாக, அவர்கள் வாயைத் திறந்தாலே ஏதாவது முறையீடுதான் வரும்.

உங்கள் இதயம் வருந்துகிறது என்பதை நீங்கள் உணர்ந்துவிட்டாலே அது ரொம்பவும் மோசமாகிவிடவில்லை என்றுதான் அர்த்தம்.

நாம் ஒரு கேள்வி கேட்டுக்கொண்டால் அது பத்து கேள்விகளுக்கு இட்டுச் சென்றது. நமக்கு எதற்காக அன்பு தேவைப்படுகிறது, நாம் ஏன் அல்லலுறுகிறோம்? ஏன் கறுப்பர்களாயிருக்கிறோம். ஆணும் பெண்ணுமாய் எதற்காக உருவாக்கப்பட்டோம்? உண்மையில் குழந்தைகள் எங்கிருந்து தான் வருகின்றன?

எனக்கு ஒன்றுமே தெரியவில்லை என்பதைப் புரிந்துகொள்ள வெகுகாலம் பிடிக்கவில்லை. நாம் என்ன காரணத்துக்காக இங்கு வந்தோம் என்பதைக் கேட்டுக் கொள்ளாதவரையில் ஆணாக, பெண்ணாக, கறுப்பராக அல்லது ஒரு புதராகக்கூட ஏன் இருக்கிறோமென்று கேட்டுக்கொள்வதில் அர்த்தமில்லை என்று புரிந்து கொண்டேன்.

அப்படி என்ன காரணத்துக்காகத்தான் இங்கிருக்கிறோம்?

வியக்க, ஆச்சரியங்கொள்ள, நம்மை நாமே உணர, கேள்வி கேட்டுக்கொள்ள. பெரிய விஷயங்களைக்

கேள்விகள் கேட்பதனாலும் வியப்பதனாலும், சிறிய விஷயங்களில் எதிர்பாராதவிதமாகத் தெளிவேற்படுகிறது. ஆனால் பெரிய சமாச்சாரங்களில் மட்டும் நான் துவங்கின இடத்திலேயே தான் இன்னமும் இருக்கிறேன். ஒன்றுமட்டும் நிச்சயம், எவ்வளவுக்கு நான் யோசிக்கிறேனோ, அவ்வளவுக்கு அன்பு செய்கிறேன்.

நிச்சயமாகச் சொல்வேன், அதே அளவுக்கு மற்றவர்களும் உங்களிடம் அன்பு செய்வார்கள்.

ஆச்சரியப்படும்விதமாய் அது உண்மைதான். ஹார்ப்போ, சோஃபியா, குழந்தைகள் எல்லோரும் என்னை நேசிக்கிறார்கள். நிலவில் தெரியும் மனிதனைப்போல எனக்குப் புதிராக இருக்கும் அந்தக் கிழட்டுக்கோட்டான் ஹென்ரியட்டாகூட என்னைக் கொஞ்சம் நேசிக்கிறாள்.

மிஸ்டர் ____ நான் தயாரிக்கும் காற்சட்டைகளுடன் அணிவதற்கான மேல்சட்டையை வடிவமைப்பதில் மும்முரமாக இருக்கிறார்.

அதற்கு ஜேபி அவசியம். கைகள் தொளதொளப்பாக இருக்க வேண்டும். கண்டிப்பாக அதனுடன் டை அணியக் கூடாது. நம் ஜனங்கள் டை அணிந்திருப்பதைப் பார்த்தால் தூக்கில் தொங்கிக்கொண்டிருப்பது போல இருக்கும்.

ஷுக் இல்லாமலும் என்னால் நிறைவாக வாழமுடியும் என்ற மனநிலையை நான் அடைந்ததும், மிஸ்டர் ____ அவரை மறுபடியும் மணந்து கொள்ளும்படி கேட்டார். இந்தத் திருமணம் உடல் மட்டும் அல்லாமல் ஆன்மக் கலப்பாகவும் இருக்கும் என்றார். இப்போதும் எனக்குத் தவளைகளைப் பிடிக்காது என்று மறுத்துவிட்டு ஆனால் நாம் நல்ல நண்பர்களாக இருக்கலாம் என்று சொன்னநேரம்தான், ஷுக் வீட்டுக்கு வருவதாக எழுதியிருந்தாள்.

வாழ்க்கை. அது இப்படித்தான் இருக்கும்.

நான் அமைதியில் நிறைந்திருந்தேன்.

அவள் வந்தால் மகிழ்வேன். அவள் வரவில்லை என்றாலும் நிறைவாக இருப்பேன்.

நான் உணர்ந்துகொண்டேன். நான் கற்றுக்கொள்ள வேண்டிய பாடம் இதுவே.

ஒரு நட்சத்திரத்தைப் போல உடுத்திக்கொண்டு காரிலிருந்து இறங்கியவள், ஓ சீலி, என் அம்மாவை எண்ணி ஏங்கியதை விடவும் உன்னைப் பிரிந்து ஏங்கினேன் என்றாள்.

அணைத்துக் கொண்டோம்.

உள்ளே வா.

அவளுடைய அறையை அடைந்தபோது, எனக்கு இளஞ்சிவப்பு பிடிக்கும் என்று உனக்குத் தெரியும். வீடு மிக அழகாக இருக்கிறது என்றாள்.

உனக்காக யானை உருவங்கள் செய்திருக்கிறேன், ஆமைகள் கூட வரவிருக்கின்றன.

உன் அறை எங்கே?

வரவேற்பறைக்கு அருகே.

வா, அதைப் பார்ப்போம்.

கதவருகில் நின்றபடி இதோ என்னறை என்றேன். அதில் தரையைப் பளீரென்ற மஞ்சளில் பூசியிருந்தேன். அதைத்தவிர எல்லாமே சிகப்பும், ஊதா நிறத்திலும். அவள் நேராக விளக்குமாடத்தில் இருந்த ஊதாநிறத் தவளையிடம் சென்றாள்.

என்ன இது?

ஆல்பர்ட் தான் ஏதோ விளையாட்டாகச் செதுக்கித் தந்தார்.

அவள் என்னை ஒரு நொடி அர்த்தபூர்வமாகப் பார்த்ததில், இருவரும் நகைத்தோம்.

ஜெர்மைன் எங்கே?

அவனுடைய திறமையெல்லாம் வீணாய்ப் போகக்கூடாதே என்று வில்பெர்ஃபோர்ஸ் கல்லூரியில் சேர்த்துவிட்டேன். இப்போது அவன் என் குடும்ப உறுப்பினன். ஒரு மகனைப்போல அல்லது பேரனைப்போல என்று சொன்னால் சரியாக இருக்கும். அது இருக்கட்டும். நீ சொல். நீயும் ஆல்பர்ட்டும் எப்படியிருக்கிறீர்கள்?

சொல்லிக்கொள்ளும் அளவுக்கெல்லாம் ஒன்றுமில்லை.

பார்வைக்கு நீ இவ்வளவு அருமையாக இருக்கும்போது, அவன் சும்மாயிருப்பான் என்று

என்னை நம்பச் சொல்கிறாயா? அவனைப் பற்றி எனக்குத் தெரியாதா?

நாங்கள் தைப்போம். சும்மா பேசிக்கொண்டிருப்போம்.

சும்மாவா? அதென்ன சும்மா?

என்ன நடக்கிறதென்று தெரிந்துகொள்ள முடியாமல், ஷுக் பொறாமைப்படுகிறாள். சுவாரஸ்யமான ஒரு கதையைப் பின்னி அவளை வெறுப்பேற்றலாமா என்று ஒரு நிமிடம் யோசித்து, அந்த எண்ணத்தைக் கைவிட்டேன்.

உன்னைப் பற்றித்தான் பேசுவோம் ஷுக். நாங்கள் உன்னை எவ்வளவு நேசிக்கிறோமென்று.

அவள் புன்னகை செய்தாள், அருகில் வந்து என் மார்பில் தன் தலையைச் சாய்த்தாள். நீண்ட பெருமூச்சொன்றை விடுத்தாள்.

உன் சகோதரி,
சீலி

அன்புள்ள கடவுளே, நட்சத்திரங்களே, பிரியமான என் வானமே, அன்பான மக்களே, அன்பான எல்லாமுமே, அன்பு இறைவா.

என் தங்கை நெட்டியையும் எங்கள் குழந்தைகளையும் வீட்டில் கொண்டுவந்து சேர்த்ததற்கு நன்றி.

சாலையில் புழுதியெழும்பிப் பறந்து கொண்டிருந்தது. யாரோ வருகிறார்கள் என்றார் ஆல்பர்ட்.

நான் அவர் மற்றும் ஷுக் மூவரும் இரவு உணவுக்குப்பின் அமைதியாக வாசலில் அமர்ந்திருந்தோம். ஈக்களை விரட்ட லேசாக விசிற வேண்டியிருந்தது. ஷுக் இனிப் பொதுமேடைகளில் பாடுவதில்லை என்றும், ஹார்ப்போவின் இசைக்கூடத்தில் மட்டும் ஒன்றிரண்டு இரவுகள் பாடவிருப்பதாகவும் சொன்னாள். அவள் ஓய்வு பெற விரும்புகிறாள். ஆல்பர்ட் தான் வடிவமைத்த சட்டையை அவள் அணிந்து காட்ட வேண்டும் என்றார். தோட்டம், கடை, ஹென்ரியெட்டா, சோஃபியா என்று எல்லாவற்றையும் பேசினேன். தையல் என் சுபாவம் போலாகிவிட்டதில் ஒட்டுத்துணிகளையெல்லாம் திரட்டித் தைத்து எதையாவது உருவாக்கப் பார்க்கிறேன். ஜுன் மாத இறுதிக்கு அதிகமாகவே குளிர்கிறது, ஆல்பர்ட் ஷுக்குடன் வாசலில் இப்படி அமர்ந்திருப்பது இதமாக இருக்கிறது. வரும் வாரம், ஜுலை நான்கில் வீட்டுக்கு வெளியில் குடும்ப ஒன்றுகூடலுக்குத் பெரிதாகத் திட்டமிட்டிருக்கிறோம். காலநிலை மட்டும் இப்படியே அருமையாக இருந்தால் நல்லது.

தபால்காரராக இருக்குமோ, அவர் இவ்வளவு வேகமாக வண்டி ஓட்ட மாட்டாரே.

சோஃபியாவாக இருக்கும் அவள்தான் இப்படி வெறித்தனமாக ஓட்டுவாள் என்றாள் ஷுக்.

ஹார்ப்போவாக இருக்கலாம் என்றார் ஆல்பர்ட். ஆனால் அவர்களில் யாரும் இல்லை.

வாசலில் இருந்த மரங்களுக்கு அடியில் ஒரு கார் வந்து நிற்க, அதிலிருந்து வயதானவர்கள்போல உடுத்தியிருந்த சிலர் இறங்கினர்.

வெளிப்புறம் திரும்பியிருந்த வெண்ணிறக் கழுத்துப்பட்டை அணிந்த ஓங்குதாங்கான, நரைத்த

தலை மனிதரொருவர், நரைத்த பின்னல்களைத் தலைக்கு மேல் எதிர்ப்புறங்களில் கட்டியிருந்த குள்ளமான பெண்ணொருத்தி, உயரமான இளைஞனொருவன், திடமான இரு இளம்பெண்கள். நரைத்தலை மனிதன் வண்டியோட்டியிடம் ஏதோ சொல்ல, கார் கிளம்பியது. அவர்கள் அனைவரும் வீட்டுக்குத் திரும்பும் பாதையின் வளைவில், பெட்டிகள், பைகள் மற்றும் ஏதேதோ பொருட்கள் சூழ நின்றிருந்தனர்.

அதற்குள் என் இதயம் துள்ளி வாய்க்கு வந்துவிட்டது, என்னால் அசையக்கூட முடியவில்லை.

ஆல்பர்ட் எழுந்து, நெட்டி என்றார்.

பாதையில் நின்றிருந்தவர்கள் எங்களைப் பார்த்தனர். வீட்டையும், முற்றத்தையும், ஷுக், ஆல்பர்ட்டின் கார்களையும்கூடப் பார்த்தனர். திரும்பி வயலைப் பார்த்தனர். பிறகு, வீட்டை நோக்கி, மெதுவாக நடக்க ஆரம்பித்தனர்.

இன்ப அதிர்ச்சியில் உறைந்திருந்த என் மூளை செயல்பட மறுத்தது. பேச முயன்றேன், வார்த்தை வரவில்லை. எழமுயன்று, விழத்தெரிந்தேன். ஷுக் என்னைத் தாங்கிக் கொண்டாள். ஆல்பர்ட் என் கரத்தை அழுத்திக் கொடுத்தார்.

நெட்டியின் பாதம் வாசலில்பட்டதுதான் தாமதம், நான் ஏறத்தாழ இறந்து போனேன். ஆல்பர்ட்டுக்கும் ஷுக்குக்கும் இடையில் நானும் சாம்யெலுக்கும், ஆதமுக்கும் -என்று நினைக்கிறேன்- இடையில் நெட்டியும் ஊசலாடினோம். பெருங்குரலெடுத்து அழத்துவங்கிய நாங்கள் குழந்தைகளாக இருந்த நாட்களில்போல தளர்நடையிட்டுக்கொண்டு நெருங்கினோம். அந்தத் தொடுகையில் பலகீனமடைந்து கால்மடங்கி விழுந்து, கட்டியணைத்துக்கொண்டு அங்கேயே சிறிது நேரம் கிடந்தோம்.

சிறிது நேரம் கழிந்தபிறகே நாங்கள் எங்கள் பெயரைச் சொல்லி அழைத்துக் கொண்டோம்.

சீலி.

நெட்டி.

வெகுநேரம் கழித்துதான் சுற்றி நின்றவர்கள் குறித்த நினைவு வந்தது, அவர்களின் கால்முட்டிகள் கண்களுக்குத்

தெரிந்தன. நெட்டி தன் அணைப்பிலிருந்து என்னை விடாமலே, இது என் கணவர் சாம்யெல், நம் குழந்தைகள் ஒலிவியாவும் ஆதமும், அது ஆதமின் மனைவி டாஷி என்று அறிமுகம் செய்தாள்.

நான் என் வீட்டாரைக் காட்டினேன். இவர்கள் ஷுக்கும் ஆல்பர்ட்டும்.

எல்லோரும் சந்திக்க வாய்த்ததன் மகிழ்ச்சியை ஒருவருக்கொருவர் தெரிவித்துக் கொண்டார்கள். ஷுக்கும் ஆல்பர்ட்டும் ஒருவரையொருவர் அணைத்துக்கொண்டனர். நானும் நெட்டியும் ஒருவழியாக எழுந்தோம். நான் என் குழந்தைகளையும், டாஷியையும், சாம்யெலையும் கட்டிக் கொண்டேன்.

வெய்யில் இவ்வளவு கடுமையாக இருக்கும் ஜுலை நான்கில்தான் எப்போதும் நம் குடும்ப ஒன்றுகூடலை வைத்துக் கொள்ள வேண்டுமா என்று வாயைக் குவித்துக்கொண்டு குற்றச்சாட்டினாள் ஹென்றியெட்டா.

ஜுலை நான்காம் தேதி, இங்கிலாந்திடமிருந்து கிடைத்த விடுதலையைக் கொண்டாடுவதில் வெள்ளையர்கள் முழுமூச்சாக இருப்பார்கள். எனவே பெரும்பாலான கறுப்பர்களுக்கு வேலைக்குப் போக வேண்டியிருக்காது. அதனால் அந்த நாளையே தாங்கள் ஒருவரையொருவர் கொண்டாடிக் கொள்ளும் நாளாக்கிக் கொண்டார்கள்.

லெமெனேட் அருந்திக்கொண்டிருந்த மேரி ஆக்னஸ், ஹார்ப்போ உனக்கு வரலாறு தெரியும் என்பது எனக்குத் தெரியாதே என்றாள். அவளும் சோஃபியாவும் உருளைக்கிழங்கு சாலட் செய்வதில் மும்முரமாக இருந்தனர். மேரி ஆக்னஸ் சுசீக்யூவை அழைத்துச் செல்ல வந்திருந்தாள். அவள் க்ரேடியை விட்டுப் பிரிந்து, தன் தாயுடனும், சகோதரியுடனும் மெம்பிஸுக்குத் திரும்பிவிட்டாள். அவள் வேலை செய்யும் போது அவர்கள் சுசீக்யூவைப் பார்த்துக் கொள்வார்கள். அவளிடம் ஏராளமான புதிய பாடல்கள் இருக்கின்றன. ஆனால், பழையவை இன்னமும் விரும்பப்படுவதால் புதியவை காத்திருக்கலாம்.

க்ரேடியுடன் இருந்தபோது என்னால் சிந்திக்கவே முடியவில்லை. அவன் குழந்தைகளுக்கு நல்ல முன்மாதிரி

இல்லை. நானுமே அப்படித்தான், நிறைய கஞ்சா குடித்துக் கொண்டிருந்தேன்.

எல்லோரும் டாஷியை வெகுவாக ரசித்தார்கள். அவளுடைய, ஆதமுடைய முகத்தழும்புகளை மும்முரமாக ஆராய்ந்தார்கள். ஆப்பிரிக்கப் பெண்கள் இவ்வளவு அழகாக இருப்பார்கள் என்று தாங்கள் நினைத்ததே இல்லை என்றார்கள். ஆதமும் டாஷியும் அருமையான ஜோடி. அவர்கள் மொழி கொஞ்சம் வேடிக்கையாக இருக்கிறது, அதற்கு நாங்கள் பழகிக் கொண்டிருக்கிறோம்.

உங்கள் ஜனங்கள் ஆப்ரிக்காவில் எதை விரும்பி உண்பார்கள் என்று டாஷியைக் கேட்டேன்.

அவள் வெட்கத்தோடு கரியடுப்பில் சுட்ட மாமிசம் என்றாள்.

எல்லோரும் சிரித்துக்கொண்டே அவள் தட்டில் ஆளுக்கொரு மாமிசத்துண்டை வைத்தார்கள்.

குழந்தைகள் வளர்ந்துவிட்டதால் அவர்களின் அண்மையில் நான் கொஞ்சம் விநோதமாக உணர்கிறேன். எனக்கும், நெட்டி, ஷுக், ஆல்பர்ட், சாம்யெல், ஹார்ப்போ, சோஃபியா மற்றும் ஜாக், ஒடிசா எல்லோருக்கும் வயதாகி விட்டதாகவும் தற்கால நிலவரம் ஒன்றும் புரியாது என்றும் அவர்கள் நினைக்கிறார்கள். ஆனால், நாங்கள் யாரும் வயதாகிவிட்டதாக உணரவே இல்லை. மிகவும் மகிழ்ச்சியாக இருக்கிறோம். உண்மையைச் சொல்லப்போனால் வாழ்நாளின் இந்தப் பருவத்தைத்தான் மிக இளமையான பருவமாக உணர்கிறோம்.

ஆமென்